एक होती बेगम

(कादंबरी)

बाबा कदम

दिलीपराज प्रकाशन प्रा. लि.

२५१ क, शनिवार पेठ, पुणे - ४११ ०३०

एक होती बेगम / Ek Hoti Begam

- **प्रकाशक** राजीव दत्तात्रय बर्वे, मॅनेजिंग डायरेक्टर,
  दिलीपराज प्रकाशन प्रा. लि.,
  २५१ क, शनिवार पेठ, पुणे ४११ ०३०

- **प्रकाशनाचे हक्क** कुमुदिनी वीरसेन कदम
  'आनंद' बालक मंदिराजवळ,
  ताराबाई पार्क - कोल्हापूर

- **प्रकाशन दिनांक** १५ नोव्हेंबर २०११

- **प्रकाशन क्रमांक** ३२४

- **ISBN -** 81-7492-012-9

- **टाईपसेटिंग** पितृछाया मुद्रणालय,
  ९०९, रविवार पेठ, पुणे ४११ ००२

- **मुखपृष्ठ** सुहास चांडक

'दिलीपराज प्रकाशन प्रा. लि.'च्या नवीन पुस्तकांची यादी व माहिती हवी असल्यास आपला पत्ता, दूरध्वनी क्रमांक किंवा Email आमच्या diliprajprakashan@yahoo.in या Email address वर पाठवावा किंवा आमच्याशी दूरध्वनी क्रमांक फॅक्ससहित : ०२०-२४४८३९९५ / २४४९५३१४ / २४४७१७२३ यावर संपर्क साधावा. आमच्या वेबसाईटला एकदा अवश्य भेट द्या.
Website: www.diliprajprakashan.com

कै. तीर्थरूप दादांच्या
(कै. सर्जेराव आ. पाटील यांच्या)
पवित्र स्मृतीस आदरपूर्वक अर्पण

             - बाबा कदम

१

चंद्रपूर! मध्य प्रदेश आणि महाराष्ट्र या दोन प्रांतांच्या सीमेवर, इंद्रावती नदीच्या काठी असलेलं लहानसं संस्थान. संस्कृती प्रामुख्यानं महाराष्ट्रीय. इंद्रावती नदीकाठचा भूभाग अत्यंत सुपीक आणि सधन. संस्थानच्या तीन-चतुर्थांश भागात जंगल होतं. ब्रिटिश राज्यकर्त्यांना चंद्रपूरबद्दल विलक्षण आकर्षण होतं. चंद्रपूरपासून बारा मैलांवर मल्हारपेठचा डोंगर होता, घनदाट झाडीनं वेढलेला... जंगलात असंख्य प्रकारचे पक्षी आणि प्राणी होते. दिल्लीच्या त्या वेळच्या राज्यकर्त्या ब्रिटिश अधिकाऱ्यांना सुट्टी मिळाली की, ते सरळ चंद्रपूरला येत.

चंद्रपूर हेच राजधानीचं शहर. या शहराभोवती चाळीस फूट उंचीची तटबंदी होती. जागोजागी बुरूजही होते. हिंदुस्थानात ब्रिटिशांची राजवट सुरू झाली, तेव्हा ब्रिटिशांचं स्वागत करणारं हे पहिलंच संस्थान. इथल्या नंतरच्या राजेलोकांनीदेखील राज्यकर्त्यांची मैत्री तितक्याच अगत्याने आणि आत्मीयतेनं जोपासली. पहिले महायुद्ध १९१४ मध्ये भडकलं, तेव्हा राज्यकर्त्यांच्या बाजूने लढण्यासाठी निवडक अशा पाचशे सैनिकांची तुकडी चंद्रपुरातून युरोपात गेली. या चंद्रपूरच्या सैनिकांनी खुद्द जर्मनभूमीवर पराक्रम गाजवला. त्या पाचशे जवानांच्या तुकडीने दोन हजार जर्मन सैनिकांना कंठस्नान घातलं, तेव्हा त्यांना 'द हायलँडर्स फ्रॉम इंडिया' असा बहुमान दिला गेला.

काळ बदलत होता. अठराशे नव्वदच्या सुमारास राष्ट्रीय काँग्रेसची स्थापना भारतात झाली. स्वायत्तत्ता आणि स्वातंत्र्य याची मागणी देशातील काना-कोपऱ्यांतून उठू लागली. पण त्याला अपवाद होता एकच—चंद्रपूर!

चंद्रपुरात काँग्रेसचे नाव घ्यायला बंदी होती. राष्ट्रीय पुढाऱ्यांचे फोटो लावायला बंदी होती. इतकंच कशाला,

गांधी टोपी वापरण्यालासुद्धा बंदी होती. त्यामुळं जो पर्यंत भारतात आपलं साम्राज्य राहणार आहे, तोपर्यंत डोळे झाकून विश्वास ठेवावा, असे एकच संस्थान राज्यकर्त्या ब्रिटिश अधिकाऱ्यांना दिसत होते आणि ते चंद्रपूरच!

चंद्रपुरातला सर्वसामान्य माणूस सुखी होता. प्रजेवर अन्याय करण्याचं चंद्रपूरच्या नरेशांना काहीच कारण नव्हतं. चंद्रपूरची तिजोरी नेहमी भरलेली असे. पूर्वपरंपरागत चालत आलेली संपत्ती, दागदागिने, जडजवाहिर अमाप होते. राजघराण्यात फक्त एकच षोक केला जात होता आणि तो म्हणजे, अंगवस्त्रं ठेवण्याचा!

चंद्रपूरचे महाराज सूर्याजीराज हे आपल्या पित्याच्या निधनानंतर गादीवर आले, ते १९०१ मध्ये. त्या वेळी त्यांचं वय होतं अवघं पाच वर्षांचं!

'डॉवेजर महाराणीसाहेब' महाराजांच्या गार्डियन होत्या. ब्रिटिश राज्यकर्त्यांची या संस्थानावर विशेष मेहेरनजर असल्यामुळे राजकुमारांना शिक्षणासाठी प्रथम राजकोट इथं पाठवण्यात आलं. त्यानंतर महाराजांना इंग्रजी रीतीरिवाजांची सवय लागावी, म्हणून इंग्लंडला पाठवण्यात आलं. संस्थानाची सूत्रं १९२० च्या सुमारास युवराजांच्या हाती सोपवण्यात आली. त्याच वर्षी त्यांचा विवाह उत्तर प्रदेशातल्या प्रतापगड येथील राजकन्येशी झाला. लग्नानंतर वर्षात एक मुलगी अन् एक मुलगा अशी दोन जुळी मुलं त्यांना झाली.

त्या दिवशी सूर्यास्ताच्या समयी महाराज सूर्याजीराव गच्चीवर विमनस्क अवस्थेत उभे होते. राजमहालात राजकुमार आणि राजकुमारीचा पाचवा वाढदिवस होता. महाराजांचे सल्लागार शशांक शर्मा हे दिवाण होते. ते हातावर हात ठेवून बाजूला मोठ्या अदबीनं उभे होते. ते म्हणाले,

"हुजूर, आज राजमहालात वाढदिवसाचा आनंदोत्सव साजरा होत आहे अन् आपण नाराज?"

महाराज मागे वळून पाहत म्हणाले,

"तसा मलाही आनंद झालेला आहे शर्माजी; पण वाटतं, एकदम दोन मुलं व्हायला नको होती!"

''ते काय आपल्या हातात असतं हुजूर?''

''नसतं, हे खरं; पण मुलं झाली की, स्त्रियांच्यातला 'चार्म' निघून जातो!''

शर्मा अनुभवी होते. महाराजांपेक्षा दहा-वीस पावसाळे अधिक बघितले होते त्यांनी. गालातल्या गालात हसत ते म्हणाले,

''राणीसाहेबांना आणखीन चार-सहा मुलं झाली, तरी त्यांचं सौंदर्य रतिभरही कमी होणार नाही हुजूर!''

''हे मला तुम्ही नका सांगू शर्माजी! आफ्टर फर्स्ट डिलिव्हरी ए वुमन इन इंडिया बिकम्स टेन इयर्स ओल्डर दॅन व्हॉट शी इज!'' (हिंदुस्थानातील स्त्री पहिल्या बाळंतपणानंतर दहा वर्षांनी प्रौढ होते.)

''आपण इंग्लंडमध्ये राहिल्यामुळं आपणाला तसं वाटत असेल हुजूर!''

''काही म्हणा, पण मला वाटतं...''

''काय वाटतं?''

''रोशन आता पंधरा-सोळा वर्षांची नक्कीच झाली असेल!''

रोशनच्या नावाचा महाराजांनी उल्लेख करताच शशांक शर्मा हसले आणि म्हणाले,

''महाराज, आपण तिला विसरायला तयार नाही!''

''कसा विसरणार? शहनाज तिला इथं प्रथम घेऊन आली होती, तेव्हा ती फक्त अकरा वर्षांची होती. तेव्हाच वाटायचं की, डोळ्यांपुढून ती दूर जाऊच नये!''

शशांक शर्मा हसत-हसत हात चोळत राहिले आणि म्हणाले, ''महाराज, महाराणीसाहेब बाळंतपणासाठी पाच वर्षांपूर्वी प्रतापगडला रवाना झाल्या, तेव्हापासून आपण अस्वस्थ आहात, हे मी ओळखून होतो!''

''ओळखून काय उपयोग? माझी अस्वस्थता घालवण्याचा काही प्रयत्न केलात?''

शशांक शर्मा या वेळी हसले आणि म्हणाले,

''राजनिष्ठा ही कधी शब्दांनी व्यक्त करायची नसते; ती कृतीतून

व्यक्त व्हायला हवी.''

"म्हणजे? तुम्ही काय केलंत?''

"रोशन पुन्हा राजधानीत आलेली आहे, हुजूर!''

"काय सांगता काय शर्माजी? कुठंय ती?''

"दुसरीकडं कुठं येणार? इथंच राजधानीत तिच्या आईजवळ, शहनाजकडेच उतरली आहे ती.''

"तुमचं सारंच काही चमत्कारिक असतं! तिकडं का पाठवलंत तिला? पॅलेसमध्ये ती राह्यली नसती?''

"त्याला कारण आहे हुजूर! अंगवस्त्र ठेवणं, हे जरी गादीला पारंपरिक असलं, तरी आज महाराणीसाहेबांच्या आनंदावर पाणी पडेल, असं काहीही घडता कामा नये. म्हणूनच रोशनला शहनाजकडे ठेवण्याचा निर्णय घेतला आहे मी!''

"मग आता आम्ही तिकडंच जातो!''

"थोडं थांबावं हुजूर! आज वाड्यामध्ये आनंदोत्सव साजरा होत आहे. राजकुमार आणि राजकुमारीचं अभीष्टचिंतन होऊ द्या, प्रतापगडाहून आलेली मंडळी परत जाऊ द्यात; मग आपण खुश्शाल रोशनच्या समाचाराला जावं!''

"शर्माजी, हे फार झालं! आम्ही आत्ताच जाणार!''

त्यावर शर्माजी महाराजांच्या जवळ येऊन म्हणाले, "असा उतावीळपणा करू नये हुजुरांनी! चार-आठ दिवसांनी काही बिघडत नाही. रोशन आता तुमचीच आहे!''

"ठीक. पण राणीसाहेबांना ती आल्याचं समजणारच नाही, असं म्हणता?''

"समजणार तर आहेच; पण या वेळी ते समजायला नको, इतकंच! शिवाय ही बातमी समजण्यापूर्वी मला महाराणीसाहेबांच्या मनाची थोडी तयारीही करावी लागेल!''

"अच्छा— अच्छा! शर्माजी, या सर्व गोष्टी तुम्ही कुठं शिकलात?''

त्यावर शर्माजी आपल्या करड्या झालेल्या मिशांवर पालथी मूठ

फिरवीत म्हणाले, "हुजूर, व्यवहारज्ञान हे जगात कुठल्याही शाळेत शिकवले जात नाही; ते उपजतच असावं लागतं!"

"म्हणजे ते आम्हाला नाही, असं आपणाला सुचवायचं आहे?" शशांक शर्मा त्यावर स्वत:च्या गालावर मारून घेत म्हणाले, "छे—छे! हुजूर, असं बिलकूल मनात आणू नये! आपल्याजवळदेखील ते भरपूर आहे. एवढंच की, त्याचा वापर करण्याची आपणाला आजपर्यंत फारशी संधी मिळाली नाही." महाराजांनी मान हलवून शर्माजी किती संभाषणचतुर आहेत याची कबुली दिली. त्यानंतर महाराजांना मुजरा करून शशांक शर्मा खाली आले.

सूर्यास्त होऊन गेला होता. पश्चिम क्षितिजावर अद्यापही गुलाबी छटा तरळत होती. वाड्याच्या मागे असलेल्या तलावाचं पाणीही गुलाबी दिसत होतं. वारा पडल्यामुळं तलाव एखाद्या प्रचंड आरशासारखा पश्चिम क्षितिजावरचे गुलाबी रंग परावर्तित करीत होता. नोव्हेंबर संपत आला होता. सूर्यास्ताबरोबरच थंडीची हलकीशी झुळूक आली आणि त्याबरोबरच तलावावर तरंग उठले.

महाराज गच्चीतल्या वेताच्या खुर्चीवर येऊन बसले. त्यांनी टाळी वाजवली. त्यासरशी महाराजांचा विश्वासू हुजऱ्या शिवराम धावत आला. मुजरा करून तो आज्ञेची वाट पाहत उभा राहिला.

"खाली समारंभ सुरू झाला का रे?"

"होय हुजूर!"

"आता मला भेटायला कोणी आलं, तर वर सोडू नकोस आणि ट्रे आणून ठेव खोलीत!" महाराज नेहमी मद्य घेत नसत; पण कधी कधी त्यांना अशी लहर यायची!

शिवरामनं महाराजांच्या खोलीत ट्रे आणून ठेवला. महाराज उठले. कठड्याजवळ गेले. आता तलावात चांदण्यांचं प्रतिबिंब उमटलेलं होतं, पण वाऱ्याच्या झोतामुळं ते किंचित अस्थिर दिसत होतं. त्यांनी क्षितिजाकडं पाह्यलं. मल्हारपेठचा डोंगर अंधारात विरला होता.

या मल्हारपेठच्या डोंगरावर महाराजांचा बंगला होता. महाराजांच्या

वडिलांनी हा खास गोऱ्या पाहुण्यांसाठी बांधला होता. त्यामुळं तिथं कसलीच कमतरता नव्हती. उंची फर्निचर, कॉट्स, गाद्या, मच्छरदाण्या, चिनी क्रॉकरी, मागे आऊटहाऊसमध्ये कायमपणे राहणारा ख्रिश्चन कुक फर्नांडिस! महाराजांना पहिल्या पेगनंतर हे सारं जसं आठवू लागलं, तसाच पाच-सहा वर्षांपूर्वीचा आणखीन एक प्रसंग त्यांना आठवला.

महाराज पाच वर्षांचे असताना गादीवर आले असले, तरी त्यांनी अधिकार ग्रहण केले ते पंचविसाव्या वर्षी. देशोदेशींचे संस्थानिक चंद्रपूरला आले होते. त्या राज्यारोहणाच्या सोहळ्याला खूप गोरे अधिकारीही आले होते. त्यांनी महाराजांना उत्तमोत्तम अशा वस्तू भेट दिल्या. कोणी फ्रेंच फेल्ट हॅट्स दिल्या, तर कोणी व्हायोलिन दिले, तर कोणी नवी कोरी मॅनलिवर रायफल भेट दिली. रात्री जंगी खाना झाला आणि खान्यानंतर शहनाज बेगम या गायिकेचं गाणं झालं. तिच्या साथीला तिची दहा-अकरा वर्षांची मुलगी बसलेली होती. शहनाज खूप सुरेख गायिली. त्यानंतर जमलेल्या काही संस्थानिकांनी तिच्या मुलीला—रोशनला—गायची सूचना केली. ती तशी काही गाण्यात तरबेज नव्हती, पण धिटाईनं एक ठुमरी ती गायली. महाराजांना तिच्या गाण्यापेक्षा तिचे हावभावच खूप आकर्षक वाटले. त्या पोरीबद्दल नको तो विचार महाराजांच्या मनात येऊन गेला.

दुसऱ्या दिवशी समारंभाला जमलेले सर्व लोक निघून गेले अन् त्या संध्याकाळी महाराज शहनाजच्या निवासस्थानाकडे निघाले. वाटेत त्यांना शशांक शर्मा भेटले. त्यांनी पागेच्या कोपऱ्यावर महाराजांना मुजरा केला. त्या मुजऱ्याचा अर्थ स्पष्ट होता— 'महाराज, या वेळी चालत कुठे निघालात?'

महाराजांनी ते ओळखले आणि हसत-हसत ते म्हणाले,

"काल शहनाज फार सुरेख गायली. तिला बिदागी द्यायची राहून गेली!"

शशांक शर्मा अत्यंत धूर्त होते. ते म्हणाले,

"शहनाज दरबारची गायिका आहे. तिला मासिक तनखा दरबारकडून मिळतो. तरीही चांगल्या सेवेबद्दल बिदागी देण्याची प्रथा असतेच. पण त्यासाठी हुजुरांनी तिकडे जाण्यापेक्षा शहनाजलाच पॅलेसवर बोलावून घेणं

रास्त झालं असतं!''

''शर्माजी, तो विचार माझ्याही मनात येऊन गेला... पण असं आहे, कलावंताचा सत्कार करताना हे राजेशाही शिष्टाचार थोडे बाजूला ठेवावेसे वाटले!''

''हॅऽऽऽहंऽऽहंऽऽऽ'' शर्माजी गालातल्या गालात हसले आणि म्हणाले, ''असं होतं खरं कधी कधी.''

महाराजांच्या समवेत बोलत-बोलत ते शहनाजच्या निवासस्थानाजवळ आले. शहनाजचा नवरा रहिमतखान त्या वेळी व्हरांड्यात गुडगुडी ओढत बसला होता. तो हुजूर स्वाऱ्यांना बघताच गुडगुडीची नळी बाजूला टाकून उठून पुढं आला. महाराजांना मुजरा करून बाजूला उभा राहिला.

''रहिमत, तू आम्हाला हैदराबादवरून एक हुक्का आणून देतो म्हणालास; त्याचं काय झालं?''

महाराजांनी व्हरांड्यातल्या त्याच्या हुक्क्याकडं पाहत म्हटलं.

''आता कधी जाईन, तेव्हा नक्की घेऊन येईन हुजूर!''—रहिमत.

''म्हणजे?'' शशांक शर्मा म्हणाले, ''अरे, केवळ हुजुरांच्या हुक्क्यासाठी हैदराबादला तू जाऊ शकत नाहीस?''

त्यावर आपल्या बोलण्यात काही तरी गफलत झाली याची जाणीव होऊन रहिमतखान आपल्या कपाळावर मारून घेत म्हणाला, ''हाँ जाऊंगा, हुजूर जाऊंगा! हुक्का लाने के लियेही जाऊंगा!''

हसत-हसत महाराज आपल्या दालनात आले. कोपऱ्यात गवसणीत घातलेला तंबोरा होता. बाजूला पेटी, डग्गा-तबला आणि खुंटीला चाळ टांगले होते. महाराज आल्याची वर्दी येताच आतून शहनाज बाहेर आली आणि तिने महाराजांना वाकून मुजरा केला.

''शहनाज, काल तू फारच छान गायलीस!''

तीन वेळा कपाळाला हात लावून त्या प्रशंसेचा शहनाजने स्वीकार केला.

''साहेबलोकांना रागदारी फारशी समजत नाही, पण तेदेखील तुझ्या सुराबरोबर डोलत होते. काल खरोखरच तू फार छान गायलीस.'' असं

म्हणून महाराजांनी आपल्या रेशमी शर्टाच्या खिशातला सोन्याचा तोडा तिच्यापुढं केला. तिनं आपल्या साडीचा पदर त्यांच्यापुढं पसरला. महाराजांनी तो तोडा तिच्या ओट्यात टाकला आणि विचारलं,

"रोशन कुठं दिसत नाही?"

"तिला थोडा बुखार आलाय हुजूर!"

"कशानं बरं? डॉक्टरांना बोलावणं नाही पाठवलं?" रहिमतखानकडे पाहत महाराजांनी विचारलं.

"नाही हुजूर—किरकोळ आहे, म्हणून नाही सांगितलं!" —रहिमत.

"पण कुठंय ती?"

"माडीवर!"

"चला, आल्यासारखं तिला बघूनच जाऊ!"

रोशन ही शहनाजला झालेलं पहिलं आणि शेवटचं अपत्य! रोशनच्या जन्मानंतर शहनाजला कसल्याशा दुखण्यानं बेजार केलं आणि त्यात ती बरेच दिवस दवाखान्यात पडून होती. ती बरी होऊन घरी आली आणि दुसरं संकट तिच्यासमोर 'आ' वासून उभं ठाकलं! तिचा पहिला नवरा कायुमखान हृदयक्रिया एकाएकी बंद पडून मरून गेला. दोन वर्षांची लहान मुलगी पदरात घेऊन उभा जन्म कंठणं शहनाजला शक्य नव्हतं. तिचा पेशा होता गायिकेचा. पुरुषांचा सहवास पदोपदी घडणार होता. तेव्हा तिनं आधारासाठी तिचा तबलजी रहिमतखान याचा स्वीकार केला. रहिमतखान उत्कृष्ट तबलजी होता. तो हैदराबादला कोर्टात पिटिशन रायटर म्हणून काम पाहत होता. त्याचा घोड्यांच्या शर्यतीतला खूप अभ्यास होता. हैदराबादहून रेससाठी कधी कधी तो मुंबईला जायचा. मुंबईच्या रेसकोर्सवरच त्याची आणि चंद्रपूरच्या थोरल्या महाराजांची ओळख झालेली होती. अधून-मधून तो चंद्रपूरला येत जात असे. पुढे-पुढे त्यानं विचार केला, "चंद्रपूर संस्थानाची वृद्ध गायिका आजारी पडलेली आहे. आपण शहनाजला ती जागा मिळवून दिली, तर कसं होईल?"

शशांक शर्मा त्याही वेळी महाराजांचे सल्लागार होते. त्यांनी रहिमतखानला हात दिला. शहनाज चंद्रपूर संस्थानची गायिका म्हणून नेमली

गेली.

वाड्याच्या मागे पागा होती. त्या पागेच्या बाजूला पागा ऑफिसरचा बंगला होता. तो रिकामाच असल्यानं तिथं शहनाजची व्यवस्था करण्यात आली. शहनाज सुस्वभावी आणि शांत होती. आयुष्यात तिला एकच चिंता होती—रोशनचं पुढं काय करायचं? गायिका किंवा नर्तकी करण्यापेक्षा तिला एखादं चांगलं स्थळ पाहून द्यावं, अशी तिची मनीषा होती. पण इतक्यात तिची चिंता करण्याचं कारण नव्हतं. दहावं संपून रोशनला नुकतंच अकरावं वर्ष लागलं होतं.

महाराज शहनाजसोबत माडीवर आले. रोशन तापानं म्लान झालेली होती. ते तिच्या कॉटशेजारी बसले. महाराजांना पाहताच तिने कॉटवर उठून बसण्याचा प्रयत्न केला, तेव्हा महाराजांनीच तिला हाताला धरून पुन्हा कॉटवर झोपायला लावलं. शहनाज आणि रहिमतखान हुजुरांच्या वागण्यानं भारावून गेले.

काही दिवसांनंतर हुजुरांच्या या वागण्याची शहनाजला भीती वाटू लागली. महाराज रोज संध्याकाळी घरी येऊ लागले. रोशनला जवळ घेऊन तिच्या पाठीवर हात फिरवू लागले. तिच्यासाठी वाड्यातून चॉकलेट्स, फळं रोजच्या रोज येऊ लागली. शहनाज गायिका होती. तिला पुरुषांच्या नजरेतले भाव अचूक ओळखता येत होते. महाराजांची रोशनकडं बघण्याची दृष्टी वात्सल्यपूर्ण नाही, हे तिच्या केव्हाच लक्षात आलं होतं. एके दिवशी दुपारी ती रहिमतखानला म्हणाली,

"मला आताशा भीती वाटायला लागलीय!"

"भीती? कुणाची? कशाबद्दल? आपल्यावर हुजुरांची एवढी मेहेरनजर असल्यावर आपलं कोण वाकडं करणार आहे?"

एक दीर्घ नि:श्वास सोडून खिडकीतून बाहेर पाहत शहनाज म्हणाली,

"हुजुरांचीच भीती वाटायला लागली आहे!"

"काय बोलतेस तू? कशाबद्दल तुला अशी भीती वाटायला लागली?"

"हुजुरांची रोशनकडं बघण्याची नजर..."

"काय म्हणालीस? तुझं डोकं-बिकं फिरलंय का? महाराजांचं वय

काय? रोशनचं वय काय? अशा कल्पना तुझ्या डोक्यात येतातच कशा?''

''हे बघ, पुरुषांना दुसऱ्या पुरुषांची नजर कधी समजत नसते; ती समजते फक्त स्त्रियांना! गेला महिनाभर मी बारकाईने पाहते आहे. आता माझी तर खात्रीच होऊन चुकली आहे. रोशनला इथून लवकरात लवकर जर दुसरीकडे हलवलं नाही-तर काही तरी कमीजास्त होईल, असं मला वाटायला लागलं आहे.''

रहिमतखाननं सुरुवातीला शहनाजची भीती निराधार आहे, असं तिला पटवण्याचा जरी प्रयत्न केला असला; तरी नंतर ती म्हणते त्यांत काही तरी तथ्य आहे, असं त्यालाही वाटू लागलं.

चांदीच्या दातकोरण्यानं तो बराच वेळ दांत टोकरत बसला आणि नंतर शहनाजकडं पाहत म्हणाला,

''रोशनला हैदराबादला तुझ्या बहिणीकडं पाठवू.''

''महाराज तिला इथून जायला परवानगी देतील?''

''तीच अडचण आहे! तू थोडं थांब, मी आज महाराज आले की विषय काढतो. तू फक्त 'हो'ला हो म्हणायचं.''

असं सांगून रहिमतखान आपल्या खोलीत जाऊन काही तरी लिहू लागला. त्याचं अक्षर आणि इंग्रजी शब्दरचना निर्दोष होती. त्यानं त्याच दिवशी हैदराबादला एक पत्र टाकलं.

एव्हाना रोशन तापातून बरी झाली. महाराज आले की, तिलाही त्यांच्याशी बोलायला आवडत असे. ते तिला मल्हारपेठच्या जंगलात केलेल्या रोमहर्षक शिकारींची वर्णनं सांगत. तिला महाराजांच्या हेतूची थोडीसुद्धा कल्पना नव्हती.

त्यानंतर आठ-दहा दिवसांनंतरची गोष्ट. महाराजांना कोटाच्या कॉलरवर गेंदेदार असं उमललेलं गुलाबाचं फूल खोचण्याची हौस होती. त्या दिवशी शहनाजकडं महाराज जेव्हा आले, तेव्हा त्यांच्या कॉलरवर एक अर्धोन्मीलित गुलाबाची कळी खोचलेली होती. तिच्याकडं लक्ष जाताच शहनाजच्या छातीत धडधडू लागलं.

महाराज दिवाणखान्यातल्या कोचावर बसले आणि शहनाजला म्हणाले,

“कुठंय रोशन? तिला उद्या मल्हारपेठला शिकार दाखवायला घेऊन जायचं आहे.” त्यावर रहिमतखान खोटं-खोटं हसत म्हणाला,

“आपल्या शिकारी बघण्यासारख्या असतातच मुळी! पण महाराज, आपणाला एक विनंती करायची आहे!”

“कसली?” महाराजांनी रहिमतखानकडं रोखून पाहत विचारलं.

“शहनाजची आई आता फार थकलेली आहे. एकदा हैदराबादला जाऊन तिला भेटायला हवं!”

“अच्छा? मग जा. त्यात विनंती कशाला करायला हवी? हवं तर उद्याच निघा. रोशन राहील इथेच!” महाराज चट्कन बोलून गेले. महाराज असं नक्कीच म्हणणार, याचा रहिमतखानला अंदाज होता. म्हणून तो म्हणाला,

“शहनाजची माँ एकसारखी रोशनची आठवण करीत असते हुजूर! चार दिवस तीही येईल सोबत!”

“पण तिला शिकार पहायला यायचं होतं माझ्यासोबत उद्या.” महाराजांनी खिशातलं सिगारेटचं पाकीट काढून त्यातली एक सिगारेट शिलगावली. “शिकार काय केव्हाही तिला पाहता येईल हुजूर, पण ती बुड्ढी जर का...”

इतक्यात पोस्टमन तार घेऊन आला. रहिमतखाननं तार उघडून वाचली.

"Mother Serious. Start immediately with Roshan

— Nassim Begum."

ती तार वाचताच शहनाज रडू लागली. ती रडू लागली म्हटल्यावर रोशनही रडू लागली. महाराजांनी हातातली सिगारेट विझवली आणि ते उठता-उठता रहिमतखानला म्हणाले,

“आज रात्रीच्या गाडीनंच निघा! मी बग्गी पाठवतो, ती स्टेशनवर तुम्हा लोकांना पोचवून परत येईल!”

महाराज गेल्यानंतर रहिमतखानने पुढचे दार बंद केले. शहनाजच्या

जवळ तो आला आणि म्हणाला, ‘‘रडू नकोस. तुझ्या माँला काहीही झालेलं नाही. दहा दिवसांपूर्वी मी इथून हैदराबादला पत्र पाठवून अशी तार करा म्हणून सुचवलं होतं.’’

‘‘पण ती तार महाराज इथं असतानाच नेमकी कशी आली?’’ शहनाजनं विचारलं.

‘‘त्याचीही व्यवस्था केली होती. ती तार केव्हाही पोस्ट ऑफिसला आली तरी संध्याकाळी सहा ते सातच्या दरम्यानच ती इकडे आणून दिली जावी, अशी योजना केलेली होती. शशांक शर्मांचे साह्य असल्यावर काय होणार नाही?’’

शहनाजला यापूर्वीही रहिमतखानची अक्कलहुशारी प्रत्ययाला आली होती; पण या खेपेला त्यानं कमालच केली.

चंद्रपूरपासून आठ मैलांवर रेल्वे स्टेशन होतं. पूर्वी त्याचं नाव होतं डोंगरी! पण महाराजांनी खटपट करून त्या स्टेशनचं नाव बदलून घेतलं. आता त्या स्टेशनला चंद्रपूर रोड असं संबोधलं जातं. या चंद्रपूर रोड स्टेशनवरून वीरपूर येथे जावं लागतं. वीरपूरहून हैदराबादला जाणारी थेट गाडी मिळते.

चंद्रपूर रोड स्टेशनवर गाडीत बसल्यानंतर शहनाज म्हणाली,

‘‘सुटले एकदाची! पण पुढं काय करायचं? आपण तेवढे परत गेलो की, महाराज रागावणार—रोशनला का आणले नाही म्हणून!’’

‘‘अरे, सोड! त्यांना गुंडाळायला मला कितीसा वेळ लागणार आहे? जोपर्यंत शशांक शर्मा चंद्रपुरात आहेत तोपर्यंत आपल्याला भिण्याचं काहीच कारण नाही!’’

‘‘आपण रोशनला हैदराबादला कोणत्या कारणासाठी ठेवलं म्हणून सांगायचं?’’

‘‘त्याची तू मुळीसुद्धा चिंता करू नकोस!’’

गाडी सुटल्यानंतर शहनाज रोशनला जवळ घेऊन निश्चिंत अशी बसली. रहिमतखानला प्रवासात हुक्का ओढणं अशक्य होतं. म्हणून त्यानं सुलतान पाशा सिगारेट शिलगावली. सिगारेटचा धूर सोडत त्यानं शहनाजला

विचारलं,

"ही मोठी झाल्यावर काय करणार आहेस हिचं?"

"शादी करणार!"

"हे रूप शादी करून सुखी होणार नाही! तू हिला गायला शिकव, नाचायला शिकव... पैशाचा पाऊस पाडेल, पाऊस!"

"नको मला तसला पैसा!" रोशनला कुरवाळत शहनाज म्हणाली,

त्यावर रहिमतखान गालातल्या गालात हसत, धूम्रपान करीत खिडकीतून बाहेर पाहू लागला.

बाहेर अंधार दाटलेला होता. दूर कुठे वस्त्या होत्या. तिथं लोक शेकोटी करून बाजूला झोपले होते. गाडी मधूनच कर्कश शिटी देत मार्गक्रमण करीत चालली होती. शहनाजचं विचारचक्रही तसंच धावत होतं.

आठ दिवसांनी हैदराबादला रोशनला ठेवून शहनाज आणि रहिमतखान चंद्रपूरला परतले. ते दोघे आल्याची वर्दी महाराजांना देण्यात आली. महाराज त्याच संध्याकाळी शहनाजकडे आले. रहिमतखाननं रोशनबद्दल कोणतं कारण पुढं करायचं याची मनातून उजळणी करून ठेवलेली होती. पण आश्चर्य असं की, महाराजांनी रोशनबद्दल त्या दोघांना काहीही विचारलं नाही. उलट, शहनाजच्या माँबद्दल त्यांनी अत्यंत आस्थेवाईकपणे चौकशी केली.

रहिमतखानला राहून-राहून या गोष्टींचं आश्चर्य वाटत होतं. पण लवकरच त्याला कोड्याचा उलगडा झाला. सिमल्याहून दोन अँग्लो-इंडियन गृहस्थ आपल्या बायका-मुलांसह मल्हारपेठच्या जंगलात शिकारीसाठी आले होते. त्या कुटुंबात एक अत्यंत देखणी युवती होती, तिचं नाव होतं एल्सा चेस्टरटन!

-०-०-०-

२

संस्थानिकांइतकी लहरी जात पृथ्वीतलावर दुसरी झाली नसेल! रोशनबद्दल जे वाटू नये, ते महाराजांना वाटायला लागलं आणि त्याची चाहूल लागताच शहनाजनं तिला हैदराबादला नेलं. तिथं रोशननं नाच आणि गाणं शिकावं, ही रहिमतखानची इच्छा होती. पण शहनाजनं त्या कल्पनेला विरोध केला. वयात येईपर्यंत तिनं थोडं फार शिक्षण घ्यावं, म्हणून प्रयत्न करायचं ठरवलं. उर्दू चार इयत्ता शिकलेल्या रोशनला इंग्रजीची शिकवणी ठेवण्यात आली. नस्सीमला—शहनाजच्या बहिणीला—रोशनच्या खर्चासाठी दरमहा चारशे रुपये पाठविण्याचं ठरलं.

आठ दिवस झाले, पंधरा दिवस उलटले; महाराजांनी रोशनबद्दल शहनाजला किंवा रहिमतखानला काहीच विचारलं नाही. पण अचानक एका संध्याकाळी रहिमतखानला पॅलेसवर बोलावून महाराजांनी विचारलं,

"रोशनला हैदराबादला का ठेवून आलास?" रहिमतखानला केव्हा ना केव्हा आपणाला हा प्रश्न विचारला जाणार आहे याची खात्रीच होती. महाराजांना मोठ्या अदबीनं तो म्हणाला,

"हुजूर, मी स्पष्ट बोलतो. राग मानू नये. रोशन अजून लहान आहे!"

"म्हणजे? मी प्रश्न विचारतो एक आणि तू उत्तर देतोस निराळं!"

"हुजूर, ती वयात आल्यानंतर चंद्रपूरलाच येईल; दुसरीकडं कुठ्ठं जाणार नाही—मी वचन देतो आपणाला!"

"याचा अर्थ, तू शहनाजची आई आजारी असल्याचं नाटक करून तिला इथून घेऊन गेलास?"

"नाही हुजूर, असं घडलेलं नाही! कसम घेऊन सांगतो, शहनाजची माँ खरोखरच आजारी होती!"

“ठीक आहे. पण लक्षात ठेव, रोशन जाणती झाल्यावर इकडंच यायला हवी!”

“जी हुजूर! हुजूर, एक लहानशी विनंती होती!”

“बोल!”

“मला एक पाच हजार रुपयांची गरज होती. माझ्या बापानं सातशे रुपये कर्जाऊ घेतले होते. सावकारानं त्यावर पठाणी व्याज लावून पाच हजारांची रक्कम मागितली आहे!”

“केव्हा घेतली होती ती रक्कम?”

“त्याला खूप वर्षं झाली हुजूर!”

“ठीक आहे. उद्या खासगीतून ती रक्कम घेऊन जा! पण तू दिलेला शब्द मात्र पाळायला हवास हं!”

“कोणता हुजूर?”

“इतक्यात विसरलास? अरे, रोशनबद्दल म्हणतो आहे मी!”

“हुजूर, आपणाला इंग्रजी मॅनर्स फार आवडतात ना?”

“अर्थात!”

“आपल्या संभाषणात अधून-मधून इंग्रजी शब्द येतात!”

“ते अपरिहार्य आहे रहिमतखान. आमचं राजकोट इथलं शिक्षण इंग्रजी माध्यमातून झालेलं आहे, शिवाय इंग्लंडमधलं वास्तव्य!”

“मग आपल्या कम्पॅनियनलासुद्धा इंग्रजी समजणं अत्यावश्यक आहे, असं नाही वाटत आपणाला?”

“जरूर! महाराणीसाहेबांना इंग्रजी समजत नसल्याने आमची किती अडचण होते; बघतोस ना तू? अरे, आमच्याकडे येणारी गोरी पाहुणेमंडळी राणीसाहेबांशी बोलण्याचा प्रयत्न करतात, तेव्हा त्यांची किती पंचाईत होते अन् मलाही किती ‘ऑकवर्ड’ वाटतं त्यामुळं? त्यांना सांगून-सांगून दमलो की, निदान कामापुरतं जुजबी तरी इंग्रजी शिका. पण त्या काही आपला हेका सोडायला तयार नाहीत! अरे, ज्या इंग्रजांचं आपल्यावर राज्य आहे, त्यांची भाषासुद्धा आपल्याला येऊ नये? शिकारीसाठी आलेली मंडळी जाताना ‘थँक यू व्हेरी मच युवर हायनेस’ असं त्यांना म्हणतात, तेव्हा ‘नो मेन्शन

प्लीज' इतकं तरी म्हणता येणं आवश्यक आहे की नाही; सांग?''

"होय हुजूर. आणि रोशन जेव्हा चंद्रपूरला परत येईल, तेव्हा ती आपल्याशी अस्खलित इंग्रजीतच बोलेल!''

"काय सांगतोस?''

"बाय गॉड हुजूर!''

"अच्छा!''

रहिमतखान हा रोशनचा सावत्र बाप होता. त्याला रेसचा नाद होता. त्यामुळे त्याला पैशाची गरज नेहमीच भासत असे. शहनाजनं त्याच्याशी लग्न केलं ते काही तरी आधार हवा म्हणून. ती त्याचे गुण दोष ओळखून होती. पण तरीही कधी कधी तिला रहिमतखानच्या व्यवहारज्ञानाचं कौतुक वाटायचं. रोशन अल्पवयीन असल्यामुळं तिच्याबाबतीत महाराजांकडून काही गैरप्रकार घडू नये, याची जेव्हा तिला विवंचना लागून राहिलेली होती; त्या वेळी रहिमतखाननं हैदराबादला पत्र पाठवून ती म्हातारी आजारी असल्याची खोटी तार करायला लावली होती. अशा अनेक लहान-मोठ्या प्रसंगी तिला रहिमतखानच्या कल्पकतेचं आणि व्यवहारज्ञानाचं प्रत्यंतर घडलेलं होतं. याचबरोबर रहिमतखानचं रोशनवर अपत्यवत् प्रेम मुळीच नाही, याची तिला अस्पष्टशी जाणीव झालेली होती. शहनाजला वाटे, रोशनला अप्रतिम सौंदर्य आहे म्हणून नर्तकी किंवा गायिका करून तिच्या अभिजात सौंदर्याचं चव्हाट्यावर प्रदर्शन होऊ नये. एखादा सधन मुस्लिम तरुण पाहून तिचं लग्न करून टाकावं! उलट, रहिमतखानला वाटे की, रोशन जोपर्यंत तरुण आहे तोवरच आपल्याला खाण्यापिण्याची ददात पडणार नाही. ती चंद्रपूरच्या महाराजांकडंच राहावी, असं त्याला मनोमनी वाटत होतं. तो महाराजांना वचन देऊन परतला, तेव्हा शहनाजनं त्याला विचारलं.

"का बोलावलं होतं?''

"सहज!''

"हुजूर असं सहज कोणाला बोलवत नाहीत!''

बराच वेळ बाहेर असल्यामुळं रहिमतखानला हुक्का ओढायची तलफ आली होती. त्यानं गुडाखूची गोळी चपटी केली, ती खापरीच्या तुकड्याला

चिटकावली आणि अमिनाला हाक मारली. अमिनाला ठाऊक होतं— खानसाहेबांनी बोलावलं की, मुदपाकखान्यातून विस्तव घेऊन जायचं असतं.

विस्तवाचे खडे हुक्क्याच्यावर ठेवून रहिमतखान हळूहळू ती ओढू लागला. 'गुडगुड....गुडगुड' अशा तालांत तो काही क्षण धूम्रपानाचा आस्वाद घेत राहिला आणि काहीसं आठवल्यासारखं करून म्हणाला, "हुजुरांना खूष करून आलो!''

"कशाबद्दल?'' शहनाजनं विचारलं.

"त्यांना सांगितलं रोशन आता परत आली की मडेमसारखं फाड्फाड् इंग्रजी बोलेल म्हणून!'' शहनाज काहीशी नाराज होत म्हणाली,

"कशाला सांगितलंस ते?''

"त्यात वाईट काय आहे? तुला सांगितलं, तिला नाचगाणं शिकव, तर नको म्हणालीस. ती इंग्रजी लिहायला-वाचायला शिकते आहे, यात वाईट काय आहे?''

"म्हणजे तुझ्या मनात तिनं परत इकडं यावं, असंच आहे तर?'' शहनाजनं विचारलं.

नाका-तोंडातून धूर सोडत तो म्हणाला, "तुझ्या पोरीला लाखात मिळणार नाही असं सौंदर्य मिळालेलं आहे. तिचं सौंदर्य हिऱ्यासारखंच आहे, असं म्हटलं तरी चालेल. पण हिरा हातात ठेवला तर त्याचं सौंदर्य जाणवत नाही; तो कोंदणातच बसवावा लागतो. रोशनसाठी या संस्थानच्या अधिपतीइतका दुसरा मातब्बर साथीदार माझ्या तरी आढळात कोणी नाही! शिवाय लहानपणापासून ती हुजुरांच्या मनात भरलेली आहे!''

"म्हणजे, तिला त्यांची रखेली बनवायचा हेतू दिसतो तुझा?''

"छट्! रखेली कोणाला म्हणतात? सर्वसामान्य माणसानं ठेवलेल्या स्त्रीला! जेव्हा राजाजवळ अशी स्त्री राहते, तेव्हा तिलादेखील प्रतिष्ठा प्राप्त होत असते!''

नकारार्थी मान हलवीत शहनाज म्हणाली, "तुझी ती पोटची मुलगी नाही, म्हणून तुला असं वाटतं!''

"रोशन माझी पोटची असती, तरीही मी हेच केलं असतं! पोटची

आणि पाठची असा भेदभाव माझ्या तरी मनाला कधी शिवलेला नाही.''

''पण खरं सांगते तुला खानसाब, मला रोशननं सुखानं संसार करावा, असं वाटतं!''

''इथं आल्यानंतर ती संसारच करणार आहे! अगं, पूर्वीच्या राजेलोकांजवळ मोठा जनानखाना असायचा! आपल्या हैदराबादचंच तू पाह्यलं नाहीस का? रोशन इथं जर हुजुरांची मर्जी संपादन करून राहिली, तर ती सुखी होईलच; पण आपणा दोघांना मरेपर्यंत कशाची ददात भासणार नाही. आहेस कुठं? पूस ते डोळे!''

शहनाजच्या डोळ्यांतून अश्रू ओघळले होते. रहिमतखाननं काहीही सांगितलं तरी रोशननं परत चंद्रपूरला यावं, असं तिला वाटत नव्हतं. ''ती येत नाही असं सांगितलं असतंस, तर काय झालं असतं?''

''वेडी आहेस! अगं, आपण गेली सहा-सात वर्षे यांचं अन्न खातो आहे. त्यांच्याशी नमकहराम व्हायचं?''

''यात नमकहराम होण्याचा सवाल येतो कुठं?''

''मग काय?'' गुडगुडीतला विस्तव विझत चालला होता, त्यावर फुंकर घालून तो पुन्हा प्रज्वलित करीत रहिमतखान म्हणाला,

''रोशनला महाराणी बनवून दाखवतो तुला!''

''शक्य नाही! महाराणीपद हे फक्त हिंदू स्त्रीलाच इथं मिळतं!''

''रोशननं हिंदू व्हायला तुझी काही हरकत नाही ना?''

''हरकत का नाही? हरकत जरूर आहे!''

त्यावर रहिमतखाननं गुडगुडीचे दोन-चार दम मारले, पण धूर काही आला नाही. तेव्हा त्यानं ती गुडगुडीची नळी हुक्क्याच्या पितळी भांड्याभोवती गुंडाळली आणि हुक्का बाजूला सरकावून ठेवीत म्हणाला,

''तुझ्यासारख्या जन्मजात कलावंतानं धर्माबद्दल फारसा अभिमान बाळगू नये!''

''हूऽऽऽ! म्हणे, अभिमान बाळगू नये!''

असं म्हणून शहनाज तेथून उठून सरळ माडीवर आली. माडीवर तिनं रोशनचा एक छोटा फोटो फ्रेम करून ठेवला होता. तो हातात धरून ती

म्हणाली,

"मुलगा होऊन तरी जन्माला यायचं नाहीस? मुलगी झालीस ते झालीस; एवढी नजर लागण्यासारखं रूप घेऊन का जन्मलीस? तुझं काही तरी वाईट होण्याआधी अल्लानं माझे डोळे मिटावेत!'' तिच्या मागोमाग माडीवर आलेल्या रहिमतखाननं शहनाजच्या हातून तो फोटो हलकेच काढून घेतला आणि परत टेबलावर ठेवला. शहनाजला बाहुपाशात घेऊन त्यानं तिचं चुंबन घेतलं. नुकताच हुक्का ओढल्यामुळं त्याच्या श्वासोच्छ्वासातला तो धूम्रदर्प तिला जाणवला. तिला स्वत:ला धूम्रपान आवडत नसे; पण दुसरं कोणी जवळपास धूम्रपान करू लागलं की, गुडाखूचा तो किंचित गुळमट असा दर्प ती हुंगत असे. रहिमतखानच्या अंगाला नेहमीच तो वास येत असे.

शहनाज तिशीला येऊन ठेपली होती, पण तिचा बांधा अजूनही कुमारिकेसारखा लवचिक आणि आकर्षक होता. रहिमतखानला महाराजांनी जेव्हा चंद्रपूरला येऊन स्थायिक होण्याची सूचना केली, तेव्हा तर रहिमतखानला महाराज शहनाजकडे आकर्षले जातात की काय, अशी भीती वाटली होती. पण सुदैवानं तसं काही घडलं नाही. त्या उभयतांचं सहा-सात वर्षांचं चंद्रपुरातलं वास्तव्य अतिशय सुखा-समाधानात गेलं होतं. वर्षातून पाच-सहा वेळा दरबार हॉलमध्ये गायचं आणि महिन्याला आठशे रुपये पगार घ्यायचा. जेवण, खाणं, कपडेलत्ते, निवास सारं काही मोफत!

महाराजांनी आजपर्यंत शहनाजच्या मनाविरुद्ध एकही गोष्ट केलेली नव्हती. त्यामुळं तिला त्यांच्याविषयी आपुलकी अन् आदर वाटत होता. पण म्हणून आपल्या अल्पवयीन मुलीला महाराजांच्या अनैसर्गिक कामवासनेचं भक्ष्य बनवायला ती तयार नव्हती. रहिमतखान आपमतलबी होता. त्याला छानछोकीची हौस होती, रेसचा छंद होता आणि वर्षातून सहा वेळा गाण्याची मैफल केल्याबद्दल वर्षभर फुकट खायला मिळत होतं. तेव्हा चरितार्थासाठी दुसरं ठिकाण शोधावं, असं त्याला कधीही वाटलं नव्हतं. उलट यदाकदाचित महाराजांची शहनाजवर 'तशी' नजर गेली तर आपण फारसं मनाला लावून घ्यायचं नाही, असंदेखील त्यानं आल्या-आल्याच ठरवून ठेवलं होतं. पण तसं काही घडलं नव्हतं. मात्र, अनपेक्षित अशी रोशनची ही समस्या निर्माण

झाली होती.

शहनाज आणि रहिमतखानदेखत रोशनला जवळ घेऊन महाराज तिच्या पाठीवरून जेव्हा हात फिरवू लागले, तेव्हा शहनाजनं महाराजांचं ते वागणं—त्यामागचा हेतू तत्काळ ओळखला होता. पण शहनाजशी त्या बाबतीत वितंडवाद न घालता रहिमतखाननं रोशन उपवर होईपर्यंत हैदराबादला ठेवायला आपली संमती दर्शविली. इतकंच नव्हे, तर थोडीफार कल्पकता लढवून तिला चंद्रपुरातून हलवली.

बघता-बघता पाच-सहा वर्षांचा कालावधी लोटला. वर्षातून दोन-तीन वेळा शहनाज हैदराबादला जाऊन रोशनला भेटत होती. ती जसजशी मोठी होत होती तसतशी तिला तिची चिंता अधिक वाटत होती. या पाच-सहा वर्षांच्या कालावधीत रोशननं इंग्रजी भाषेवर असामान्य असं प्रभुत्व संपादन केलं. रहिमतखाननं काही काळ हैदराबादच्या कोर्टात बाँड रायटरचे काम केले होते. त्याचंही इंग्रजी 'ड्राफ्टिंग' आणि हस्ताक्षर वाखाणण्यासारखं होतं.

रोशनचं हैदराबादवरून आलेलं इंग्रजी पत्र त्यानं शहनाजला भाषांतर करून सांगायला सुरुवात केली आणि तो एका वाक्यावर थबकला. ते वाक्य होतं—

"Abbajan, it was a mystery for me why both of you hurriedly brought me here at Hydrabad. But now I have realised the doubts in your mind! But to be frank, I don't think that His Highness had ever entertained such a ignoble desire about me in his mind."

(अब्बाजान, मला तेथून घाईघाईने तुम्ही इकडं का आणलंत, याचं इतके दिवस मला गूढ वाटत होतं. पण आता मला स्पष्ट जाणवत आहे की, तुमच्या मनात कसली तरी शंका डोकावली होती. पण मला मात्र प्रामाणिकपणे वाटतं की, हुजुरांच्या मनात त्या वेळी तसा घाणेरडा हेतू मुळीच नव्हता.)

''पुढं काय लिहिलंय, ते वाच ना!''

शहनाज अडखळलेल्या रहिमतखानला म्हणाली,

"पुढचं वाक्य थोडं कठीण आहे. मलाही त्याचा अर्थ समजत नाही!"

"काही तरीच सांगतोस! त्यातला काही मजकूर मला समजू नये, अशी तुझी इच्छा दिसते."

"तसं काही नाही!" असं म्हणून रहिमतखाननं त्या पत्रातलं दुसरं वाक्य वाचलं."

"Now I sincerely feel that I should come back to Chandrapur. Its lovely surroundings, the lake, the red marble Palace and the park behind are calling me there. Besides all these juvenile memories, I see His Highness often in my dreams."

(पण आता मला मनापासून वाटतं आहे की, मी चंद्रपूरला परत यावं. चंद्रपूरचं ते आकर्षक वातावरण, तो तलाव, तांबड्या संगमरवरातला तो राजमहाल आणि त्यामागचा तो बगीचा मला सारखे आठवतात. इतकंच काय पण महाराज माझ्या स्वप्नांत वारंवार येतात!)

रहिमतखानला ते पत्र वाचताना आनंदाच्या उकळ्या फुटत होत्या. पण चेह‍र्‍यावर कसलेही भाव न व्यक्त करता तो म्हणाला,

"तिला इकडची खूप आठवण येते आहे."

"कशाला आठवण येतेय? तुला सांगते रहिमत, एखादा नबाबाचा लांबचा पाव्हणा तू शोध. रोशनचं लग्न जमवून टाकू!" शहनाज म्हणाली.

"आणि?"

"आणि काय? आपणही हैदराबादला परत जाऊ!"

"हैदराबादला जाऊन तू करणार काय आहेस?"

"पोट भरण्याइतकं कमावण्याची धमक नक्कीच माझ्यात आहे!"

"एकापेक्षा एक अशा सरस गायिका हैदराबादेत स्थायिक झालेल्या आहेत. तुझा निभाव नाही लागणार त्या स्पर्धेत. त्यापेक्षा...!"

"त्यापेक्षा काय?"

"रोशनच इकडं आलेली बरी! मी हुजुरांना तसं वचनही दिलेलं

आहे!''

"तू वचन देण्यापूर्वी मला विचारलं होतंस?''

"तू आणि मी काय भिन्न आहोत?''

"रोशनच्या बाबतीत मला नक्की तसं वाटतं आहे. काय आहे त्या पत्रात, वाचून दाखव मला. नाही तर इकडं आण ते पत्रं; मी कोणाकडून तरी वाचून घेते.''

शहनाज ते पत्र घेण्यासाठी उठली. पण ते पत्र बाजूला करीत रहिमतखान म्हणाला,

"या पत्रातला मजकूर खासगी स्वरूपाचा आहे. दुसऱ्यांना दाखवण्यासारखं पत्र नाही ते!''

"मग मला त्यातला मजकूर समजणार कसा?''

"मी सांगतो आहे ना?''

"मला फसवू नकोस रे! माझी रोशन इकडं आली की, इथंच अडकून पडेल! तिचं उमलून आलेलं सौंदर्य महाराजांच्या नजरेला पडलं की, ते तिला उपभोगल्याशिवाय राहणार नाहीत!''

"मला एक सांग शहनाज—जर रोशनला महाराणीचा दर्जा मिळत असेल, तर तिला इकडं आणावं की नाही?''

"तो तिला मिळणार नाही.''

"तो तिला मिळणार असेल, तरच मीही कबूल होईन!''

"तुला जे योग्य वाटेल, ते कर!'' असहायपणे शहनाज म्हणाली.

दुसऱ्या दिवशी सकाळी रहिमतखान पॅलेसवर गेला. सकाळी आठ वाजल्यापासून दहा वाजेपर्यंत महाराज ऑफिसचं काम पाहत. संस्थानच्या मालकीचं आठ हजार एकरांचं जंगल होतं. जंगल संरक्षक अधिकारीही नेमले होते. तरी अधून-मधून चोरतोड व्हायची, चोरून शिकार केली जायची. चंद्रपूरच्या आसपास भिल्लांची वस्ती होती. शिकार हाच त्यांचा पिढीजात धंदा होता. महाराजांच्या वडिलांनी भिल्लांना जमिनी दिल्या. काही जण गाई म्हशी पाळून दुग्धव्यवसायही करीत होते. पण त्यांची खरी प्रवृत्ती होती ती शिकारीची!

त्या दिवशी जंगल अधिकाऱ्याकडून रिपोर्ट आला होता की, मल्हारपेठच्या बंगल्यापासून जवळच एक मोठा वाघ मेलेल्या स्थितीत आढळला. त्या वाघाची शवचिकित्सा केल्यानंतर त्याला विष घालण्यात आल्याचा अभिप्राय व्हेटर्नरी डॉक्टरांनी दिला होता. महाराज त्यामुळे थोडेसे संतप्त झाले होते. पूर्वी या जंगलात पटाईत वाघांची जी संख्या होती, ती झपाट्यानं कमी होत होती. एक जमाना असा होता की, गोऱ्या अधिकाऱ्यांना वाघ मारायचा असेल, तर ते सरळ चंद्रपूरला येत. महाराजांचे शिकारी बातमीदार इतके तरबेज असत की, कोणत्या जंगलात किती वाघ आहेत याचा अंदाज पाणथळ जागी उमटलेल्या पावलांवरून आणि जंगलात जागोजागी आढळणाऱ्या त्यांनी केलेल्या शिकारीवरून ओळखत. पण अलीकडं भिल्लांनी वाघांना मारण्यासाठी विष वापरायला सुरुवात केली होती. वाघाने एखादे मोठे जनावर मारले की, तो ते दोन दिवस येऊन खात असे. अशा वाघाने मारलेल्या जनावरावर भिल्ल विषारी द्रव पसरवीत. वाघाने ते मांस खाल्ले की, तो चार-सहा दिवसांत मरून जाई. मल्हारपेठच्या जंगलातली पटाईत अशा ढाण्या वाघांची संख्या झपाट्यानं कमी होत चालल्याने महाराजांनी भिल्लांवर कडक निर्बंध लादले होते. पण तरीही अधून मधून संस्थानच्या जंगल अधिकाऱ्यांना मेलेले वाघ आढळून येत आणि महाराजांना तसा रिपोर्ट पाठवला की, ते संतप्त होत. आजही ते असेच संतप्त झाले होते. त्यांनी मल्हारपेठच्या भिल्लांच्या पुढाऱ्यांना बोलावणे केले होते.

रहिमतखान आल्याची वर्दी आत देण्यात आली. त्याला आत बोलावणे झाले.

''काय रहिमतखान? सकाळी काय काम काढलंस?''

''सहज, हुजुरांना मुजरा करायला आलो होतो!''

''सहज? हं! तू सहज येणारा प्राणी नाहीस. पण बरं झालं आलास! मी तुझ्यावर एक कामगिरी सोपवू इच्छितो!''

''आज्ञा करावी हुजूर!''

''हे सारे जंगल अधिकारी चोर आहेत. भिल्लांकडून कातडी घेतात आणि ती कमवून गोऱ्या लोकांना विकतात, अशी बातमी लागलेली आहे

मला. मल्हारपेठच्या जंगलावर मी तुझी नेमणूक करावी म्हणतो आहे!''

''मी आपल्या आज्ञेच्या बाहेर नाही हुजूर! पण गाण्याच्या वेळी तबल्याची संगत कोण करणार शहनाजला?''

''अरे बाबा, मी तुझी नेमणूक करणार याचा अर्थ बारान् बारा चोवीस तास तू जंगलात राहायचं, असा नाही होत. बीट गार्ड्स नेमलेले आहेत, त्यांच्यावर देखरेख करायची. आठवड्यातून दोन-तीन दिवस तिकडं गेलास तरी चालेल!''

''ठीक आहे हुजूर!''

''बरं, बोल—आज का आला होतास?''

रहिमतखाननं रोशनचं ते पत्र खिशातून बाहेर काढलं आणि महाराजांपुढे टेबलावर ठेवलं.

पाकिटातून पत्र बाहेर काढता-काढता महाराजांनी विचारलं, ''कोणाचं पत्र?''

''वाचावं हुजुरांनी!'' मिश्कील हसत रहिमतखान म्हणाला. महाराजांनी ते पत्र वाचायला सुरुवात केली. वाचता-वाचता त्यांनी भिवया उंचावल्या आणि रहिमतखानकडे पाहत म्हटलं, ''हे रोशननं लिहिलंय?''

''होय हुजूर! पत्रात आपल्याबद्दल काय लिहिलंय, ते वाचलंत ना?''

महाराज स्मित करून म्हणाले, ''तू तिला असं पत्र पाठव, म्हणून सूचना तर दिली नव्हतीस ना?''

''असं काय बोलता हुजूर?''

''तू रोशनला इथून घेऊन जाताना काही तरी गडबड केली होतीस रहिमतखान!''

''नाही हुजूर! खरंच त्या वेळी शहनाजची माँ खूप बिमार होती.''

''आज त्या गोष्टीला सहा वर्षं झाली. ती म्हातारी अद्याप जिवंत आहे ना?''

''होय हुजूर. पण त्या वेळी खरंच ती मरणोन्मुख झाली होती.''

''जाऊ दे, जे होतं ते चांगल्यासाठीच! रोशन तिकडे गेली अन्

उत्तम इंग्रजी शिकली, हे काय कमी झालं? केव्हा आणतोस तिला इकडं?'' ते पत्र घडी करून रहिमतखानला देत महाराज म्हणाले,

''केव्हाही आणता येईल हुजूर... पण एक अडचण आहे?''

''कसली? शहनाजच्या मनात तिनं इकडं यावं, असं नाही की काय?''

रहिमतखान हसत-हसत म्हणाला, ''हुजूर, लोकांच्या मनांतले विचार ओळखण्याची कला आपणाला प्राप्त झालेली असावी, असं वाटतंय.''

महाराज हसत-हसत म्हणाले, ''रहिमतखान, तू आणि शशांक शर्मांसारखी माणसं सान्निध्यात असल्यामुळं ते शास्त्र थोडंफार अवगत झालेलं असावं!''

''त्यात माझं नाव कशाला घेता हुजूर? शर्माजींचं एक ठीक आहे.''

इतक्यात बाहेर शशांक शर्मा आल्याची वर्दी आली.

पन्नास-बावन्न वर्षांचे शशांक शर्मा पाच फूट चार इंच उंच होते. गोल चेहऱ्यावर देवीचे व्रण होते. पण डोळे मात्र विलक्षण भेदक असे होते. आल्या-आल्या त्यांनी महाराजांना मुजरा केला.

''शर्माजी, रहिमतखानला मल्हारपेठला नेमावं म्हणतो आहे!''

''याला? हुजूर, हा रहिमतखान रेसच्या घोड्यांचा अभ्यास केव्हा करणार आणि जंगलावर देखरेख केव्हा करणार!''

''इतका मला रेसचा नाद नाही हं शर्माजी!'' रहिमतखान चेहऱ्यावर सालसपणा व्यक्त करीत म्हणाला.

''नाद नाही?'' असं म्हणून शर्माजी आपल्या जागेवरून उठले आणि सरळ रहिमतखानच्या जवळ आले. त्याच्या बाहेरच्या खिशात रेसची दोन पुस्तकं होती, ती त्यांनी काढून घेतली आणि महाराजांपुढं ठेवीत म्हणाले, ''हुजूर, हे पाहा!''

महाराजांनी ती पुस्तकं चाळता-चाळता विचारलं,

''काय गंमत वाटते तुला याच्यात? मी दहा-पाच वेळा गेलो, पण मला नाही कधी रेसिंगमध्ये इंटरेस्ट वाटला!''

''हुजूर!'' रहिमतखान डोळे बारीक करून म्हणाला,

"माणसाला काही तरी छंद हा असावाच. या जन्माला येऊन जर कोणी कसला छंद केला नाही, तर त्याला पुन्हा माणूस होता येत नाही!"

"ते तुझं स्वत:चं तत्त्वज्ञान आहे." शर्माजी पुढं म्हणाले, "कर्जबाजारी करणारा तुझा हा छंद आहे."

"पण मुंबईला एकदा मी नऊ घोडे खेळलो होतो, त्यांतले आठ बरोबर आले होते. आर. डब्ल्यू. टी. सी नं मला टेंपररी स्ट्यूअर्टची जागाही ऑफर केली होती."

"मग जायचं होतंस!" शर्माजी म्हणाले,

"पण असं आहे—माणसाच्या नशिबी असेल, तेच घडतं ना? हुजुरांची सेवा करण्याचं नशिबी होतं!" कपाळाला बोट लावून तो म्हणाला,

"तो बोलायला ऐकत नाही शर्माजी!" महाराज हसत-हसत म्हणाले,

"मी येऊ हुजूर?" रहिमतखाननं विचारलं.

"ये. अरे, पण ते पत्र जरा दे!"

रहिमतखाननं रोशनचं ते पत्रं परत महाराजांच्या हाती दिलं अन् तो मुजरा करून पाच पावलं पाठीमागे सरकला अन् नंतर वळला.

महाराजांचा शशांक शर्मांवर नितांत विश्वास होता. अगदी मनातलं असं गुप्तदेखील ते शर्माजींना सांगत. महाराजांच्या वडिलांपासून शर्माजी चंद्रपूरचे कारभारी होते. माणूस अत्यंत व्यवहारी आणि बुद्धिमान होता. राजे लोकांजवळ सहसा भुतावळ जमते ती स्तुतिपाठकांची अन् संधिसाधू माणसांची; पण शशांक शर्मा त्याला अपवाद होते. शर्माजींची राहणी अत्यंत साधी होती. ते निर्व्यसनी होते. त्यामुळं चंद्रपूर संस्थानात त्यांची फार मोठी जरब होती. संस्थानचा कारभार व्यवस्थित चालला पाहिजे, याबाबत शर्माजी अत्यंत दक्ष असत. महाराजांचं वागणं चुकलं तरी ते निर्भयपणे सांगत— हुजूर, आपण थोडे विचारानं निर्णय घ्यावेत! आपण जे निर्णय घेता, त्यांत उतावीळपणा किंवा अविवेक याचं प्रदर्शन होता कामा नये! आपण प्रजेचे मालक आहात, जबाबदारीनं निर्णय घेणं जरुरीचं आहे.

शर्माजींपासून महाराजांनी कोणतीही गोष्ट लपविलेली नव्हती. किंबहुना, त्यांच्यापासून एखादी गोष्ट लपवणं महाराजांना शक्यच होत नसे. त्यापेक्षा

सरळ शर्माजींना ती गोष्ट सांगितलेली बरी, असं महाराजांना वाटत असे.

सहा वर्षांपूर्वी महाराजांची नजर रोशनवर गेली होती. पण त्या वेळी ती अल्पवयीन होती. तिची अभिलाषा बाळगणं, हे केवळ अनैतिकच नव्हे तर बेकायदाही होतं. शशांक शर्मांना महाराजांच्या त्या हेतूची जाणीव झाली अन् तेही अस्वस्थ झाले. पण त्या वेळी शहनाज आणि रहिमतखान यांनी म्हातारी आजारी असल्याचं नाटक करून रोशनला चंद्रपुरातून हलवलं. या साऱ्या गोष्टींचा सुगावा शशांक शर्मांना लागलेला होता. अनायासेच अनिष्ट ते टळलं जात आहे, हे पाहून ते स्वस्थ बसले होते. जसं काही आपल्याला त्यातलं काहीच ठाऊक नव्हतं!

आज सकाळी-सकाळीच रहिमतखान महाराजांच्या भेटीला आल्याचं पाहून शर्माजींनी काही अंदाज केले होते. त्यातला एक अंदाज होता, तो पैसे मागायला आला असावा! पण या वेळी तो अंदाज थोडा चुकला.

"शर्माजी, हे पत्र वाचा! इतकं उत्तम पत्र लिहू शकेल रोशन?" शर्माजींनी आपल्या खिशातला चष्मा डोळ्यांवर चढवला आणि त्यांनी ते पत्र लक्षपूर्वक वाचलं. पत्र वाचताना त्यांच्या चेहऱ्यावर तसूभरही फरक पडला नाही. पत्र वाचून झाल्यानंतर ते घडी करून महाराजांकडं परत देत ते म्हणाले, "पत्र रोशनचंच आहे! मार्बल पॅलेस, त्या मागचा पार्क या आठवणी तिच्याच आहेत.. पण...!"

"पण काय?..." महाराजांनी अधीर होऊन विचारलं. क्षणभर विचार करून शर्माजी म्हणाले,

"पंधरा संपून सोळावं सुरू झालेलं आहे तिला!"

"म्हणजे, तिच्या जन्माची तारीखदेखील तुम्हाला पाठ आहे?"

"हांऽऽऽ हुजूर! बरं, मग ती इकडे येतेय तर?"

"तिची येण्याची इच्छा या पत्रातून स्पष्टच दिसते. पण शहनाजची मात्र तिला इकडं आणावी अशी इच्छा दिसत नाही!"

"साहजिक आहे हुजूर! प्रत्येक मातेला आपल्या मुलाची नसते इतकी मुलीची चिंता वाटते. त्यात ही विलक्षण सौंदर्य घेऊन जन्माला आलेली आहे."

"पण तिला इथं काही कमी पडणार आहे का?"

"हुजूर, खाणं-पिणं-कपडालत्ता मिळाला की माणसाच्या सर्व समस्या सुटल्या, असं समजू नये!"

"मग आणखी काय हवं तिला?"

"भवितव्याची शाश्वती!" डोळ्यांवरचा चष्मा उतरून पुन्हा खिशात ठेवीत शर्माजी म्हणाले.

"मग ती आम्ही तिला देऊ शकत नाही?"

"देऊ शकाल; पण तरीही जन्मभर आपण तिचा सांभाळ करणार आहात, ही खात्री शहनाजला पटायला हवी!"

"शर्माजी, आजपर्यंत आम्ही तुमच्यापासून काहीही खासगी असं ठेवलेलं नाही, यापुढंही ठेवू इच्छित नाही. त्या पोरीनं वयाच्या अकराव्या वर्षीच आम्हाला भुरळ घातलेली होती. आता ती सोळा वर्षांची झालेली आहे. शिवाय महाराणीसाहेबांचं वागणं पाहताच! कुठं चार-चौघांत यायला त्या तयार नसतात! इंग्लिश मॅनर्स म्हणाल, तर त्यांना गंध नाही! आम्हाला आमच्या आवडी-निवडीशी एकरूप होणारी अशी 'कंपॅनियन' हवी आहे. मागे शिकारीसाठी एल्सा आली होती. तेव्हा तिच्या सहवासात एक महिना कसा गेला, आम्हाला समजलंदेखील नाही. पण आता आम्हाला अशी तात्पुरती 'कंपॅनियन' नको आहे. सदैव आमच्या सान्निध्यात राहणारी, आमच्या आवडीनिवडी जोपासणारी, आमच्या सुखदुःखाशी एकरूप होणारी अन् त्याचबरोबरच संभाषणचतुर अशी मैत्रीण आम्हाला हवी आहे!"

शशांक शर्मा महाराजांचं बोलणं शांत चित्तानं ऐकून घेत होते. खुर्चीवर ते पायावर पाय टाकून हनुवटी हातावर रेलून महाराजांचं बोलणं ऐकत होते. त्यांचा चेहरा असा नेहमीच पुसलेल्या पाटीसारखा कोरा असायचा. त्यांच्या मनात काय चाललेले आहे, याचा कुणाकुण्णाला अंदाज करता येत नसे.

पायावरचा पाय बदलून शशांक शर्मा महाराजांना म्हणाले, "अंगवस्त्र ठेवण्याची राजेशाहीची परंपरा मी मान्य करतो हुजूर. आपण पसंत केलेली रोशन आपल्या सर्व अपेक्षा पूर्ण करील याचीही आम्हाला शंका नाही. पण

हे राज्य हिंदूचं आहे. आपण मुस्लिम युवतीशी संबंध ठेवल्याचं आपल्या जवळच्या काही लोकांना आवडणार नाही.''

''मग त्यासाठी मार्ग कोणता?''

''धर्मांतर! तो एकच मार्ग आहे हुजूर!''

''आमची तयारी आहे!''

''आपली तयारी असून काय उपयोग? हिच्या आईची, शहनाजची तयारी नको? रहिमतखानची नको?''

''रहिमतखान अर्ध्या रात्री आपली संमती देईल. शहनाजचं मात्र काही सांगता येत नाही. तिला तुम्ही 'कनव्हिन्स' कराल, तर बरं होईल!''

''मी?'' छातीवर हात ठेवून शर्माजी उद्गारले, ''हुजूर, ती ऐकेल असं वाटतं माझं?''

''ती जर तुमचं ऐकत नसेल, तर ती कोणाचंही ऐकणार नाही. पण मी म्हणतो, रोशनला एकदा इकडं येऊ द्या. आपण तिला गाडीत घालून सरळ मल्हारपेठच्या बंगल्यावरच नेऊन ठेवायचं! शहनाजच्या संमतीची गरजच काय आहे?''

''हुजूर, ज्या व्यक्तीला आपण जीवनसाथी बनवू इच्छिता तिला आपण जबरदस्ती करतो आहोत याची ओझरतीसुद्धा जाणीव होऊ नये!''

''का?''

''स्त्रियश्चरित्रं, पुरुषस्य भाग्यं देवोपि न जानाति, कुतो मनुष्यः॥ हुजूर, देवादिकांनासुद्धा स्त्रियांचा अंदाज लागलेला नाही; मग आपल्यासारख्या माणसांचा त्यांच्यापुढे काय निभाव लागणार?''

''शर्माजी, यातून मार्ग?''

''मी शहनाजची भेट घेतो. तिच्याशी सविस्तर चर्चा करतो आणि मगच आपण ठरवू...!''

''चालेल, पण हे सर्व त्वरित घडायला हवं! रोशन लहान होती, तेव्हाच तिचं सौंदर्य मोठ्यांना भुरळ घालीत होतं. आता तर ती वयात आलेली आहे. आय कान्ट इमॅजिन हर ब्युटी नाऊ! शर्माजी, तिला मला भेटायची उत्सुकता लागून राहिलेली आहे. पत्रातला मजकूर लक्षात आहे

ना?''

या वेळी मात्र शर्माजी किंचित हसले आणि म्हणाले,

''हुजूर, रोशन येईल, तिचे धर्मांतरही होईल. आपण आपल्या पसंतीनं तिला नवीन नाव द्यावं! आय ॲग्री दॅट शी वुईल बी ए परफेक्ट कंपॅनियन ऑफ युवर हायनेस!''

शशांक शर्मा ज्या वेळी एखादी गोष्ट अशी आत्मविश्वासानं बोलत, तेव्हा ती निश्चित घडणार असं समजलं जात असे.

पॅलेसच्या उजव्या बाजूला पागा बिल्डिंग होती आणि त्या बिल्डिंगच्या मध्यावर दुमजली असं जे पागा ऑफिसचं निवासस्थान होतं, त्यातच शहनाज राहत होती. महाराजांच्या वडिलांना हॉर्स पोलोचा छंद होता. पण ते गेल्यानंतर घोडीही गेली. आता मोजकीच अशी चार-आठ घोडी रायडिंगसाठी पाळलेली होती. पण त्यासाठी खास अशा पागा ऑफिसरची गरज नव्हती. ती जागा रिकामीच होती.

दोन्ही बाजूच्या दाट अशा ड्युजेनियाच्या ताटव्यांमधून गेलेल्या पायवाटेने शर्माजी शहनाजच्या निवासस्थानाकडे आले, तेव्हा ती आणि रहिमतखान नुकतेच जेवण उरकून पान जमवत बसले होते.

शर्माजींना सर्व जण दिवाणजी म्हणत. महाराजांची वाटत नसे, इतकी आदरयुक्त भीती शर्माजींची वाटे!

आपले जोधपुरी चढाव दाराच्या बाहेर काढून ठेवून शर्माजी आत आले. त्यांना पाहून रहिमतखान आणि शहनाज दोघेही उठून उभे राहिले.

''अरे, मी अवेळी तर आलो नाही ना? जेवणं झाली का तुमची?'' कोचावर बसता-बसता त्यांनी विचारलं.

''हां जीऽऽऽ आत्ताच जेवून उठलो!'' रहिमतखान म्हणाला.

''बसा-बसा! तुमचा मुखशुद्धीचा कार्यक्रम चालू द्या.''

''दिवाणजी, आपण पान घेणार?'' शहनाजनं विचारलं.

''जरूर! पण चुना मात्र कमी लाव हं! मागे तू पान दिलंस, तेव्हा तोंड असं पोळलं की, चार दिवस तोंडाला तिखट लागू दिलं नाही!''

"जी नाही, अगदी कमी चुना लावते; पण त्यामुळं पान रंगत नाही!"

"आता पान रंगवून पत्नीचं प्रेम असल्याचं कुणासमोर दाखवायचं आहे? पन्नाशी उलटली केव्हाच, आता साठीही जवळ आली!"

"पण दिवाणजी, अजून आपण चाळिशीतच असल्यासारखे दिसता!" रहिमतखान म्हणाला.

"त्याचं कारण ठाऊक आहे ना तुला?"

"होऽऽऽ आपणाला कसलंही व्यसन नाही!"

"बरोब्बर! कधी तरी चिमूटभर तपकीर ओढतो अन् सटीसामासी कुणी दिलं तर पान खातो, इतकंच!"

"पण याला व्यसन म्हणत नाहीत!" रहिमतखान आपण कोणता तरी मोठा सिद्धांत सांगितल्याचा आविर्भाव करून स्वतःच हसत-हसत म्हणाला.

शहनाजनं पान बनवलं आणि शर्माजींच्या हाती दिलं. तो विडा तोंडात घालण्यापूर्वी शर्माजी म्हणाले,

"रहिमत, मला जरा शहनाजशी एका खासगी विषयावर चर्चा करावयाची आहे!"

रहिमतखाननं तत्काळ ओळखलं, शर्माजींना महाराजांनीच पाठवलेलं आहे आणि तेही रोशनच्या बाबतीत तिचं मन वळवण्यासाठी! रोशन लवकरात लवकर चंद्रपूरला यावी, ही रहिमतखानची मनापासूनची इच्छा होती. त्यामुळे त्याला पॅलेसमध्ये हक्कानं वावरायला मिळणार होतं. रेससाठी पैशांची विवंचना पडणार नव्हती. मनसोक्तपणे सुखासीन असं आयुष्य जगता येणं शक्य होणार होतं. आता त्याला खायला-प्यायला काही कमतरता नव्हती, पण उद्या महाराजांच्या दिमतीला रोशन गेली की, आज जे मेहरबानीनं मिळतं, तेच उद्या हक्कानं मिळणार होतं!

तो मोठ्या खुशीनं माडीवर गेला. जाताना हुक्का ओढण्याचं साहित्य घेऊन गेला.

"शहनाज, तुझं काय म्हणणं आहे? रोशननं इकडं यावं, असं तुला

वाटतं का?''

"दिवाणजी, तुम्हाला कसं सांगू? मला 'इकडं आड-तिकडं विहीर' असं झालेलं आहे! एक मन म्हणतं, तिला तिकडंच कुठे तरी लग्न करून द्यावं; तर दुसरं म्हणतं, तिला इकडं आणावं! पण ती इकडं आल्यानंतर तिचं भवितव्य काय होणार आहे, हे तुम्ही जाणताच!''

"ते मी जाणतो यात शंका नाही. पण तुझी भूमिका काय आहे हे मला समजून घ्यायचं आहे!''

"दिवाणजी, रोशन तुमची मुलगी असती, तर तुम्ही काय केलं असत?''

शहनाजचा तो प्रश्न शर्माजींना अनपेक्षित होता. क्षणभर विचार करून ते म्हणाले, "मला फक्त एकच मुलगा आहे. पण पोटाला मुलगा असताना माणसाला जी चिंता वाटत नाही, ती मुलगी झाल्यावर मात्र जाणवते याची मला चांगलीच कल्पना आहे! मला वाटतं की, महाराज तिच्यामुळे सुखी होतील. आता त्यांचं लग्न झालेलं आहे, दोन मुलं झाली आहेत, ही गोष्ट वेगळी. पण मुलं झाली म्हणजे माणसाचं वैवाहिक जीवन सुखाचं असतं, हे समजणं साफ चुकीचं! प्रजोत्पत्ती हा शरीराचा धर्म आहे. मुक्या-बहिऱ्यांनासुद्धा मुलं होतात. पण मुलं झालेल्या प्रत्येक पती-पत्नीत अतूट असे प्रेमाचे संबंध निर्माण होतीलच, असे नाही! महाराजांचंही तेच झालेलं आहे. महाराजांच्या आवडी-निवडी आधुनिक आहेत, तर महाराणी जुन्या वळणाच्या. महाराजांना त्यांनी आपल्याकडे येणाऱ्या गोऱ्या पाहुण्यांशी मनमोकळेपणानं बोलावं; त्यांच्यासमवेत शिकारीला, प्रवासाला जावं, असं वाटतं; पण महाराणी राजमहालाच्या बाहेर पडत नाहीत. आठ वर्षं झाली त्यांच्या लग्नाला, पण मी पती-पत्नी कधी हसत-खेळत वागल्याचं पाहिलेलं नाही. मी रोशनला अलीकडे बघितलेलं नाही. पण तिच्या परवाच्या पत्रावरून मात्र मला वाटतं की, तिच्यात समजूतदारपणा निर्माण झालेला असावा.''

"पत्र? तुम्हाला कसं समजलं?''

"रहिमतखान ते महाराजांना दाखवायला आज सकाळीच घेऊन आला होता.''

“अस्सं! दिवाणजी, तो रोशनचा सावत्र बाप आहे, हे लक्षात ठेवा. तिला विकून त्याला कोणी पाच-पन्नास हजार रुपये देतो म्हणालं, तर तो एका पायावर तयार होईल. पण मी तिची जन्मदात्री आई आहे. तिच्या भवितव्याची चिंता मला जितकी आहे, तितकी त्याला असणं शक्य नाही! मला काहीएक सुचेनासं झालं आहे. राजेलोक हे मोठे लहरी असतात. उद्या गैरमर्जी फिरली, तर कुठेही जा म्हणून सांगायला कमी करायचे नाहीत! रखेलीला या जगात आधार नसतो.”

“रोशन चंद्रपूरला आल्यानंतर ती केवळ महाराजांची रखेली म्हणून राहणार नाही. तिला महाराणीचा दर्जा प्राप्त होणार असेल, तरच ती परत चंद्रपूरला येईल—मी वचन देतो तुला!”

“मग माझं काहीएक म्हणणं नाही शर्माजी!” शर्माजी शहनाजचा निरोप घेऊन निघाले. थोड्या वेळात रहिमतखान माडीवरून खाली आला. त्यानं तिला विचारलं,

“शर्माजी गेले?”

“होय!” शून्यात पाहत शहनाज म्हणाली.

“मग काय ठरलं शेवटी?”

“शेवटी तुझ्या मनासारखं झालं!”

रहिमतखान मोठ्या खुशीत येऊन म्हणाला, ‘माशाल्लाऽऽऽ’ आणि तो बराच वेळ एकटाच खुदुखुदु हसत राहिला.

-०-०-०-

३

चंद्रपूर रोड रेल्वे स्टेशनवर त्या दिवशी गाडी येण्याला थोडा उशीरच लागला. स्टेशनच्या प्लॅटफॉर्मवर दोन खुर्च्या ठेवल्या होत्या. एका खुर्चीवर बसले होते चंद्रपूर रोडचे स्टेशन मास्तर आणि दुसरीवर होते दिवाण शशांक शर्मा.

चंद्रपूरहून बग्गी घेऊन रोशनला शर्माजी न्यायला आले होते. शहनाज बग्गीतच थांबली होती. रहिमतखान करंगळी आणि अनामिका या दोन बोटांमध्ये धरलेल्या सिगारेटचे झुरके मारत फलाटावर इकडून तिकडे फेऱ्या मारत होता.

"अलीकडं गाड्या अशा लेट का होतात?" शशांक शर्मांनी मास्तरांना विचारलं.

"त्याचं काय आहे शर्माजी, एखादी गाडी वेळानं आली की, सगळ्या गाड्यांवर परिणाम होतो. सिंगल ट्रॅक असल्या कारणानं क्रॉसिंगसाठी गाड्यांना थांबवून ठेवावं लागतं!"

"आय सीऽऽ!"

"अलीकडं महाराज कुठं बाहेर गावी गेले नाहीत?" स्टेशन मास्तरांनी शर्माजींना विचारलं.

"ट्रेननं जायला कंटाळतात, फार वेळ लागतो हो! त्यापेक्षा मोटारीचा प्रवास बरा वाटतो त्यांना."

"खरंय ते. एकदा मोटारीनं प्रवास करण्याची सवय झाली की, ट्रेनचा प्रवास अगदी बोअर होतो!"

"अलीकडं त्यांना प्रवासाचं आणखीन एक साधन सुचलेलं आहे!"

"कसलं?"

"विमान घ्यायचं आहे!"

"विमान?" स्टेशन मास्तर आश्चर्य व्यक्त करीत उद्‌गारले.

"हो, ट्विन इंजिनचं एक विमान खरेदी करण्याच्या

वाटाघाटी सुरू आहेत.''

"पण विमान उतरण्याची व्यवस्था?''

"पोलो ग्राऊंडच्या पलीकडचा माळ मोकळाच आहे ना? थोरले महाराज असताना पोलो खेळायचे; आता तो खेळ संपला. त्या ग्राऊंडला जोडून पलीकडच्या माळावर छोटी धावपट्टी बनवता येईल!''

"पण ते फार खर्चाचं होईल ना?''

"खर्च?'' शशांक शर्मा हसले. ते सहसा हसत नसत आणि जरी हसले, तरी त्या हास्याचा निश्चित अर्थ काय, हे समोरच्या माणसाला उमगत नसे. स्टेशन मास्तर प्रश्नार्थक मुद्रेने शर्माजींच्या निळ्या-घाऱ्या डोळ्यांकडे पाहत राहिले. तेव्हा शर्माजी म्हणाले,

"आमचे महाराज तसे फार हौशी आहेत! दुसऱ्या कोणाजवळ जी चीज नाही, ती आपणाजवळ असावी असं त्यांना वाटतं! आता हिंदुस्थानात इतके राजे-रजवाडे आहेत, त्यांच्यापैकी कोणाला स्वत:च्या मालकीचं विमान असावं, असं अद्याप तरी नाही वाटलं! आमच्या चंद्रपूरचं वार्षिक उत्पन्न आहे नऊ लाखांचं; पण आमच्या तिप्पट उत्पन्न असणारीही संस्थानं आहेत, त्यांना कोणाला असा षोक करण्याचं धाडस नाही होत!''

"तुमच्या त्या तलावातली मोटरबोटसुद्धा काय सुरेख आहे हो! आमच्या मुलांना एकदा बसवण्याची संधी मिळेल का?'' स्टेशन मास्तरांनी विचारलं.

"केव्हाही पाठवा ना—तिथं बोटमनला मी चिठ्ठी देईन!''

"मुलांच्या बरोबर त्यांच्या आईलाही जाता येईल?''

"आईलाच काय, मुलांच्या बापालासुद्धा त्या बोटीतून फिरता येईल!''

शशांक शर्मा एरवी गंभीर वागायचे; पण कधी कधी ते खुशीत आले की, असे मनमोकळेपणानं बोलायचे.

इंजिनचा धूर दूरवर दिसताच निळा डगलेवाला पोर्टर पुढे आला आणि त्यानं चकचकीत घंटेचे टोले वाजवले. सिग्नल केव्हापासूनच मान झुकवून उभा होता. शिट्टी देत गाडी स्टेशनात शिरली. शशांक शर्मा उठून फर्स्ट क्लासच्या डब्याजवळ गेले. रहिमतखानही त्यांच्या मागोमाग गेला.

डब्याचं दार उघडलं गेलं आणि समोर लावण्यवती रोशनआरा बेगम दिसली. खमीज, सलवार आणि डोक्यावर झिरझिरीत ओढणी घेतलेली रोशन तारुण्यानं मुसमुसलेली होती.

शशांक शर्मा तिला सहा वर्षांनंतर पाहत होते. मुली तारुण्यात पदार्पण केल्यानंतर आकर्षक दिसतात, हे शर्माजींना ठाऊक होतं; पण रोशनचं सौंदर्य अनुपमेय होतं. तिच्या भव्य कपाळावर कुरळ्या केसांच्या दोन बटा रुळत होत्या. कानांत मोत्याचे इअरिंग्ज होते. खांद्यावरून ओघळणारी ओढणी सावरीत तिनं शर्माजींना हात जोडले आणि ती स्मित वदनाने खाली उतरली. तिच्या मागोमाग शहनाजचा चुलतभाऊ अल्लाबक्ष बेडिंग, ट्रंका आणि फराळाच्या करंड्या घेऊन दाराशी आला.

रोशननं शशांक शर्मांना जेव्हा हात जोडून नमस्कार केला, तेव्हा तिच्या व्यक्तिमत्त्वाने भारावून गेल्यामुळे किंवा आज ना उद्या हिला महाराणीपद मिळणार म्हणून त्यांनी चक्क तिला लवून मुजराच केला.

तेव्हा संकोचून ती म्हणाली,

"असं काय करता चाचाजी— मी मुजरा करण्याइतकी मोठी नाही!"

शर्माजींनी रोशनला मुजरा का केला, याचं मर्म ठाऊक असणारा रहिमतखान म्हणाला,

"मोठी नाहीस कशी? मोठीच आहेस!"

"अब्बाजान, अम्मा कशी आहे?" तिनं विचारलं.

"आलीय ना ती तुला उतरून घ्यायला! बग्गीत आहे बाहेर!"

"अच्छा! हायनेस कसे आहेत?"

"ठीक आहेत. तेच येणार होते, पण काल प्रतापपूरच्या महाराजांकडे गेले आहेत. संध्याकाळपर्यंत नक्की येतील. आज राजकुमार आणि राजकुमारीचा पाचवा वाढदिवस आहे."

हमालानं गाडीतलं सर्व सामान उतरून घेतलं. अल्लाबक्षला हैदराबादच्या नातेवाइकांचं कुशल विचारत शर्माजी आणि रोशन यांच्या मागोमाग रहिमतखान चालला होता.

रोशननं डोळ्याला रुमाल लावून डोळा चोळला. तिचा डावा डोळा

किंचित लालसर झाला होता. तिच्याकडं वळून पाहत शर्माजींनी विचारलं,

"काय झालं डोळ्याला?"

"मघाशी स्टेशन किती दूर आहे, हे खिडकीतून पाहायला गेले, तेव्हा कोळशाचा कण गेला."

शशांक शर्मांनी हसून फक्त मान हलवली.

मोठी झाली, तारुण्य प्राप्त झालं, तरीही अजून तिच्यातली अल्लड जिज्ञासा नाहीशी झालेली नाही याची शर्माजींना प्रचिती आली.

मुख्य दरवाजातून ते बाहेर पडले, तेव्हा समोर उभी असलेली बग्गी दिसली. बग्गीचा जाळीचा पडदा किंचित दूर करून शहनाज रोशनला जवळ येताना न्याहाळत होती. ती जवळ येताच कोचमननं बग्गीचं दार उघडलं. रोशन आत येताच शहनाजनं तिला कडकडून मिठी मारली आणि तिचं चुंबन घेतलं. नंतर काही क्षण तिला छातीशी कवटाळून धरलं, त्या वेळी शहनाजला कळून चुकलं की, रोशनचं तारुण्य उफाळून आलेलं आहे. तिच्या हाताच्या बोटांपासून ते लाल रसरशीत ओठांपर्यंत प्रत्येक अवयवातून धगधगत्या जवानीचा साक्षात्कार घडतो आहे.

शहनाजच्या मिठीतून स्वत:ला सोडवून घेत रोशन म्हणाली, "माँ, तुझी तब्येत बरी नव्हती की काय? इतकी अशक्त कशी काय झालीस?" त्यावर पाणावलेले आपले डोळे साडीच्या पदरानं टिपून शहनाज म्हणाली, "बेटी, मला काही झालेलं नाही; मी अगदी सुखात आहे."

"सुखात असणारी माणसं अशी आजारी पडल्यासारखी दिसत नाहीत माँ!"

इतक्यात हमालाच्या डोक्यावरून सामान उतरून घेण्यासाठी अल्लाबक्ष आणि रहिमतखान बग्गीजवळ आले. बग्गीच्या मागच्या डिकीत सामान रचलं गेलं. पुढे कोचमनजवळ रहिमतखान आणि अल्लाबक्ष बसले. आत बग्गीत एका बाजूला शहनाज आणि रोशन बसल्या. त्या दोघींच्या समोर बसले शशांक शर्मा!

"शहनाज," शशांक शर्मा म्हणाले, "रोशनला सर्व सूचना देऊन ठेव! मीही तिला एक-दोन दिवसानंतर भेटून सर्व काही सांगेन."

"चाचाजी, हे काय चाललंय, मला काही समजत नाही? मघाशी तुम्ही मला चक्क मुजरा केलात; ही माँ मला बघितल्यानंतर नेहमीच आनंदी व्हायची, ती आज मघापासून अश्रू ढाळते आहे. काय प्रकार आहे तरी काय?''

"प्रकार काही नाही! तू आता मोठी झालीस, जाणती झालीस! माणसं जाणती झाली की, जबाबदारी वाढते त्यांची!''

"मला कसली जबाबदारी पेलावी लागणार आहे?''

शशांक शर्मा आणि शहनाज एकमेकांच्या चेहऱ्याकडे पाहू लागले. त्या दोघांना तिला कोणत्या शब्दांत सर्व खुलासा करावा, हे काही केल्या समजेना.

"आत्ताच तू इतक्या दूरचा प्रवास करून आलेली आहेस. आता घरी गेल्यावर विश्रांती घे. उद्या-परवा मी तुला भेटेन आणि सर्व कल्पना देईन.'' — शर्माजी.

"तुम्ही लोकांनी माझं लग्न-बिग्न ठरवलंय की काय?'' रोशननं हसत-हसत शहनाजकडं पाहत विचारलं.

"ते ठरवलं असतं, तर मला अश्रू ढाळायची वेळ कशाला आली असती बेटी?'' रोशनचा गोरापान गोंडस हात कुरवाळीत शहनाज म्हणाली

"चाचाजी, तुम्हीही मला चिंताग्रस्त दिसता!'' शशांक शर्माजींकडे पाहत रोशन म्हणाली

त्यावर शर्माजी हसले आणि म्हणाले, "मोठ्या होणाऱ्या मुलीबद्दल तिच्या आईला नेहमीच चिंता वाटते आणि तुला लहानपणापासून ओळखणाऱ्या अन् तुझ्याविषयी आपुलकी वाटणाऱ्या माझ्यासारख्या माणसालासुद्धा तसंच वाटतं! तेव्हा उगाच काही तरी गैरसमज नको करून घेऊस! तिकडची सगळी मंडळी खुशाल आहेत ना?''

"हो. पण चाचाजी, महाराजांनी अद्याप दुसरी मोटार घेतली नाही?''

पुन्हा एकदा शशांक शर्मांना रोशनच्या बालिश वृत्तीचा प्रत्यय आला. तारुण्य, जबाबदारी इत्यादी विषयांत तिला रस नसल्यासारखा. तिनं लगेच शर्माजींना मोटारीबद्दल विचारलं.

त्यावर शर्माजी म्हणाले,

"मोटार एक आहेच; पण आता दुसरी मोटार न घेता, ते विमान घेणार आहेत."

"विम्माऽऽऽन!" रोशन छातीवर हात ठेवून उद्गारली.

"हाऽऽऽऽ विमान! महाराजांना दिल्लीला, सिमल्याला, मुंबईला जायला फार त्रास व्हायचा. आता कसा अगदी झटपट प्रवास होईल!"

"मला बसता येईल त्या विमानात?"

चेहऱ्यावर काठोकाठ उत्कंठा दाटलेल्या रोशननं विचारलं.

"तुला? हं! केवळ तुलाच बसता येईल! मला किंवा शहनाजला त्यात बसायची संधी मिळेल की नाही, कुणास ठाऊक?"

बग्गी स्टेशनवरून सरळ चंद्रपूरच्या रस्त्याला चालली होती. रस्ता काही ठिकाणी खराब होता. बग्गीला हादरे बसत होते आणि अशा प्रत्येक हादऱ्याच्या वेळी रोशनचे पुष्ट उरोज वर-खाली होत होते. कपाळावर रुळणाऱ्या कुरळ्या बटा ती मागे सारीत होती आणि त्या एकसारख्या पुढे येत होत्या. शशांक शर्मा खिडकीतून बाहेर पाहत होते. पुढे बसलेल्या अल्लाबक्ष आणि रहिमतखान यांच्या गप्पांना ऊत आला होता. अल्लाबक्ष म्हणत होता, आपणाला लवकरात लवकर हैदराबादला परत जायला हवं आहे. पण रहिमतखान त्याला सांगत होता, "यार, इथल्या राजाचा मनसोक्त पाहुणचार घेतल्याशिवाय जातोस कुठं? चंद्रपूरच्या महाराजांच्या मुदपाकखान्यात काश्मिरी, राजस्थानी, गोवानीज आणि इंग्लिश जेवण बनवणारे स्वयंपाकी आहेत. महाराजांना नुसती सूचना केली की, खास इंग्लिश पाहुण्यांसाठी ठेवलेल्या स्कॉचच्या साठ्यातली बाटली मिळेल! शिवाय मल्हारपेठच्या जंगलातली शिकार पाहण्यासाठी तुला अशी परतायची घाई करून भागणार नाही!"

इकडे आत रोशन शहनाजला म्हणाली,

"माँ, तुला बरं नव्हतं का? मला तू खरोखरच उतरल्यासारखी दिसतेस!" त्यावर शहनाज चेहऱ्यावर उसनं हास्य आणून म्हणाली,

"बेटी, बाईला मूल झाल्याशिवाय समज येत नसते. माझ्या चिंतेचं कारण मी तुला कितीही जिव्हाळ्यानं सांगितलं, तरी ते आज तुला पटणार

नाही. कारण तू अजून आई झालेली नाहीस! अन् तुझ्याबाबतीत म्हणशील तर, तू आई होण्याची अपेक्षा न धरावी हेच बरं!''

''माँ, तू काय बोलतेस हे काही केल्या मला समजत नाही! तू आणि चाचाजी दोघंही मघापासून मला न समजणाऱ्या भाषेत बोलत आहात!''

त्यावर शशांक शर्मा विषय बदलण्याच्या इराद्याने म्हणाले, ''तू इंग्रजीवर मात्र अगदी कौतुकास्पद प्रभुत्व मिळवलेलं आहेस!''

स्वत:च्या स्तुतीनं रोशनचे मुळात लाल असणारे गाल आणखीन थोडे लाल झाले, ती म्हणाली, ''मला इंग्रजी येतं हे तुम्हाला कसं समजलं?''

''तुझं एक पत्र वाचायला मिळालं!''

''आय सीऽऽ! पण मी कितीही चांगलं लिहिलं किंवा बोलले, तरी हिज हायनेस यांच्याइतकं चांगलं मला कधीच येणार नाही! अजून मला आठवतं, हायनेस बोलायला लागले की इकडं चंद्रपूरला आलेले गोरे पाहुणे कसे थक्क होऊन जात!''

''त्यांनी चार वर्ष इंग्लंडमध्ये घालवलेली आहेत, शिवाय राजकोटच्या स्कूलमध्येही त्यांना इंग्लिश मीडियममधूनच शिकवलं गेलं!'' —शर्माजी.

''आय ॲम व्हेरी इगर टू मीट हिज हायनेस!'' अजाणतेपणी ती बोलून गेली.

पुन्हा 'या अवखळपणाला आता काय करावे?' अशा अर्थानं शर्माजी आणि शहनाज एकमेकांकडं पाहून हसले.

दुतर्फाच्या पिंपळांच्या दाट सावलीतून बग्गी चंद्रपूरच्या जवळ चालली होती. वाटेत काही तुरळक अशा भिल्लांच्या वस्त्या होत्या. मघा स्टेशनला बग्गी जाताना बघितलेल्या बाया-मुलांना वाटलं होतं की, कोणी तरी राजघराण्यातील मंडळी स्टेशनवरून यायची असावीत. म्हणून ज्या वेळी बग्गी परत त्या वस्त्यांजवळून चालली, तेव्हा आबालवृद्ध माना उंचावून बग्गीकडं पाहत राह्यले. त्यातले काही पुरुष होते. बग्गीत कोणी का असेना, आपण आपला मुजरा झोडावा म्हणून त्यांनी लवून मुजरे केले. तेव्हा रहिमतखान अल्लाबक्षला म्हणाला,

''देख, तुझं कसं स्वागत होतं आहे!''

"मला कोणीच ओळखत नाही. तुला पाहूनच हे लोक मुजरे करताहेत! पण काय रे, चेष्टा सोडून दे, मघा दिवाणजींनी रोशनला मुजरा कसा काय केला? राजाशिवाय किंवा राजघराण्यातल्या व्यक्तिशिवाय मुजरा करण्याची प्रथा नाही ना?'' अल्लाबक्षनं विचारलं.

तेव्हा पलीकडच्या कोचमनला ऐकू जाणार नाही, अशा बेतानं रहिमतखान अल्लाबक्षच्या कानाशी तोंड लावून काही तरी कुजबुजला. तेव्हा अल्लाबक्ष मोठे डोळे करून म्हणाला,

"यार, तू क्या कहता है? खरं सांगतोस?'' रहिमतखाननं आपल्या गळ्याला चिमटा काढला. अल्लाबक्ष काही क्षण गंभीर झाला आणि स्वत:शीच उर्दूत पुटपुटला, "हे फूल फार नाजूक आहे. त्याचा सुगंध घेणाऱ्यानं फार हळुवारपणे घ्यायला हवा, नाही तर सुगंध घेणाऱ्याच्या श्वासानेदेखील ते कोमेजून जाईल!''

चंद्रपुरापासून अवघ्या दोन मैलांवर जेव्हा बग्गी आली, तेव्हा झाडीतून चंद्रपुरातल्या उंच घरांची छपरं दिसू लागली. गावाच्या मध्यभागी असलेल्या गोपालकृष्ण मंदिराचं शुभ्र शिखर अन् त्यावर चकाकणारा सोनेरी कळसही स्पष्ट दिसू लागला.

महाराज चंद्रपुरात असले, तरच राजवाड्यावरचा ध्वज लावला जाई. महाराज आदल्या दिवशी प्रतापपूरला गेले असल्यानं तो ध्वज उतरवण्यात आला होता. पण आता ध्वज वाऱ्यावर डोलत असलेला पाहून रहिमतखान म्हणाला,

"लो—हुजूर वापस आ गये!''

बग्गी गावाच्या वेशीतून आत आली तशी रस्त्यावरची माणसं आपोआप बाजूला होऊ लागली. रहिमतखानच्या परिचयाची माणसं त्याला दुरूनच 'सलाम आलेकुम' करीत होती. बाजारपेठेतून बग्गी राजवाड्याच्या प्रांगणाजवळून पागा बिल्डिंगच्या बाजूला वळली, तेव्हा बग्गीच्या काचेतून बाहेर बघणाऱ्या रोशनच्या मनात सहा वर्षांपूर्वीच्या आठवणींनी एकच गर्दी केली.

"माँऽऽऽ ते लवंगेचं झाड अजून आहे का गं? त्याची पानं मी खायची, तेव्हा तोंड काय कमालीचं भाजायचं!''

“हंऽऽऽ!” फारसं बोलायची इच्छा नसलेल्या शहनाजने एक हुंकार सोडला.

“आणि तो तिरळ्या डोळ्यांचा हुजऱ्या सदानंद आहे का गं? तो बघायचा एकीकडं आणि बोलायचा दुसऱ्याशीच! हायनेसनी त्याची गंमत कशी केली... ते म्हणाले, ‘सदानंद, तू बघतोस शहनाजकडे आणि मुजरा करतोस मला. त्यापेक्षा मुजरा करताना तू तुझे डोळे बंद का नाही करत!’ आठवतो तुला तो प्रसंग?”

“हो, सर्व काही आठवतं!”

बग्गी शहनाजच्या निवासस्थानापुढं येऊन थांबली. सहा-सात मैलांची रपेट करून आलेल्या बग्गीच्या घोड्यांनी नाक फेंदारून उभ्या-उभ्याच लघुशंका उरकल्या.

रहिमतखान आणि अल्लाबक्ष दोघे अगोदर उतरले. त्यानंतर शर्माजी आतून बाहेर आले. त्यांच्या मागोमाग उतरणाऱ्या शहनाजला म्हणाले, “मी सर्व पक्कं केल्याशिवाय हिला त्यांच्या नजरेसमोर उभं करणार नाही. तोवर तू हिला थोड्याशा सूचना देऊन ठेव! कितीही झालं तरी अजून अल्लड पोरच आहे ती!”

शहनाजचे डोळे टच्कन भरले; पण कोणाला दिसू नयेत यासाठी तिनं ते लगेच पुसले.

इतका वेळ बग्गीच्या काचेतून पलीकडं पाहण्यात गर्क झालेली रोशन घाईघाईत उतरली आणि आईला म्हणाली, “मी लहानपणी पोहायची, तो हौद कोणी मोडला गं?”

“हौदात पोहायला तू अजून लहान का आहेस?”

“आय लव्ह स्वीमिंग!” हवेत पोहल्यासारखे हात फिरवीत रोशन म्हणाली.

निरोप घेऊन दहा-वीस पावलं पुढं गेलेले शर्माजी रोशनकडं पाहून गालातल्या गालात हसले अन् स्वत:शीच म्हणाले,

‘आता तुला हौदाची गरजच काय? महाराजांच्या समवेत स्विमिंग टँकमध्येसुद्धा तू पोहू शकशील!’

रोशनच्या लावण्यानं भारावून गेलेल्या शर्माजींच्या चेहऱ्यावर आता तिच्या भवितव्याची चिंता स्पष्ट उमटली होती. ते झपाझप पावलं उचलीत पॅलेसकडे महाराजांना रोशनच्या आगमनाची वर्दी द्यायला निघाले होते! त्या दिवशी राजकुमार आणि राजकुमारीचा पाचवा जन्मदिन राजमहालात साजरा होत होता.

- ० - ० - ० -

४

शर्माजींनी महाराजांना रोशनच्या आगमनाची वार्ता सांगितली आणि त्याचबरोबर कोणत्याही प्रकारचा उतावीळपणा होऊ नये, म्हणून विनंती केली. शर्माजींना रोशनच्या भवितव्याची चिंता होती. केवळ महाराजांची रखेली म्हणून तिनं आपलं उर्वरित आयुष्य चंद्रपुरात कंठावं, असं शर्माजींना वाटत नव्हतं. तिच्यासाठी त्यांनी योजना तयार केली होती.

महाराणी पद्मावतीदेवींचाही शर्माजींवर नितांत विश्वास होता. त्या त्यांना पितृतुल्य मानत होत्या. तेव्हा आपण रोशनला महाराजांची 'मिस्ट्रेस' म्हणून परत चंद्रपुरात आणलं, या घटनेमुळं महाराणीसाहेबांचा गैरसमज होणार नाही, याचीही तजवीज करणं त्यांना भाग होतं आणि या कारणामुळेच ते महाराजांना सबुरीचा सल्ला देत होते.

त्या रात्री राजवाड्याला विद्युत रोषणाई करण्यात आली होती. रात्री राजवाड्यासमोर आतषबाजी होणार होती. संध्याकाळी चार वाजल्यापासून शहरातल्या लोकांची राजवाड्याकडे राजकुमार आणि राजकुमारी यांचे अभीष्टचिंतन करण्यासाठी रीघ लागलेली होती.

रोशननं बाथरूममध्ये जाऊन थंड पाण्याचा शॉवर सोडला. हैदराबादला असताना तिनं थंड पाण्याच्या स्नानाची सवय लावून घेतलेली होती. त्यात तिला पोहण्याचा मनस्वी छंद होता. बराच वेळ ती बाथरूममधून बाहेर येईना, म्हणून शहनाजने बाथरूमचे दार ठोठावले.

"इतका वेळ काय करतेस आत?"

आतून रोशन म्हणाली, "मघा शॉवर बाथ घेतला, आता टबमध्ये बसले आहे. फार बरं वाटतं!"

"सर्दी होईल. बाहेर ये लवकर!"

"पाच मिनिटं थांब!"

ती टबमधून बाहेर पडली आणि एकदम दचकली.

बाजूला उंच आरसा होता. त्यात तिच्या अनावृत्त शरीराचे प्रतिबिंब उमटले होते. ती लहान असताना तो आरसा तिथं नव्हता. टर्किश टॉवेलने अंग कोरडे करता-करता ती गाणं गुणगुणू लागली.

प्रवासाचा सारा शीण नाहीसा झाला होता. सॅटिनचा खमीज आणि सलवार तिनं चढवला. तो तिचा आवडता वेष होता. पाठीवर मोकळे केस सोडून ती बाहेर आली, तेव्हा शहनाज गच्चीत पाठमोरी उभी होती. बाथरूमचं दार उघडल्याचा आवाज येताच शहनाज आत आली. टॉवेलनं केस कोरडे करीत असलेल्या रोशनला म्हणाली, ''आता हे खमीज-सलवार घालणं बंद कर!''

''का?''

''तुला आता पूर्वीसारखा अल्लडपणा करून चालणार नाही!''

''माँ!'' टॉवेल बाजूच्या खुर्चीवर टाकून ती म्हणाली, ''मी स्टेशनवर उतरल्यापासून पाहते आहे, तू गंभीर का? काय चाललंय काय इथं माझ्याबद्दल?''

''बेटी, माझी चिंता तुला कधीच कळणार नाही!''

''कळली आहे मला ती! तू मला समजतेस तितकी अजाण मी मुळीच नाही! तुला माझ्या लग्नाची चिंता लागून राह्यलेली आहे!''

नकारार्थी मान हलवीत शहनाज म्हणाली, ''तो विषयच संपलेला आहे आता!''

''म्हणजे? माझं लग्न करणार नाहीस की काय?''

''हाच प्रश्न जर आजपासून एका महिन्यानं तू मला विचारशील, तर बरं होईल!''

''वंडरफुल! माँ, तुझ्या मनात काय आहे याचा मला अंदाजच करता येत नाही! बरं, ते राहू दे सगळं; मला खूप भूक लागलेली आहे. जेवायला काय बनवलं आहे सांग?''

''आज इथं काहीच केलेलं नाही. पॅलेसवरून जेवणाचे डबे येणार आहेत. आज राजकुमार आणि राजकुमारीचा वाढदिवस आहे!''

''अच्छा! माँ, मला त्या दोघांचं अभीष्टचिंतन करायला जाता येणार

नाही?''

रोशनच्या त्या प्रश्नाने शहनाजच्या चेहऱ्यावर एक अगतिकतेची आठी उमटली आणि ती बाजूच्या खुर्चीवर असलेला टॉवेल घेऊन रोशनचे केस कोरडे करता-करता म्हणाली,

''शर्माजींनी सांगितलं आहे की, सारं पक्कं झाल्याशिवाय...!''

शहनाजच्या चट्कन लक्षात आलं की, त्या विषयावर इतक्यात रोशनसमोर बोलणं बरं नाही. ती विषय बदलण्याच्या हेतूनं म्हणाली, ''जेवण यायला वेळ होईल, तोवर थोडं दूध आणि बिस्किटं घे!''

''छीऽऽऽ! दूध आणि बिस्किटं खायला काय मी लहान बेबी आहे? माँ, खरंच तू मला काय समजतेस?''

''माझ्या आयुष्यातली एक कठीण समस्या!''

त्यावर रोशन मनसोक्त हसली आणि म्हणाली,

''नस्सीमखालादेखील हेच म्हणायची!''

इतक्यात बाहेर औटगोळे उडू लागले. रोशन पुन्हा गच्चीत आली. उडालेले औटगोळे उंचावर जाऊन फुटत होते. त्यातून लाल-हिरवे प्रकाशगोल बाहेर फेकले जात होते. राजवाड्यासमोर आतषबाजीला सुरुवात झाली होती. चंद्रपुरातल्या कुशल सिकलगारांनी बनवलेल्या आतषबाजीच्या वस्तू प्रज्वलित करण्यात आल्या होत्या. फिरते कमळ उमलले, धबधबा कोसळू लागला आणि त्याच वेळी एक आतषबाजीची मोटार इकडून तिकडे धावत गेली. राजमहालापासून ते समोरच्या गेटजवळच्या अशोक वृक्षापर्यंत एक तार बांधली होती. त्या तारेला लोंबकळत एक विमानही इकडून तिकडे गेलं. त्या विमानाकडं पाहताच रोशन शहानाजला म्हणाली,

''हायनेस विमान घेणार आहेत ना? आपल्याला बसायला मिळेल? काय मज्जा वाटत असेल नाही, माँ!''

शहनाज तारेच्या टोकाला थांबून जळून जात असलेलं विमान पाहत म्हणाली, ''हो, मजा वाटत असेल खरी! पण विमानाचा प्रवास हा धोक्याचाच! मोटार रस्त्यावर बंद पडली, तर निदान दुसऱ्या वाहनाने पुढं तरी जाता येतं; पण हे विमान हवेत बंद पडलं तर जिवंत राहण्याचीही शाश्वती नाही!

एखाद्या गोष्टीचं केवळ आकर्षण वाटून उपयोगाचं नसतं बेटी; त्यातले धोके, अडचणी यासुद्धा विचारात घ्याव्या लागतात!''

आतषबाजीच्या धुरानं राजवाड्याचा सारा परिसर दाटला होता. आतषबाजी समाप्त होण्यापूर्वी अग्निबाण सोडले गेले. त्यातला एक बाण सरळ पागा बिल्डिंगच्या रोखानं आला, तेव्हा शहनाजनं रोशनला पुढं होऊन सावरलं. तो बाण गच्चीत एका कोपऱ्यात येऊन पडला.

''माँ, हा अगदी नेम धरून सोडल्यासारखा इथं कसा आला गं?''

''चल, अमीना हाक मारते वाटतं. बहुतेक पॅलेसवरून जेवणाचे डबे आलेले दिसतात.''

त्या दोघी जेवणासाठी खाली आल्या.

रोशननं लहानपणी चंद्रपुरातलं जेवण चाखलेलं होतं; पण प्रौढावस्थेत आज प्रथमच ती इथल्या जेवणाचा आस्वाद घेत होती. राजवाड्यातून आलेलं ते जेवण चांदीच्या ताट-वाट्यांत वाढलेलं होतं. चिकन रस्से दोन प्रकारचे, फ्राय मटण, फ्राय फिश आणि कटलेस इत्यादी खास सामिष आहाराचे पदार्थ वाड्यातून पाठवलेले होते. एका मोठ्या भांड्यात क्रीमचे पुंडिंगही पाठवले होते.

ताटं वाढली, पण अल्लाबक्ष आणि रहिमतखान या दोघांचा पत्ता नव्हता. शहनाज त्यांना शोधण्यासाठी इकडं-तिकडं फिरू लागली. तेव्हा अमीनानं तिला सांगितलं, ते दोघे कोठीच्या खोलीजवळ आहेत.

शहनाजला थोडी शंका आलीच होती. पण त्या दोघांना जेव्हा प्रत्यक्ष पाह्यलं, तेव्हा खात्रीच पटली. ते दोघेही खूप प्यायले होते. रहिमतखान अल्लाबक्षला महाराजांच्या शिकारीचं रसभरीत वर्णन करून सांगत होता. मधूनच ते विझलेल्या हुक्क्याची नळी तोंडात धरून ओढत होते. धूर निघत नव्हता, फक्त 'गुडगुड' असा आवाज मात्र येत होता. त्या दोघांच्या पुढ्यात कमरेवर हात ठेवून शहनाज उभी राहिली, तेव्हा पायापासून डोक्यापर्यंत पाहत तिला रहिमतखान म्हणाला,

''आज रागवायचं न्हाई! आज आमी बऱ्याच दिवसांनी भेटलो आहे. काय रे अल्लाबक्ष?''

अल्लाबक्षने मान हलवली.

''...आणि तिकडं वाड्यासमोर दारूकाम झालं का नाही मघाशी? मग हितं आमचंही दारूकाम सुरू आहे... फार फस्सक्लास स्टफ पाठवलाय महाराजांनी! जरा टेस्ट घेतेस?''

अल्लाबक्षकडं पाहत हसत-हसत रहिमतखान पुढं म्हणाला, ''हीसुद्धा कधी कधी घोटभर घेते. पण दुसऱ्या कुणाला माहीत नाही, बरं का? काय गं, खरंय का नाही?''

शहनाज संतापली होती. दिवसभर तिच्या मनावर रोशनच्या विचारानं दडपण आल्यासारखं झालं होतं. एकांतात येऊन रहिमतखाननं एक घोटभर घेतेस का म्हणून विचारलं असतं, तर 'हो' म्हणालीही असती. पण अल्लाबक्षसमोर विचारून रहिमतखाननं एका अर्थी तिची बदनामीच केली होती.

''चल—ऊठ, पुरे झालं आता! अल्लाबक्ष, तू नको हं त्याच्या नादाला लागूस!''

''होऽऽ नको लागू बाबा! हिच्या नादाला लागलेल्याचं कधी भलं होत नाही! पण मी आज किती तरी दिवसांनी प्यायलो, सांग बरं?''

''आता रोज पिशील? राजाचा सासरा होतोयस ना?''

''अरे यार, काय लाख बोललीस! राजाचा सासरा आणि तू सासू!'' अंगठा आणि निर्देशिका यांचा गोल करून तो हवेत हात हलवू लागला.

''पुरे झालं कौतुक. ऊठ आता!''

''आमचीही बाटली संपली. चल अल्लाबक्ष, थोडक्यातच गोडी असते; खरं की नाही?''

त्यांच्या झोकांड्या काही जात नव्हत्या, पण ते दोघे भरपूर प्यायले होते.

रोशन टेबलाच्या मध्यभागी खुर्चीवर बसली होती. तिच्या बाजूला अल्लाबक्ष आणि रहिमतखान, समोर शहनाज बसली.

''माँ, असला पांढरा रस्सा मी आयुष्यात कधी खाल्ला नव्हता!'' रोशन तो रस्सा चाखत म्हणाली.

“आता रोज खाशील यापुढं!” रहिमतखान बोलला आणि आपण फार मोठा विनोद केला, असं समजून हसू लागला. शहनाज त्याच्याकडं डोळे मोठे करून पाहत राह्यली.

“अल्लाबक्ष, बायकांच्या नजरेत काय जरब असते बघ! ती अशी रोखून बघू लागली की, माझी झट्कन उतरते. पण खरं सांग हं अल्लाबक्ष, अशी धुंद करणारी मदिरा प्यायल्यानंतर कोणी रागावू, नये असं नाही वाटत तुला?”

बिचारा अल्लाबक्ष खाली पाहून ताटातल्या सुक्या मटणावर ताव मारत होता. तोंडात घास असतानाच तो म्हणाला, “पहले खाओ, फिर बादमें बाते करो, वरना खाना ठंडा हो जाएगा!”

“अरे यार, छोड दो! शहनाज, तू असे डोळे वटारून माझ्याकडं बघू नकोस. मला हे सोन्यासारखं जेवण खायला जाणार नाही!”

“मग एवढी ढोसलीस कशाला?”

“पुन्हा तेच! आज आम्ही खुशीत आहे, म्हटलं तर! राजवाड्यात राजकुमाराचा वाढदिवस साजरा होतो आहे. आमच्याकडे सहा वर्षांनंतर रोशन आलेली आहे. मग आज आनंद करायचा नाही, तर केव्हा?”

रोशन त्या दोघांचं संभाषण ऐकत हसत-हसत त्या राजेशाही खान्याचा आस्वाद घेत होती. अमीना, सुलाबाई या दोन सेविका तिला आग्रह करीत होत्या. पण रोशन मिताहारी होती. सर्व पदार्थ उत्तम होते, पण तिनं ते थोडे-थोडेच खाल्ले. सर्वांच्या अगोदरच तिच्या ताटातली चपाती संपली. अमीनानं त्यानंतर तिला बिर्याणी वाढली.

गरम-गरम बिर्याणीचा खुशबूदार सुगंध घेत ती म्हणाली, “आज खूप जेवले. आता आणखीन काही डिश खायची शिल्लक नाही ना?”

“पुडिंग! ऑरेंज क्रीम पुडिंग आहे.” अमीना बाजूला बर्फात घालून ठेवलेल्या डब्याकडं बोट दाखवून म्हणाली.

“माँऽऽऽ आज मी काही जिवंत राहत नाही!” बिर्याणी खाता खाता रोशन म्हणाली.

त्यावर रहिमतखान लगेच म्हणाला, “माशाल्ला! रोशन, इतक्यात

मरायची भाषा करू नको बाई! अगं, तू जिवंत राह्यलीस तर आम्हाला हे ऐश्वर्य उपभोगायला मिळणार आहे! काय रे अल्लाबक्ष?''

अल्लाबक्षने नंदीबैलासारखी मान डोलावली. शहनाज मात्र रहिमतखानच्या बडबडीने वैतागली होती. ती अमीनाला म्हणाली, ''यापुढं हा जेव्हा घेईल, तेव्हा याला आमच्यासोबत जेवायला वाढायचं नाही!''

त्यावर रहिमतखान मोठ्याने हसला आणि म्हणाला, ''फार बरं होईल. तुझ्या या वटारलेल्या डोळ्यांचं दर्शन तरी होणार नाही! रोशन, तुझ्या माँला जरा समजावून सांग. मला अशी एकसारखं धारेवर धरत असते. आता मी प्यायलो आहे, हे खरं! खोटं बोलणं मी पाप समजतो. कुराणालासुद्धा खोटं बोलणं संमत नाही.''

''कुराणाला शराबसुद्धा संमत नाही.'' शहनाज हात धुवायला उठता उठता म्हणाली.

त्यावर रहिमतखान 'आ' वासून तिच्याकडं पाहत म्हणाला, ''कुराणाला संमत नव्हतं, ते शराब निराळं होतं; हे निराळं आहे. तूसुद्धा थंडी झाल्यावर गरम पाण्यातून थोडी घेतेस की नाही; खरं बोल!'' रोशन रहिमतखानकडं पाहून हसू लागली. हसता-हसता पुंडिगचा कटोरा बाजूला ठेवीत म्हणाली, ''अब्बाजान, कोणत्या गोष्टी चार-चौघांत बोलायच्या असतात, कोणत्या बोलायच्या नसतात, हे तुम्हाला काहीसुद्धा समजत नाही!''

''लोऽऽऽ! आता तूही मला शिकव! अल्लाबक्ष, बघ भाई—तुला म्हणून म्हणतो, तू इथंच राहा. या दोघी एक झाल्या की, माझी इथं काही डाळ शिजायची नाही!''

हसत-हसत तोही हात धुण्यासाठी उठला. शहनाज आणि रोशन दिवाणखान्यात येऊन बसल्या. अल्लाबक्ष आणि रहिमतखान या दोघांनी हुक्का पेटवून आपल्या खोलीत धूम्रपान सुरू केले.

शहनाजला शर्माजींनी रोशनला यापुढं चंद्रपुरात कसं वागायचं, याच्या सूचना देण्याबद्दल सांगितलं होतं. पण त्या विषयाला नेमकी सुरुवात कशी करायची, हेच शहनाजला समजत नव्हतं.

''बेटी रोशन...!'' तिनं बोलायला सुरुवात केली, तोच दारातं गाडी

येऊन थांबल्याचा आवाज झाला. शहनाज चट्कन उठली. महाराज स्वत:च आले होते. शहनाजने महाराजांना मुजरा केला. रोशननेही मुजरा केला. रोशनला जवळजवळ सहा वर्षांनंतर महाराज पाहत होते. तिच्यात आमूलाग्र बदल घडला होता. कपाळावर रुळणाऱ्या कुरळ्या केसांच्या त्या दोन बटा सावरीत ती अदबीनं महाराजांच्या बाजूला उभी होती. तिच्या हाताला धरून आपल्या शेजारी कोचावर बसवून घेत ते म्हणाले,

"ओळख विसरलीस की काय?"

मानेनंच तिनं नाही म्हटलं अन् याच वेळी तिच्या गालावर खळी पडली. डोक्यावरून तिनं झिरझिरीत ओढणी घेतली होती; पण महाराजांचं लक्ष आपल्या उरोजांकडं वारंवार जात आहे, हे पाहून ती दोन्ही हात छातीवर दुमडून बसली.

"तुझं पत्र वाचलं. इतकं सुंदर लिहायला कोणी शिकवलं तुला?"

स्तुतीने तिने मान खाली घातली. शहनाजला हा प्रसंग आज ना उद्या घडणार याची चांगलीच जाणीव होती. शर्माजींनी सर्व काही पक्कं झाल्याशिवाय महाराजांच्या नजरेस आणायचं नाही, असं सांगितलं होतं. पण आता महाराजच समक्ष आले म्हटल्यावर शहनाज काहीएक करू शकत नव्हती.

रेशमी शर्ट, पायांत ब्रिचेस आणि जोधपुरी चढाव घातलेले महाराज अल्पसं मद्य घेऊन आले होते. पण त्यांच्या हालचालीतून किंवा बोलण्यातून थोडीसुद्धा शंका येत नव्हती. टोकदार मिशा, कमानदार भिवया, किंचित मोठे पण बोलके डोळे, गव्हाळी रंग आणि आवाजात एक प्रकारची खानदानी जरब यामुळं महाराजांचं व्यक्तिमत्त्व अत्यंत प्रभावी दिसत होतं. हातातला सिगारेटचा टिन आल्या-आल्या त्यांनी टेबलावर ठेवला होता. त्यातली एक सिगारेट घेऊन त्यांनी शिलगावली. तोच बाजूच्या दारातून रहिमतखान आणि अल्लाबक्ष येऊन महाराजांना मुजरे करून बाजूला उभे राहिले.

"काय रहिमत, आजची भेट कशी काय वाटली?"

"माशाल्ला! हुजूर, हे काय विचारणं झालं? घेताना अगदी गुलाबाचं सरबत प्यायल्यासारखं वाटलं. पण अजून डोक्यातली धुंदी उतरायला तयार नाही. हायक्लास ड्रिंक्स होतं!"

"अरे, तू लेबल वाचलंस का वरचं? शंभर वर्षांची जुनी स्कॉच होती ती!"

"असेल—असेल!"

"बरं, यांची ओळख?" अल्लाबक्षकडं पाहत महाराजांनी विचारलं.

"हा अल्लाबक्ष, शहनाजचा चुलत भाऊ. प्रथमच येतो आहे तो चंद्रपूरला!"

"हांऽऽऽ तरीच, मी यांना अगोदर कधी पाहिल्याचं आठवत नाही!"

"तो आलाच नव्हता! या खेपेला रोशन त्याला आग्रह करून सोबत घेऊन आली आहे. पण लगेच चार दिवसांत परत जाणार म्हणतो!"

"का? चंद्रपूरला कंटाळला?"

"नाही हुजूर!" अल्लाबक्ष अदबीनं म्हणाला, "मला निजाम सरकारांच्याकडे नोकरी आहे!"

"कसली नोकरी आहे, विचाराना हुजूर?" — रहिमतखान.

"कसली?" महाराजांनी सिगारेट शिलगावून विचारलं.

"सरकारांच्या जनानखान्यावर सिक्युरिटी ऑफिसर आहे हा! बायकांशिवाय कोणाही पुरुषाला जनानखान्याकडं जायला बंदी आहे. चार दरवाजांवर संगिनींचा खडा पहारा असतो. त्या पहारेकऱ्यावरचा हा अधिकारी आहे. तिथं काय काय गंमती-जंमती होतात, एकदा विचारा ना याला?"

अल्लाबक्षने रहिमतखानच्या खांद्यावर हात ठेवीत म्हटलं, "काय नाही ते सांगतो हुजुरांना!"

"काय खोटं आहे त्यात? हुजूर, बुरखा घेऊन आत प्रवेश करणारा एक पुरुष सापडला होता. त्यानं कबुलीजबाब दिला होता. तो कबुलीजबाब त्याच्या तोंडून ऐकला, तर हसता-हसता पुरेवाट हेईल!"

"रहिमत, आपण असं करू—या बायकांसमोर ती चर्चा आता पुरे. तू, मी आणि अल्लाबक्ष एकदा मल्हारपेठच्या बंगल्यावर मुक्कामाला जाऊ आणि तिथं बैठक रंगवू!"

"माशाल्ला! हुजूर, खुदा कसम सांगतो, अगदी हीच कल्पना माझ्या डोक्यात होती. काय रे अल्लाबक्ष, मघाशी मी तुला काय सांगितलं?"

अल्लाबक्षनं होकारार्थी मान डोलावली.

महाराजांनी आपली नजर पुन्हा रोशनकडे वळवली. तेव्हा रहिमतखान म्हणाला, "हुजूर, हा अल्लाबक्ष प्रवासानं फार कंटाळलेला आहे. याला झोपायची जागा दाखवतो!"

मुजरा करून दोघेही तिथून निघून गेले. रहिमतखान महाराजांना आणि रोशनला बोलायला एकांत मिळावा म्हणून मुद्दामच तिथून निघून गेला, हे उघड होतं. पण अद्याप शहनाज तिथंच बाजूला उभी होती. तिला उद्देशून महाराज म्हणाले, "बैस ना, किती वेळ उभी राहणार आहेस? जेवण वेळेवर आलं ना?"

"होऽऽ!"

"तुला आवडलं?" रोशनकडे पाहत महाराजांनी विचारलं.

"खूपच आवडलं!"

"शहनाज, तू रोज एक डबा वाड्यांतून मागवून घेत जा!"

"कशाला हुजूर? अमीना आणि सुलाबाई उत्तम स्वयंपाक बनवतात!"

"बरं, तुला हवं तेव्हा सांगत जा, म्हणजे झालं! अरे, पण तू आज आम्हाला पान नाही दिलंस शहनाज?"

शहनाजला आपली चूक लक्षात आली. ती लगेच पानदान आणण्यासाठी आपल्या खोलीकडं वळली.

महाराजांनी रोशनचा हात आपल्या हातात घेत म्हटलं, "सहा वर्षं काय करत होतीस हैदराबादला?"

ती हसली आणि म्हणाली, "नस्सीमखालाकडे रियाज शिकत होते. घरी इंग्रजी शिकत होते."

"त्या गोष्टी तुला इथंही करता आल्या असत्या! शहनाजकडं गाणं शिकली असतीस, रहिमतखाननं तुला इंग्रजी शिकवलं असतं!"

"होऽऽऽऽ पण..."

"पण शहनाजला तुला इथं ठेवायची इच्छा नव्हती. एनी वे, झालं ते ठीकच झालं! कसं वाटतं चंद्रपूर?"

"छान! पण खूप बदल घडलेला आहे हायनेस!"

"काळ बदलतो आहे, आपणही कालमानाप्रमाणं बदलायला हवं! तुला शिकार पाहायची होती ना?"

"रियली हायनेस, तुम्ही ते अजून लक्षात ठेवलंत?"

"अर्थात! बऱ्याच दिवसांत शिकारीसाठी कोणी पाहुणेही आले नाहीत, अन् मलाही जायला जमलं नाही. आता निवांत अशी चार-आठ दिवसांची सवड काढणार आहे!"

"मी येऊ ना सोबत?"

"हे काय विचारणं झालं? अगं, तू सोबत आहेस, म्हणूनच मी हा शिकारीचा बेत आखणार आहे!"

"वंडरफुल!"

इतक्यात नक्षीच्या पानदानांतून दोन पानं घेऊन शहनाज आली. त्यातलं तिनं एक महाराजांना दिलं.

"रोशन, तू घे ना?"

"हायनेस, मला पान आवडत नाही."

"अं? मग पान खाणारा माणूसदेखील तुला आवडत नसेल?"

त्यावर खाली पाहून रोशन हसली.

महाराजांनीही हातातलं पान तबकात ठेवलं आणि ते शहनाजला म्हणाले, "आम्हालाही यापुढं पान नको! खरं म्हणशील, तर माझ्याकडं येणाऱ्या गोऱ्या पाहुण्यांना मी पान खाल्लेलं आवडत नसे. एकदा दिल्लीच्या पोलीस कमिशनरची पोरगी शिकारीसाठी आली होती. मी पान खाल्ल्याचं पाहताच ती म्हणाली, "हायनेस च्यूड लीव्हज ॲन्ड ब्लड केम इन हिज माऊथ!"

त्यावर रोशन मनसोक्त हसली. पण शहनाजला त्यातलं काही समजलं नाही, तेव्हा रोशन म्हणाली, "अगं, महाराजांनी पान खाल्लं आणि तोंडात रक्त आलं, असं त्या मुलीला वाटलं."

"एनी वे, केव्हा ना केव्हा मला पान सोडायचंच होतं; आज तुझ्यामुळं तो मुहूर्त साधला! थँक्स! येतो मी. शहनाज, काही लागलं-सवरलं तर सांगत जा. मला आताशा तू काहीशी अबोल वाटते आहेस! कारण काही

समजत नाही; पण एक सांगून ठेवतो, तुझ्या इच्छेविरुद्ध काहीही घडणार नाही.''

महाराज जायला निघाले, तेव्हा त्या दोघींनीही मुजरे केले. त्या वेळी रोशनकडे पाहून महाराज म्हणाले, ''यापुढं तू मला मुजरा करायचा नाहीस!''

''का?''

''मला आवडत नाही! मला घरच्या माणसांकडून मुजरे करून घेण्यात संकोचल्यासारखं वाटतं!''

महाराज निघून गेल्यानंतर शहनाज किती तरी वेळ पुतळ्यासारखी निश्चल उभी होती. रोशन तिच्या हाताला धरून म्हणाली,

''माँ, अगं, तुला झालंय तरी काय? बोलत का नाहीस? महाराज इतके चांगले वागतात, तरीही तुझं समाधान होत नाही? तुला हवंय तरी काय?''

''मला काय हवं आहे, हेच निश्चित समजत नाही.''

तबकांतं पानांचे दोन विडे तसेच पडून राहिले होते.

-०-०-०-

५

सदरेवर महाराज आणि शर्माजी यांची बराच वेळ चर्चा चालू होती. महाराज विचार करून म्हणाले,

''मग रोशनचे धर्मांतर करायलाच हवे तर?''

''अर्थात्! त्याशिवाय तिला महाराणी म्हणून संबोधता यायचं नाही! आणि तिला महाराणीचा दर्जा मिळावा, ही शहनाजची इच्छा आहे. मलादेखील तसंच वाटतं!''

''ठीक आहे. जगदगुरूंना पाचारण करा आणि योग्य असा मुहूर्त पाहून धर्मांतराचा दिवस ठरवून टाका!''

''होय हुजूर.''

''बरं, त्या फ्रेंच ॲव्हिएशन कंपनीचं पत्र आलेलं आहे. त्यांनाही उत्तर पाठवायला हवं. ते म्हणतात, सुरुवातीला काही दिवसांसाठी आम्ही आमचा पायलट तुम्हाला देऊ. चार महिन्यांत तुम्ही तुमचे पायलट्स शिकवून तयार करायला हवेत!''

''शैलेंद्रकुमार तयार आहे. त्यालाही पायलट व्हायची खूप इच्छा होती!''

''पण त्याच्या एकट्यावर विसंबून कसं भागेल?''

''एकदा आपण राजधानीत विमान आणलं, हे समजायचाच अवकाश; किती तरी जहागीरदारांची आणि मानकऱ्यांची मुलं आपण होऊन शिकायला पुढं येतील.''

''ती कंपनी आपल्या दुसऱ्या पत्रात म्हणते की, तुम्हाला दोन सीटचं एक प्लेन आणि चार सीटचं एक अशी दोन प्लेन्स एकदम खरेदी करावयाची असल्यास सवलतीच्या दरात मिळू शकतील. स्टेट एअर फोर्स तयार करायचा, तर निदान दोन तरी विमानं नकोत?''

''काही हरकत नाही. जवळपास जाण्यासाठी आपल्याला लहान प्लेनचा वापर करता येईल आणि दिल्ली, सिमला अशा ठिकाणी जाण्यासाठी मोठं प्लेन वापरता

येईल!''

"ठीक आहे. मग त्या फ्रेंच ॲव्हिएशन कंपनीला तसं कळवून टाकतो आणि लवकरात लवकर शिपमेंट करायला सांगतो!''

"शिपमेंटच करावी लागेल, कारण ती प्लेन्स इतक्या दूर येऊ शकणार नाहीत!''

विमानं खरेदी करण्याची ऑर्डर दिली गेली आणि त्याचबरोबर रोशनच्या धर्मांतराचीही तारीख निश्चित करण्यात आली.

त्या दिवशी रोशन भल्या पहाटे उठली. वाड्यातल्या आणखीन चार दासी तिला अभ्यंगस्नान घालण्यासाठी आल्या होत्या. स्नानाचा तो सोहळा बराच वेळ चालला होता. त्या दासींनी खास बनवलेलं चंदनाचं उटणं तिच्या सर्वांगाला लावलं. केसांना नारळाचं दूध लावून न्हाऊ घातलं. त्या दासी एरवी राणी पद्मावतींनादेखील न्हायला घालत. पद्मावतीराणीची कायादेखील अशीच नाजूक आणि बांधेसूद होती. पण रोशनच्या लावण्याला तोड नव्हती. तिला न्हाऊ घालणाऱ्या दासींनादेखील तिच्या शरीरातलं सौंदर्य जाणवलं. तिच्यापासून दूर जाऊ नये, असं काही जणींना वाटलं; मग महाराजांना तिनं वेड लावलं, यात आश्चर्य वाटण्यासारखं काहीच नव्हतं.

पुरोहित आणि चंद्रपूरचे जगद्गुरू यांनी होम-हवनादी कार्ये सुरू केली. मंत्रघोष सुरू झाला. रोशनला दासींनी सचैल स्नान घालून मंडपात आणलं. तिथं जगद्गुरूंनी तिच्या अंगावर गोमूत्र शिंपडलं आणि मोठ-मोठ्याने मंत्र म्हणायला सुरुवात केली. इतक्या स्वच्छ शरीरावर गोमूत्र शिंपडल्यामुळे रोशनला थोडं वाईट वाटलं. पण आता तिला काहीही करता येणं शक्य नव्हतं. मंडपाच्या एका बाजूला चंद्रपूरच्या दरबारातील जहागीरदार आणि मानकरी मंडळी बसलेली होती. दुसऱ्या बाजूला जाळीच्या पडद्याआड त्यांच्या स्त्रिया हा सोहळा बघण्यासाठी उपस्थित होत्या. हा सोहळा तासभर चालू होता. सोहळा संपत आल्यानंतर जगद्गुरूंनी शर्माजींना सांगितलं,

"धर्मांतराचा विधी संपत आलेला आहे. आता यांचं जे हिंदू नाव ठेवायचं, ते सांगा.''

त्यावर शर्माजी पुढं होऊन म्हणाले, "रत्नमालादेवी.''

रोशनची रत्नमालादेवी झाली. उपस्थितांनी टाळ्या वाजवून आनंद व्यक्त केला. जमलेल्या सुवासिनींनी रत्नमालादेवींना हळदकुंकू लावलं. ज्या प्रसंगाची शहनाज इतके दिवस आतुरतेनं वाट पाहत होती, तो प्रसंग समक्ष घडत असताना मात्र तिच्या डोळ्यांतून एकसारखे अश्रू वाहत होते. माय-लेकीचं नातं या धर्मांतरानं संपुष्टात आलेलं होतं. त्याची तिला एकसारखी जाणीव होत होती. रहिमतखान मात्र मोठ्या खुशीत होता. स्टँड कॉलरचा निळा सर्जचा कोट, भट्टीची पांढरी शुभ्र विजार आणि डोक्याला पांढऱ्या फरची टोपी घालून तो परिचितांकडून अभिनंदनाचा स्वीकार करीत होता. धर्मांतर झालं रोशनचं अन् रहिमतखान मात्र आपण राजांचे श्वशुर झाल्याच्या थाटात वावरत होता.

गर्द निळ्या भरजरी शालूत रत्नमालादेवी राणी विधी आटोपल्यानंतर जहागीरदारांच्या स्त्रिया बसल्या होत्या, त्या बाजूला गेल्या. त्या जमावात अनेक सुस्वरूप अशा स्त्रिया होत्या. त्यांना जवळून जेव्हा नूतन राणीचं दर्शन घडलं, तेव्हा त्यांच्या तोंडून 'च्लक्' या आश्चर्योद्गाराशिवाय काहीच बाहेर पडलं नाही. खाली मान घातलेली ती राणी रत्नमाला सर्वांच्या नजरेचा केंद्रबिंदू बनली होती.

महाराज आणि राणी पद्मिनीदेवी मात्र या समारंभास उपस्थित नव्हते.

रत्नमालादेवीचं निवासस्थानही त्या दिवसापासून बदललं. राजवाड्यापासून दोन फर्लांगावर एक छोटा बंगला होता. त्यात महाराजांचे वडील राहत. कधी गोरा पाहुणा आला आणि त्याला थोडी स्वतंत्रता हवी असली, तर त्या बंगल्यातच त्याची व्यवस्था केली जाई. त्या बंगल्याचे नाव होते रोमन व्हिला!

रत्नमालादेवीच्या दिमतीला चार दासी, दोन हुजरे, गाडी, ड्रायव्हर आणि दोन स्वयंपाकी देण्यात आले. खासगीतून दरमहा एक हजार रुपयांचा तनखाही नूतन राणीला सुरू करण्यात आला.

तलावाच्या दुसऱ्या टोकास रोमन व्हिला होता. त्यामुळे भोवताली गारवा होता. गोऱ्या लोकांना हिंदुस्थानातली हवा खूपच गरम वाटे, म्हणून थोरल्या महाराजांनी तलावाच्या काठी हा रोमन व्हिला बांधला होता. या

छोट्या बंगल्यात मोजकंच, पण अत्याधुनिक फर्निचर होतं. बाथरूममध्ये शॉवर, टब इत्यादी सुविधा होत्या.

रत्नमालादेवी या बंगल्यामध्ये राहण्यासाठी यायच्या अगोदर महाराजांनी घरगुती पद्धतीने तिच्याशी विवाह केला.

"रत्ना, यापुढं तुला त्या बंगल्यात राहायचं आहे. तुला भिंतींना कोणता रंग हवा, फर्निचरवर कोटिंग कोणत्या रंगाचं हवं, सर्व काही कारभाऱ्यांना सांग. तुझ्या आवडी-निवडीप्रमाणे तिथं व्यवस्था केली जाईल!"

त्यावर रोशन म्हणाली, "तिथं मला फारसा बदल काही नको आहे; फक्त तिथला कमोड तेवढा काढायला हवा."

त्यावर महाराज हसत हसत म्हणाले, "वेडी आहेस. त्याचीसुद्धा तुला सवय व्हायला हवी. उद्या माझ्यासोबत इंग्लंड, फ्रान्स किंवा अमेरिकेला जायची वेळ आली तर काय करशील?"

"पुढचं पुढं पाहता येईल हायनेस; निदान तूर्तास तरी तिथं निराळी व्यवस्था हवी!"

"ठीक आहे. आणखीन?"

"गच्चीवर मला झोपाळा हवा!"

"झोपाळा? काही तरीच काय? अगं तो रोमन व्हिला युरोपियन धर्तीचा बंगला आहे. तिथं झोपाळा म्हणजे मडमेच्या नाकात नथ घातल्यासारखं होईल!"

"मला चांदण्या रात्री झोपाळ्यावर पडून आकाशातले ग्रह-तारका पाहायला फार आवडतात!"

"ठीक आहे, मंजूर! आणखीन काही?"

"एक छोटा स्विमिंग टँक!"

"तो कशाला हवा? आपल्या पॅलेसच्या आवारात केवढा तरी स्विमिंग टँक आहे. लहर आली तर तिथं जात जा ना?"

"तिथं नाही जाणार मी! मला माझ्या एकटीपुरता स्वतंत्र हवा!"

"आणि मलाही तुझ्यासोबत पोहावंसं वाटलं तर?"

"आपल्या दोघांपुरताच छोटासा टँक हवा!"

हसत-हसत महाराज म्हणाले, "रत्ना उगाच काही तरी डोक्यात घेऊ नकोस. गोऱ्या पाहुण्यांसाठी थोरल्या महाराजांनी बांधलेला स्विमिंग टँक बघून तरी घे एकदा! तिथं स्टँड आहे, आत झोपाळे आहेत, शिवाय बंदिस्त आहे. पोहायला जागा कशी प्रशस्त हवी. तिथं रोमन व्हिला बंगल्याच्या आवारात छोटा स्विमिंग टँक नको, असं मला वाटतं!"

"मला हवा आहे; मग बोला!"

"नाइलाज आहे!" हवेत हात उडवून महाराज म्हणाले,

"एनीथिंग एल्स?"

"नथिंग मोअर!"

रत्नमालादेवी राणीसाहेब रोमन व्हिला बंगल्यात राहायला गेल्या, त्या दिवशी रात्री महाराज तिथं मुक्कामाला गेले. राणीपद मिळालं, अमाप ऐश्वर्य भोगायला मिळणार आहे, कशाचीही ददात पडणार नाही; हे सारं ठाऊक असूनही रोशनच्या मनाला एक रुखरुख लागून राहिली होती— 'आपण कोणाच्या तरी हक्कावर अतिक्रमण करतो आहोत!'

त्या काळी एकापेक्षा अधिक लग्नं करण्याचा रिवाज होता. शिवाय पदरी जनानखाना बाळगणं, हे राजेलोकांचं खास ऐश्वर्य मानलं जात होतं. तरीही रोशनचं भावनाप्रधान मन काहीसं नाराज होतं.

'महाराणी पद्मावतीदेवी सुस्वरूप आहेत. नजर लागावी अशी दोन गोंडस मुलंही त्यांना आहेत. मला महाराजांनी धर्मांतर करून राणीपद जरी बहाल केलं असलं, तरी मी कोणाच्या तरी सुखाआड येते.'

रोशन एकटीच विचार करीत राह्यली. रोशनच्या सूचनेप्रमाणं रोमन व्हिलाच्या गच्चीवर तीन बाय सहाचा उत्तम सागवानी झोपाळा उभा केला होता. वरचं आकाश दृष्टिआड होऊ नये, म्हणून आडव्या गर्डरवर झोपाळ्याच्या साखळ्या टांगलेल्या होत्या. महाराजांनी पहिली भेटही तिसऱ्या मजल्याच्या गच्चीवर आयोजित केली होती.

झोपाळ्यावर गादी अंथरलेली होती. टेकायला लोड होते. साखळीला सोनचाफ्याच्या माळा गुंफलेल्या होत्या. गच्चीत बाजूला टेबल मांडलेलं होतं. टेबलावर सोड्याच्या बाटल्या, ग्लास आणि बर्फाची पेटी होती.

महाराजांचा खास विश्वासू हुजऱ्या शिवराम यानं स्वत: तिथं येऊन हा बंदोबस्त केला होता. तो सारा सरंजाम टेबलावर रचताना खालून रोशन आली आणि म्हणाली,

"शिवराम, हे सारं हवंच का रे?"

मुजरा करून शिवराम म्हणाला, "राणी सरकार, खुद्द हुजुरांचीच तशी आज्ञा आहे!"

"पण याचा काहीएक उपयोग नाही!"

"आपण तसं हवं तर म्हणा राणी सरकार; मला कसं तसं म्हणता येईल?"

"ठीक आहे. तुला सांगितलेलं आहे, तर तू लावून ठेव!"

त्यानंतर रोशन किचनमध्ये आली. बदामाचं दूध काढून त्यात चिकन बनवलेलं होतं. पिस्त्याचं आइस्क्रीम तयार झालेलं होतं. बाजूच्या शेगडीवर 'दमाची' बिर्याणी तयार होत होती. महाराजांनी जरी रोशनसाठी दोन आचारी दिले असले, तरी आजचं जेवण हे खास तिच्याच मार्गदर्शनाखाली तयार होणार होतं. चंद्रपूरसारख्या सधन आणि समृद्ध संस्थानच्या राजाची आपण आज राणी झालो आहोत, ही जाणीव तिला एका निराळ्या विश्वात घेऊन जात होती; अन् त्याच वेळी आपण कोणावर तरी अन्याय करतो आहेत, या जाणिवेची खंत वाटत होती. अशा परस्पर-भिन्न विचारांच्या लहरीत ती वावरत होती.

शहनाजनं तिला यापूर्वी खूप सूचना देऊन ठेवलेल्या होत्या. 'राजेलोक जसे अत्यंत दिलदार असतात, तसे ते अगदी हलक्या कानाचे असतात. चुगलखोरांचं संस्थानिकांजवळ फार फावतं.

'तुला राणीपदाचा मान मिळाला याचा अर्थ तू सदैव महाराजांच्या मर्जीत राहशीलच, असं मात्र समजू नकोस! राजांनी खूष होऊन काही मौल्यवान वस्तू दिल्या, तर त्या नाकारत जाऊ नकोस! यदाकदाचित राजाची गैरमर्जी झाली आणि इथून स्थलांतर करण्याची वेळ आली तर त्या वस्तू मोडून आपल्याला काही काळ चरितार्थ चालवता येईल! भावनाविवश होऊन राजांना आपला अंदाज कधी द्यायचा नाही.' हे सर्व सांगून झाल्यावर

शहनाज म्हणाली, ''आणि शेवटचं महत्त्वाचं सांगून ठेवते, ते नीट लक्ष देऊन ऐक. मूल झालेल्या स्त्रीवर राजेलोक नंतर फारसं प्रेम करीत नाहीत. तेव्हा मूल होऊ द्यायचं नाही, हे कटाक्षानं लक्षात ठेव! मूल झालं की, राजेलोकांच्या मर्जीला ओहोटी लागलीच, असं समज! राणी पद्मावतीदेवी काही कमी स्वरूपवान नाहीत, पण तरीही त्यांना मुलं झाल्यापासून महाराजांची त्यांच्याकडे पाहण्याची भावना बदलत गेली. 'पुढच्याला ठेच, मागचा शहाणा' हे तत्त्व डोळ्यांसमोर ठेव! मूल न व्हावं, यासाठी मी तुला काही खास मार्ग आणि औषधी सांगून ठेवते!'

शहनाजनं रोशनला धर्मांतर होण्याअगोदरच या सर्व सूचना देऊन ठेवल्या होत्या. पण अद्याप त्या सूचनांचं पालन करण्याचा प्रसंग रोशनवर आलेला नव्हता.

रात्री आठच्या सुमारास पॅलेससमोरून येणाऱ्या गाडीचे दिवे दिसले. गाडी रोमन व्हिलाच्या दिशेनंच येत आहे, असं पाहून रोशन खाली आली. महाराज इंग्रजी वेष परिधान करून आले होते. उभ्या रेघा असलेला वूलनचा सूट, नेकटाय आणि केसांचा भांग पाडलेला, हातात सिगारेटचा टिन. रोशननं महाराजांना मुजरा केला. तेव्हा महाराज थबकून म्हणाले, ''तुझी स्मरणशक्ती अगदी दुर्बल दिसते?'' हातातलं पॅकिंग सावरत ते उभे होते.

''काय झालं हुजूर?'' रेशमी साडीच्या पदराशी चाळा करीत रोशननं विचारलं.

''तुला काय सांगितलं होतं? घरच्यांनी मला मुजरा केल्याचं आवडत नाही, असं म्हणालो होतो की नाही?''

''जी हुजूर!''

''बरं, इथं तुझं बस्तान व्यवस्थित बसलं ना?''

''जी हुजूर!''

''शिवराम येऊन गेला?''

''होय हुजूर!''

''इतका वेंधळा आहे— नेमकी स्कॉचची बाटली तिथं ठेवून आला आहे! कोण आहे रे तिकडं?'' हुजऱ्या नारायण धावत पुढे आला. मुजरा

करून बाजूला थांबला.

''जा, माझ्या सीटजवळ व्हिस्कीची बाटली आहे, ती घेऊन ये!''
त्या वेळी रोशन काही बोलली नाही. महाराज तिच्या पाठोपाठ जिना चढू
लागले. त्यांचं लक्ष त्या वेळी पायरीवर नव्हतं, ते स्थिरावलं होतं रोशनच्या
पार्श्वभागावर. तिच्या नितंबाची होणारी हालचाल न्याहाळत ते एक-एक टप्पा
वर चढत होते.

तिसऱ्या मजल्यावरच्या गच्चीवर आल्यानंतर त्यांनी फुलांनी सजवलेला
तो झोपाळा पाहिला आणि हसून ते म्हणाले, ''हे काय? कशाला ही सोंगं
केलीस?''

''मी काही केलेलं नाही!''

''मग कोणी?''

''कारभाऱ्यांनीच ही व्यवस्था केली!''

''ते अजून शंभर वर्षे मागं आहेत! असू देत, त्यांनाही उगाच वाईट
वाटायला नको.'' झोपाळ्याला लावलेल्या सोनचाफ्याची माळ नाकाजवळ
नेऊन ती महाराजांनी हुंगली आणि ते म्हणाले, ''बाकी म्हाताऱ्याला 'चॉईस'
आहे हं! शर्माजींना मी नेहमी सांगत असतो की, तुम्ही काही ढोबळ चुका
करत असला, तरी कधी कधी तुमचं वागणं विस्मयकारक असतं!''

महाराज खुर्चीवर बसले. इतक्यात खालून व्हिस्कीची बाटली घेऊन
नारायण आला. ''ठेवून दे तिकडं टेबलावर आणि हे बूट सोड. मी आपला
रोमन व्हिलात जायचं म्हणून इंग्रजी थाटात आलो. तुझ्यासाठी काय आणलंय,
बघ ना?''

''काय आहे?''

''ओळख?''

''मला अजून आपल्या स्वभावाचा अंदाज लागायचा आहे!''

''बरंय!''

नारायणनं बूट आणि पायमोजे काढून बाजूला ठेवले आणि तो
महाराजांचा एकांताचा मूड पाहून मुजरा करून निघून गेला.

बूट काढल्यानंतर महाराजांनी कोट काढून खुर्चीला अडकवला.

नेकटायची गाठ सैल करून तोही काढून खुर्चीच्या दांडीवर ठेवला. गळ्याजवळचे शर्टाचे बटण काढले आणि ते झोपाळ्यावर लोडाला टेकून पाय लांब करून आकाशाकडं पाहत म्हणाले,

"बाकी, मला तू इतकी रसिक असशील, ही कल्पना नव्हती! काय सुरेख वाटतं! ये—" महाराज झोपाळ्यावर बसल्यानंतर झोपाळा थोडा वेळ हलत होता. रोशन बाजूला उभी होती. महाराजांनी 'ये' म्हणून हात करताच ती संकोचून पुढं न येता, होती तिथंच थांबली!

"जगातल्या सर्व बायका इथून-तिथून सारख्याच! मनात तर असतं, पण वरून असं भासवायचं की..." असं म्हणत महाराजांनी तिला हाताला धरून झोपाळ्यावर आपल्याशेजारी बसवून घेतलं. तिच्या कमरेभोवती हाताचा विळखा घातला.

"रोशनऽऽऽ!"

"माझ्या स्मरणशक्तीला आपण नावे ठेवलीत आणि आता आपण?"

"काय झालं?" महाराजांनी तिचा हात हातात घेत विचारलं,

"माझं नाव काय?"

"आय सीऽऽऽ आता आलं लक्षात! रत्नामालादेवी! पण हे नाव आगगाडीसारखं लांबलचक आहे, असं नाही वाटत तुला?"

"तसं थोडं आहे खरं!"

"मी तुला 'रत्ना' म्हणत जाईन. चालेल?"

तिनं मानेनंच होकार दर्शविला.

"बरं, आता इथं माझ्याशेजारी टेकून वर बघ बरं, काय सुरेख दिसतं आकाश!"

"आपण आजपर्यंत असं कधीच पाह्यलं नव्हतं?"

"खूप वेळा पाह्यलं असेल. पण त्या वेळी तुझ्यासारखी रसिकतेची जाणीव देणारी व्यक्ती जवळ नव्हती!"

महाराजांनी तिला जवळ ओढून तिच्या गालाचं चुंबन घेतलं. तिचं सर्वांग शहारलं.

महाराजांच्या जवळ पडल्या-पडल्या तिनं डोळे मिटून घेतले.

“रोशन!”

“नव्हे, रत्ना!” डोळे मिटूनच ती म्हणाली.

“लक्षातच राहत नाही; सवय व्हायला हवी!”

“हायनेस...”

“बोल...!”

“एक विनंती करायची आहे!”

“बोल ना?”

“आज आपणासाठी मी इतकं उत्तम जेवण बनवलेलं आहे; त्याचा आस्वाद घ्यायचा असेल तर...!”

“तर काय?”

“तर, आपण आज मद्य घेऊ नये!”

“अरे व्वाऽऽऽ! त्या दिवशी पागा बिल्डिंगमध्ये तुला आवडत नाही म्हणून विडा खाल्ला नाही मी. पण तू अशीच माझ्यावर बंधनं घालावी म्हणशील, तर कठीण आहे!”

“बंधनं घालावी, या हेतूनं नाही म्हणाले मी हायनेस!”

“मग याचा अर्थ काय? मी तर आज ठरवून आलो आहे, तुलादेखील दीक्षा द्यायची!”

“मलाऽऽऽ!” चट्कन उठून बसत ती म्हणाली, “हायनेस, कृपा करून तेवढं करू नका.”

“राह्यलं! मला कोणावर जबरदस्ती करायला मुळीच आवडत नाही. पण मी मात्र इथं येताना मनातून ठरवून आलो होतो— तुलाही थोडी व्हिस्की द्यायची. तू घेतलीस, तर मला बरं वाटेल! शिवाय लवकरच युरोपच्या प्रवासाला आपणाला जायचं आहे. तिथं हे घेतल्याशिवाय चालणार नाही. विलक्षण थंडी असते! आतापासूनच तुला थोडा-थोडा सराव असलेला बरा!”

ती महाराजांचा हात हातात घट्ट धरून बसली होती. त्या मांसल ऊबदार हातातली ऊब तिला जाणवत होती. महाराजांचं बोलणं इतकं लाघवी होतं की, रोशनला मद्याबद्दल आकर्षण नसतानादेखील आज केवळ

त्यांच्या इच्छेला मान द्यावा, असं तिला वाटू लागलं.

''या कागदी खोक्यात काय आहे हुजूर?''

''तुला ओळखता येत नाही ना? मग सोडूनच बघ!''

तिने पॅकिंग सोडायला सुरुवात केली, तेव्हा महाराजांनी उठून ग्लासांत व्हिस्की ओतायला सुरुवात केली.

''मग घालू या ग्लासात थोडी?''

दुसऱ्या ग्लासाजवळ बाटली नेऊन महाराजांनी तिला विचारलं.

पॅकिंगचे कागद सोडता-सोडता ती म्हणाली.

''अगदी थोडं. आयुष्यात मी कधीही त्याला आजपर्यंत स्पर्श केलेला नाही!''

''ठीक आहे, तुला त्रास होईल इतकं मुळीच देणार नाही मी!''

रोशनने ते पॅकिंग उलगडलं. आतल्या तगडाच्या डब्याचं टोपण उघडलं. त्यात एक रेशमी झगा होता. तो हातात धरून ती म्हणाली,

''हायनेस, हे कुणासाठी?''

''तुझ्यासाठी! तू जिथं राहणार आहेस, ती खास गोऱ्या पाहुण्यांची जागा आहे! इथं येताना मीही बूट, टाय घालून आलो. तुझ्यासाठीही हा झगा आणला!''

''पण झगा घालायला मी काय लहान आहे?''

''लहान म्हणून नव्हे रत्ना, हा युरोपियन ड्रेस आहे! तुझ्या या दोन वेण्यादेखील छाटायच्या आहेत मला!''

असं म्हणताच रोशननं पाठीवरच्या आपल्या दोन्ही वेण्या धरून म्हटलं, ''हायनेस, कृपा करून एवढं मात्र करू नका. माझं माझ्या केसांवर फार प्रेम आहे! माझे केस पाहून बायका आश्चर्यचकित होतात. मला माझे केस फार आवडतात!''

''पण तू मला बॉबकट केल्यानंतरच अधिक आवडशील!''

''हायनेस, तुमच्या आवडीच्या शंभर गोष्टी सांगा, मी त्या करेन; पण माझ्या केसांना मात्र धक्का लावू नका!''

''हे घे, नंतर आपण त्या विषयावर बोलू.'' असं म्हणून महाराजांनी

व्हिस्कीचा ग्लास तिच्या हाती दिला.

"चिअर्स—" महाराज आपला ग्लास तिच्या ग्लासाला भिडवून म्हणाले, "चिअर्स हनी!"

तो ग्लास ओठाजवळ नेला, पण लगेच तो बाजूला करून ती म्हणाली, "हायनेस, कसा तरीच वास येतो!"

"वेडी आहेस! शंभर वर्षांची जुनी स्कॉच आहे ती! एक घोट घे, म्हणजे तिची किमया समजेल!" रोशननं मन घट्ट केलं. श्वास बंद करून ग्लास ओठाला लावला आणि एका दमात तो संपवून टेबलावर ठेवून दिला. तेव्हा महाराज हसत-हसत म्हणाले,

"रत्ना, ही पद्धत अगदी रानटी आहे. चंद्रपूरचे भिल्ल अशा पद्धतीनं पितात. सोफिस्टिकेटिड लोक सिप बाय सिप घेतात! यापुढे कधी पार्टीत ड्रिंक्स घेण्याची वेळ आलीच, तर असा जंगलीपणा मात्र करायचा नाही हं!"

"मुळीच करणार नाही!" पुन्हा तो झगा हातात धरून रत्ना म्हणाली, "हा मी जर घातला, तर वेड्यासारखी दिसेन!"

"तसं वाटतं तुला! एकदा सवय झाली की, त्याच्याशिवाय दुसरं काहीच नको म्हणशील!"

"हायनेस, किती झालं तरी मी 'इंडियन' आहे."

"बरं, तुझा आवडीचा वेष कोणता?" महाराजांनी एक घोट घेऊन सिगारेट शिलगावून विचारलं.

"खमीज आणि सलवार. मला पंजाबी ड्रेससारखं दुसरं काहीच आवडत नाही. आज ही साडी मी नेसले आहे, पण मला जसं काही चोहो बाजूंनी बांधून घेतल्यासारखं वाटतंय...चालता-चालता पायांत साडी अडकून पडेन की काय, असं वाटतं!"

त्यावर महाराज सिगारेटचा एक झुरका घेऊन म्हणाले, "दिल्लीला पंजाबी ड्रेस फारच छान मिळतात. आपण गेलो म्हणजे, तेथूनच घेऊन येऊ! पण चंद्रपुरात बाहेर कसल्या समारंभाला जायची वेळ आली तर, मात्र साडीच हवी हं!"

“जी हुजूर!”

“बंगल्यात तुला वाटेल तसे कपडे घालायला माझी काही हरकत नाही.”

रोशनच्या मस्तकात व्हिस्कीची धुंद नशा तरळू लागली. रोमारोमांतून चैतन्य उफाळून आल्याचा भास होऊ लागला. महाराजांच्या खांद्यावर मान टाकून ती झोपाळ्यावर बसली. ते तिच्या पाठीवरून हात फिरवता-फिरवता म्हणाले,

“रोशन...अरे, सॉरी! रत्नाऽऽ!”

“उंऽऽ!”

“यातलं थोडं घेणार?” रोशनच्या ओठांजवळ आपला ग्लास घेऊन महाराजांनी विचारलं. रोशननं नकार दिला नाही. तिने त्यांच्या ग्लासाला ओठ लावले अन् एक घोट घेतला. महाराज म्हणाले, “चल, वन मोअर अँड वुई गो फॉर डिनर!”

रोशनचं अंग तापलं होतं. महाराजांच्या मिठीतून दूर जाऊ नये, असं तिला वाटत होतं. पण महाराज मात्र प्रत्येक गोष्ट संयमानं करीत होते. रोशनची ती अवस्था त्यांनी ओळखली अन् ते तिला म्हणाले, “चल, तुझा आस्वाद घेण्याअगोदर तुझ्या जेवणाचा आस्वाद घ्यायचा आहे मला.”

उठता-उठता त्यांनी तिच्या ओठांचं चुंबन घेतलं.

-०-०-०-

६

पूर्वेच्या खिडकीतून सूर्यकिरण आत आले तशी रोशन जागी झाली. तिनं अंथरुणावर उठून बसून डोळे चोळले. बाजूला महाराज नव्हते. ते केव्हाच उठून पॅलेसवर गेले होते. रोशननं टेबलावरच्या घड्याळात पाह्यलं. सव्वाआठ वाजले होते. सारं शरीर आळसावलं होतं. रात्री महाराजांच्या समवेत केलेल्या रतिक्रीडेची तिला आठवण आली अन् तिचं स्वत:कडे लक्ष गेलं. अंगावर काहीही वस्त्र नव्हतं. त्यासरशी तिनं पायावरची रजई अंगावर ओढून घेतली. तिचा पेटीकोट, ब्लाऊज आणि साडी बाजूच्या टेबलावर पडलेली होती. रजई अंगाभोवती लपेटूनच ती उठली. दाराला आतून बोल्ट लावला आणि तिनं कपडे चढवले. त्यानंतर ती आरशासमोर येऊन उभी राहिली अन् स्वत:शीच म्हणाली,

"काल सकाळी तू जी होतीस, ती आज राह्यली नाहीस!"

महाराजांनी रात्री काय काय प्रकार केले, हे तिला तुटक-तुटक आठवत होते. व्हिस्कीच्या नशेनं तिच्या स्मरणशक्तीला एक पातळ अन् झिरझिरीत अशा पटलाखाली दडपून टाकलं होतं. पण समागमातला तो अत्युच्च आनंदाचा क्षण मात्र तिला स्पष्ट जाणवला. आरशात पाहून ती स्वत:शीच हसली. रात्री त्या प्रसंगी महाराज तिच्याशी काय काय बोलले, हे ती आठवण्याचा प्रयत्न करू लागली; पण त्यांचे सर्व उद्‌गार तिला काही केल्या आठवत नव्हते. आठवत होते ते फक्त एकच वाक्य— "या दिवसाची वाट पाहण्यासाठी मला सहा वर्षं थांबावं लागलं!" रात्री बराच वेळ ती त्या वाक्याचा अर्थ लावण्याचा प्रयत्न करीत होती पण तिचं स्मृतिपटल कमकुवत झालं होतं. आता उठल्या-उठल्या तिला ते वाक्य आठवलं अन् त्याचा अर्थ लागला. सहा वर्षांपूर्वीच महाराजांना माझ्याबद्दलची आसक्ती निर्माण झालेली

होती. पण तेव्हा मी लहान होते! पण अशी एखाद्या पुरुषाला लहान मुलीविषयी आसक्ती का वाटावी? अनैसर्गिक इच्छा नाही का ती? मॉंनं आणि अब्बाजाननं मला दादी आजारी असल्याचा बहाणा करून इथून हलवलं, तेदेखील त्यासाठीच!

ब्रशनं दात घासता-घासता ती दुसऱ्या मजल्याच्या गच्चीत आली. सूर्य बराच वर आला होता. तलावाचं पाणी चमचम करीत होतं. हिवाळा संपत आला होता तरीही पिनटेल, रेडपोचर्ड, बहामनी अशी फिरस्ती बदके जागोजागी दिसत होती. तलावाच्या पलीकडे असलेल्या पागा बिल्डिंगकडे रोशनचं लक्ष गेलं. तिथल्या गच्चीत शहनाज उभी राहून तिला हात करीत होती. रोशननेही हात हलविले अन् त्याच वेळी तिला आठवलं, महाराज मला विचारत होते, इथं तुला आणखी काय हवं; त्या वेळी टेलिफोन हवा, हे सांगायला मी विसरले. आता इथं फोन असता, तर मी मॉंशी बोलले नसते? रात्री इथं काय झालं, हे तिला फोनवर सांगितलं नसतं?'

इतक्यात दासीनं दारावर टक्‌टक् केलं. रोशननं आत येऊन दार उघडलं. ती भट्टीचे बेडशीट्‌स घेऊन वर आली होती.

"हे काय?"

ती हसली आणि खोलीतल्या डबल बेडकडे बोट दाखवून म्हणाली, "तो बदलायला हवा."

रोशन तिच्याकडं पाहून हसली आणि तोंड धुण्यासाठी बाथरूमकडं जाता-जाता म्हणाली,

"चहा घेऊन यायला सांग लवकर आणि महाराज केव्हा गेले गं?"

"पाच वाजताच गेले!"

"इतक्या लवकर उठतात? का आजच उठले?"

गादीवरचं बेडशीट काढता-काढता ती म्हणाली,

"रात्री झोपायला तीन वाजले, चार वाजले, तरी ते पाच वाजताच उठतात!"

"काय करतात इतक्या लवकर उठून?"

"प्रथम स्नान करतात आणि मग रायडिंगला जातात पाच-सहा मैल!"

"इतक्या दूर?"

"हो, कधी कधी स्टेशनकडे जातात आणि तिथून फोन करतात, मग त्यांना आणायला गाडी जाते!"

"आणि घोडा?"

"त्याच गाडीतून साईस जातो, तो घोडा परत आणतो."

"वंडरफुल! राजेलोकांचं सारंच काही और असतं, नाही?"

"हंऽऽऽ! सगळंच काही और असतं!"

गादीवर नवीन बेडशीट व्यवस्थित घालून ती म्हणाली, "ब्रेकफास्टही आत्ताच घेणार, की अंघोळीनंतर?"

"अंघोळीनंतर!"

रोशन ड्रेसिंग टेबलासमोर बसली आणि आरशातून तिला महाराजांनी रात्री आणलेलं ते झग्याचं पॅकिंग दिसलं. उठून तिनं त्यातला तो झगा काढून आरशासमोर उभं राहून, आपण तो घातला तर कसा दिसेल याचा अंदाज घेतला अन् महाराजांना तो एकदा घालून दाखवायचा, असं तिनं मनाशी ठरवलं.

चहाचा ट्रे घेऊन दासी आली आणि म्हणाली, "तुमचे वडील आले आहेत खाली!"

"अब्बाजान? अगं, मग वर का नाही आणलंस त्यांना?"

"तेच म्हणाले, "राणी सरकारना मी वर येऊ का विचारा!"

"राणी सरकार? काही तरीच, जा बोलव त्यांना वर!"

रहिमतखान वर येईपर्यंत रोशननं दोन कप चहा बनवून ठेवला. रहिमतखान आत येताच तिला वाकून मुजरा करू लागला, तेव्हा ती म्हणाली,

"ही काय चेष्टा चालवलीय अब्बाजान?"

"चेष्टा नाही राणी सरकार ही! आपणसुद्धा संस्थानी रीतीरिवाज पालन करायला हवेत!"

"पुरे झालं! हा चहा घ्या—" चहाचा कप रहिमतखानकडं उचलून देत रोशन म्हणाली. "माँनं आत्ता मघाशी मला गच्चीतून हात केला होता."

"हो, रात्रभर झोपली नाही!"

"का?"

"वेडी आहे झालं! बरं, मी एक चार दिवस मुंबईला जाऊन यावं म्हणतो आहे!"

"मुंबईला? बहुतेक रेसचा सीझन सुरू झाला असणार!" चहाचा एक घोट घेत रोशन म्हणाली.

"तुझ्यापासून लपवण्यात काही अर्थ नाही." असं म्हणून रहिमतखाननं खिशातून रेसचं पुस्तक काढलं आणि तो म्हणाला, "या वेळी चार घोडी इतकी 'सर्टन' आहेत की, त्यावर लावण्यासाठी फक्त पैसेच हवेत!"

"अब्बाजान, पुरे झाला आता हा षोक! रात्रंदिवस डोक्यात असणारं हे वेड आता काढून टाका."

"हे वेड नाही रोशन. या खेपेला मला फक्त पाचशे रुपये दे, मी तुला एक हजार रुपये परत करीन!"

"अहो, पण माझ्याजवळ एवढे पैसे कुठले?"

"काल तुला कारभाऱ्यांनी एक हजार रुपये दिले आहेत!"

"म्हणजे सगळी बातमी काढून आलात तर इथं पण अब्बाजान मला रेस बिलकुल आवडत नाही! मी तुम्हाला रेस खेळायला पैसे देणार नाही! माँला तुम्ही आजपर्यंत या रेसच्या छंदापायी अगदी कफल्लक करून टाकलेलं आहे; मला कफल्लक व्हायचं नाही!"

"कफल्लक? हा शब्ददेखील आता तू उच्चारू नयेस बेटी! आज तू राजाची राणी झालेली आहेस. संपत्ती आणि ऐश्वर्य तुझ्या पायी लोळण घेत आलेलं आहे."

"काही झालं तरी मी तुम्हाला रेस खेळायला एक दमडीदेखील देणार नाही— हो, सांगून ठेवते!"

कपाळावर हात मारून घेत रहिमतखान म्हणाला, "तुला कसं समजून सांगावं? अन् या खेपेला मला जर फक्त पाचशे रुपये मिळाले, तर मी त्याचे डोळे झाकून पाच हजार करू शकेन! चेष्टा समजू नकोस!"

रोशन हसत-हसत म्हणाली, "अब्बाजान, मला काही एक सांगू

नका. तुम्ही मॉंला अशाच भूलथापा लावून तिच्या दागिन्यांची वाट लावलीत! निदान यापुढं तरी तो जुगार सोडून द्या!''

''जुगार? बेटी, या खानदानी खेळाची अशी बेइज्जत करू नकोस! यात बुद्धी, कौशल्य आणि अभ्यास लागतो.''

''हो, मला सगळं ठाऊक आहे. काही झालं तरी माझ्याकडून तुम्हाला रेससाठी पैसा मिळणार नाही!''

रोशन आपलाच हेका पुढं चालवीत म्हणाली.

''अगं, तू राणी झाल्यानंतर मी पहिल्यांदा तुझ्याकडे पैसे मागतो आहे. मला नाराज करू नकोस!''

''ठीक आहे. पन्नास रुपये देते, तेही पहिली वेळ आहे म्हणून!''

रहिमतखाननं संपलेल्या चहाचा कप उगाचच हाती धरून ठेवलेला होता, तो टेबलावर ठेवून त्यानं रुमालानं आपल्या मिशा पुसल्या. रुमाल खिशात ठेवला आणि दुसऱ्या खिशातून सिगारेटचे पाकीट काढून ते रोशनला दाखवत म्हणाला,

''महाराजांच्या वागण्याचं जरा अनुकरण करायला शीक! काल मी सिगारेट संपल्या म्हणून सहज बोललो, तर त्यांनी सिगारेटची चार डझन पाकिटं पाठवलीत, सगळी इंपोर्टेड! आज संध्याकाळी व्हिस्कीचं क्रेट येईल! तसा मी आता साधासुधा आदमी राहिलेलो नाही रोशन! इथला राजा माझा जावई झालेला आहे.''

हसत-हसत रोशन म्हणाली, ''मग त्यांच्याकडूनच का नाही घेत रेसला पैसे?''

सिगारेटला काडी लावत रहिमतखान म्हणाला, ''छे! छे! छे! तसं नसतं करायचं रोशन! आम्हाला कशाची कमतरता पडेल, ती गोष्ट आम्ही परभारे महाराजांना मागायची नसते!''

''मग?''

''आम्ही तुझ्याजवळ बोलायचं आणि तू ते त्यांच्या कानावर घालायचं असतं! आलं लक्षात? याला 'थ्रू प्रॉपर चॅनेल' म्हणतात इंग्रजीत!''

''मी कधीच नाही महाराजांकडे पैसे मागणार!''

"तुझ्यासाठी मागू नकोस; आमच्यासाठी मागायला काय हरकत आहे?"

"कसे मागायचे अब्बाजान?" आपली असहायता व्यक्त करीत रोशन म्हणाली.

"हे बघ, ते एक शास्त्र आहे. महाराज आणि तू ज्या वेळी एकांतात असाल, महाराज अगदी रंगात आलेले असतील... त्या वेळी तू अगदी लाडे-लाडे म्हणायचं, तुमचं माझ्यावर प्रेमच नाही!"

"मग काय होईल?"

"मग महाराज तुला जवळ घेऊन म्हणतील, मी काय केलं म्हणजे तुला माझ्या प्रेमाची खात्री पटेल? अशा वेळी तू म्हणायचंस तुम्ही अब्बाजान आणि माँ या दोघांना जो तनखा देता, तो अत्यंत अपुरा आहे. ते दोघं आपल्या प्रेमाखातर बोलत नाहीत; पण आपण त्यांना तनखा वाढवून द्या! हैदराबादचं घरदार सारं सोडून ते इतक्या दूर आपल्या सेवेसाठी आलेले आहेत. इतर संस्थानांत पाहा— दरबारच्या गायिकेला जमीन बहाल केली जाते. तिच्यासाठी खास बग्गी दिली जाते. तनखाही भरपूर देतात. शिवाय बिदागी म्हणून वर्षाकाठी पाच-दहा हजारांची रक्कम दिली जाते! मग महाराज म्हणतील, ठीक आहे. उद्यापासूनच शहनाजच्या तनख्यात वाढ करतो, हवी तर तिला जमीनसुद्धा देतो!"

रोशन त्यावर मोठमोठ्याने हसत सुटली. हसता-हसता तिच्या डोळ्यांच्या कडा ओलावल्या. हसून झाल्यावर ती म्हणाली, "अब्बाजान, त्यापैकी एकही गोष्ट माझ्या हातून व्हायची नाही! मला महाराजांनी राणीपद बहाल केलेलं आहे. राणीला शोभेल, असंच माझं वर्तन होईल! आणि तुम्ही आज आलेलेच आहात म्हणून तुम्हाला मी अडीचशे रुपये देते; पण कृपा करून माझ्याकडं वारंवार पैसे मागू नका!"

असं म्हणून रोशननं भिंतीलगत असलेल्या कपाटातून अडीचशे रुपयांच्या नोटा घेतल्या आणि त्या रहिमतखानसमोर धरून म्हटलं, "हं हे पैसे. पुन्हा माझ्याकडं मागायचे नाहीत; मी स्वतःच तुम्हाला खर्चासाठी म्हणून दोनशे रुपये देत जाईन! महाराजांसमोर मला नाटक करायला आवडणार नाही! बरं, मी आता अंघोळीला चालले!"

रहिमतखाननं ते पैसे कोटाच्या आतल्या खिशात ठेवले आणि तो अंघोळीसाठी उठलेल्या रोशनला म्हणाला, ''एवढे जरी दर महिन्याला न चुकता दिलेस, तरी चालतील!''

इतकं बोलून तो मिशीपर्यंत जळवत आलेली सिगारेट ॲश-ट्रेमध्ये विझवून उठला आणि चालू लागला.

अब्बाजानला रोशन पूर्णपणे ओळखून होती. एक तर तो तिचा सख्खा बाप नव्हता आणि दुसरी गोष्ट म्हणजे, रोशन हे आपल्या चरितार्थाचं साधन आहे, अशी त्याची तिच्याकडे पाहण्याची दृष्टी होती.रोशनबद्दल शहनाजच्या मनात जे प्रेम होतं, त्याचा लवलेशही रहिमतखानच्या मनात नाही याची तिला पूर्ण कल्पना होती. रोशनला हैदराबादेवरून चंद्रपूरला आणण्याअगोदर रहिमतखान आणि शहनाज यांचं कडाक्याचं भांडण झालं होतं. त्याचं कारण रोशनला शहनाजकडून जेव्हा कळलं, तेव्हा तिच्या मनात त्याच्याविषयी जो काही थोडाफार जिव्हाळा होता, तोही संपुष्टात आला होता. ज्या वेळी रोशनला चंद्रपूरला आणण्याच्या वाटाघाटी त्यांच्यात सुरू झाल्या, तेव्हा रहिमतखान शहनाजला म्हणाला होता,

''एवीतेवी रोशनला चंद्रपूरला न्यायचंच आहे, तर तिला तिकडे नेण्यापूर्वी चार-दोन हजार मिळवण्याचा एक मार्ग सांगू?''

''कसला मार्ग?'' शहनाजनं विचारलं.

''एखाद्या बड्या व्यापाऱ्याशी तिचा 'झुलवा' लावू. तेवढे पैसे सहज मिळतील!''

''तुझ्या डोक्यात असले घाणेरडे विचार का बरं येतात? अरे, मला तिचं लग्न करून द्यायचं होतं; तिनं सुखानं संसार करावा, हे माझं स्वप्न होतं. पण तुझ्या अट्टहासामुळे मी तिला महाराजांच्या स्वाधीन करायला तयारही झाले. पण आता तिचा कौमार्यभंग करण्यासाठी एखाद्या शेठला बोलवायचं आणि त्याच्याकडून पैसे घ्यायचे म्हणतोस? तुझ्या पोटची मुलगी असती, तर असं वाटलं असतं का तुला?''

''त्यात काय वावगं आहे? कलावंतिणीच्या मुलीशी पहिल्यांदा एकशय्या करायला मिळते, म्हणून चार-दोन हजार खर्च करणारे शेठलोक आहेतच की!''

"एकदा बोललास ते बोललास; पुन्हा रोशनच्या बाबतीत असं काही बोललास, तर मला खपायचं नाही!"

रहिमतखाननं त्यानंतर तो विषय डोक्यातून काढूनच टाकला. पण उडत उडत का होईना ती घटना रोशनच्या कानावर आली होती. तिलाही मनातून वाईट वाटलं. रहिमतखान हा आपला जन्मदाता आहे, असं वयाच्या दहाव्या वर्षांपर्यंत रोशनला वाटलं होतं. पण जसजशी तिला जाण येऊ लागली तसतसे तिला समजू लागले की, इतर बाप आपल्या मुलीवर जसं प्रेम करतात, तसं याचं माझ्यावर मुळीच नाही!

रहिमतखान निघून गेल्यानंतर रोशन स्नानगृहात आली. आरशासमोर उभे राहून तिने आपले कपडे उतरायला प्रारंभ केला. कपडे उतरता-उतरता ती एकदम थांबली. आज तिची तिलाच स्वत:च अनावृत्त शरीर बघण्याची लाज वाटू लागली. तिने पुन्हा कपडे चढवले. बाथरूमचे दार उघडून ती बाहेर आली. दासीला बोलावून घेतलं आणि त्या आरशावर पडदा टाकायला सांगितला. यापुढे तो आरसा बाथरूममध्ये असू नये, असं तिला वाटू लागलं.

रात्रीचे प्रसंग राहून-राहून आठवत होते. महाराज मुक्कामाला येणार म्हटल्यावर तिच्या छातीत धडधड सुरू झाली होती. आपलं धर्मान्तर कशासाठी करण्यात आलेलं आहे, त्यामागचा हेतू काय आहे, याची तिला पूर्ण कल्पना आली होती. पण तरीही तो क्षण जसजसा जवळ येऊ लागला, तशी ती काहीशी घाबरली. बावरली. महाराज तसे फार चाणाक्ष होते. त्या विद्येत ते पारंगत होते. त्यांनी जाणलं की, रोशन आज थोडी का होईना, पण भिणार. त्यासाठीच त्यांनी तिला व्हिस्कीचे दोन पेग पाजण्याचा उद्योग केला होता. शस्त्रक्रिया करण्यापूर्वी पेशंटला भूल देतात, तसाच प्रकार केला होता त्यांनी!

टबात पडल्या-पडल्या रोशन ते सारं आठवत होती.

-०-०-०-

७

महाराणी पद्मावती यांनी रोशनला बोलावणं केल्याचा निरोप घेऊन जेव्हा शिवराम हुजऱ्या आला, तेव्हा रोशनच्या हाता-पायांतून वीज सरकत गेली असा तिला भास झाला. क्षणभर आपण ऐकतो ते सत्य की भास, हेच तिला समजेना.

"खरं सांगतोस?" तिनं धडधडत्या छातीवर हात ठेवून विचारलं.

"राणीसाहेब, आपल्याशी खोटं कसं बोलेन?"

"त्यांनी मला बोलावलंय, हे महाराजांना ठाऊक आहे?"

"हो. ज्या वेळी महाराणीसाहेबांनी मला सांगितलं, तेव्हा महाराज तिथे होते."

"पण मला कशासाठी बोलावलं?"

"आता ते मला कसं ठाऊक असणार राणीसरकार?"

"महाराजांना जरा बोलावशील?"

"महाराज सदरेवर गेलेत. फ्रेंच कंपनीचं जे विमान खरेदी घेतलेलं आहे, ते लोक विमान उतरण्यास योग्य असा विमानतळ तयार झालेला आहे की नाही, हे पाहायला आलेत."

"मग मी सोबत अमीनाला घेऊ?"

"घ्या. पण मला तसं काही सांगितलेलं नाही. सोबत कोणी असावं की नाही, याबाबत."

"महाराजांना ठाऊक आहे ना पण? महाराजांच्या समोरच सांगितलं म्हणतोस ना? ठीक आहे. अर्ध्या-पाऊण तासात येते. पण सोबत अमीना येईल!"

"जशी आपली मर्जी!"

शिवराम मुजरा करून निघून गेला. रोशन विचार करू लागली—'मला का बोलावलं असेल? राजघराण्यातल्या स्त्रिया मोठ्या कारस्थानी असतात, हा इतिहास आहे. त्यात

माझं हे महाराजांनी केलेलं धर्मांतर! माझ्यासाठी महाराजांनी इथं सर्व खास व्यवस्था केलेली आहे! आज इथं अब्बाजान आणि माँ दोघेही नाहीत! माझ्या जीविताचं काही तरी भलंबुरं तरी करायचं त्यांच्या मनात नसेल ना? छे! तसं असतं, तर त्यांनी मला बोलावणं कशाला धाडलं असतं? शिवाय मला बोलावलं, तेव्हा महाराजही जवळ होते म्हणे! याचा अर्थ काय? कशासाठी मला बोलावलं असेल?'

विचार करता-करता तिनं निघायची तयारी केली. खाली जाळीचा पडदा असलेली बग्गी येऊन थांबली होती. घोडी फुरफुरत टाचेनं वाळू उकरीत होती. रोशन आपल्या विश्वासू दासीसह—अमीनासह बग्गीत येऊन बसली.

तळ्याच्या काठानं बग्गी राजमहालाकडं चालली. या बग्गीतून कोण चाललं आहे याची कल्पना असणारे वाड्यातले सेवक मुजरा करीत होते.

राणीसाहेबांच्या दालनाशेजारी असलेल्या बकुळीच्या झाडाखाली बग्गी उभी राहिली. कोचमनने खाली उतरून दार उघडलं. प्रथम अमीना आणि तिच्या पाठोपाठ रोशन खाली उतरली.

पायऱ्या चढून ती वर आली. छातीतली धडधड वाढतच होती. आता काय होणार याची तिला कल्पना येत नव्हती. अमीनाही स्तब्ध! दालनाचा झिरझिरीत पडदा हलला. समोर महाराणी पद्मिनी उभ्या होत्या. गोऱ्या, रुंद कपाळाच्या, कमानदार भिवयांखाली स्नेहार्द्र डोळे!

"रत्ना, ये! बरेच दिवस तुला बोलवायचं म्हणत होते; पण आज तो योग होता!"

रोशननं महाराणींना मुजरा केला आणि ती अदबीनं बाजूला उभी राहिली. महाराणी रोशनच्या जवळ आल्या. त्यांनी तिचा हात आपल्या हातात घेतला. तिला कोचावर बसवून आपण तिच्याशेजारी बसल्या.

"मी तुला बोलावलं म्हटल्यावर आश्चर्य वाटलं असेल?"

रोशन खालच्या मानेनंच 'नाही' म्हणाली.

"किती बदललीस तू? तुला आठवतं ना, माझं लग्न झालेल्या वर्षीच तू हैदराबादला गेलीस!"

रोशनला काय बोलावं सुचत नव्हतं!

"बाकी मला एक समाधान आहे. महाराजांना तू थोडासा आवर घालतेस! या सहा-सात वर्षांत मला जे जमलं नाही, ते तू महिन्या-दोन महिन्यातच करून दाखवलंस!"

रोशन मनातल्या मनात महाराणींना जोखत होती, 'हे सारं कशासाठी चाललेलं आहे?'

"यापूर्वी काय व्हायचं रत्ना, चार-आठ दिवस झाले की, हे दिल्लीला जायचे, नागपूरला जायचे; तिकडं पुण्याला, मुंबईला कामं आहेत म्हणून जायचे. पण तू आल्यापासून हे सारं बंद झालं. म्हणजे यांची बाहेरगावी कसली कामं असत, हे मला तू इथं आल्यानंतर समजलं!

"तुला ठाऊक आहे रत्ना, राजेलोक फार निष्पाप असतात. पण त्यांच्या भोवताली स्वार्थी आणि संधिसाधू लोकांची भुतावळ असते. सुदैवानं इथं तसं कोणी नाही! शर्माजी आणि खासगी कारभारी दोघेही प्रामाणिक आहेत. राजनिष्ठ आहेत. पण अशी माणसं राजेलोकांना आवडत नसतात. त्यांना खुशमस्करी करणारी लाळघोटी माणसं प्यारी असतात!

"शर्माजी बऱ्याच वर्षांपासून इथं आहेत. महाराज त्यांना पितृतुल्य मानतात. शर्माजींमुळं तुझं धर्मांतर झालं आणि राणीपदही मिळू शकलं तुला! खरं म्हणजे, मला तुझ्याविषयी सवतीमत्सर वाटायला हवा होता, पण तो अद्याप तरी वाटलेला नाही; पुढचं काही मी सांगू शकत नाही! अमीना, तू थोडी बाहेर थांबशील?"

अमीना उठून बाहेर गेली. त्याच क्षणी रोशनला निराळीच शंका आली. 'हे सारं मला विश्वासात घेऊन दगाफटका करण्यासाठी तर नसेल ना?'

"—तर तुला आज इथं बोलवायचं मुख्य कारण म्हणजे, बेबीराजे आणि बाळराजे या दोघांना शिकायला बंगलोरला ठेवायचं, असं त्यांनी ठरवून टाकलेलं आहे. यांचा निर्णय म्हणजे काळ्या दगडावरची रेघ! कधीही तो निर्णय बदलायचा नाही. माझी मुलं आत्ता कुठं पाचवं संपून सहा वर्षांची झालीत! मला त्यांच्यापासून दूर राहणं अशक्य आहे. माझं म्हणणं काय

आहे— त्यांना उत्तम शिक्षणच द्यायचं असेल, तर युरोपियन टीचर्स ठेवा! स्वत:च्या हौसेसाठी दोन-तीन लाख रुपयांची विमानं घेता; मग मुलांच्या शिक्षणाला वर्षाकाठी दहा-वीस हज्जार करा खर्च!''

आता मात्र रोशनला थोडासा दिलासा मिळाला. ती म्हणाली, ''सहावं वर्ष म्हणजे काही जास्त नाही! आपण म्हणता, ती कल्पना मलाही पटते. युवराज आणि बेबीराजेंच्या शिक्षणासाठी युरोपियन टीचर्सच ठेवावेत!''

''पण आता हे महाराजांना पटवून द्यायला इथं तुझ्याशिवय दुसरं कोणी योग्य आहे, असं मला वाटत नाही.''

''मी?'' छातीवर हात ठेवून रोशन म्हणाली, ''मी कशी काय पटवून देऊ शकणार?''

''तुला पान खाल्लेलं आवडत नाही म्हटल्यावर महाराजांनी पान खाणं बंद केलं आहे. तुझ्या लहानसहान आवडी-निवडीबद्दल जर हे इतकी तत्परता दाखवतात, तर तू एखादी गोष्ट अट्टहासानं सांगितलीस, तर ते नक्कीच ऐकतील!''

''मी सांगेन...पण महाराजांना असं नाही ना वाटायचं की, आपला शब्द मानला जात नाही म्हणून आपण मला मुद्दाम मध्यस्थी करण्यासाठी बोलावलंत?''

''छे! मघाशी मी त्यांना म्हटलं की, रत्नाला इकडं यायची बंदी केलीत का? तर ते म्हणाले, तसं काही नाही. उलट, तुम्हाला तिच्या स्वभावाची ओळख पटली तर तिचा सहवास हवाहवासा वाटेल! हवं तर खात्री करून घ्या एकदा, म्हणूनच मी शिवरामला तुला बोलवायला धाडलं. बरं, तू काय घेणार? चहा, कॉफी की सरबत?''

''खरं म्हणजे, मला काहीच नको!''

रोशनच्या मनात पुन्हा शंका डोकावली.

''असं कसं? तू पहिल्यांदाच इकडे येते आहेस, तेव्हा काही तरी गोड घ्यायलाच हवंस! तू पॅशन फ्रूटचं सरबत कधी घेतलेलं आहेस?''

''पॅशन फ्रूऽऽऽऽट? मी हे नाव पहिल्यांदाच ऐकते! कसं असतं हे फळ?''

"मोसंबीसारखं दिसतं, पण त्याचा वेल असतो. ती फळं कापून त्यांचा रस काढून त्यात साखर घालून सरबत बनवतात! मला ते फार आवडतं. त्याला एक प्रकारचा मधुर असा स्वाद असतो!"

तरीही रोशन हो किंवा नको म्हणाली नाही. शहनाजनं तिला बाहेर कोणी खायला-प्यायला दिलं तर स्पर्श करायचा नाही, असं बजावून ठेवलेलं होतं. थोरल्या राणीसाहेब आपल्याला कधी बोलावतील याची रोशनला कल्पनाच नव्हती. ती असती, तर रोशनला शहनाजनं तिथं कसं वागायचं, हे सांगितलं असतं. पण तरीही आपण महाराणीच्या अधिकारावर थोडं का होईना, पण अतिक्रमण केलेलं आहे, ही जाणीव असलेल्या रोशनच्या मनात शंकेचं काहूर उठलं. 'या पॅशन फ्रूटच्या सरबतातून मला विषप्रयोग करण्याची त्यांची योजना तर नसेल ना? पण आता सरबताचे ग्लास आल्यानंतर काय करायचं? ग्लास बदलावेत? त्यांचा ग्लास आपण मागावा? छे, तसं मी म्हणाले, तर बरं दिसणार नाही! पण जहर पिऊन मरण्यापेक्षा आपल्या मनातली शंका स्पष्ट केलेली काय वाईट?'

रोशन अशा द्विधा मनोवस्थेत असतानाच दासीनं ट्रेमधून सरबताचे प्याले आणले. ते टेबलावर ठेवले आणि ती आत निघून गेली. इतक्यात महाराजांची दोन्ही मुलं तिथं बाजूच्या दारातून पळत आली.

"ममी, बघा ना, मला बाळराजे काय म्हणतात?" बेबीराजांनी पद्मिनीदेवीच्या गळ्यात हात टाकून तक्रार केली.

मागोमाग आलेले बाळराजे पुढं आले आणि त्यांनी चट्दिशी टेबलावरचा रोशनचा सरबताचा ग्लास उचलून तोंडाला लावला.

"असं काय हे वेड्यासारखं बाळ? तुम्हाला हवं होतं तर दुसरं मागायचं? हे यांच्यासाठी आणलं होतं!"

खरं म्हणजे, रोशनच्या मनावर आलेलं शंकेचं पटल क्षणार्धात दूर झालं होतं. त्या सरबताच्या ग्लासात जहर नव्हतं याची तिला खात्री पटली होती. तसं असतं, तर महाराणींनी चट्कन तो ग्लास बाळराजांच्या हातून हिसकावून घेतला असता. रोशनला आपल्या मनाच्या कोतेपणाची कीव करावीशी वाटली. महाराणी पद्मिनीराजे बाळराजांना कसं वागावं याबद्दल

उपदेश करू लागल्या आणि त्याच वेळी बेबीराजांनी टेबलावरचा दुसरा ग्लास उचलून तोंडाला लावला.

"हे काय बेबी, मी बाळांना काय सांगते आहे, याकडं लक्ष नाही?"

"मग ते का प्यायले?" तोंडाचा चंबू करीत बेबीराजे मोकळा ग्लास टेबलावर ठेवीत म्हणाल्या. महाराणी मोठ्यानं बोलत असतानाच तिथं महाराज आले.

महाराणी आणि रोशन दोघीही उठून उभ्या राहिल्या.

"अरेच्या, तू आलीसदेखील रत्ना! आणि तुम्हाला एवढ्या मोठ्यानं ओरडायला काय झालं? खाली सदरेपर्यंत आवाज येत होता. काय म्हणाली असतील ती फ्रेंच माणसं? कशासाठी चालला होता इतका आरडाओरडा?"

"रत्नासाठी मी सरबत मागवलं होतं, या दोघांनी पिऊन टाकलं. कसं वागावं, हेच समजत नाही यांना!"

"म्हणून म्हणतो की, यांना बंगलोरला शिकायला ठेवू; पण तुम्हाला ते रुचत नाही! युरोपियन लोकांची शिस्त अंगी बाणायची असेल, तर याच वयात मुलांना दूर शिकायला ठेवणं आवश्यक असतं!"

महाराणींनी रोशनकडं पाह्यलं. रोशन किंचित हसली आणि म्हणाली,

"अजून लहानच आहेत! शिवाय युरोपियन लोकांची शिस्त शिकवायची असेल, तर आपणाला इथंही युरोपियन टीचर्स आणता येतील!"

महाराज आश्चर्य व्यक्त करीत महाराणी आणि रोशनकडं आळीपाळीनं पाहत म्हणाले, "म्हणजे तुमचं दोघींचं या विषयावर अगोदरच बोलणं झालेलं दिसतंय!"

"बोलणं कशाला व्हायला पाहिजे? कोणाही सुज्ञ माणसाला असंच वाटेल!"

"रत्ना, खरं सांग— आई-वडिलांजवळ राह्यल्याने मुलं लाडावतात की नाही?" महाराज सिगरेट शिलगावून म्हणाले.

"मला नाही तसं वाटत!" रोशन महाराणींकडं पाहत म्हणाली.

"मग अशी बेशिस्त वागतात, त्याला काय करायचं?" टेबलावरच्या सरबतांच्या मोकळ्या ग्लासाकडे बोट दाखवीत महाराजांनी प्रश्न केला.

"चालायचंच! थोडी मोठी झाली की, आपोआप समज येते!" रोशन म्हणाली.

"यू आर रॉंग रत्ना! इथले जे नेटिव्ह प्रिन्स शिकायला बाहेर राह्यले नाहीत, त्यांच्या राहण्या-वागण्यात तुला गबाळेपणा दिसेल! डिसिप्लिन शिकायची असेल, तर दूरच रहायला हवं मुलांनी!"

महाराणी पद्मिनीदेवींनी रोशन आल्यानंतर बाजूला ठेवलेलं विणकाम पुन्हा करायला सुरुवात केली. त्यांना ठाऊक होतं की, महाराजांनी एखादा घेतलेला निर्णय बदलणं सहजासहजी शक्य नाही.

काही क्षण त्या दालनात शांतता पसरली. बाळराजे आणि बेबीराजे चुपचाप एका बाजूला उभे होतं. त्यांना जवळ बोलावून महाराज म्हणाले,

"बाळ, बेबी, तुम्हाला बंगलोरला राहायला आवडेल की नाही?"

"नाहीऽऽऽऽ"

दोघांनीही कोरसमध्ये नकार दर्शवला. महाराज चिडण्याऐवजी हसले आणि त्यांना उद्देशून म्हणाले, "का नाही?"

"तुम्ही तिथं नसणार, म्हणून नाही!"

रोशन त्या दोन निष्पाप बालकांकडे कौतुकानं पाहत हसत होती.

बेबीराजे काही तरी आठवल्यासारखं करून म्हणाल्या,

"डॅडी, आम्हाला विमानात कधी बसवणार?"

"परवा दिवशी विमान येत आहे!"

"अहो, पण ते व्यवस्थित आहे ना?"

महाराणींनी विणता-विणता थांबून विचारलं.

"म्हणजे? हे काय विचारणं झालं?"

"आम्हाला बाई भीती वाटते!"

"तुम्ही जन्मभर अशाच राहा! मुलांना शिकायला दूर ठेवायचं म्हटलं की शंका; विमान आणायचं म्हटलं तर त्याची शंका! तुमचा उभा जन्म शंका करण्यात गेला!"

"महाराज, आईशिवाय कोणाला असं वाटत नाही!" रोशन म्हणाली.

"आम्हालाही मातु:श्री होत्या! पण आबासाहेबांनी आम्हाला राजकोटला

शिक्षणासाठी ठेवायचं म्हटल्यानंतर त्यांनी आडकाठी नाही आणली! त्यानंतर आम्ही विलायतेला शिकायला निघालो, तेव्हा बोटीवर निरोप द्यायला आल्या होत्या. तिथं डोळ्यांत अश्रूचा एक थेंब आणला नाही.''

''तिथं आणला नसेल, पण तिथून राजधानीला परत आल्यानंतर तुम्ही परत येईपर्यंत एक वेळा जेवायच व्रत सुरू केलं होतं. त्यांच्या आवडीचे पदार्थ एक वर्ष वाड्यात शिजले नाहीत. रात्रंदिवस तुम्ही सुखरूप परत यावं म्हणून देवघरात जाऊन बसायच्या, हे आहे ठाऊक?''

महाराज हसून म्हणाले, ''त्या देवघरात जात होत्या, म्हणून का मी परत आलो? कशाचा तरी संबंध कशाला तरी जोडत जाऊ नका अन् तुमच्या जुनाट विचारसरणीचा मुलांच्यावर जर या कोवळ्या वयात पगडा बसला, तर मोठेपणी तीही पूजा-अर्चा, उपास-तापास हेच करत राहतील!''

''त्यात वाईट काय आहे?'' महाराणींनी विचारलं.

''हे पाहा, मला तुम्हाला काही पटवून द्यायचं नाहीय! तुमची बुद्धीची कुवतच तोकडी आहे, त्याला मी काय करू? मुलांना बंगलोरला ठेवल्याशिवाय गत्यंतर नाही. परवा हे विमान आलं की, मी त्यांना हैदराबादपर्यंत विमानानं पोहचवून येतो. रत्ना, तू येशील का?''

रोशनची स्थिती विचित्र झाली होती. तिला धड होही म्हणता येईना किंवा नाहीही म्हणता येईना.

''बाळ—बेबी, गेट युवरसेल्फ रेडी! आपण एरोड्रमकडे जायचं आहे. रत्ना, वुईल यू कम?''

रोशननं महाराणींकडं पाह्यलं.

''तू विचारच करू नकोस रत्ना! मी एखादी गोष्ट करायची म्हटलं की, यांचा विरोध हा ठरलेलाच असतो. तू त्यांच्याकडं लक्ष देऊ नकोस. तू येणार की नाही सांग?''

रोशन महाराणींकडं पाहत राहिली. तेव्हा महाराज म्हणाले, ''ओ केऽऽऽ तुझ्याही मनात यायचं दिसत नाही तर! आम्ही चाललो!''

''अहो, असं काय करता?'' महाराणी म्हणाल्या, ''ही आज पहिल्यांदाच इकडे येते आहे. आम्हाला थोडं बोलत बसू द्या ना? त्या माळावर येऊन

काय करणार आहे ती? तुमचं विमान येणार आहे, त्या दिवशी घेऊन जा हवं तर तिला! काय रत्ना?''

या वेळी मात्र रोशननं मान डोलावली. महाराज गेल्यानंतर महाराणी रोशनला म्हणाल्या,

''शहनाज आणि रहिमतखान कधी येणार आहेत? असे दोघांनीही तत्काळ जाण्यासारखं काय घडलं हैदराबादला?''

''अब्बाजानची चुलत बहीण वारली!''

''मग तू नाही गेलीस?''

''माझं त्या घरी इतकं येणं-जाणं नव्हतं. शिवाय माँ म्हणाली, माझ्या जाण्याची गरज नाही!''

''अस्सं? पण तुझ्या माँनं वाड्याकडं येणं का बंद केलं; मला समजत नाही!''

रोशन उगीचच स्मित करत राहिली.

''माझ्याबद्दल अनेकांच्या मनात असे गैरसमज निर्माण होतात बघ रत्ना! मला समजत नाही, की माझं काय चुकलं?''

रोशननं पुन्हा एकवार निरर्थक स्मित केलं.

''मला वाटलं, तू आज येतेस की नाही? का तुझ्याही मनात माझ्याबद्दल काही गैरसमज निर्माण झालाय की काय?''

या वेळी मात्र रोशन म्हणाली, ''तसं असतं, तर मी आले असते का?''

रोशन वरच्या मनानं हे म्हणाली खरं, पण मघा सरबताचे ग्लास समोर आलेल्या वेळी तिच्या मनात उठलेल्या वादंगाची अस्पष्टशी जाणीव महाराणींना झाली नाही याचं तिला समाधान वाटलं.

महाराणींनी हातातलं विणकाम थांबवलं.

त्या रोशनच्या जवळ सरकून म्हणाल्या,

''रत्ना, खरं म्हणजे, स्त्रीसुलभ स्वभावानुसार मला तुझ्याविषयी सवतीमत्सर वाटायला हवा होता; पण तो वाटत नाही, एवढं खरं! त्याचं कारण विचार ना मला?''

"काय?" हसत-हसत रोशननं विचारलं.

"महाराजांचं वागणं तू आल्यापासून बदलतं आहे! यांना 'तो' छंद थोडा अधिक प्रमाणात करण्याची सवय होती. मला यांनी नको त्या घाणेरड्या स्त्रियांशी संबंध ठेवल्याचं मुळीच आवडत नव्हतं. यापेक्षा आणखी दोन लग्नं करून घ्या, असं मीच त्यांना सुचवलं होतं."

"मग काय म्हणायचे?"

"सत्तेची स्त्री उपभोगण्यात म्हणे मजा वाटत नाही! आता काय बोलायचं, सांग? तू इथं आल्यापासून त्यांच्या या छंदाला थोडा पायबंद बसलेला आहे. आता किती दिवस हे असं चालतं, तेच पाहायचं!"

"म्हणजे?" रोशननं किंचित भीती व्यक्त करीत विचारलं, "पुन्हा ते छंद चालू होणार की काय?"

"आता ते सर्वस्वी तुझ्यावर अवलंबून आहे. या त्यांच्या वागण्यामुळं चंद्रपूरच्या जामदारखान्यातले किती जडजवाहिर खर्ची पडले, हे सांगितलं तर तुला खरं नाही वाटणार! तू सहा वर्षांपूर्वी इथून गेलीस, तेव्हा एक युरोपियन आला होता शिकारीला. त्याच्या मेव्हणीशी यांचं सूत जमलं! एल्सानं पाच-सहा लाखांचे दागिने नेले इथून! मोठी बनेल होती. हायनेस, तुमच्याशिवाय मी एक क्षणभरदेखील जिवंत राहून शकणार नाही, म्हणायची! तू राहतेस त्या रोमन व्हिलातच येऊन राहिली होती!"

"एवढं काय आकर्षण होतं तिच्यात?" रोशननं भिवया उंचावून विचारलं.

"कुणास ठाऊक! पण एक गोष्ट मात्र मला कळली आहे. त्यामुळेच हे तिच्यासाठी एवढा जीव टाकत असतील!"

"कोणती?"

"ती त्या बंगल्यात असताना अंगावर कपडेच घालत नव्हती!"

"अम्माऽऽऽ!" रोशन तोंडावर हात नेऊन चीत्कारली आणि तिनं विचारलं, "असं का?"

"म्हणे, तिला इंडियातली उष्णता सहन होत नव्हती! सोंग करतात गं! हिंदुस्थानात आजपर्यंत काय कमी युरोपियन स्त्रिया आल्या होत्या? पण

ती एल्सा मुलखाची बनेल होती. महाराजांना भुलवण्यासाठी काय करायला हवं, ते तिला नेमकं ठाऊक होतं!''

''पण बायका असं वस्त्रहीन वावरू शकतात?''

''अगं, किती झालं तरी आपण भारतीय स्त्रिया! आपणाला जी लाज आणि मुर्वत आहे, ती या गोऱ्या पालींना कशी येणार? शिवाय इथल्या संस्थानिकांना लुबाडण्यासाठी काहीही करायची त्यांची तयारी असे! जाऊ दे, सोड तो विषय. पण तू मात्र एक लक्षात ठेव, त्यांना या छंदापासून जर परावृत्त करायचं असेल, तर तू एकसारखी त्यांच्यासोबतच राहायला हवीस!''

''ते कसं काय शक्य आहे? महाराजांना कामासाठी वारंवार दिल्लीला, मुंबईला जावं लागतं!''

''कसली कामं असतात? कामंबिमं काही नसतात! अनेक अँग्लो-इंडियन, युरोपियन कुटुंबं ओळखीची आहेत. त्यांच्याकडं जातात. जाताना व्हिस्कीचे क्रेट्स घेऊन जातात आणि चार-आठ दिवस राहून हजारो रुपयांची धूळधाण करून येतात! माझं म्हणणं काय रत्ना की, आता तुम्हाला दोन गोंडस मुलं झालीत. तुझ्यासारखी सत्शील, सुस्वरूप कंपॅनियन मिळाली. यापुढं त्यांनी असले छंद करू नयेत!''

रोशनला महाराणींनी सत्शील आणि सुस्वरूप म्हटल्यामुळं ती काहीशी सुखावली होती. पण तरीही महाराजांच्या त्या छंदाची चर्चा ऐकल्यानं थोडी सचिंत झाली होती. महाराणींनी आपणाला महाराजांच्या त्या छंदाबद्दलची हकिगत सांगितली, ते एका अर्थी चांगलंच झालं, असं वाटून ती म्हणाली, ''पण मला वाटतं, त्यांना यापुढं बाहेर जावं असं वाटायचं नाही! नवीन दोन विमान घेताहेत ना, त्यांत ते रंगून जातील!''

महाराणी हसल्या आणि म्हणाल्या, ''कदाचित दिल्ली, मुंबईला चट्कन जाता यावं, यासाठी या विमानांचा उपयोग केला जाईल! ते काही असो; तू मात्र आता त्यांना जरा काबूत ठेवण्याचा प्रयत्न कर. मला ते जमलं नाही; निदान तुला तरी ते शक्य होतं का पाहा!''

रोशन खिडकीतून बाहेर पाहत होती. उघड्या रथातून महाराज दोन्ही मुलांसह विमानतळाकडे चालले होते. ते स्वत: 'रेन्स' हातात घेऊन रथ

हाकत होते. कोचमन मागच्या बाजूला उभे होते. दक्षिणेच्या रस्त्यावरून तलावाच्या बाजूने रथ झाडीतून दिसेनासा झाल्यानंतर रोशन म्हणाली, "आपण मला ही सर्व सूचना दिलीत, ते फार बरं झालं. माझ्या परीनं मी त्यांना आवर घालण्याचा यत्न करीन; पण ते कितपत शक्य होईल, कुणास ठाऊक?"

"मी तुला एक मोलाचा सल्ला देते रत्ना! कदाचित तुला वाटेल की, मी सवतीमत्सरापोटी तुला हे सांगत आहे; पण तसं समजू नकोस. जर महाराजांनी तुझ्यावर दीर्घ काल प्रेम करावं असं वाटत असेल, तर तुला मूल होऊ देऊ नकोस!"

महाराणींच्या त्या शब्दांनी रोशन चमकली. कारण शहनाजनं तिला हाच सल्ला वारंवार दिला होता. एवढंच नव्हे, तर संततिप्रतिबंधक असे बरेच मार्ग तिने तिला सांगून ठेवले होते. चुकून गर्भधारणा झालीच, तर सुरक्षित असे गर्भपाताचे मार्गही तिने तिला सांगून ठेवले होते.

महाराणींकडं एकटक पाहत ती म्हणाली, "राणी सरकार, आपला सल्ला आटोकाट पालन करण्याचा मी प्रयत्न करीन!"

"आणखीन एक सांगायचं राह्यलं. ऐक— महाराज शीघ्रकोपी आहेत. इच्छेविरुद्ध एखादी गोष्ट घडली की, ताड्कन काय वाटेल ते बोलतात. पण अशा वेळी आपण नमतं घ्यायचं, उलट बोलायचं नाही किंवा कोणता युक्तिवादही करायचा नाही!"

"पण आपली चूक नसतानासुद्धा?"

"होऽऽऽ! अगदी आपली चूक नसतानादेखील!"

"ते का?"

"त्याला उत्तर नाही. राजेलोकांची ही जातच अलग आहे रत्ना! मी केवळ महाराजांबद्दल बोलते असं नको समजूस. माझ्या माहेरीही हीच तऱ्हा! वडिलांनी आईसाहेबांवर कितीही आरडाओरड केली, तरी त्या गप्प बसत. किरकोळ गोष्टीचं अवडंबर माजवण्याची सवयही रक्तातच असते राजेलोकांच्या!"

"पण मला असं कोणी निष्कारण माझ्यावर दोष लादल्याचं मुळीच आवडत नाही!" रोशन बोलून गेली.

''यापुढं तुला सर्व काही सहन करून घ्यावं लागेल!''

खिडकीतून सूर्यास्त स्पष्ट दिसत होता. रोशन पश्चिमाभिमुख खिडकीजवळ येऊन उभी होती. तिचा मुळातला गौर वर्ण तांबूस सोनेरी रंगानं अधिकच मोहक वाटत होता.

महाराणींनी आपल्याला विश्वासात घेऊन यापुढं महाराजांशी कसं वागावं, याबाबत अमोल अशा सूचना दिल्या, म्हणून तिला समाधान वाटत होतं अन् त्याचबरोबर विक्षिप्तपणा करणाऱ्या, शीघ्रकोपी राजाबरोबर आपल्याला जन्म घालवायचा आहे, या चिंतेचा संधिप्रकाशही तिच्या चेहऱ्यावर उमटला होता.

सूर्यास्तानंतर जेव्हा रोशन परत जायला निघाली, तेव्हा महाराणींनी दासीला कुंकवाचा करंडा आणायची आज्ञा केली.

महाराणींनी आपल्या हातांनी तिच्या कपाळावर कुंकू लावलं. रोशननेही महाराणींना कुंकू लावलं. नकळत दोघींनीही एकमेकींना सौभाग्याची ग्वाही दिली होती. दालनातून निघताना रोशननं महाराणींना वाकून नमस्कार केला.

- ० - ० - ० -

८

रोशन अंथरुणात असतानाच सुलाबाई दासीनं दार ठोठावलं. "राणीसाहेब, उठा उठाऽऽऽ महाराजांचा निरोप आहे!" रोशननं अंथरुणात पडल्या-पडल्याच विचारलं,

"काय निरोप आहे?"

"आठ वाजता मल्हारपेठला जायचं आहे. आपल्याला तयारीत राहायला सांगितलं आहे!"

"चहा आणायला सांग!" रोशन अंथरुणात उठून बसली. तिने एक प्रदीर्घ जांभई दिली. जांभई देताना नकळत 'अम्माऽऽऽ' असा शब्द तिच्या तोंडून जाई! महाराजांनी तिचं धर्मांतर केलं. राणी रत्नमाला असं नामाभिधान दिलं. तरीही जन्मापासून लागलेल्या काही सवयी तिला सोडता येत नव्हत्या. परवा पॅलेसवर महाराणींनी एल्साच्या वागण्याची अजब तऱ्हा निवेदन करतानादेखील रोशनच्या मुखांतून 'अम्माऽऽऽ' असा आश्चर्योद्‌गार बाहेर पडला होता. एका हिंदू राजाची पत्नी म्हणून आपणाला उर्वरित आयुष्य कंठायचं आहे, ही जाणीव झालेल्या रोशनला आपली चूक नंतर लक्षात आली होती. बालपणापासून जडलेले संस्कार तिला असे सहजासहजी विसरता येणं अशक्य होतं.

'बेड टी' घेतल्यानंतर तिनं दासीला म्हटलं, "काल संध्याकाळी महाराज इकडे आले होते, तेव्हा मल्हारपेठला जाण्याबद्दल काहीच बोलले नव्हते; असं अचानक कसं काय ठरलं?"

"रात्री तार आलीय म्हणे— गव्हर्नरसाहेबांचा प्रायव्हेट सेक्रेटरी आपले विलायतेहून आलेले पाहुणे घेऊन येणार आहे. त्यांना शिकार पाहायची आहे!"

"कशाची?"

दासी काहीही न बोलता स्तब्ध उभी होती.

"अगं, कशाची शिकार बघायची आहे त्यांना, सांग

ना?''

"मी जर त्या प्राण्याचं नाव घेतलं, तर कदाचित आपणाला आवडणार नाही!'' सुलाबाई म्हणाली.

रोशननं क्षणभर विचार केला आणि ती म्हणाली,

"असं होय? मग मी तरी तसली शिकार बघायला कशाला जावं?''

केसांवरून कंगवा फिरवता-फिरवता थांबून रोशन म्हणाली.

"ते आता आपण ठरवा राणीसाहेब; मी कसा काय याबाबतीत सल्ला देऊ?''

"अमीनाला जरा बोलव!''

अमीना येईपर्यंत रोशन आरशात पाहून केस विंचरत होती. रोशनला ठाऊक होतं की, महाराज शिकारीला गेल्यानंतर केव्हा ना केव्हा 'सुव्वर' मारणार! आपणाला ते पाहवणार नाही. अशा वेळी काय करायचं? शिकारीच्या जवळ जायचं नाही; झालं!

अमीना आली. स्टुलावरून खाली टेकलेला रोशनचा विपुल केशसंभार पाहताना तिला नेहमीच कौतुक वाटत असे. पुढे होऊन रोशनच्या हातातून कंगवा घेऊन ती हळुवारपणे तिचे केस विंचरू लागली. केस विंचरता-विंचरता तिनं विचारलं,

"कशासाठी बोलावलंत?''

"मल्हारपेठला येतेस?''

"या वेळी सुलाबाईला घेऊन गेलात, तर बरं होईल. माझ्या माँची तब्येत बरी नाही, म्हणून निरोप आला आहे. एक-दोन दिवस तिच्याजवळ राहावं म्हणते!''

"अमीना, मी तुला एवढ्यासाठी बोलावलं की, महाराज 'सुव्वर'ची शिकार करणार... 'सुव्वर' हा शब्द उच्चारला तरी आपलं तोंड विटाळतं, म्हणून चट्‌कन थुंकावं, असं आपल्याला बालपणापासून शिकवलेलं आहे. मग आता इथं कसं वागायचं?''

अमीना विंचरता-विंचरता क्षणभर थांबली आणि म्हणाली, "आपण कशाला चिंता करता त्याची? मारणारे मारतील, खाणारे खातील; आपण

दूर राहायचं त्यांच्यापासून! तसे आपले महाराज समजूतदार आहेत. जातानाच तुम्ही त्यांना सांगा, म्हणजे झालं!''

''समजूतदार आहेस म्हणतेस? मला तर ऐकायला मिळालं की, ते हेकेखोर आहेत! एकदा मनात आलं की, ते तडीला नेल्याशिवाय गप्प बसत नाहीत!''

''आता जास्ती कशाला, महाराजांचा शिकारी हवालदार कोण आहे? याकूब मुसलमानच आहे ना? पण तो त्या प्राण्याची बेधडक शिकार करतो, पण चुकूनही त्याला स्पर्श करीत नाही. महाराजांनाही ते ठाऊक आहे!''

''अमीना, याकूब अजून मुसलमान आहे. माझं मात्र धर्मांतर झालेलं आहे! याकूब तसा वागतो, म्हणून मीही तसं वागलेलं महाराजांना आवडेल की नाही, कुणास ठाऊक? अशी काही तरी गुंतागुंत निर्माण होत राहणारच आहे माझ्या आयुष्यात!''

अमीना रोशनपेक्षा वयानं मोठी होती. तिचा बाप चंद्रपूरचा नगारजी होता. संस्थानी रीतिरिवाज लहानपणापासून तिच्या परिचयाचे होते. अस्पृश्यता, धर्मनिरपेक्षता याबाबतीत चंद्रपूरच्या महाराजांचे विचार पुरोगामी होते. महाराजांच्या सेवेत काही अस्पृश्य माणसं अधिकारावर होती आणि महाराजांचा शिकारी हवालदार याकूब हा तर मुसलमानच होता.

''अमीना, तू हे म्हणतेस, ते सारं खरं. पण मी एकदा माझा धर्म बदलल्यानंतर मला पूर्वधर्माचे संस्कार विसरता येत नाहीत. म्हणून महाराजांचा रोष तर ओढवणार नाही ना?''

''मुळीच नाही! धर्म बदलला म्हणून माणसाचे संस्कार बदलले जात नाहीत. तुम्ही जेव्हा रोशनआरा बेगम होता, तेव्हा तुमच्या शरीरात जे रक्त होतं, तेच रक्त तुम्ही रत्नमालादेवी राणीसाहेब झाल्यानंतरदेखील राहणार आहे! संस्कार अन् रक्त हे मरेपर्यंत बदलत नसतात! पण मला वाटतं, महाराज तुमच्या इच्छेविरुद्ध कोणतीही गोष्ट करणार नाहीत! तुम्हाला पान खाल्ल्याचं आवडत नाही म्हटल्यावर त्यांनी पान जिथं सोडून दिलं, तिथं...!''

''नाही अमीना, पुरुषांची वागण्याची तऱ्हा फार फसवी असते. त्यात हे जन्मानं राजे— इंग्लंडमध्ये राहिलेले! मला काहीएक भरवसा देता येत

नाही त्यांचा! त्यांची मर्जी म्हणजे अळवावरचं पाणी! दिसताना दिसतं मोत्यासारखं, पण चिमटीत पकडू म्हटलं, तर सापडतं का?''

अमीना हसली... रोशनच्या दोन्ही वेण्या घालून झाल्या होत्या. त्यातली एक वेणी पुढे घेऊन शेवटाला रिबिनीची गाठ मारता-मारता रोशन म्हणाली, ''जगाला ज्या गोष्टीत कौतुक वाटतं, त्यात राजेलोकांना वाटेलच, असं नाही. आता नेहमी तू माझ्या या लांबसडक केसांचं कौतुक करतेस, पण अलीकडे महाराजांनी माझ्यामागे एकसारखा लकडा लावलेला आहे, बॉबकट करून घे म्हणून!''

''बॉबकट? नाही— नाही, तुम्ही चुकूनही संमती देऊ नका... चुकले, रत्नमाला राणीसाहेब— आपण मुळीसुद्धा केस कापायला परवानगी देऊ नका!''

''अमीना, अशी प्रत्येक गोष्टीत जर मी त्यांच्या इच्छा झुगारून देऊ लागले, तर फार काळ माझं चालणार नाही! चल, मी अंघोळीला जाते.''

रोशन बाथरूममध्ये गेली. तिनं तिथल्या मोठ्या आरशावर पडदा लावायला सांगितला होता, तेव्हापासून तो आरसा पडद्याखालीच होता. पण आज तिला काय लहर लागली, कुणास ठाऊक. तिनं तो पडदा बाजूला केला. ब्लाऊजची बटणे काढायला सुरुवात केली.

या चार महिन्यांत तिच्या शरीराला किंचित स्थूलपणा आला होता. पूर्वीच्या 'ब्रा' तिला येत नव्हत्या. वस्त्रविरहित असं स्वत:चं शरीर आरशात पाहण्यात एक प्रकारची गंमत असते, याची तिला जाणीव होऊ लागली होती. पण काही झालं, तरी महाराणीनं सांगितलेल्या त्या एल्सासारखं दिवसभर नग्नावस्थेत वावरणं, हे काही तिच्या बुद्धीला पटलं नव्हतं.

बरोबर आठ वाजता महाराजांचा चार घोड्यांचा रथ रोमन व्हिलाच्या कंपाऊंडमधून आत आला. रोशन तयार होती. हिरवट रंगाची सिल्कची साडी नेसून, डोक्यावर तसलाच रुमाल बांधून व डोळ्यांना गॉगल लावून ती बाहेर आली आणि तिनं महाराजांना मुजरा केला. महाराजांनी तिला मुजरा न करण्याविषयी बजावूनसुद्धा अट्टहासानं मुजरा करण्याची प्रथा तिनं सुरूच ठेवली होती. महाराजांनीही आताशा तिला तसं न करण्याबद्दल सांगायचं

सोडून दिलं होतं.

"ओऽऽ! वंडरफुल! शिकारीला जायचं म्हणून ग्रीन साडी नेसलीस की काय?"

कोचवर चढण्यासाठी महाराजांनी पुढं केलेल्या हाताचा आधार घेऊन ती वर चढली आणि म्हणाली,

"शिकारी ड्रेस सोबत घेतलेला आहे, पण...!"

"पण काय?" ती जवळ चढून बसताच हातातले रेन्स सैल सोडून महाराजांनी घोड्यांना निघण्याचा इशारा केलान् रोशनला विचारलं.

"शिकारीचा ड्रेस सोबत घेतलेला आहे, पण मी शिकारीला मात्र बसणार नाही." रोशन म्हणाली.

"हाऊ फँटॅस्टिक? रत्ना, तुझं वागणं काही तरी चमत्कारिकच असतं बघ! अगं, आज आपल्याकडे गव्हर्नरसाहेबांचा पी. ए. त्याची इंग्लंडवरून आलेली पाहुणेमंडळी घेऊन शिकारीला येणार आहे. आपण त्यांना आपलं शिकारीतलं कौशल्य दाखवायचं, की भित्र्यासारखं बंगल्यात बसून राहायचं?"

"पण मी अद्याप कधी जनावरावर बंदूक उडवलेली नाही!"

"नसशील! तू असं कर, याकूब ज्या बीटवर बसणार, त्या बीटवर तू बस. म्हणजे काय होईल, तो तुला अचूक मार्गदर्शन करेल. तो मार म्हणेल, त्याच वेळी बंदूक चालवायची. आता तुला गेल्या चार महिन्यांत तसा थोडाफार बंदूक चालवायचा सराव झालेलाच आहे!"

"ते खरं हायनेस, पण जंगलातल्या जनावरावर बंदूक चालवण्याचा हा माझा पहिलाच प्रसंग आहे!"

"डोंट वरी! याकूब तुला सर्व काही समजावून सांगेल आणि ते विलायतेचे पाहुणे येणार आहेत, त्यांना जरा समजू देत— इथं हिंदुस्थानात स्त्रिया बंदूक चालवू शकतात!"

"आपण महाराणीसाहेबांना हे शिक्षण दिलंय?"

त्यावर महाराज हसले आणि म्हणाले,

"रत्ना, तिची केस अगदी 'एक्सेप्शनल' आहे. मी तिला काहीही नवीन शिकवू शकलो नाही. म्हणून तर ती माझी हौस मी तुझ्याकरवी पूर्ण

करून घेण्याचा प्रयत्न करतो आहे! आय ॲम हॅप्पी, तू मला फारसा विरोध करीत नाहीस; थोडा संकोच दर्शवतेस, पण नंतर मला समजूनही घेतेस.''

चंद्रपूरपासून मल्हारपेठचा डोंगर बारा मैलांवर होता. डोंगरावर महाराजांचा डाक बंगला होता. चंद्रपूरला येणाऱ्या गोऱ्या पाहुण्यांची या डाक बंगल्यावरच राहण्याची व्यवस्था केली जायची. रोशननं या बंगल्याविषयी बरंचसं ऐकलं होतं, पण अद्याप तिनं तो पाहिलेला नव्हता.

मल्हारपेठला जाणारी वाट चंद्रपूरच्या उत्तर वेशीतून फुटलेली होती. या वाटेवर वड आणि पिंपळ यांचे अजस्र वृक्ष दुतर्फा उभे होते. वाटेच्या बाजूने असलेली शेतवड बारमाही हिरवी दिसे. इंद्रावती नदीचे अनेक कालवे चंद्रपूरची सुपीक जमीन जलसिंचन करीत. चंद्रपूरचा गहू आणि तांदूळ मशहूर होता. वर्षातून एकदा इंद्रावतीला महापूर येत असे. त्या वेळी इंद्रावतीचं पाणी चौफेर पसरत असे. पावसाळ्यात वाहून येणारा गाळ जमिनीच्या मूळच्या सुपीकतेत भर घालीत असे. त्यामुळं चंद्रपूरचा साध्यातल्या साधा शेतकरी खाऊन-पिऊन सुखी होता.

सखल भाग सात मैलांवर संपला. आता महाराजांचा कोच घाटमाथा चढू लागला तशी त्यांची गती मंदावली. घोड्याच्या पाठी घामाने निथळू लागल्या. रोशनच्या बाजूच्या घोड्यांच्या तोंडातून फेस येऊ लागला. तो पाहून ती म्हणाली, ''मला वाटतं, आपण थोडं थांबावं. घोडे दमल्यासारखे दिसताहेत!''

''आता गोमुखाजवळ हे घोडे बदलायचेच आहेत!''

''म्हणजे?'' रोशननं विचारलं.

''बारा मैलांची दौड यांना झेपत नाही, म्हणून मध्ये घोडी बदलायची असतात. काल रात्रीच दुसरी घोडी पुढे मुक्कामाला येऊन थांबली आहेत. गोमुखाजवळ आपणही थोडं थांबू. टिफिन, चहा घेऊ!''

''हायनेस, बाहेर पडल्यानंतर मनाला किती बरं वाटतं; नाही?''

''हांऽऽ! आऊटींगचा मुख्य उद्देश तोच असतो. आपल्या दैनंदिन जीवनातून एका वेगळ्या वातावरणात गेलं की, माणसाला बरं वाटतं. युरोपियन लोक प्रत्येक आठवड्याला घराबाहेर जातात, ते एवढ्यासाठीच!''

"आपणसुद्धा प्रत्येक आठवड्याला इकडे यायला हरकत नाही!"

"प्रत्येक आठवड्याला? ते कसं शक्य आहे रत्ना? महिन्यातून एकदा ठीक आहे!"

घाटमाथ्याचा रस्ता काहीसा खडबडीत होता. त्यामुळे कोच चांगलाच हलत होता. तोल गेल्यासारखं वाटलं की, महाराजांच्या दंडाला रोशन धरत होती. तिची उडालेली ती त्रेधातिरपीट पाहून महाराज म्हणाले, "आमच्या माँसाहेब घोड्यावरून मल्हारपेठला जायच्या. आबासाहेबांच्या पुढे त्यांचा घोडा असायचा! तू कोचमध्ये बसलेली आहेस, तरी इतकी दमून गेलीस!"

"मीसुद्धा घोड्यावरून येईन, मला शिकवून पाहा रायडिंग!"

"रायडिंग करणाऱ्या स्त्रिया फार निराळ्या असतात रत्ना! आता तासभर उन्हातून प्रवास केलास, तर तुझं तोंड लालभडक झालं आहे! तू कोचमध्ये आत बस, आता गोमुखापासून!"

"नाही हं हायनेस! मला जंगलातून जाणारी ही वाट पाहायची आहे! अश्शी घनदाट झाडी मी यापूर्वी कधीच बघितलेली नव्हती. या जंगली फुलांचे रंग काय सुरेख दिसतात!"

कोच गायमुखाजवळ पोहोचला. तिथे सेवक अगोदरच हजर होते. त्यांनी महाराजांना मुजरे केले. महाराजांनी चाबूक बाजूच्या कडीत अडकवला आणि ते प्रथम उतरले. त्यांनी रोशनला उतरायला मदत केली.

डोंगरकपारीतून पाण्याचा झरा अव्याहत वाहत होता. त्याच्या तोंडावर एक पितळी गोमुख बसवलेलं होतं. झऱ्यातून येणारं पाणी शेवटी या गोमुखातून बाहेर पडत होतं. स्वच्छ, थंड आणि मधुर अशा या पाण्यानं प्रवाशांची तहान भागत होती. मल्हारपेठला जाणारी आणि तिकडून येणारी माणसं गोमुखाजवळ घटकाभर थांबल्याशिवाय पुढचा प्रवास चालू करीत नसत.

गोमुखाजवळच्या वडाखाली मोठा जमखाना अंथरला होता. त्यावर मध्यभागी वेताच्या खुर्च्या आणि टेबल ठेवलं होतं. तो वड अतिप्राचीन होता. त्याच्या फांदीपासून फुटलेल्या मुळ्या जमिनीत शिरल्या होत्या. त्या इतक्या मोठ्या झाल्या होत्या की, मूळचं खोड कोणतंहे कळणं कठीण!

“रत्ना, हे वडाचं झाड किती वर्षांचं असावं?”

महाराजांनी सिगारेट पेटवून विचारलं.

“खूप जुन दिसतं!”

“अडीचशे वर्षं जुनं आहे. ते बघ, वडाच्या फांद्यांना अर्धगोल चिकटलेलं दिसतं, ते काय आहे ओळख?”

“काय, मला माहीत नाही!”

“आग्या मोहोळ! मधमाश्यांची पोळी आहेत ती!”

“हा मध काढता येत नाही?”

“छेऽऽ! अगं, या आग्या मोहोळाच्या माशा जर पिसाळल्या, तर माणसाला खलास करतात.”

“इथून लवकर जाऊ या हायनेस!”

“पांथस्थांना काही करत नाहीत. त्यांची कळ काढणाऱ्यांना मात्र त्या सोडत नाहीत. पाण्यात जाऊन माणूस बुडाला तरी त्या पाण्यावर घोंगावत राहतात!”

इतक्यात हुजऱ्याने काचेच्या प्लेट्समधून सामोसे आणि बिस्किटं आणून मधल्या टेबलावर ठेवली.

त्यातला एक सामोसा घेत महाराज कोचमनला म्हणाले,

“सिदोजी, आम्हाला बंगल्यावर सोडल्यानंतर तुला लगेच चंद्रपूरला परत जायला हवं. उद्या सकाळी ते पाहुणे येत आहेत, ते मोटारीनं इकडं येऊ म्हणतील. त्यांना सांगायचं की, मोटारीला योग्य असा हा रस्ता नाही! शर्माजींना मी सांगून ठेवलेलंच आहे. ते सोबत येणारच आहेत.”

“मग आपणच का नाही थांबलात?” रोशननं विचारलं.

“त्याचं काय आहे रत्ना, मी तिथं थांबलो, ही शिकारीचा प्रोग्राम उगाच रेंगाळत राहतो. त्या पाहुण्यांचं स्वागत, त्यांना स्टेट पोलिसांची सलामी, तिथं पॅलेसमध्ये दरबार, खाना— या सगळ्या गोष्टी कराव्या लागतात. बरं त्या केल्याही असत्या, जर हे लोक वर्षातून एकदा येणारे असते तर! हे महिन्या-दोन महिन्याला येतात! प्रत्येक वेळी त्यांचं असं शाही स्वागत करायचा कंटाळा येतो मला! शिवाय हा रॉबिन्सन कोण आहे,

तर गव्हर्नरचा पी. ए.! तो स्वत: एकटा येणार असता, तर गोष्ट निराळी. हा आपला इंग्लंडमधला मित्र, त्याची बायको-पोरं घेऊन येतो आहे. आय एम नॉट सपोज्ड टू रिसीव्ह देम!''

''पण त्यामुळं त्या लोकांचा गैरसमज नाही व्हायचा?''

''तसं काही होत नाही! शर्माजी त्या लोकांचं बारसं जेवलेले आहेत. ते त्यांना बरोबर गुंडाळतात. आपण इतक्या दुरून आलेले आहात, आपल्यालाही शिकार साधता यावी म्हणून महाराज जातीनं पुढं गेलेले आहेत, असं सांगून मोकळे होतील! शिवाय रॉबिन्सन हा माणूस मोठ्या खिलाडू वृत्तीचा आहे. तू बघशीलच आता!''

''हायनेस, मला त्या लोकांचं वागणं आवडत नाही!''

''का?''

''ओळख करून देताना हातच पुढं करतात!''

''हात्तिच्या! त्यात न आवडण्यासारखं काय आहे? त्या लोकांची तशी प्रथाच आहे! बरं, हातात हात दिल्यानं काय बिघडतं?''

''मला बाई संकोचल्यासारखं वाटतं!''

''मला मात्र त्यांच्या बायकांच्या हातात हात देताना तसं नाही वाटत!'' महाराज सामोश्याचा तुकडा तोडता-तोडता म्हणाले.

''पुरुषांची गोष्ट वेगळी असते हायनेस!''

''तुला दुसरं ठाऊक आहे का? अशा पाहुण्यांच्या बायकांना आदर दर्शवण्यासाठी त्यांच्या हाताचं चुंबन घेण्याचीही प्रथा आहे!''

गालातल्या गालात हसत रोशन म्हणाली, ''आदर दर्शवण्याची ही तऱ्हा हाताच्या चुंबनावरच थांबते ना?''

महाराज तिच्या बोलण्यातली खोच ओळखून म्हणाले,

''रत्ना, तसे ते लोक फार पुढे गेलेले आहेत, आपल्याकडे त्यांच्या रीतिरिवाजाची नेहमीच कुचेष्टा होते; पण खरं सांगू, मला त्यांचे रीतिरिवाज फार आवडतात!''

हुजऱ्याने केटलीतून चहा आणला, तेव्हा रोशन म्हणाली, ''मला चहाच्या अगोदर त्या गाईच्या तोंडातून पडणारे थोडं पाणी हवं आहे!''

"जरूर!"

हुजऱ्याने गायमुखातून ग्लास भरून आणला, स्फटिकासारखं शुभ्र पाणी ग्लास उंचावून पाहत रत्ना म्हणाली, "फिल्टर केल्यासारखं पाणी आहे!"

"माँसाहेबांना रोज इथून घागरी भरून जायच्या. ऐंशी वर्षे जगल्या त्या. शेवटपर्यंत एक दात पडला नव्हता, की डोळ्यांना चष्मा लागला नव्हता!"

"मग माझ्यासाठीही अिथलं पाणी सुरू करावं!"

"हरकत नाही! उद्याच कारभाऱ्यांना सांगून टाकतो! रत्ना, तुला जर का हे पाणी मानवलं, तर आयुष्यात आजारी म्हणून कधी पडणार नाहीस!"

"आपण का नाही रोज हे पाणी पीत?"

महाराज हसले आणि म्हणाले, "मला इतकं दीर्घायुष्य नको आहे, म्हणून!"

रोशनचा मूड त्या वाक्याने पार बिघडला. ती नाराज होत म्हणाली, "तसा हेतू आहे, तर माझं धर्मांतर कशाला केलंत?"

"अगं वेडे, रागवायला काय झालं? सहज चेष्टेनं म्हणालो, तर एवढं मनाला काय लावून घेतेस! चहा थंड होतोय बघ. घे, अजून पाच मैलांचं अंतर कापायचं आहे आपल्याला."

एव्हाना कोचचे घोडे बदलण्यात आले होते. नव्या दमाचे कोचला जोडलेले घोडे एकसारखे फुरफुरत होते.

ऊन बरंच झालं होतं. रोशनची बाहेर बसायची इच्छा असूनही महाराज तिच्यासमवेत आत कोचमध्ये बसले. कोचमनने रेन्स हातात घेतले. गोमुखाजवळ थांबलेल्या सेवकांनी घाटमाथ्याकडे चाललेल्या महाराजांना लवून मुजरे केले.

किंजळ, नाना, मत्ती या जंगली झाडांबरोबरच मल्हारपेठच्या डोंगरांत उंची प्रकारच्या सागवानाचीही लागवड केलेली होती. परातीएवढे पसरट पान असलेले, सरळ सोट वाढलेले सागवान खडी ताजीम देणाऱ्या सैनिकासारखे दिसत होते.

त्या कोचच्या केबिनमध्ये महाराजांच्या बाहुपाशात रोशन विसावलेली होती. तिच्या ओठांचं चुंबन घेऊन महाराज म्हणाले,

"महाराणीसाहेब आणि काय म्हणत होत्या?"

"काही नाही!"

"काही नाही कसं? अमीनालासुद्धा बाहेर घालवून तुमच्या दोघींचं काही 'कॉन्फिडेन्शियल' चाललं होतं म्हणे!"

"म्हणजे, इतक्या बारीकसारीक गोष्टी तुमच्यापर्यंत येतात?"

महाराज मिस्कील हसत म्हणाले, "राजानं नेहमी अष्टावधानी असावं, असे आमचे पूर्वज सांगत!"

"पण तसं विशेष काही बोललोच नाही! बाळराजे आणि बेबीराजे यांना इतक्यात शिकायला दूर ठेवू नये, ही गोष्ट मी आपणाला पटवून द्यावी, एवढंच त्या म्हणत होत्या!"

"अच्छा! पण आता झालं ना तुझ्या मनासारखं? रहित केला ना मी तो बेत? पण काही म्हण रत्ना, तू राजधानीत आल्यापासून माझ्या स्वभावात आमूलाग्र बदल घडतो आहे. पूर्वी मी एकदा घेतलेला निर्णय असा सहजासहजी बदलत नसे!"

"ही गोष्ट चांगली की वाईट?"

"एका अर्थी चांगली, एका अर्थी वाईट!"

"म्हणजे? मला नाही समजलं!"

"घाईनं घेतले गेलेले निर्णय बदलायला लावणारी तुझ्यासारखी एखादी व्यक्ती माझ्या सहवासात येणं अत्यावश्यक होतं. पण घेतलेले चांगले निर्णय जर तू मला बदलणं भाग पाडू लागलीस, तर माझ्या प्रजाजनांचा माझ्यावरचा विश्वास उडून जाईल! तुला ठाऊक आहे ना, माझ्या संस्थानचा मी सर्वोच्च न्यायाधीश आहे! कोणावर अन्याय झाला तर तो शेवटी दाद मागण्यासाठी माझ्याकडे येतो अन् न्यायाधीशाला स्वतःच असं पक्कं मत असावं लागतं; ते डळमळीत असून चालत नाही!"

"मी आपल्या राजनैतिक बाबतीत कधीच ढवळाढवळ करणार नाही! घरगुतीबाबतीत मात्र मला जे रास्त वाटेल, ते सांगितल्याशिवाय राहणार

नाही. ते तरी ऐकाल ना?''

महाराजांनी पुन्हा एकदा तिचं चुंबन घेऊन 'जरूर ऐकेन', असं कृतीनंच तिला सांगितलं.

मल्हारपेठच्या वाटेवर बिब्ब्याची खुरटी झाडं जागोजागी मोहरली होती. त्याचा वास आसमंतात दरवळत होता.

रोशननं आपल्या साडीवर शिंपडलेल्या सेंटला न जुमानता तो गंध तिच्यापर्यंत पोहोचला होता. तो हुंगता-हुंगता रोशन म्हणाली,

''हायनेस, काय सुगंध आहे हा!''

''हे काहीच नाही. आता पुढं मोहाची झाडं लागतील, तो वास बघ. त्या वासात सुगंध तर आहेच, पण त्याचबरोबर एक नाजूक अशी धुंदीही येते त्यामुळे!''

''का?''

''तुला ठाऊक नाही? अगं, मोहाच्या फुलापासून फार उत्तम प्रकारचं मद्य बनवलं जातं! आमच्या राज्यातला हा फार मोठा कुटिरोद्योग आहे. भिल्ललोक या मोहाच्या मद्यनिर्मितीत फार तरबेज आहेत. आपण एक गम्मत करू या हं! रॉबिन्सनला मोहाची दारू पाजू! त्याला दाखवू– तुम्ही गोरे लोक 'स्कॉच, स्कॉच' म्हणून फार कौतुक करता, पण त्या स्कॉचला सवाई अशी आमची मोहा फ्लॉवर लिकर कशी असते!''

''हायनेस, मलाही एकदा चाखायला हवी ती!'' रोशन लाडिकपणे म्हणाली.

''जरूर! आपण बंगल्यावर गेलो की लक्षा भिल्लाला बोलावून घेऊ. तो यातला दर्दी आहे!''

लाल धुळीतून कोच चालला होता. घाटमाथ्यावरची थंड हवा हळूहळू जाणवू लागली. एका बाजूला उंचच्या उंच खडक अन् दुसऱ्या बाजूला खोल दरी, यामधून जाणारी लाल धुळीत माखलेली ती नागमोडी सडक तुडवीत कोच वर चढत होता. कोचच्या कमान पाट्यांना तेलपाणी करूनही ते कुरकुरत होते. मघाशी गायमुखाजवळ अगदी ताणात दिसलेले घोडे आता फेसाटले होते. नागमोडी वळण संपून मल्हारपेठच्या वरच्या रस्त्यावरून

कोच चालू लागला, तेव्हा घोड्यांची गती वाढली.

"रत्ना, तुला राग येणार नसेल, तर एक गोष्ट सांगतो!"

रोशननं महाराजांच्या चेहऱ्याकडे निरखून पाहत म्हटलं, "कोणती?"

"रॉबिन्सनची बहीण शिकारीला येते आहे. ती थोडी मनमोकळी आहे. माझ्याशी वागताना ती शिष्टाचार कधीच पाळत नाही. कदाचित तुझा तिच्या वागण्यामुळं गैरसमज होण्याची शक्यता आहे."

रोशन क्षणभर विचार करून म्हणाली,

"ज्या दिवशी आपण माझं धर्मांतर केलंत, त्याच दिवशी मी मनाशी खूणगाठ बांधलेली आहे."

"कसली?"

"मी महाराणीच्या अधिकारावर अतिक्रमण करते आहे, तेव्हा आपणावर असल्याबाबतीत निर्बंध घालण्याचे मलाही काही नैतिक अधिकार प्राप्त नाहीत!"

तिचा गालगुच्चा घेत महाराज म्हणाले, "पण सुसानचं अन् माझं तसलं काही लफडं नाही हं! तुला मात्र उगाच शंका येईल, म्हणून अगोदरच सूचना देऊन ठेवलेली बरी! बाकी, तू बोलण्यात कुणाला हार जाणार नाहीस!"

कातळावरून जाणाऱ्या रस्त्याने मल्हारपेठच्या डाक बंगल्यासमोर येऊन कोच थांबला. बंदोबस्तासाठी येऊन थांबलेल्या सेवकांनी कोचमधून उतरणाऱ्या महाराजांना व रोशनला मुजरे केले.

- ० - ० - ० -

९

मल्हारपेठच्या डोंगरावरचा हा डाक बंगला बांधण्याची कल्पना ज्या थोरल्या महाराजांच्या डोक्यातून निघाली, त्यांच्या कल्पकतेचे कौतुक करावे तेवढे थोडे होते. इंद्रावती नदीच्या उगमस्थानाजवळ किंचित लालसर छटा असलेला संगमरवराच्या जातीचा दगड मिळत होता. या डाक बंगल्याचं संपूर्ण बांधकाम त्या दगडांनीच पूर्ण केलेलं होतं. शंभर वर्षांची ती जुनी वास्तू, पण काल-परवा बांधल्यासारखी भासत असे. समोर कमानीचं भव्य पोर्च, पोर्चमधून पायऱ्या चढून वर गेलं की, समोर मोठा हॉल होता. या हॉलमध्ये एका वेळेला शंभर माणसं सहज बसू शकतील, इतका मोठा! आत स्प्रिंगचे कोच, खुर्च्या, त्यामध्ये पसरलेला काश्मिरी गालिचा! बाजूला शोभेसाठी पेंढा भरून ठेवलेले वाघ, बिबळे आणि एक भलं मोठं अस्वल! या अस्वलाच्या हातात कंदील होता आणि त्या कंदिलात विजेचा दिवा सोडलेला होता. भिंतीवर गबू रेड्याची आणि सांबराची भली मोठी शिंगे, त्यांच्या डोक्यांसहित लटकावलेली होती.

हॉलमधून माडीवर जायला गोल जिना होता. वर आणि खाली एकूण वीस दालनं होती. बंगल्याच्या मागे आऊट हाऊस आणि त्यालगत स्वयंपाकघर होतं. रोशन अवाक् होऊन ते वातावरण न्याहाळीत होती. महाराज तिला म्हणाले,

"कसा काय आहे बंगला?"

"मला वाटतं, रोमन व्हिलात राहण्यापेक्षा आपण मला इथंच राहायला परवानगी दिलीत, तर बरं होईल! सगळं वातावरण कसं भरदार अन् शाही थाटाचं वाटतं!"

"आता तिसऱ्या मजल्याच्या गच्चीवर चल." महाराज रोशनच्या हाताला धरून त्या गोल जिन्यावरून तिसऱ्या मजल्याच्या गच्चीवर तिला घेऊन आले. गच्चीवरून दिसणारा

देखावा अफलातून होता. चोहो बाजूला पसरलेली घनदाट झाडी, दऱ्या, त्या दऱ्यांमधून पाझरणारे निर्झर! पश्चिमेकडून येणारी वाऱ्याची झुळूक असंख्य प्रकारच्या रानफुलांचा संमिश्र सुगंध घेऊन येत होती. रोशनचा हात हातात घेऊन महाराज गच्चीवर उभे होते. ते तिला जवळ घेऊन म्हणाले, "रत्ना, इतक्या वेळा मी इकडे येतो; पण प्रत्येक वेळी मला नवीन ठिकाणी आल्यासारखं वाटतं. इथून परत चंद्रपूरला जाताना माझी पावलं जड होतात! केव्हा एकदा बाळराजे मोठे होतात आणि संस्थानची जबाबदारी मी त्यांच्यावर सोपवतो, असं मला झालं आहे!"

"असं का वाटावं आपणाला?"

"म्हणजे तुझ्यासमवेत इथं शांतपणानं येऊन राहता येईल!"

रोशन हसली. महाराजांना बिलगून म्हणाली, "हायनेस, हे सुख मला अखेरपर्यंत लाभेल ना?"

तिचे गाल अन् केस कुरवाळत महाराज म्हणाले,

"अशी शंका का यावी तुला?"

"मी कुठं तरी वाचलेलं आहे. राजेलोक आणि फुलपाखरं यांच्यात फार साम्य असतं."

"अरे वा! आज तुझ्यात पोएटिक सेन्स जागा झालेला दिसतो!"

रोशन दूरवर दिसणाऱ्या एका निर्झरावर डोळे स्थिरावून म्हणाली, "फुलपाखरांचे रंग किती आकर्षक अन् मोहक असतात, पण त्यांची वृत्ती फार फार चंचल असते. एका फुलावर दीर्घ काल थांबतच नाहीत! फुलांना मात्र वाटते की, फुलपाखरानं आपल्यापासून दूर जाऊ नये!"

"रत्ना! मला तुझ्यासारखी कविकल्पना करता येत नाही, पण एक मात्र सांगतो— जे फूल उमललेल्या स्थितीत माझ्याजवळ आहे, ते फूल कळी असल्यापासून मला हवंहवंसं वाटत होतं!"

रोशन महाराजांकडं रोखून पाहत म्हणाली, "पण फूलसुद्धा अल्पजीवी असतं...ते कोमेजू लागलं की...!"

"रत्ना इनफ्! पुरे झालं. चल, उद्याच्या शिकारीची तयारी करायला हवी. तू थोडा आराम कर आता! काव्य-कल्पना फारशा समजत नाहीत

मला—''

''हायनेस, मला इथं आलेल्या क्षणापासून काय करू अन् काय नको, असं होऊन गेलं आहे!''

महाराज हसत-हसत म्हणाले,

''तुला जे-जे वाटतं, ते-ते करायला तू इथं स्वतंत्र आहेस!''

रोशन दूरवर दिसणाऱ्या त्या उंचावरून कोसळणाऱ्या निर्झराकडे पाहत म्हणाली, ''मला त्या झऱ्याखाली उभं राहून अंघोळ करावीशी वाटते अन् तीही तुमच्यासमवेत!''

''यू सिली गर्ल!'' असं म्हणून महाराजांनी तिचा एक गालगुच्चा घेतला आणि ते म्हणाले,

''ते काही अशक्य नाही रत्ना! आज इथं अगोदर शिकारीची व्यवस्था लावू आणि दुपारी जाऊ नागझरीवर!''

''त्याला नागझरी म्हणतात?''

''हो. वरून तो झरा बारमाही कोसळत असतो! फार रमणीय ठिकाण आहे. बाजूला केवड्याचं बन आहे. केवड्याच्या गंधामुळे आजूबाजूला सापही आहेत!''

''अम्माऽऽऽ!''

''रत्ना, पण तसं भिण्याचं कारण नाही. आपण त्यांच्या वाटेला नाही गेलो, तर ते आपल्याला काही करत नाहीत. तुला एक विनंती करायची आहे!''

''कसली?''

''इथं तू एकटी कुठं जाण्याचा प्रयत्न करू नकोस. जंगलात वाट चुकून भलतीकडेच जाशील! जायचंच झालं, तर सोबत कोणाला तरी घेऊन जा.''

''आपण सोबत असल्याशिवाय मी कुठंच जाणार नाही!'' जिना उतरता-उतरता रोशन म्हणाली.

महाराज पोर्चजवळच्या व्हरांड्यात आले, तेव्हा महाराजांचा शिकारी हवालदार याकूब पुढे आला. पन्नास-बावन्न वर्षांचा याकूब हाडापेरानं मजबूत होता. खाकी कोट, खाकी पँट आणि डोक्याला वाघाच्या कातड्याची टोपी

घातलेला याकूब महाराजांना मुजरा करून अदबीनं बाजूला उभा राहिला. रोशन बंगल्याचा परिसर धुंडाळू लागली.

"याकूब उद्या कुठली रानं घ्यायची?"

"हुजूर, साहेबलोकांना काय मारायचं आहे?"

"मला वाटतं, आल्या-आल्या चार दोन रानडुकरं त्यांना मारून द्यावीत! मग ती बाहेर पडणारच नाहीत; बसतील त्यांचे पदार्थ करीत! शिवाय वाघाच्या शिकारीची रिस्क कशाला घ्यायची? ते लोक सहज गंमत पाहण्यासाठी येणार आहेत. रानकोंबड्या, पिसई, ग्रीन पिजन्स थोडे-थोडे मिळाले तरी पुरे!"

"काळी जनावरं चिक्कार झालीत. लाल दरीचं रान उठवलं, तरी पाच-पंचवीस जनावर उठेल!"

"तू असं कर, रॉबिन्सनला चांगल्या सरीवर बसव, त्याचे एक-दोन बार होऊ द्यात! सुसानही सोबत येते आहे. मी तिच्यासोबत असेन. रत्नाला तू सोबत राहून एखाद्या चांगल्या सरीवर बसव. तिला शिकारीची फारशी आवड नाही; पण तिच्यात आवड निर्माण व्हायला हवी!"

"जी हुजूर! पण त्या काळं जनावर मारतील ना?"

"न मारायला काय झालं? तू मारतोस ना?"

याकूब किंचित हसत म्हणाला, "माझी गोष्ट अलग आहे हुजूर! राणी सरकार अजूनही आपल्यावर झालेले संस्कार विसरलेल्या नाहीत!"

"हळूहळू विसरेल! बरं, उद्या सकाळी दहापर्यंत ती मंडळी इथं येत आहेत. त्यांच्या लंचसाठी चार-दोन रानकोंबड्या मारून ठेवायला हव्यात! आणि कोंबडा मिळाला, तर त्याच्या गळ्यावरची पिसं अलगद काढून ठेव. मागे सुसानला हॅटला लावायला ती हवी होती अन् नेमकी रानमांजरानं वाळवत ठेवलेल्या ठिकाणाहून पळवून नेली. किती संतापली होती ती त्या वेळी! आठवतं?"

"जी हुजूर! जगातली सगळी मांजरं मारून टाकायला हवीत— म्हणाल्या होत्या त्या मड्डमसाहेब!"

"बरोबर— बरोबर! मी आज दुपारी रत्नाला सोबत घेऊन नागझरीवर

जातो आहे!''

''पाण्यावर बंदूक घेऊन बसणार असाल, तर रानकोंबड्या मिळतील!''

''बंदूक सोबत असेलच, पण रत्नाला तिथं अंघोळ करायची आहे!'' याकूबने कपाळाला हात लावून सलाम केल्याचा आविर्भाव केला. 'छोट्या राणी सरकार काय डोक्यात घेतील अन् काय नाही', अशा अर्थानं.

त्यानंतर महाराजांनी पाहुण्यांसाठी सज्ज करून ठेवलेली दालनं फिरून पाहिली. गाद्यांवर भट्टीचे बेडशीट्स अंथरले होते. शुभ्र मच्छरदाण्या लावण्यात आल्या होत्या. पेटीतल्या फिनाईलच्या गोळ्यांचा वास अद्यापही मच्छरदाणीला येत होता. त्यानंतर महाराज आऊट हाऊसमध्ये आले.

इथं बिस्किटांचे पुडे, लोण्याची पाकिटं, सोडा आणि व्हिस्कीच्या बाटल्यांचे क्रेट्स, चॉकलेट्सचे डबे, टोमॅटो सॉसच्या बाटल्या— अशा 'साहेबांना' लागणाऱ्या हरएक चीजा आणून ठेवल्या होत्या. चंद्रपूरचा कूक खास पाहुण्यांसाठी मल्हारपेठला येऊन दाखल झाला होता. तो हाताखालच्या पोरांना ॲप्रन बांधल्याशिवाय स्वयंपाकघरात वावरायचं नाही, अशी ताकीद देत होता.

''गोन्साल्विस, मागच्या खेपेला सुसानला तू बनवलेलं सूप आवडलं नव्हतं! लक्षात आहे ना?''

''हुजूर, भेकराच्या मटणाला एक प्रकारचा आंबूस वास असतो. त्याचं सूप चांगलं होतच नाही!''

''म्हणून याकूबला सकाळी चार रानकोंबड्या मारून आणायला सांगितलं आहे. दुपारी एखाददुसरा 'बोअर' नक्कीच मिळेल. मग कशाचीच गरज नाही. पोर्क म्हटलं की, गोरे साहेबलोक एकदम खूष होतात!''

गोन्साल्विस मिस्कील हसला. त्याला महाराजांचा स्वभाव ठाऊक होता. केवळ साहेबाला काय हवं, काय नको याचंच भान महाराजांना होतं असं नव्हे; तर साहेबलोकांच्या बायकांनासुद्धा भुलवण्याचे तंत्र महाराजांनी आत्मसात केले आहे, याचीही प्रचिती गोन्साल्विसला आली होती. पण तसं स्पष्ट बोलण्याची त्याची प्राज्ञा नव्हती.

''हायनेस, इथं इलेक्ट्रिकचे खांब कुठं दिसत नाहीत, मग वीज

आली कोठून?'' रोशननं तिथं येऊन विचारलं.

''तिकडे खाली जनरेटर बसवलेला आहे. इथं गेस्ट आले की, तो चालू केला जातो!''

''आय सीऽऽऽ!''

''विहीर पाहिलीस?''

''हो, किती तरी खोल आहे!''

''पण इतक्या उंचीवर असूनही आजपर्यंत पाणी कधीच आटलं नाही!'' याकूबनं माहिती दिली.

''ते पाणी खराब नाही होत?''

''माळी ते रोज उपसून बागेला घालतो. उपसा असला, तरच विहिरीचं पाणी स्वच्छ राहतं!''

दुपारी दोनच्या सुमारास महाराज आणि रत्ना नागझरीकडे निघाले. महाराजांनी आपली 'हॉलंड अँड हॉलंड' बारा बोअरची बंदूक सोबत घेतली. रोशननं अंघोळीनंतर बदलण्यासाठी कपडे सोबत घेतले. काही अंतर चालून गेल्यानंतर महाराज थबकले आणि मागे वळून म्हणाले, ''अरे, कोण आहे तिकडे?''

एक हुजऱ्या धावत आला.

''काय विसरलं?'' रोशननं विचारलं.

''सोबत बॅटरी घ्यायला हवी. एखादे वेळी आपल्याला यायला उशीर होईल आणि हे बघ, लक्षा भिल्लाला संध्याकाळी बंगल्यावर बोलावून घ्या!''

''जी हुजूर!''

महाराजांनी हुजऱ्या येईपर्यंत आपल्या खाकी कोटाच्या खिशातली काडतुसं पुन्हा एकदा तपासून पाहिली. त्यात छर्ऱ्यांची दहा आणि एल. जी. ची फक्त दोनच होती.

''या काडतुसांत फरक असतो हायनेस?'' रोशननं विचारलं.

''हांऽऽ! ही छर्ऱ्यांची काडतुसं स्मॉल गेमसाठी असतात. रानकोंबडी, स्पर फाऊल किंवा पिसई यांनी टिपता येतात!''

''आणि हे एल. जी.?''

''हे बिग गेमसाठी— भेकर, सांबर, रानडुक्कर!''

रानडुक्कर हे नाव उच्चारताच रोशन 'छी थू ऽऽऽ' करून म्हणाली, ''हायनेस, तो प्राणी फार घाणेरडा असतो!''

महाराज मिस्कील हसत म्हणाले, ''ती जनावरं जर मारली नाहीत रत्ना, तर माणसांना पृथ्वीवर राहण्यासाठी जागा शिल्लक ठेवणार नाहीत. वर्षातून दोन वेळा 'ब्रीडिंग आणि प्रत्येक वेळी वीस-वीस पिलं! तुला ठाऊक नाही, इंद्रावतीच्या काठी उत्तम गहू आणि तांदूळ पिकतो; पण त्या जनावरांची धाड आली की, सारा सत्यानाश करून सोडतात. त्यावर उपाय एकच— त्यांना मारून खाणे!''

''शीऽऽऽऽ!''

''मी तुला कधीही ते खाण्याचा आग्रह धरणार नाही!''

''पण तुम्हीसुद्धा त्याला स्पर्श करू नये!''

हुजऱ्यानं टॉर्च आणून दिला. तो खाकी पँटच्या खिशात ठेवत महाराज रोशनसोबत पुढे निघाले. जाता-जाता ते म्हणाले,

''रत्ना, मी तुझ्यावर कसलीच सक्ती लादणार नाही; तूही माझ्यावर काही लादू नये. आपण एकमेकांना असं समजावून घेतलं, तर आपल्यात कधीच गैरसमज होणार नाहीत. पण बायकांचं होतं काय, तर आपल्या आवडी-निवडी त्या पुरुषांवर लादण्याचा प्रयत्न करतात आणि त्यातूनच मतभेदाला सुरुवात होते! तेव्हा 'टॉलरन्स इज ए गोल्डन रूल', असं तू समजायला हवंस!''

महाराजांच्या मागोमाग रोशन चालत होती. महाराज जे बोलले, ते तिलाही पटत होतं. पण तरीही मनातून तिला एकसारखं वाटत होतं— जे ओठ माझ्या ओठांना भिडतात, त्या ओठांनी माझ्या पूर्वीच्या धर्मानं निषिद्ध मानलेल्या प्राण्याचं मांस भक्षण करू नये.

नागझरी जशी जवळ येऊ लागली तसा धो-धो आवाज येऊ लागला.

दाट झाडीतून गेलेल्या पायवाटेने महाराज आणि रोशन नागझरीजवळ येऊन पोहोचले. इतका वेळ तिला आपण पूर्वेला चाललो आहोत की पश्चिमेला, हे दाट झाडीमुळे समजत नव्हते. ती फक्त महाराजांच्या मागोमाग

चालत होती.

नागझरी जवळ आल्यानंतर रोशननं तो परिसर पाहिला आणि म्हणाली,

"हाऊ वंडरफुल! हायनेस, आपल्या राजधानीत अशी निसर्गरम्य जागा असेल, याची मला थोडीसुद्धा कल्पना नव्हती!"

शंभर-सव्वाशे फूट उंचीवरून पाण्याचा झोत खाली खडकावर कोसळत होता. त्यातून तुषार उडत होते. खाली कोसळणाऱ्या पाण्यानं एक लहानसा तलाव बनवला होता. पण त्या तलावात जागोजागी प्रचंड शिलाखंड होते. निळ्याभोर पाण्यातून तळदेखील स्पष्ट दिसत होता. इकडून तिकडे भरकटणारे लहान-लहान मासे रोशनला आणि महाराजांना पाहून एकदम दूर झाले.

"रोशन, ही जागा बायकांना का आवडते, हे मला समजत नाही!"

"म्हणजे, आणखी कोणाला घेऊन आला होता आपण इकडं?"

महाराजांना आपल्या बोलण्यातली चूक तत्काळ उमगली. खरं तर एल्सासोबत महाराजांनी त्या छोट्या तलावात मनसोक्त जलक्रीडा केली होती. पण रोशनला याची कल्पना येऊ नये म्हणून ते म्हणाले,

"थोरल्या राणींनादेखील ही जागा फार आवडली, म्हणून म्हणतो!"

"मग हरकत नाही! मला वाटलं, आणखीन कोणी ही जागा पसंत केली होती की काय?"

महाराज हसत-हसत म्हणाले, "हं, आता लवकर तुझी अंघोळ आटोपून घे! उद्या ते लोक येणार आहेत, तेव्हा आपणाला लवकर बंगल्यावर जायला हवं!"

"म्हणजे काय? मी एकटी अंघोळ करणार?"

"मग काय, मला नाही अंघोळ करायची!" महाराज आपली रायफल झाडाच्या खोडाला टेकवून पाण्याकडेच्या एका खडकावर बसून सिगारेट शिलगावून म्हणाले,

"असं काय करता, हायनेस? आपण दोघे मिळून त्या झऱ्याखाली उभं राहायचं!"

महाराज ओठांचा चंबू करून धूर सोडत म्हणाले,

"एका अटीवर मी अंघोळ करेन!"

“कोणती?”

“तू ‘न्यूड’ व्हायचंस.”

महाराजांकडे पाहत कृतक्‌कोपानं रोशन म्हणाली, “हा काय फाजीलपणा हायनेस? कोणी बघितलं तर काय म्हणतील?”

“इकडे कोणी येणार नाही!”

“मी फक्त निकर ठेवते अंगावर, पण न्यूड नाही होणार!”

“मग मला अंघोळच करायची नाही!” महाराज गालातल्या गालात हसत शांतपणे सिगारेटचे झुरके घेत बसले.

“ठीक आहे! जशी आपली मर्जी!” असं म्हणून रोशन अंगावर फक्त निकर आणि ब्रा घालून झऱ्याखाली जाऊन उभी राहिली.

झऱ्याखाली उभं राहण्याचा आणि पोहण्याचा कार्यक्रम चांगला अर्धा-पाऊण तास रंगला. रोशन बाहेर पडायलाच तयार नव्हती, तेव्हा महाराज म्हणाले, “फार वेळ पाण्यात डुंबणं बरं नव्हे, बाधतं ते!”

“मला थंड पाण्याची सवय आहे हायनेस!”

“ठाऊक आहे मला ते, पण तरीही आवरतं घे आता!” टॉवेलनं अंग पुसता-पुसता महाराज म्हणाले,

रोशन आकाशाकडे पाहत उलट पोहतच राहिली.

महाराजांनी कपडे चढवले आणि बाजूला खडकावर ठेवलेलं घड्याळ हातात बांधताना ते तिला म्हणाले, “तू लवकर बाहेर ये. आपण थोडा वेळ इथं बाजूला थांबलो, तर पाण्यावर येणारा एखादा रानकोंबडा किंवा कोंबडी टिपता येईल.”

“ओकेऽऽऽ आलेच!”

रोशननं पाण्यात उतरण्यापूर्वी केस बांधले होते, पण ते पोहताना सुटले होते. टॉवेलनं केस साफ करता-करता ती म्हणाली,

“हायनेस, या पाहुणेमंडळींसमवेत इकडं येऊन राहण्यात काही गंमत नाही! उगाच काही तरी अडसर लागल्यासारखं वाटतं!”

“करायचं काय, सांग? पूर्वीपासून प्रथाच पडलेली आहे ना! साहेबलोकांना शिकारीची खुमखुमी आली की, चालले चंद्रपूरला! थोडा त्रास होतो आपल्याला;

नाही असं नाही. पण रॉबिन्सनसारखी माणसं धरून ठेवावी लागतात. कधी काळी प्रसंग पडला, तर उपयोगी पडतात!''

''तुम्हाला कशाला गरज पडते त्यांची?''

''हे बघ, भविष्यातलं कोणालाही आज सांगता येत नाही! त्या लोकांची गरज तुला पडेल किंवा मलाही पडेल!''

''मला कशाला त्यांची गरज पडेल?''

''पुढचं काही आज वर्तवता येत नाही. बरं, ते काही असो; तू कपडे कर लवकर, चार वाजायला आले. एक तासभर बसू त्या बाजूला!''

रोशनने कपडे बदलले. तिने आपल्या आवडीचा हिरव्या रंगाचा पंजाबी ड्रेस चढवला. सुकण्यासाठी पाठीवर केस मोकळे सोडले. ते पाहून महाराज म्हणाले,

''इंडियन बायकांचं केसांचं 'फॅड' मला काही पटत नाही!''

''आम्हालाही त्या गोऱ्या बायकांचं लहान कमरेचं फॅड पटत नाही.'' पाठीवरचे केस पुढं घेऊन पाणी झटकत ती म्हणाली.

''पण तू काही म्हण रोशन, तुम्हा बायकांचा या लांब केसांची निगा राखण्यात जेवढा वेळ जातो, तेवढा दुसऱ्या एखाद्या महत्त्वाच्या कामी लागलेला बरा! आता तुझाच जर बॉबकट असता तर केस झट्कन नसते वाळले? खरंच रोशन, तू बॉबकट करून घे!''

रोशननं बॉबकट करून घ्यावा म्हणून सांगायची महाराजांची ही तिसरी-चौथी वेळ होती. या वेळी रोशनला काय वाटलं, कुणास ठाऊक; ती बोलून गेली, ''या देहावर आता सर्वस्वी तुमची मालकी आहे. तुम्ही हवं ते करू शकता.''

महाराज तिच्या पाठीवर हात ठेवून म्हणाले,

''आय लव्ह युरोपियन फॅशन्स इन इंडियन ब्युटी!''

बोलत-बोलत ते दोघे झऱ्याच्या दुसऱ्या कोपऱ्यात येऊन बसले. ते बसतात न बसतात तोच झाडावरची माकडं चीत्कारू लागली. तसं महाराजांनी रोशनला आपल्या पाठीशी घातलं. ते हळूच म्हणाले,

''बोलू नकोस, काही तरी मोठं जनावर येत आहे!''

महाराजांनी आपल्या खिशातली एल. जी. ची. दोन्ही काडतुसं बंदुकीत लोड केली आणि ज्या दिशेला पाहून माकडं चीत्कारत होती, त्या दिशेला बंदूक रोखली. उत्कंठा वाढत चालली. पाण्याच्या रोखानं येणारं जनावर कोणतं, हे अद्याप दिसत नव्हतं. रोशनच्या छातीचे ठोके दुप्पट वेगाने पडू लागले. ती महाराजांना घट्ट बिलगून बसली होती. महाराज तिच्या कानात कुजबुजले, ''माझे हात धरू नकोस, मला नेम मारता यायचा नाही.''

रोशनने त्यांचे हात सोडले आणि ती त्यांच्यामागे झाली. इतक्यात समोर एक वाघीण आणि तिचं पिल्लू पाण्याच्या रोखानं येताना दिसलं. पिलू आपल्या आईच्या मागून दुडुदुडु धावत येत होते. महाराजांनी त्या वाघिणीवर बंदूक रोखली, तेव्हा रोशन म्हणाली,

''तिला पिल्लू आहे— नका मारू!'' तिनं महाराजांचा हात ओढण्याचा प्रयत्न केला. पण त्या वेळी महाराजांचं बोट ट्रिगरवर होतं. रोशनच्या हात ओढण्यानं बंदूक किंचित हलली आणि बार उडाला. त्या गोळीने वाघिणीच्या छाव्याचा बळी घेतला. दुडुदुडु धावत येणारा तो छावा छातीत लागलेल्या गोळीनं पाय झाडून गतप्राण झाला. त्या वाघिणीने आपली विस्तवासारखी नजर गोळी आलेल्या दिशेला रोखली. तिला महाराज दिसले. गुरगुरत तिनं महाराजांच्या दिशेनं झेप घेतली. पण महाराजांच्या बंदुकीतल्या दुसऱ्या गोळीनं त्यांच्याकडं झेपावत येणाऱ्या वाघिणीच्या मस्तकाचा वेध घेतला.

महाराजांच्या बंदुकीपासून अवघ्या बारा फुटांवर ती वाघीण तडफडू लागली. पाच-दहा मिनिटं ती तडफडली आणि शांत झाली. इतकं प्रसंगावधान राखून केलेल्या शिकारीचं रोशननं कौतुक करायला हवं होतं; पण तिचे डोळे भरले. ते पाहून महाराज म्हणाले,

''हे काय— डोळ्यांत पाणी?''

''कशाला मारलंत त्या पिल्लाला?''

''मी पिल्लाला मारणार नव्हतो. नेम धरला होता वाघिणीवर; पण तू हात ओढल्यामुळं नेम पिल्लाला लागला. लक्षात ठेव, यापुढे शिकाऱ्याचा हात कधीही ओढायचा नाही. आता सुदैवानं दुसरीही गोळी एल. जी. चीच होती, म्हणून बरं. नाही तर त्या वाघिणीनं आपल्या दोघांचाही बळी घेतला

असता! ते पिलू मेलं म्हणून वाईट वाटायचं कारण नाही. शिकारीत असं घडतं वारंवार!''

''हायनेस, आपल्या निशाणबाजीचं आणि प्रसंगावधानाचं कौतुक करावं तेवढं थोडं आहे. पण त्या छाव्याची तडफड पाहून वाघिणीला किती असह्य यातना झाल्या असतील, याची कल्पना आहे का आपणाला?''

''तिला यातना होईपर्यंत जिवंत ठेवलंच कुठं मी? अन् शिकार करायची, तर असं भावनाप्रधान मन ठेवून चालत नाही रोशन!''

समोर पडलेल्या वाघिणीची धडपड थांबली होती. फक्त शेपटी तेवढी काही क्षण वळवळली आणि तीही नंतर शांत झाली!

महाराज आणि रोशन नागझरीकडून वर आले. त्यांना पाहताच हुजरे पुढं झाले. उद्याच्या शिकारीची योजना करून याकूब बंगल्यासमोर बसला होता, तोही पुढं आला.

महाराजांनी त्याला छावा आणि वाघीण दोन्ही दोन बारांत टिपल्याचं सांगताच याकूब लोक मदतीला घेऊन नागझरीकडे गेला.

रोशन खिन्न होऊन आपल्या खोलीत येऊन कॉटवर विचार करीत पडली होती. तिच्या डोळ्यांसमोर मघा दुडुदुडु धावत येणारा तो छावा दिसत होता. त्याच्या कोवळ्या शरीरातून उडालेलं आणि खडकावर सांडलेलं रक्त दिसत होतं. वाघ हा कितीही क्रूर प्राणी असला, तरी त्याच्या छाव्याची हत्या तिला समर्थनीय वाटत नव्हती. शिवाय तो छावा आपण महाराजांची बंदूक ओढल्यामुळे मृत्युमुखी पडला, या जाणिवेनं तिचं भावविवश अंत:करण हेलावून गेलं होतं. क्रूर श्वापदांची शिकार करणं, हा राजेरजवाड्यांचा छंद तिला ठाऊक होता. त्यात पुरुषार्थ आहे, हेही तिला पटत होतं. तरीही आज झालेल्या त्या छाव्याच्या हत्येनं तिला अतोनात दु:ख झालं.

दिवस मावळायच्या वेळी ती शिकार बांबूला बांधून बंगल्यासमोरच्या पटांगणात आणली. याकूबनं वाघिणीची लांबी मोजली. त्यानंतर त्यानं आपल्या मदतनिसाला कातडं काढायच्या सूचना दिल्या.

- ० - ० - ० -

१०

रात्री रोशन जेवली नाही. महाराज स्वतः तिला बोलावण्यासाठी आले.

"तू काय आरंभलं आहेस? ऊठ पाहू!"

"हायनेस, खरंच मला भूक नाही. आपण जेवून घ्या!"

"काय शहाणपणा चालवलेला आहेस?" असं म्हणून महाराज तिला हाताला धरून उठवू लागले, तेव्हा त्यांना तिचे डोळे लाल झाल्यासारखे दिसले. अंगही किंचित गरम झालं होतं.

"खरंच हायनेस, मला भूक नाही. थंडी वाजून आल्यासारखं वाटतं आहे. मला ब्लँकेट घेऊन झोपू द्या!"

"हा सारा त्या झऱ्याखाली उभा राहिल्याचा प्रताप बरं? तरी मी म्हणत होतो की, पुरे कर; तर म्हणे, नॅचरल शॉवर घेते आहे!"

महाराजांनी कपाटातले ब्लँकेट स्वतः आणून तिच्या अंगावर घातले आणि ते तिला म्हणाले,

"तुला थंडी बाधलेली आहे. गरम पाण्यातून थोडी ब्रॅन्डी देतो तुला; सकाळपर्यंत आराम पडेल!"

"हायनेस, ब्रॅन्डी नको मला!"

"काय हट्टीपणा हा? मघाशी नागझरीवर इतका वेळ का डुंबलीस?"

"मला आवडतं तसं करायला!"

"पण न्यूड होण्याची माझी सूचना नाही मान्य केलीस!"

"असलं काही माझ्या हातून होणार नाही हायनेस! आमच्यावर पिढ्यान्‌पिढ्यांचे संस्कार जडलेले आहेत; ते सहजासहजी सुटणार नाहीत!"

"थोरल्या महाराणीत आणि तुझ्यात मग फरक तो काय?"

"तसा फरक नाहीच मुळी!"

"तू माझा अपेक्षाभंग करते आहेस रत्ना!"

"मुळीच नाही! लज्जा हे स्त्रीचं खरं भूषण आहे हायनेस! अंग उघडं टाकून चव्हाट्यावर वावरण्याची आपल्या देशाची संस्कृती नाही; मग ती स्त्री हिंदू असो वा मुस्लिम किंवा अन्य कोणत्याही धर्माची!"

"मला तुझी ही विचारसरणीच बदलावयाची आहे!"

"ती तशी सहजासहजी बदलली जाईल, असं मला वाटत नाही!"

"बघू, लवकरच इंग्लंडला जायचं म्हणतोय मी! तिथलं वातावरण पाहिल्यानंतर आपोआपच तुला वाटेल की, आपली संस्कृती किती जुनाट आहे!"

खरं म्हणजे, महाराज मनातून थोडे नाराज झाले होते. पण वरून त्यांनी तसं दाखवलं मात्र नाही. महाराणीशी त्यांचे मतभेद व्हायला सुरुवात झाली होती, तीही याच पार्श्वभूमीतून! महाराजांना वाटे, पाश्चात्त्य स्त्रियांप्रमाणेच महाराणींनी जुनाट संस्कार सोडून द्यावेत, आपली जुनी विचारसरणी बदलावी; पण त्यांनी त्याला चक्क नकार दिला होता. त्या म्हणत, "तुम्हाला तुमच्या इच्छेप्रमाणं वागणारी दुसरी कोणीही मैत्रीण करा, माझी ना नाही; पण कृपा करून मला मात्र तसला काही आग्रह करत जाऊ नका!"

महाराज जेवता-जेवता विचार करीत होते— 'उद्या रॉबिन्सन येणार, त्याच्यासोबत सुसानही असणार! सुसान एकदा इकडे येऊन गेली आहे. त्या वेळी चार दिवस ती माझ्या सहवासात राहिली. वागण्यात तिनं कसलाही आडपडदा ठेवला नव्हता. खरंच रोशनऐवजी सुसानलाच धर्मांतर करायला लावून चंद्रपुरात ठेवून घेतली असती तर? छे, ते कसं शक्य आहे? रॉबिन्सन गव्हर्नरांचा पी. ए. आहे. तो खिलाडू वृत्तीचा आहे. आपल्या मेव्हणीला तो मनमोकळेपणानं माझ्याशी वागायला संमती देतो, याचा अर्थ तो सुसानला माझी 'मिस्ट्रेस' व्हायला परवानगी देईलच, असं नाही!'

महाराजांनी जेवण आटोपल्यावर सिगारेट शिलगावली आणि ते वाघांची कातडी सोलण्याचं काम चाललं होतं, तिकडे गेले. याकूबच्या देखरेखीखाली वाघिणीचं आणि छाव्याचं कातडं सोललं होतं. त्याला बारीक

केलेलं मीठ चोळलं जात होतं.

महाराज म्हणाले, ''याकूब, हे लहान कातडं आहे, ते आठएक दिवसांत कमवून दे म्हणावं सूरदासला!''

''जी हुजूर!''

''सुसानला पर्स करायला देता येईल.''

''जी हुजूर! मागे आपण मारलेली ती शिखऱ्यांची दोन कातडी तयार झालीत. मङ्मसाहेबांच्या कोटाला कॉलरसाठी देणार होता आपण!''

''याकूब, कमाल आहे तुझ्या स्मरणशक्तीची! मी विसरूनच गेलो होतो. पण असं करू, आपण सुसानला फर असलेल्या कॉलरचा कोटच करून देऊ! आपण तिला एकदम आश्चर्यचकित करू! उद्या ती आली की, तिचा एक ओव्हरकोट आपण हळूच उचलू. त्या मापाचा दुसरा शिवून त्याला फरची कॉलर लावू! कारभाऱ्यांना किंवा शर्माजींना या सूचना दिल्या पाहिजेत!''

''जी हुजूर! पण एक विचारू हुजूर?''

''जरूर विचार!''

''आपण आजपर्यंत कुठल्याच जनावराचं बच्चं मारलेलं नव्हतं; मग आजच हे कसं काय टिपलं?''

''अरे याकूब, ते मला मारायचंच नव्हतं. मी नेम धरला होता वाघिणीवर. पण ऐन ट्रिगर ओढायच्या वेळी रत्नानं माझा हात ओढला!''

''यापुढं त्यांना शिकारीच्या वेळी जवळ घेत जाऊ नका हुजूर. एखादे वेळी घात होईल आपला!''

''काल करतच होती ती घात! वाघिणीनं माझ्यावर झेप घेतली, त्याच वेळी काडतूस फुटलं नसतं किंवा नेम चुकला असता, तर मी आणि रत्ना दोघेही संपलो असतो!''

''आपण मला उद्या त्यांना शिकारीला जवळ घेऊन बसायची आज्ञा दिलीत, म्हणून म्हणतो!''

''नको. ती असं वागते, हे मला तरी कुठे ठाऊक होतं? ती उद्या आपल्या शिकारीत न येईल तर बरं होईल! शिवाय उद्या सुसान येते आहे!''

महाराजांना दुसऱ्या दिवशी सुसानच्या सहवासात मनमोकळेपणानं वावरायला रोशनसमोर शक्य होणार नव्हतं.

रात्री दहाच्या सुमारास ते जेव्हा रोशनच्या खोलीत आले, तेव्हा त्यांनी ब्लँकेट उचलून तिच्या अंगाला हात लावला. अंगात चांगलंच टेंपरेचर भरलं होतं.

क्षणभर त्यांची मुद्रा सचिंत झाली. पण लगेच त्यांच्या चेहऱ्यावर समाधानाची एक अस्पष्टशी छटा उमटली. उद्या सुसान येणार, तिचा सहवास मनसोक्त लुटता येईल! रत्ना दोन-तीन दिवस बाहेर पडू शकेल, असं काही दिसत नाही!

महाराज त्या खोलीसमोरच्या व्हरांड्यात शांत चित्तानं सिगारेट ओढत बसले. कसल्याही प्रसंगी त्यांचे चित्त विचलित होत नसे! आबासाहेब वारले, त्या वेळचा प्रसंग! महाराजांना गादीवर बसवल्यानंतर आबासाहेबांचा दफनविधी झाला. पण महाराजांचं वागणं दोन्ही वेळा इतकं समतोल होतं की, शर्माजींसारख्या अनुभवी आणि व्यवहारी माणसालादेखील आश्चर्य वाटलं. महाराजांचं दुसरं वैशिष्ट्य असं की, एखादी गोष्ट करायचाच जेव्हा निर्णय घेतील, तेव्हा ती झाल्याशिवाय त्यांना चैन पडत नसे. परवा फ्रेंच कंपनीला विमानांची ती ऑर्डर दिल्यापासून त्यांना एकसारखा ध्यास लागून राह्यला होता— केव्हा एकदा ती विमानं येतात आणि केव्हा आपण त्यातून सफर करतो.

महाराज कॉटवर आडवे झाले. विचार करता-करता त्यांचा डोळा लागला. पण मध्यरात्री त्यांना जाग आली ती रोशनच्या हाकेमुळे.

"हायनेस, मला खूप तहान लागली आहे!"

"थांब!" महाराज गाऊनचा बेल्ट बांधत उठले. त्यांनी मेजावरचा पाण्याचा ग्लास तिला दिला.

रोशनच्या अंगाला त्या वेळी त्यांनी हात लावला. सारं अंग घामानं भिजलं होतं! तिच्या हातात ग्लास देताना महाराज म्हणाले,

"बरं झालं, घाम येऊन गेला! तापही उतरला. रात्री खाल्लं नाहीस; बरं झालं! भूक लागल्यासारखी वाटते का?"

रोशननं मानेनंच नकार दर्शविला. रिकाम्या पाण्याचा ग्लास महाराजांच्या हाती देऊन ती पुन्हा कॉटवर झोपली.

''झोप लागली?''

''लागली. पण सारखी स्वप्न पडत होती. स्वप्नात दुडुदुडु धावणारा तो छावा आपल्या आईचं स्तन चोखत असल्याचं दिसत होतं! हायनेस, तुम्ही त्या दोघांना उगाच मारलंत!''

महाराज म्हणाले, ''त्या पिल्लाला चुकून गोळी लागली. रोशन, मी पिलावर कधीच गोळी चालवत नसतो.''

''नाही तरी तुम्ही वाघिणीला मारणारच होता!''

''हो!''

''तिला मारल्यानंतर त्या पिलाचं काय झालं असतं!''

''ते सापडलं असतं, तर धरलं असतं; नाही तर गेलं असतं जंगलात निघून! असल्या गोष्टींचा इतका विचार करायचा नसतो रत्ना.''

''आपण एक माझी विनंती ऐका हायनेस, असली ही शिकारच बंद करा!''

महाराज त्यावर हसले आणि म्हणाले, ''पिढ्यान्‌पिढ्या चालत आलेली ही शिकार अशी एकाएकी कशी बंद होईल रत्ना? आठ-पंधरा दिवस हातात बंदूक धरली नाही, तर कसं चुकल्यासारखं वाटतं मला!''

''मी मात्र यापुढे शिकारीला कधीही येणार नाही!''

''हेच मी तुला सांगणार होतो. पण आता तुझ्याच तोंडून ते आलं, बरं झालं!''

त्या रात्री महाराजांनाच रोशनची देखभाल करावी लागली. मल्हारपेठला दासी सोबत आलेली नव्हती.

रोशनचा ताप उतरला होता, पण तिला कमालीचा अशक्तपणा आला होता. चेहऱ्यावर एक प्रकारचा फिक्कटपणाही दिसत होता. खरं तर तिनं कालची ती शिकारच अधिक जिव्हारी लावून घेतली होती.

अकराच्या सुमारास घोड्यांच्या टापा ऐकू येऊ लागल्या. बंगल्यासमोर धावपळ उडाली. महाराज स्वत: पोर्चच्या पुढे जाऊन उभे राहिले. रोशन

आपल्या कॉटवर बसून जाळीच्या खिडकीतून बाहेर पाहत होती. नाही तरी तिला ती सुसान कोण आहे अन् ती दिसते कशी, हे पाहण्याची उत्कंठा लागून राहिलेलीच होती.

बंगल्याचा नागमोडी रस्ता ओलांडून कोच वर आला आणि कोचमनसमोर पँट आणि शर्ट घालून बसलेली सोनेरी केसांची पोरगी रथ थांबण्याचीही वाट न पाहता उडी मारून महाराजांच्या रोखानं धावत आली आणि महाराजांना बिलगली.

रोशनच्या कपाळावर तिरस्काराची एक आठी उमटली.

कोच थांबताच लठ्ठ पोटाचा, गोल चेहऱ्याचा एकसारखा हसणारा रॉबिन्सन उतरला. त्याच्या मागोमाग त्याची पत्नी रोझी, मेव्हणा रॉबर्ट आणि त्याची बायको जेन ही मंडळी उतरली. त्या सर्वांनी महाराजांशी हस्तांदोलन केलं. महाराजांनी त्या सर्वांना प्रवास कसा काय झाला, असं विचारलं. इतक्यात महाराजांचा हात हातात घेऊन सुसान म्हणाली,

''हायनेस! ज्युनिअर महाराणी खूप देखण्या आहेत, असं ऐकलं; मी त्यांना बघण्यासाठी आतुरलेली आहे!''

महाराज तिच्या हातातून बोटं सोडवून घेत म्हणाले, ''तिची प्रकृती थोडी बरी नाही. रात्री तिला ताप आला होता!''

''इज इट? मग जेनला इथं काम लागलं म्हणायचं! रॉबर्ट डॉक्टर आहे; ठाऊक आहे ना आपल्याला?'' रॉबिन्सन म्हणाला.

''इतकी काही तिची चिंता करायचं कारण नाही. आता टेंपरेचर मुळीच नाही!''

''पण आपणाला त्यांना अगोदर भेटायलाच हवं!'' रोझी म्हणाली.

''ऑफकोर्स!'' सुसान म्हणाली.

महाराजांच्या मागोमाग सारी मंडळी रोशनच्या खोलीत आली.

रोशन गडद निळ्या रंगाची साडी आणि तसलाच ब्लाऊन घालून कॉटवर बसून होती. तापामुळे तिचा चेहरा थोडा उतरला होता.

दालनातून आत येताच सर्वांनी माना तुकवून रोशनला अभिवादन केलं. सुसान सरळ कॉटजवळ आली अन् रोशनचा हात हातात घेऊन

म्हणाली, “हाऊ डू यू युवर हायनेस?”

“हाऊ डू यू डू!” तितक्याच अदबीनं रोशननं तिला अभिवादन केलं. सुसानच्या पाठोपाठ रोझी व जेन याही पुढं आल्या. त्या दोघींनीही रोशनशी हस्तांदोलन केलं.

“आपल्याला लवकर आराम पडो!” रॉबिन्सन कोचावर बसता, बसता म्हणाला.

“थँक्स!”

रोशन उत्तम प्रकारे इंग्रजी बोलते आहे, हे पाहून रोझी म्हणाली.

“आम्हाला मागच्या वेळेस सिनिअर महाराणीशी बोलताना दुभाषाची गरज लागत होती. पण या वेळी आपल्याशी बोलताना ती गरज पडणार नाही!”

त्या वेळी रोशन म्हणाली, “मला इंग्रजी बोलता येतं, पण तुमचे सर्वच्या सर्व उच्चार मला समजतातच, असे नाही.”

“आम्ही आपल्याशी बोलताना अगदी सावकाश बोलू!” रॉबिन्सन म्हणाला.

महाराज सिगारेट ओढत त्याचं बोलणं ऐकत होते. त्यांच्याकडं पाहून सुसान म्हणाली,

“हायनेस, हे सारं ठीक आहे. पण शिकारीचं काय?”

“उद्या सकाळी सूर्योदयापासून हाक्याला सुरुवात करायची, ते सूर्यास्तानंतर चार-पाच हाके घ्यायचे!”

“व्हेरी नाईस! आय वॉन्ट ए बोअर!”

महाराज सुसानला डोळा मिचकावून म्हणाले,

“तुला हवी ती शिकार मिळेल! मिस्टर रॉबिन्सन, आपण वॉश घ्या, लंच घेऊ आणि स्मॉल गेमसाठी थोडं आजूबाजूला फिरू!”

खरं म्हणजे, महाराजांना रोशनसमोर डुकराच्या शिकारीबाबत फारशी चर्चा होऊ नये, असं वाटलं; म्हणूनच त्यांनी त्या सर्वांना तेथून उठायला सुचवलं. रॉबिन्सन हा गव्हर्नरांचा पी. ए. होता. त्याला भारतातल्या चालीरीती, विविध जातींच्या भारतीयांच्या रूढी अन् परंपरा यांची सखोल माहिती होती. महाराजांची ही ज्युनिअर महाराणी धर्मांतरापूर्वी मुस्लिम होती अन् मुस्लिमांना

डुक्कर या प्राण्याचं नाव घेणंसुद्धा निषिद्ध आहे याची त्याला जाणीव होती.

दुपारी लंचच्या वेळी रॉबिन्सननं, सुसान, रोझी आणि जेन या सर्वांना पुन्हा त्या प्राण्याचं नाव ज्युनिअर महाराणींच्यासमोर काढायचं नाही, अशी सूचना दिली.

"व्हॉट अबाऊट युवर हायनेस?" सुसाननं महाराजांना विचारलं.

"कशाबद्दल म्हणतेस?"

"तुम्ही बोअर मारता ना?" का ज्युनिअर महाराणी आल्यापासून तेही सोडलंत!"

"तू चिंता करू नकोस सुसान; मी मारतोही आणि खातोही!"

"तुम्हाला त्यांनी तशी संमती दिली आहे?"

"संमतीचा प्रश्न कुठे येतो? मी तिच्यावर काही बंधन घालू इच्छित नाही; तीही माझ्यावर घालू इच्छित नाही."

"वंडरफुल!"

"सुसान, आपण चार दिवस मजा करायला म्हणून आलो." रॉबिन्सन चिरूट पेटवून म्हणाला, "या विषयापेक्षा तुला चर्चा करायला दुसरा विषय सुचत नाही का?"

सुसान हसली आणि म्हणाली, "सर्टनली! बरं हायनेस, तो झरा अजून चालू आहे का? रोझी, इतकी सुरेख जागा आहे; तू तिथं तंबू ठोकून राहू म्हणशील!"

त्यावर महाराज म्हणाले, "नागझरीचा झरा नेहमीच वाहतो. कालच मी रत्नाला घेऊन तिकडे गेलो होतो. आणि हो, सांगायचं राहून गेलं. काल मी तिथं एक वाघीण आणि एक छावा टिपला!"

"माय गॉड! हायनेस, कुठंय त्याचं कातडं!"

"चंद्रपूरला कमवण्यासाठी सकाळीच पाठवलं!"

"मागच्या वेळेस तुम्ही मला टायगर स्कीन द्यायचं कबूल केलं आहे, आठवतं ना?"

"हो— हो! तुला देण्यासाठीच ते तातडीनं कमवायला पाठवून दिलं आहे! सुसान, तुझ्या सुस्वभावातला उतावीळपणा काही कमी झालेला नाही

गेल्या चार वर्षांत!''

त्यावर रॉबिन्सन म्हणाला, ''जसं वय वाढेल तसा तिचा उतावीळपणाही वाढतो आहे, हायनेस!''

सुसान खोट्या रागानं रॉबिन्सनकडं पाहत म्हणाली, ''तू गप्प बैस! माझा उतावीळपणा वाढतो आहे आणि तुझा लठ्ठपणाही दिवसेंदिवस वाढतो आहे. येताना की नाही हायनेस, तो कोच एकसारखा कुरकुरत होता. घोड्यांच्या तोंडाला याचं ओझं ओढून चक्क फेस आला होता. खरं की खोटं, विचारा जेनला! खरं की नाही गं?''

त्यावर रॉबिन्सनसह सारी जण मोठ्यानं हसली.

लंचच्या वेळेपर्यंत त्यांच्या अशा गप्पा रंगल्या. सुसान चार वर्षांमागच्या आठवणींना उजाळा देत सारा डाक बंगला पालथा घालत होती. ती दुसऱ्या मजल्याच्या गच्चीवर येऊन उभी राहिली आणि दूर डोंगरावर दिसणारं महादेवाचं देऊळ पाहताच तिला आठवलं, 'हायनेसनी मला ते देऊळ दाखवायला आत नेलं आणि माझं अनपेक्षितरीत्या चुंबन घेतलं.' तिची नजर देवळावरून खाली आली, तेव्हा तो उंचावरून कोसळणारा प्रवाह दिसला. 'तिथंही हायनेसनी मला किती छेडलं! पण तरीही मला ते आवडलं! असा मोठा हौशी आणि रंगेल राजा मित्र विरळा!'

सुसान लंचसाठी खाली आली, तेव्हा ती रॉबिन्सनला म्हणाली, ''रॉब, तुला रोज दोन डोंगर चढवायचे अन् उतरायला लावायचे! तुझी चरबी कशी वितळत नाही, ते बघ! काय हायनेस?''

''सुसान, या वेळेस तू रॉबिन्सनविरुद्ध टीकेची आघाडीच उघडलेली दिसते.'' रॉबिन्सन डायनिंग टेबलाजवळ येता-येता म्हणाला, ''काय करेल ती मग? हक्कानं ज्याला बायकांना छेडता येतं, असा नवरा तिला अजून मिळालेला नाही; म्हणून ती हौस माझ्यासारख्या गरीब मेव्हण्याला छेडून पुरी करून घेते आहे!''

''एऽऽऽऽ गरीब! गरिबांच्या अंगावर इतकी अनावश्यक चरबी कधी वाढत नसते!'' पुन्हा सारे खो-खो हसले.

-०-०-०-

११

त्या दिवशी रात्रीही रोशनला पुन्हा थंडी वाजून ताप भरला. रॉबर्टजवळ काही प्राथमिक उपचारांची औषधं होती, ती त्यानं दिली. दुसऱ्या दिवशीच्या शिकारीत रोशनला सहभागी होणं अशक्य होतं. सूर्योदयाला शिकारीसाठी पार्टी बाहेर पडली. रॉबिन्सन, रॉबर्ट, जेन ही शिकारीमंडळी हवालदार याकूब याच्या समवेत राहणार होती. रोझीला शिकारीची हौस नसल्याने ती म्हणाली, "मला प्राण्यांची शिकार केल्याचं पाह्यलं की, ते मटण खायलाच जात नाही. शिवाय ज्युनिअर महाराणींची तब्येतही बरी नाही. मी त्यांच्यासोबत बंगल्यावरच थांबते."

सुसानला मात्र शिकारीची अमाप हौस होती. ती खुद्द महाराजांच्या समवेत राहणार होती. हाक्याला सुरुवात झाली. डोंगरातून बंदुकांचे आवाज घुमू लागले. कोणत्या सरीवर कोणी काय टिपलं आहे, हे सर्व हाक्या संपल्याशिवाय आणि हाक्यातील माणसं एकत्र आल्याशिवाय समजणार नव्हतं. पहिल्या हाक्यातच एकूण चार बार उडाले.

ज्या वेळी हाक्या घालणारे भिल्ल एकत्र आले, तेव्हा एकच जल्लोष उडाला. महाराजांनी दोन मोठे रानडुक्कर टिपले होते. सुसाननं एक स्पर फाऊल, तर रॉबटनं पिसई टिपलेली होती.

सगळी शिकार भिल्लांनी एकत्र केली. पहिल्या हाक्यात रॉबिन्सनला काहीच मिळालं नाही. तो थोडा नाराज झाला होता. पण आपल्या पार्टीच्या लोकांनी पहिल्याच शिकारीत दोन भले मोठे रानडुक्कर टिपल्याने तो आपली नाराजी व्यक्त न करता महाराजांच्या हातात हात देऊन त्यांचे अभिनंदन करताना म्हणाला,

"गुड शॉट युवर हायनेस! आता यापुढं शिकारीसाठी जंगल उठवण्याची तुम्ही काही गरजच ठेवली नाही!"

“असं कधी झालंय? आपल्या पार्टीतल्या प्रत्येकानं काही ना काही तरी टिपायला हवं! रॉबिन्सन, आता दुसऱ्या हाक्यात तुम्हाला चांगल्या सरीवर बसवेल याकूब. आता रानकोंबडा समोर आला, तर बेशक ठोका!”

इतक्यात हुजऱ्यानं पाण्याचे गे आणले. चालून-चालून त्या विलायती पाहुण्यांना घाम फुटला होता. तोंडालाही कोरड पडली होती.

महाराजांजवळ बसलेली सुसान म्हणाली, “रॉबिन, मघा तू हायनेसांच्या जवळ हवा होतास! अरे, डोळ्यांचे पाते लवते न लवते तोवर एका पाठोपाठ एक असे दोन बार उडवले! काय होत आहे मला हे; समजायच्या अगोदरच हायनेसनी हे बोअर टिपले! अगदी स्पॉट डेड!”

“तू उडता स्पर फाऊलसुद्धा छान उडवलास की!”

महाराज सिगारेट शिलगावून म्हणाले.

“मला फेजंट्स टिपायची सवय आहे हायनेस! पण इतक्या जोरात धावणाऱ्या बोअर्सना अचूक टिपण्यात मात्र तुम्ही खरी कमाल केलीत!”

“दॅट्स इनफ!” महाराज म्हणाले. इतक्यात याकूब पुढं आला आणि म्हणाला, “हुजूर, या पहिल्या हाक्यातून एक मोठा टायगर गुरगुरत गेला. बहुतेक तो गुहेच्या दरीतच असणार!”

वाघाचं नाव काढताच रॉबिन्सन म्हणाला, “हायनेस, काल तुम्ही मारलेल्या त्या वाघिणीचा तो प्रियकर तर नाही ना?”

“शक्यता आहे खरी! रॉबिन्सन, मला असं वाटतं की, आता पुढच्या हाक्यामध्ये या बायका नकोत! तो टायगर गुरगुरत गेला म्हणजे तो निश्चितच त्याची मादी आणि पिल्लू दिसत नाही म्हणून खवळलेला असावा! कदाचित तो ‘चार्ज’ करण्याचीसुद्धा शक्यता नाकारता येत नाही! तेव्हा या बायकांना आपण बंगल्यावर पाठवू!”

“ओ नो नोऽऽऽ हायनेस!” सुसान महाराजांजवळ येऊन पाय आपटत म्हणाली, “मी काही परत जाणार नाही. हवं तर जेनला परत पाठवा.”

“तू परत येणार नसलीस, तर मी तरी कशाला जाऊ?” जेन म्हणाली.

"टायगर समोर आला, तर गोळी घालायची ताकद आहे का तुझ्यात?" जेनच्या हनुवटीला हात लावून सुसाननं विचारलं.

"सर्टनली!"

"चला, वाद नको. ऊन व्हायच्या आत आपल्याला लंच घ्यायच्या ठिकाणी पोहचायला हवं!"

झालेली शिकार घेऊन हाक्यातली चौदा माणसं बंगल्याकडं परतली.

जंगलच्या शिकारीत अशी पहिल्या हाक्यातच दणकून शिकार झाली की, शिकारीलोकांचा उत्साह ओसरतो, असा याकूबचा अनुभव होता. पण या गोऱ्या पाहुण्यांच्या बाबतीत मात्र त्याला निराळाच अनुभव येऊ लागला. तसा तो म्हणाला,

"हुजूर, आता आपल्याला जी हवी होती, ती मोठी शिकार झालेलीच आहे. हाकेवाल्यांच्या जीवितास वाघाने काही दगाफटका केला, तर आपल्या आनंदावर पाणी पडेल. त्यापेक्षा बंगल्याच्या बाजूची जी छोटी रानं आहेत; त्यांत कस्तूर, कोंबड्या, गळे मिळतील. आपण तिकडेच आपला मोर्चा वळवला तर?"

"व्हेरी नाईस आयडिया!" मग महाराजांनी इंग्रजीतून ती सूचना रॉबिन्सन आणि सुसानला सांगितली. त्या दोघांनाही ती पटली.

महाराज सुसानला म्हणाले, "सुसान, तुझी जर हरकत नसेल, तर मी तुला एका झऱ्याजवळ बसवतो. तू तिथं तीन-चार तास गप्प बसून राहिलीस तर तुला चार-दोन तरी रानकोंबडे टिपता येतील."

"आय लव्ह वाईल्ड फाऊल्स, हायनेस! माझी तयारी आहे; पण माझ्याजवळ तुम्ही बसायला हवं!"

"मी? आणि हाक्यासोबत कोण राहील?" महाराजांनी विचारलं.

"आता कुठं एवढा मोठा हाका घ्यायचा आहे हुजूर?" याकूब महाराजांकडं पाहत पुढे म्हणाला, "मी बंगल्याच्या बाजूची लहान-सहान रानं घेऊन दुपारी चारपर्यंत बंगल्याकडे चढतो!"

"ओ के! मग असं करा, आमचं दोघांचं लंच आमच्या सोबत द्या!"

महाराजांना नेमकं हेच हवं होतं. त्यांना सुसानला त्या सर्वांपासून

अलग करून बाजूला न्यायचं होतं. पहिल्या हाक्यामध्ये खरोखरच तो गुरगुरणारा वाघ दिसला होता की, महाराजांनी याकूबला ही थाप द्यायची सूचना केली होती; समजायला मार्ग नव्हता.

सुसानने लंचची बॅग आपल्या खांद्याला लटकावली आणि ती महाराजांच्या मागोमाग निघाली. जाताना तिने रॉबिन्सन आणि रॉबर्ट या दोघांनाही 'गुड लक' केले. त्यांनीही तिला तेच इच्छिले!

महाराज मात्र मोठ्या खुशीत आले होते. त्यांना हवं होतं, ते लाभलं होतं— सुसानचा एकटीचा सहवास!

महाराज सुसानला सरळ एका दरीकडे घेऊन आले. दुपारचे बारा वाजायला आले होते. सकाळपासून एकसारखं 'क्रॉसकंट्री'ने चढउतार केल्यामुळे सुसान दमली होती. झऱ्याजवळ आल्यानंतर ती म्हणाली,

"खरं तर मला एक बुडी मारावी, असं वाटतंय या झऱ्यात! पण भूक फार लागली आहे हायनेस!"

"चल, त्या बाजूला आपण बसू. बसल्या-बसल्या झऱ्यावर येणारे रानकोंबडेही टिपता येतील!"

लहान-मोठ्या दगडांवरून महाराज सुसानच्या हाताला धरून झऱ्याच्या डाव्या कोपऱ्यात घेऊन गेले. तिथं खाली पडलेला पालापाचोळा त्यांनी बुटानं साफ केला आणि सुसानला म्हणाले,

"इथं बसल्यानंतर बिलकुल आवाज करता कामा नये. जंगलचे हे पक्षी अत्यंत सावध असतात. पालापाचोळा जरी वाजला, तरी पुढं येणार नाहीत!"

"ओ केऽऽऽ!"

महाराजांनी आपल्या हिपच्या खिशातून व्हिस्की असलेली चांदीची निप काढली आणि तिचं टोपण उघडून ते सुसानला म्हणाले,

"वुड यू लाईक टू हॅव ए सीप!"

सुसान हसत-हसत म्हणाली.

"मीही आणलेली आहे हायनेस सोबत!" सुसाननं आपल्या खिशातून सोनेरी रंगाची एक आकर्षक अशी निप महाराजांना दाखविली, तेव्हा आपली

निप तिच्याजवळ देत तिच्या निपमधला एक घोट घेत महाराज म्हणाले,

"काय सुरेख वस्तू आहे! कुठं मिळाली?"

"अशा वस्तू मिळत नसतात हायनेस; त्याच्या मागे पाहा!"

महाराजांनी निपची मागची बाजू पाहिली. तीवर एक बंदूकधारी शिकाऱ्याचं चित्र अतिशय कौशल्यानं कोरलेलं होतं. महाराज ते चित्र पाहून कौतुक करीत असतानाच सुसान म्हणाली, "आता त्याच्या तळाला काय आहे पाहा."

महाराजांनी उघडलेल्या तोंडावर बोट लावून ती निप उपडी करून पाहिली. त्यावर अक्षरं कोरलेली होती, "प्रेझेंटेड टु बिलव्हड हिज हायनेस ऑफ चंद्रपूर — सुसान!"

महाराजांनी ते वाचल्यानंतर सुसानला जवळ घेत अगोदर तिचं एक चुंबन घेतलं आणि ते म्हणाले, "काय लबाड आहेस! वर्कमनशिप अतिशय सुरेख आहे या वस्तूची! थँक्स सुसान!"

"हायनेस, त्यातली स्कॉच टेस्ट करून पाहा. शंभर वर्षांची जुनी आहे!"

महाराजांनी एक घोट घेतला आणि डोळे मोठे करून ते म्हणाले, "मार्व्हलस! पण ही वस्तू तू कोठून मिळवलीस?"

"एडिंबरा परगण्यात मी गेल्या वर्षी गेले होते. तिथल्या एका ड्यूककडं मला ही निप पाहण्यास मिळाली. मी त्याला म्हणाले, मलाही असली एक वस्तू हवी आहे; तर त्यानं मला आपलीच निप बक्षीस देऊन टाकली अन् म्हणाला, हीच घे तुला; गोल्डप्लेटेड आहे. मी दुसरी बनवून घेईन! मग मी ती घेतली आणि ही खालची अक्षरं मात्र नंतर घातली!"

"सुसान, तिकडे इंग्लंडमध्ये तुला माझी आठवण येते ना?"

त्यांच्या गळ्यात हात टाकत सुसान म्हणाली, "हायनेस, तुमच्या सहवासातले सुखद क्षण मी तिकडे गेल्यानंतर इकडे परत येईपर्यंत आठवत राहते! आय डोंट नो व्हॉट हिप्नॉटिक पॉवर युवर हायनेस इज पझेसिंग!"

महाराजांनी हसत-हसत तिचा गालगुच्चा घेतला अन् ते म्हणाले, "मलाही कळत नाही की, इतक्या सुस्वरूप स्त्रियांचा सहवास

अनुभवल्यानंतरदेखील दोन-चार वर्षांतून एकदा मिळणाऱ्या तुझ्या सहवासाचं मला वेड का असावं?''

बोलत-बोलत महाराजांनी तिच्या शिकारीच्या शर्टाची बटणं केव्हा काढली, हेदेखील तिला समजलं नाही! तिने कसलाच प्रतिकार केला नाही. उलट, आपण याच क्षणाची आतुरतेने वाट पाहत होतो, हे दर्शवण्यासाठी तिने डोळे मिटून महाराजांच्या मानेभोवती हात टाकले.

''तुला भूक लागली होती ना?'' सुसानला विवस्त्र करता-करता महाराजांनी विचारले.

''असू दे, आता काही बोलू नका. मी 'ट्रान्समध्ये' गेले आहे!''

महाराज सुसानच्या अनावृत्त शरीरावरून हळुवार हात फिरवत दुसऱ्या हातात सुसाननं दिलेल्या निपमधल्या शंभर वर्षांच्या जुन्या स्कॉचचे घुटके घेत होते. व्हिस्कीची मादक नशा मस्तकात भिनत असतानाच मिठीतल्या विवस्त्र गौरांगनेच्या सोनेरी केसांचा गंध हुंगत महाराजांनीही काही क्षण डोळे मिटून घेतले.

कपडे चढवण्यापूर्वी सुसान म्हणाली, ''हायनेस, आता लंच घेण्यापूर्वी अंघोळ करू!''

''पण बदलायला कपडे?''

''कशाला हवेत?'' असं म्हणून सुसान झऱ्याच्या पाण्यात उतरली.

महाराज म्हणाले, ''जास्त वेळ पाण्यात राहू नकोस; ती रत्नाही अशीच परवा डुंबत राहिली आणि आजारी पडली.''

सुसानचे भिजलेले केस तिच्या कपाळावर आले होते. त्यातून तिचे पाणीदार निळे डोळे महाराजांकडे रोखून पाहत होते. समागमाची तृप्ती तिच्या रोमारोमांत भिनलेली होती. अगोदरच विलायती स्त्रियांना भारतीय पुरुषांबद्दल आकर्षण; तशात महाराजांसारखा रंगेल आणि रसिक राजा मिळाल्यामुळे तिला आपण अक्षरशः अमृताच्या कुंडात डुंबत आहोत, असा भास होत होता.

''हायनेस!'' आपल्या भिजलेल्या बॉबकटचे केस हाताने झटकावीत ती म्हणाली, ''आपण इंग्लंडला कधी येणार? गेले चार वर्षे तुम्ही फक्त

आश्वासन देता आहात!''

"यायचं आहे खरं! रत्नालासुद्धा इंग्लंड आणि फ्रान्स दाखवायचं आहे!''

"त्यांना सोबत घेऊन येणार?'' सुसाननं हा प्रश्न विचारला खरा, पण दुसऱ्याच क्षणी आपली चूक तिच्या लक्षात आली. ती म्हणाली, "या— या; त्यांना घेऊन या! मी त्यांना सारे लंडन दाखवीन!''

क्षणभर तिचा उडालेला गोंधळ महाराजांच्या नजरेतून सुटला नाही. पण त्याकडे दुर्लक्ष करीत ते म्हणाले,

"लंच घ्यायचं ना?''

"ऑफकोर्स!'' असं म्हणत सुसाननं बाजूला ठेवलेली जाळीची पिशवी हातात घेऊन त्यातले खाद्यपदार्थ बाहेर काढायला सुरुवात केली. गोन्साल्विसनं सँडविचेस बनवले होते. तळलेली अंडी होती. चीज आणि लोणी लावलेले टोस्टही होते.

"हायनेस, मला वाटतं, तुमच्यापासून दूर जाऊच नये!''

महाराज हसत-हसत म्हणाले, "इथं राहिलीस तर माझ्याबद्दल तुला जे आकर्षण वाटतं, ते राहणार नाही!''

"ओ नोऽऽऽ नोऽऽऽ! तसं काही होणार नाही!''

"सुसान, टूऽऽ मच फॅमिलिॲरिटी ब्रीड्स कन्टेम्प्ट! आमच्या देशात एक म्हण आहे— मलय पर्वतावरील भिल्लाची बायको जळणासाठी चंदन वापरते; तसं होईल!''

"म्हणजे?'' टोस्टचा एक तुकडा तोडून सुसाननं विचारलं.

"हे बघ, चंदनाचं लाकूड फार महाग असतं. पण मलय पर्वतावर राहणाऱ्या भिल्लाच्या बायकोला त्या लाकडाचं कौतुक राहत नाही. जळण्यासाठीदेखील ती त्याचा वापर करायला मागेपुढे पाहत नाही!''

"छट्! मग मला सांगा, सततच्या सहवासाने तुमच्या महाराणींनादेखील तुमच्याबद्दल तसेच वाटेल!''

"नो नोऽऽऽ! भारतीय आणि त्यातल्या त्यात हिंदू स्त्री ही जगात इतरत्र कुठंच पाहायला मिळणार नाही. तिला पती हाच परमेश्वर वाटतो.

जगातली सारी सुखं, सारा मानमरातब आपल्या पतीच्या पायापासून कुठं दूर आहे, असं मानायला ती तयार नसते. पतीच्या सुखातच आपलं सुख सामावलेलं आहे, असा तिचा दृष्टिकोन असतो. आता पद्मावतीचंच बघ ना? मला रोशन हवी होती. मी तिचं धर्मांतर करून तिला हिंदू करून घेतलं, तिला राणीपद बहाल केलं; पण पद्मावतीनं काही विरोध नाही केला.''

''आणि ज्युनिअर महाराणी कशा आहेत वागायला?''

''ती अजून तशी थोडी अल्लडच आहे! आता आपण दोघे एका बाजूला शिकारीला गेलो होतो, हे तिला समजलं, तर ती नक्कीच शंका घेईल!''

सुसान हसली आणि म्हणाली, ''त्यात शंका कसली? सत्यच आहे ते! पण हायनेस, खरं सांगा— खरंच का मघा हाक्यातून गुरगुरणारा वाघ गेला?''

महाराज हसले आणि म्हणाले, ''तो गेला नसता, तर आपल्याला एकत्र येण्याची संधी मिळाली असती का?''

''नक्की ती बनवाबनवी असली पाहिजे!''

महाराज तळलेल्या अंड्याचा एक तुकडा उचलून अलगद तोंडात सोडताना म्हणाले, ''सुसान, पण रत्ना फार चांगली आहे. मला ती लहान असल्यापासून आवडत होती!''

''इट्स ए रीयल इंडियन ब्युटी! त्यांच्या सौंदर्यात शोधूनही एखादी चूक सापडणार नाही! त्या इंग्लंडला आल्यानंतर मी त्यांना आमच्या क्लबवर घेऊन जाईन! आमच्याकडं स्त्रिया आपलं सौंदर्य वाढविण्यासाठी नाना तऱ्हेच्या फॅशन्स करतात; त्यांना दाखवीन की, जन्मजात सौंदर्याला बाह्य साधनांची मुळीच गरज लागत नसते!''

''तरी दोन दिवस झाले, तिला ताप आहे. त्या अगोदर तू तिला बघायला हवी होतीस! शी इज लाईक ए ब्लूमिंग मॅसोलिना!''

''वंडरफुल! हायनेस, मग केव्हा येता आहात लंडनला?''

''आता इंग्लंडच्या राजेसाहेबांच्या येत्या वाढदिवसाला यायचं म्हणतो

आहे!''

"जरूर या. आपण तिथं शिकारीचा बेत ठरवू!''

"शिकार? नको सुसान, इंग्लंडमध्ये शिकार करायची इच्छा नाही!''

"का?''

"एवढा एवढा चिमुकला देश तो! त्यात असे प्राणी कितीसे असणार? आणि त्यांची शिकार केली, तर तिथं प्राणी वाढणार तरी कसे?''

"हिंदुस्थान आणि इंग्लंड यात फरक मानता तुम्ही?''

"अर्थात! का?''

सुसान मिस्कील हसत म्हणाली, "तसा फरक मानणं योग्य नाही! हिंदुस्थान हाही ब्रिटिश साम्राज्याचा एक अविभाज्य घटक आहे!''

सुसानसारख्या तरुण पोरीच्याही मनात साम्राज्यशाहीविषयी असलेला नितांत आदर पाहून महाराज म्हणाले, "मला नेमकं काय म्हणायचं आहे, हे तुझ्या लक्षात आलेलं नाही, सुसान! व्हॉट आय मीन इज....!''

"लेट अस फर्गेट इट हायनेस!''

बोलता-बोलता चर्चेला उगाचच नको ते वळण लागलं, हे पाहून महाराजांना जरा खटकलं. लंच संपवून रुमालाला हात पुसत ते म्हणाले, "सुसान, आज शिकार छान झाली, नाही?''

"वंडरफुल! पण हायनेस, हे इतकं मोठं मटण प्रिझर्व्ह कसं काय करायचं?''

"गोन्साल्विस त्यात अगदी तज्ज्ञ आहे. तो दोन-तीन प्रकारची लोणची तयार करील, शिवाय टोस्ट बनवेल. तुला सॉसेजेस आवडतात का?''

"आय वुईल डाय फॉर इट!''

महाराज हसत-हसत म्हणाले, "इतक्यात मरणाची भाषा काढू नकोस; अजून खूप जगायचं आहे तुला!''

जेव्हा महाराज आणि सुसान डाक बंगल्यावर पोहोचले, तेव्हा संध्याकाळ होत आली होती. बंगला उंचावर असल्याकारणाने सुसानला हाताला धरून महाराज चढ चढत होते. त्या दोघांना कल्पना नव्हती की, खिडकीतून रोशन त्यांच्यावर दुर्बीण केंद्रित करून बसलेली आहे.

एका हातात बंदूक आणि एक हात सुसानच्या हातात, असे महाराज जेव्हा बंगल्याच्या अगदी जवळ येऊन ठेपले; तेव्हा हुजऱ्या त्यांच्या हातातील बंदूक घेण्यासाठी पुढं धावला. महाराजांनी बंदूक 'अनलोड' करून हुजऱ्याच्या हाती दिली.

-०-०-०-

१२

रोशनचा ताप उतरला, तरीही तिच्या चेहऱ्यावरची उदासीनता मात्र कमी झाली नाही. ती एकसारखी खिडकीपाशी येऊन डाक बंगल्याच्या सभोवार पसरलेल्या घनदाट झाडीकडे पाहत राहायची!

रॉबिन्सन आणि त्याच्यासोबत आलेली 'पार्टी' चार दिवस धिंगाणा घालून परत गेली. त्या चार दिवसांत महाराज आणि सुसान रोज एकत्र येत होते आणि तीहि एकांतात, हे रोशनला कळल्यानंतर ती मनस्वी दुःखी झाली. एकटी बसून ती विचार करत होती. 'खरंच राजेलोकांना फुलपाखरांची उपमा दिली जाते, ती रास्त नाही का? इथे आल्यानंतर मी आजारी पडले, तापानं फणफणत होते; तरीही हे त्या 'भोरडीला' घेऊन फिरत होते. मला त्यांच्याविषयी हे जे वाटतं, तसंच माझ्याविषयी थोरल्या महाराणींना वाटलं नसेल? मुळीच नाही! उलट, महाराजांच्या या बाहेरख्याली छंदावर नियंत्रण बसावं, म्हणून त्यांनी मला बोलावून सांगितलं होतं— सतराशेसाठ बायका करण्यापेक्षा एखादीच सुस्वरूप मैत्रीण असावी म्हणून. त्यांनी माझं धर्मांतर करून मला राणीचा दर्जा देताना यत्किंचितही खळखळ केली नव्हती. मला बोलावून, अगदी विश्वासात घेऊन त्यांनी महाराजांच्या या स्वभावाची पूर्ण कल्पना दिलेली होती. पण काही उपयोग नाही! महाराज कोणत्याही स्त्रीशी या आयुष्यात एकनिष्ठ राहतील, असं मला वाटत नाही!''

रोशनच्या वृत्तीत झालेला बदल समजण्याइतके महाराज चाणाक्ष होते. ताप उतरल्यानंतर तिच्यासाठी डाक बंगल्यावर चार दिवस राहण्याचा निर्णय महाराजांनी घेतला. आलेल्या पाहुण्यांना पोहोचवण्यासाठी ते चंद्रपूरला जाऊन परत मल्हारपेठला आले होते.

रोशन आता हळूहळू बंगल्याच्या व्हरांड्यात फिरत

होती. स्वत:च्या मनाची समजूत घालण्याचा प्रयत्न करीत होती. आपण सहवासात आल्यानंतर महाराजांनी सुसानशी संबंध ठेवावा, हा तिला आपला पराभव वाटत होता. 'मी त्यांना काबूत ठेवण्यासाठी कुठंतरी कमी पडते आहे, एवढं नक्की,' अशी तिनं आपल्या मनाची समजूत करून घेतली होती.

बंगल्याच्या समोर एक बकुळीचं झाड होतं. त्याला फुलं बहरली होती. इवल्याशा पिवळ्या, निळ्या चिमण्यांनी त्या झाडांवर गर्दी केली होती. आपल्या सुईसारख्या अणकुचीदार चोचीने ते पक्षी बकुळीच्या फुलांतले मधाचे थेंब शोषत होते. रोशनला ते बघत बसायला मोठी गंमत वाटत असे. इतक्यात समोरच्या वाळलेल्या पिंपळाच्या झाडावर 'कुक् कुक् कुक्' असा एका हिरव्या रंगाच्या, लाल गळ्याच्या 'वूडपेकर' पक्ष्याने सूर धरला. एका तालात आणि सुरात 'कुक् कुक् कुक्' करणाऱ्या त्या पक्ष्याकडे रोशन पाहत असताना माडीवरून 'थाड्' असा आवाज झाला आणि आवाजासरशी ते इवलंसं पाखरू निष्प्राण होऊन जमिनीवर कोसळलं. महाराजांनी वरच्या गच्चीवरून ते बावीस नंबरच्या रायफलनं अचूक टिपलं होतं.

रोशनला या वेळी मात्र आपला संयम राखता आला नाही. ती पोर्चच्या पायऱ्या उतरून खाली गेली आणि त्या झाडाखाली पडलेलं पाखरू तिनं पायाला धरून उचलून घेतलं. इतक्यात हुजऱ्या तिथं धावत आला आणि म्हणाला, "राणी सरकार, हा पक्षी महाराजांना वर पाहिजे आहे!"

"कशाला?"

"परवा त्या सुसान मड्डमसाहेब आल्या होत्या ना, त्यांना सर्व रंगांच्या पाखरांचे पंख जमवायचे होते. लाल, निळे, पिवळे, गुलाबी— अशा सर्व प्रकारचे पंख त्यांना मिळाले. या पक्ष्यासारखे दाट हिरव्या रंगाचे पंख मात्र त्यांना मिळाले नव्हते!"

"पण ती गेली ना आता?"

"गेल्या, पण महाराजांनी त्यांना उरलेल्या सर्व रंगांचे पंख पाठवून देण्याचं वचन दिलं आहे. अजून अशी खूप निरनिराळी रंगांची पाखरं टिपायची आहेत महाराजांना!"

ते ऐकून रोशननं तो पक्षी त्याच्या अंगावर फेकून म्हटलं, "पंखांसाठी पाखरांचा जीव घेताना काही तरी वाटायला हव तुम्हा लोकांना!"

"राणीसाहेब, माफ करा, पण आपण असं बोललात, हे महाराजांना समजलं, तर काय होईल याची कल्पना आहे का आपणाला?"

"काय होईल?"

हुजऱ्या स्वत:च्या गालफडात मारून घेत म्हणाला, "ते काय मी सांगू शकत नाही. एवढंच सांगतो, महाराजांना असं काही आपण बोललेलं आवडत नाही."

"काय होतं, तेच मला बघायचं आहे."

असं म्हणत रोशन त्या हुजऱ्याच्या मागोमाग जिन्यावरून माडीवर आली. माडीवर महाराज आपल्या खोलीत पाठमोरे उभे होते. समोर टेबलावर एक मोठा पांढरा कागद पसरला होता आणि त्यावर निरनिराळ्या पक्ष्यांचे पंख कातड्यासकट चिटकवले होते. रोशन माडीवर आल्याचं पाहताच महाराज म्हणाले,

"अरे तू! रत्ना, इतक्यात जिना चढायचा त्रास कशाला घेतलास?"

"हे काय चाललंय, पाहायला आले!"

"ओऽऽह! ही सुसानची हौस! मुलांना निरनिराळे स्टँप्स जमवण्याची हौस असते की नाही, तशी सुसानला निरनिराळ्या पक्ष्यांची पिसं जमवण्याचा छंद आहे. जाताना ती बरीच पिसं घेऊन गेली; पण तिला जी मिळाली नाहीत, ती जशी मिळतील तशी मी जमवतो आहे. आपण इंग्लंडला जेव्हा जाऊ, तेव्हा ही सोबत घेऊन जाऊ! मी सांगितलं आहे तिला तसं!"

"हायनेस, कलेक्शनचा मॅनिया मी जाणू शकते. पण निष्पाप पक्ष्यांना मारून त्यांची पिसं उपसून घ्यायची किंवा कातडी काढायची, हा क्रूरपणा आहे!"

महाराज हातातल्या सिगारेटचा झुरका घेऊन हसले आणि म्हणाले, "पुन्हा ते वेड तुझ्या डोक्यात शिरलं का? रत्ना, अगं या पक्ष्यांचा नाही तरी काय उपयोग आहे?"

"त्यांचा तुम्हाला उपयोग नाही, म्हणून त्यांना मारून टाकायचं?

अन् तेही त्यांच्या पंखांसाठी?''

"छंद असतो एखाद्याला रत्ना. काही जण स्टँप्स जमवतात, काही जण निरनिराळ्या देशांतील नाणी जमवतात, तर काही जण निरनिराळ्या प्रकारचे खडे जमवतात; सुसानलाही तसाच छंद आहे. त्यात वाईट काय आहे?''

"वाईट काय आहे? याच्यासारखा आसुरी आणि क्रूर छंद मी बघितलेला नाही. शिकार करता त्या प्राण्यांचं मांस तरी खाता येतं, पण हे काय? इट्स शीअर क्रुएल्टी!''

"तुला तसं वाटतं, पण लंडनमध्ये गेल्यानंतर तू सुसानचा वॉर्डरोब बघ! तिच्याकडे पन्नासएक प्रकारच्या टोप्या आहेत आणि त्या टोप्यांना तिच्या कपड्याच्या रंगांची पिसं लावलेली दिसतील! अन् तीही रंगवलेली नव्हे, तर ओरिजिनल—ही अशी!'' महाराज टेबलावरची निरनिराळी पिसं दाखवत म्हणाले.

"हायनेस, आपण काही जरी सांगितलंत, तरी मला हा छंद समर्थनीय वाटत नाही. तुमच्या धर्मकल्पनेप्रमाणे मनुष्यप्राण्यांना पुनर्जन्म असतो. पुढच्या जन्मी हे पक्षी मानव होतील अन् तुम्ही पक्षी व्हाल, तेव्हा तेही तुम्हाला टिपतील!''

महाराज त्यावर संपत आलेली सिगारेट ॲश-ट्रेमध्ये विझवत म्हणाले,

"रत्ना, पुनर्जन्म-पुनर्जन्म म्हणतात खरं; पण कोणा लेकाच्याला आपला पहिला जन्म आठवतो? ते सारं झूठ आहे! जे काही खरं आहे, ते सारं या जन्मातच! जन्मल्यापासून मरेपर्यंत जे आपण उपभोगू, तेवढंच आपल्या सोबत येतं! तू म्हणतेस तसं वादाकरता क्षणभर गृहीत धरलं तर, गेल्या जन्मी हे लेकाचे पक्षी माणसं असतील अन् मी पक्षी असेन. त्यांनी माझी हत्या केली, म्हणून या जन्मी मी त्यांना मारत नसेन कशावरून?''

"ते सोडून द्या, पण मला हे बिलकूल पटत नाही!''

"तुला ते पटो वा न पटो; हा सुसानचा छंद आहे अन् मला तिच्यासाठी विविध रंगांचे पक्षी टिपायलाच हवेत!'' महाराज निर्धारानं बोलले.

"ठीक आहे, खुश्शाल टिपत राहा!''

असं म्हणून रागानं थरथरत रोशन खाली निघून गेली.

कागदावर निरनिराळ्या प्रकारची पिसं चिकटवीत बसलेल्या याकूबकडे पाहत महाराज म्हणाले, ‘‘गम्मत आहे की नाही याकूब? पक्षी मारले तरी आवडत नाही, वाघ मारले तरी आवडत नाही; कसं व्हायचं हिचं?’’

‘‘अजून तशा वयान लहानच आहेत हुजूर त्या! जशा मोठ्या होतील, तशी समज येत जाईल!’’

‘‘मला नाही वाटत! मी करतो त्या प्रत्येक गोष्टीत थोरल्या महाराणींच्यासारखं हिलाही काही तरी वावगच दिसतं!’’

‘‘हुजूर, हा स्त्री-स्वभाव आहे, त्याकडं दुर्लक्ष करायला हवं!’’

‘‘असं कसं म्हणतोस तू याकूब? स्त्री-स्वभाव असा मुळात असेल, पण तो तिला आता बदलायला नको? परवा तू पाह्यलंस—रॉबिन्सन, त्याची बायको रोझी, मेव्हणा रॉबर्ट, सुसान ही मंडळी आली होती. हे सर्व रॉयल गेस्ट आहेत, हे ठाऊक असूनही रत्ना त्यांच्याशी किती तुसडेपणानं वागली? मला तिचं वागणं बिलकुल आवडलं नाही! अरे, अशा हिच्या या वागण्यानं सरकार दरबारातलं आमचं वजन कमी होईल! तुला ठाऊक आहे ना, जेव्हा जेव्हा आम्ही दिल्लीला जातो, तेव्हा गर्व्हनर किंवा व्हॉईसरॉय यांचे निकटवर्ती आम्हाला किती मान देतात? आमची कसलंही काम ते लोक अडू देत नाहीत. त्या लोकांशी वागताना आपण विनयशीलपणानं आणि अदबीनं वागायला नको?’’

‘‘जरूर वागायला पाहिजे हुजूर!’’

‘‘मग हे रत्नास कधी समजणार?’’

‘‘अजून जगाचा अनुभव नाही त्यांना हुजूर!’’

‘‘अनुभव नाही म्हणून हे वागणं क्षम्य होत नाही याकूब! मी आज शर्माजींना बोलवलेलंच आहे. त्यांनाच मी सांगणार आहे, हिला चार समजुतीच्या गोष्टी सांगा म्हणून!’’

याकूब गालातल्या गालात हसत म्हणाला, ‘‘हुजूर, यांनी अजून बाहेरचे जग बघितलेलं नाही, म्हणून त्यांना असं वाटतं. आपण एकदा त्यांना परदेश दाखवून आणलात, की बरोबर ताळ्यात येतील त्या!’’

‘‘अरे, हिला लंडनला घेऊन जायचं किती तरी दिवसांपासून माझ्या

मनात आहे, पण इथं एकटी सुसान बघताच हिचं पित्त खवळलं; तिथं मी क्लबमध्ये जाणार, ड्रिंक्स करावे लागणार, डान्सिंगमध्ये सहभागी व्हावं लागणार, पॅरिसला गेलो तर नाईट क्लबमध्ये माझ्या भोवताली त्या फ्रेंच युवती जमणार... ते सारं कसं काय खपणार हिला? बरं झालं, हिच्या स्वभावाची मला इथंच कल्पना आली! हिच्या तुलनेने पद्मावती किती तरी पटीनं बरी! ती निदान स्पष्ट सांगते तरी, 'तुम्हांला जसं वागायचं तसं खुशाल वागा, पण माझ्या डोळ्यांपुढं नको!' मला या 'सोफिस्टिकेटेड' क्लासमध्ये वावरताना संकोचल्यासारख होऊ नये म्हणून मी रोशनचं धर्मांतर केलं, तिला राणीचा दर्जा दिला. पण तिला समजतच नाही, ही सर्व उठाठेव मी कशासाठी केली ते!''

याकूब मघा मारलेल्या पक्ष्याच्या कातडीला तुरटीची पावडर व जंतुनाशक द्रव लावून झाल्यानंतर म्हणाला, ''आपली परवानगी असेल हुजूर, तर मी एक-दोन समजुतीच्या गोष्टी त्यांना सांगून पाहू?''

''जरूर! शर्माजींना मी ते सांगणारच आहे. पण त्यापूर्वी तू बघ सांगून, काही उपयोग होतो का!''

याकूब हा चंद्रपूरच्या महाराजांचा अत्यंत एकनिष्ठ आणि विश्वासू सेवक होता. राणी रत्ना ही धर्मांतरानं हिंदू झाली तरी मूळची ती आपल्याच रक्ताची आहे, ही गोष्ट याकूब विसरू शकत नव्हता.

तिच्या नशिबाने तिला हे राणीपद प्राप्त झाले आहे, ते तिने सन्मानाने टिकवायला हवे, असे याकूबला वाटत होते. राजेलोकांचा बऱ्याच वर्षांचा सहवास त्याला घडलेला होता. त्यामुळं त्यांचे छंद, त्यांचा हेकेखोरपणा, त्यांची लहरी वृत्ती हे सर्व त्याला ठाऊक होते. नव्यानं त्यांच्या सहवासात येणाऱ्या लोकांना राजेलोकांच्या विक्षिप्त वागण्याने खटकल्यासारखं होतं, हेही ठाऊक होतं.

राणी रत्नाला समजुतीचे आणि शहाणपणाचे चार शब्द सांगण्याची तो वाटच पाहत होता. अनायासेच महाराजांनी त्याला ही संधी दिली.

रत्ना आपल्या दालनातल्या त्या खिडकीपाशी बसून शून्य नजरेनं बाहेर पाहत होती. याकूब दारात उभा राहून म्हणाला,

"मैं अंदर आ सकता हूंऽऽऽ?"

रोशनने चट्‌कन मागे वळून पाह्यल. याकूब दाराजवळ उभा राहून तिला मुजरा करीत होता.

"क्या है मामू? आव ना?"

याकूब आत आला आणि अदबीनं बाजूला उभा राहून म्हणाला, "राणी सरकार, मी आपल्याशी चार गोष्टी बोललो, तर राग नाही ना येणार?"

रोशनने बसल्या जागेवरून त्याच्याकडे टक लावून पाहत म्हटलं, "मी कसं वागावं, याबाबत काही खास सूचना घेऊन आलेले दिसता?"

याकूब त्यावर हसला. हनुवटीवरील पिकलेली दाढी कुरवाळीत म्हणाला, "महाराणींनी कसं वागावं, हे सांगण्याची सेवकाची पात्रता कुठं असते? मी फक्त आपल्यापेक्षा वयानं मोठा, एवढाच आधार घेऊन चार गोष्टी बोलणार होतो; त्याही तुम्ही परवानगी दिलीत तर!"

"मामू, तुम्ही काय सांगणार आहात याची मला पुरेपूर कल्पना आहे. पण खरं सांगते, मला आता पश्चात्ताप होतो आहे. कोणाही गरीब माणसाशी माझी शादी झाली असती, तरी मी सुखी झाले असते. एक-दोन मुलं झाली असती, सुखानं गरिबीत संसार केला असता. पण आमच्या अब्बाजानचा हट्ट नडला. अम्माचीसुद्धा मला परत चंद्रपूरला आणण्याची इच्छा नव्हती! सोन्याच्या पिंजऱ्यात बंद करून ठेवलेल्या पक्ष्यासारखी माझी स्थिती झालेली आहे मामू!"

बोलता-बोलता रोशनचे डोळे पाणावले. तर्जनीनं डोळ्यांतले अश्रू टिपून ती म्हणाली, "ही नुकतीच सुरुवात आहे. अजून उभी हयात पुढंच आहे. सुरुवातीलाच हे जर असं, तर पुढं भविष्यात काय होणार?"

"काही होणार नाही राणी सरकार! आपण मला माझ्या मुलीसारख्या वाटता, म्हणून चार शब्द सांगायचे आहेत. आमचे महाराज तसे स्वभावानं मुळीच वाईट नाहीत. पण या राजेलोकांचा स्वभाव सर्वसामान्य माणसापेक्षा भिन्न असतो. सर्वसामान्य माणसाचं बालपण संपलं की त्याच्यावर प्रपंचाची जबाबदारी येऊन ठेपते. माँ, बाप, बहेन, भाई यांच्या पालनपोषणाची

जबाबदारी पडते. तशात तरुण वयात शादी झाली की ही जबाबदारीची जाणीव दुप्पट होते. मूल झाल्यानंतर ती चौपट वाढते. पण हा सर्वसामान्य माणसांचा नियम राजेलोकांना लागू नसतो. त्यांना 'जबाबदारी' हा शब्दच माहीत नसतो. त्यामुळं त्यांच्या बालबुद्धीत फारसा फरक पडत नाही. संस्थानचं उत्पन्न असतं, जामदारखान्यात दागदागिने असतात, पिढ्यान्‌पिढ्या भोवताली प्रामाणिकपणानं सेवा-चाकरी करणारे शर्माजीच्या अन् माझ्यासारखे सेवक असतात, हुजुरांच्या तोंडातून बाहेर पडणारे शब्द झेलायला नोकर-चाकर असतात; त्यामुळं आपल्या डोक्यात एखादी कल्पना आली की, ती गैर आहे किंवा तिची अंमलबजावणी करणं अन्यायाचं होईल याची या राजेलोकांना कल्पनाच नसते. 'हम करे सो कायदा' अशी त्यांची वृत्ती होते, ती त्यामुळेच! अन् हे त्यांच्या स्वभावाचं विश्लेषण ज्यांना करता येत नाही, त्यांचे राजाशी वारंवार मतभेद निर्माण होतात. राजेलोक आपलं म्हणणं चुकीचं होतं, असं मानायलाच तयार नसतात. तेव्हा त्यांना समजून घेण्याचा प्रयत्न करा!''

''मामूऽऽऽ, त्यांचा हट्टीपणा, हेकेखोरपणा एक वेळ मी समजू शकते; पण हा बाहेरख्यालीपणा? मी इथं तापानं फणफणत असताना त्या सुसानला तिसऱ्या मजल्याच्या गच्चीवर घेऊन मध्यरात्रीपर्यंत धिंगाणा घालत होते, हे कसं काय मी सहन करावं?''

''तेसुद्धा सहन करायला शिकलं पाहिजे. हे इथं काहीच नाही. बाहेरच्या संस्थानात पाहा. एकेकाचा जनानखाना आहे. आता तुम्ही ज्या हैदराबादला होता, तिथं त्या नबाबांचा जनानखाना किती मोठा आहे? इतक्या स्त्रिया आहेत तिथं; रोज एक नबाबाच्या महालात गेली, तर प्रत्येकीला आपली टर्न यायला वर्ष-सव्वा वर्ष लागतं! म्हणजे मग पाहा!''

''जनानखान्यातील स्त्रियांची गोष्ट वेगळी मामू! मला महाराजांनी धर्मांतर करून महाराणीचा दर्जा दिलेला आहे. माझी त्या जनानखान्यातील स्त्रियांशी कशी काय तुलना करता?''

रोशनच्या मुद्देसूद उत्तरानं याकूब दिङ्मूढ झाला होता, पण तरीही तो आपली दाढी खाजवीत म्हणाला, ''या गोऱ्या बायका काही कायम यांच्या सहवासात राहत नसतात राणी सरकार! आणि तेवढं दुर्लक्ष करायला

तुम्हाला शिकायलाच हवं! थोरल्या राणी सरकारांचं वागणं बघा! त्यांनी महाराजांच्या स्वभावाचा पुरेपूर अभ्यास केलेला आहे. तुम्हाला धर्मांतर करून राणीचा दर्जा द्यायचं चाललं, तेव्हा खरं म्हणजे त्यांनी आक्षेप घ्यायला हवा होता; आक्रस्ताळेपणा करायला हवा होता. पण त्यांनी तसं काही केलं का? तर, त्यांच्या वागण्याचं अनुकरण करा. थोडंसुद्धा दुःख होणार नाही तुम्हाला!''

''बघते प्रयत्न करून!''

''आणि मी फसले, दुसऱ्याशी लग्न केलं असतं तर सुखी झाले असते; असले शब्द चुकूनही तोंडातून यापुढं बाहेर येता कामा नयेत! आता तुम्हाला शिकार आवडत नाही, जाऊ नका शिकारीला. पण तुम्हाला आवडत नाही म्हणून महाराजांनी शिकारच बंद करावी, हा अट्टहास का? तुम्हाला ठाऊक आहे; जो प्राणी माझ्या धर्मानं निषिद्ध समजला जातो त्याची मी शिकारही करतो, पण स्पर्श मात्र कधीच करणार नाही. महाराजही तसला अट्टहास करीत नाहीत! तेव्हा मन शांत ठेवून वागायला शिका! राणीपद हे कोणाही फालतू व्यक्तीला मिळत नसतं, ते 'तकदीर'मध्ये असावं लागतं!

रोशन बराच वेळ आत्मीयतेनं बोलणाऱ्या याकूबचा शब्द अन् शब्द लक्ष देऊन ऐकत होती. ती पुन्हा खिडकीतून बाहेर पाहत म्हणाली,

''यापुढे मी महाराजांशी मतभेद होणार नाहीत असं वागण्याची शिकस्त करीन; मग तर झालं?''

याकूबन कपाळाला हात लावून रोशनला सलाम करीत म्हटलं, ''तुम्ही अन् मी एका रक्ताचे, म्हणून हे सांगायला आलो. तुमच्या जागी एखादी ख्रिश्चन किंवा पारशी बाई असती, तर कशाला आलो असतो मी? रक्त स्वस्थ बसू देत नाही, हेच खरं!''

याकूब गेल्यानंतर ती उठली, वॉश घेतला, कपडे बदलले, किंचित प्रसाधन केलं. आपल्या आवडीचा सेंट अंगावर शिंपडला आणि बाहेर आली.

महाराज बंगल्यासमोरच्या हिरवळीवर व्हिस्कीचा सरंजाम घेऊन बसले होते. रोशननं पुढं होऊन महाराजांना मुजरा केला. ते आश्चर्यचकित होऊन रोशनच्या हसऱ्या चर्येकडं पाहत म्हणाले, ''आँऽऽऽ रत्ना? याकूबनं चांगलाच

कानमंत्र दिलेला दिसतो!''

''तसं काही नाही हायनेस! मीच आपल्याशी वागायला चुकत होते. यापुढं तसं होऊ देणार नाही!''

''वंडरफुल! थोडी व्हिस्की घेणार?''

''घेणार!'' हसत-हसत रोशन म्हणाली. महाराजांनी टाळी वाजवली अन् हुजऱ्याला आणखीन एक ग्लास आणायचा हुकूम केला.

-०-०-०-

१३

चंद्रपूरच्या जवळ पोलोग्राऊंडनजीक विमानतळ तयार करण्यात आला होता, तो आज माणसांनी फुलला होता. महाराजांनी ऑर्डर दिलेली दोन फ्रेंच कंपनीची विमाने आज येणार होती. त्यांच्या आगमनाप्रीत्यर्थ चंद्रपूर संस्थानचे जहागीरदार, मानकरी हे जसे तिथं जमले होते; तसेच असंख्य नागरिकही या प्रसंगी उपस्थित होते.

साडेनऊच्या सुमारास आकाशात दोन ठिपके दिसले. ते हळूहळू मोठे होऊ लागले. पंख्यांचा आवाज वातावरणात भरून राहिला. चंद्रपूरच्या नागरिकांना विमान पाहायला मिळतंय, हीच अपूर्वाई होती. विमानतळाच्या एका बाजूला भली मोठी शेकोटी पेटवलेली होती, ती वाऱ्याची दिशा समजण्यासाठी. ज्या दिशेन वारं वाहतं, त्याच्या विरुद्ध दिशेनं विमान धावपट्टीवर उतरलं तर जमिनीवर त्याची गती लवकर रोखता येते, एवढ्यासाठी!

महाराज, त्यांच्या डाव्या बाजूला रत्ना, रत्नाच्या जवळ राजकुमार आणि राजकुमारी बसले होते. महाराणी पद्मावती मात्र या प्रसंगी उपस्थित नव्हत्या. महाराजांच्या उजव्या बाजूस शर्माजी होते.

मागच्या रांगेत राजांचे मानकरी, जहागीरदार इत्यादी लोक आपल्या पारंपरिक दरबारी वेषात हजर होते. विमानतळावर जणू छोटासा दरबारच भरला होता.

महाराजांच्या सैन्यातील ॲडज्यूटंट नितीन पठारे, रिशालदार गनी महंमद आणि स्टेट पोलीस फोर्सचे प्रमुख दीनानाथ चौधरी, ही अधिकारी मंडळी आपापल्या गणवेषांत उपस्थितांमध्ये उठून दिसत होती. त्यांच्या छातीवरील चकचकीत सोनेरी पदके चमकत होती. वातावरण प्रसन्न होतं.

प्रथम चार सीटचं विमान घोंगावत खाली आलं. त्यानं धूर कोणत्या दिशेला वाहतो, हे पाह्यलं आणि वाऱ्याच्या

विरुद्ध दिशेनं विमानतळावर झेप घेतली. पाहता-पाहता चाकांनी जमिनीला स्पर्श केला आणि तो प्रचंड मानवनिर्मित पक्षी चार-पाच फर्लांग जमिनीवर सरळ धावून थांबला. त्या पाठोपाठ दुसरं दोन सीटचं विमानही त्याच धावपट्टीवर उतरलं. शामियान्यापासून पुढं गेलेली विमानं नंतर वळून शामियान्यापासून शंभर फुटांवर येऊन उभी होती.

दोन्ही विमानांतले विमान संचालक उतरले. महाराज त्यांच्या स्वागतासाठी पुढं गेले. त्याच विमानातून चंद्रपूरच्या जहागीरदारांचा मुलगा शैलेंद्र पवार हाही उतरला. गेले चार महिने तो दिल्लीत विमानोड्डाणाचं शिक्षण घेत होता. विमान कंपनीचे एजंट अँद्रो हे विमानांची कागदपत्रं महाराजांना सादर करण्यासाठी खास त्या विमानातून आले होते.

महाराजांनी आणि शर्माजींनी दोन्ही विमानांतून उतरलेल्यांचे स्वागत केले. त्याच वेळी चंद्रपूरच्या पोलीस फोर्सचा बँड वाजू लागला. विमानांचं राजधानीत आगमन झाल्याची अधिकृत घोषणा करण्यासाठी पाच तोफांची सलामीही झाली. विमानातून उतरलेली मंडळी शामियान्याकडं येण्यापूर्वी दहा सुवासिनींनी पंचारती घेऊन त्या विमानांना ओवाळून हळद-कुंकू लावले. हुजऱ्यांनी विमानाच्या चाकाजवळ नारळ फोडले, हवेत गुलाल उधळला.

शर्माजी बोलायला उठून उभे राहिले. ‘‘अमीर-उल-मुल्क श्रीमंत महाराजाधिराज सूर्याजीराव जंगबहाद्दूर, महाराणी रत्नमालादेवी, राजकुमार, राजकुमारी आणि उपस्थित सज्जनहो —

‘‘हिंदुस्थानातील लहान-मोठे संस्थानिक ब्रिटिश साम्राज्याच्या पितृछत्राखाली अत्यंत सुखा-समाधानात आहेत. हे संस्थानिक आपापल्या संस्थानात सार्वभौम आहेत. जनहिताची कळकळ सदैव असणारे, नागरिकांच्या हिताचे रक्षण करणारे, अन्यायाचा नि:पात व दुर्जनांना शासन करणारे आणि सज्जनांना अभय देणारे आमचे महाराजधिराज आम्हाला अत्यंत प्रिय आहेत.

‘‘प्रजाहितदक्ष महाराजांना दिल्ली, मुंबई, नागपूर अशा मोठमोठ्या शहरी कामानिमित्त वारंवार जावे लागते. त्यांचा बहुमोल वेळ जाण्या-येण्यांत खर्च होतो व त्यांना अपार असे शारीरिक कष्टही होतात. म्हणून मी गेल्या दोन वर्षांपासून महाराजांना सुचवत होतो की, आपण एखादे विमान खरेदी

करावे, आपला प्रवासातला वेळ वाचेल व वाचलेला वेळ आपल्याला जनकल्याणासाठी खर्च करता येईल. महाराजांनी आमची विनंती मान्य करून विमान खरेदी करण्याचा निर्णय घेतला. पण मग आणखीन एक अडचण निर्माण झाली. दोन सीटचे विमान घेतल्याने पायलट व महाराज दोघेच जाऊ शकतील! पण काही कामं अशी असतात की, त्या वेळी महाराजांच्या समवेत राणी सरकार, महाराजांचे प्रायव्हेट सेक्रेटरी व बॉडीगार्ड यांनीही जाणे आवश्यक असते. मग अशा वेळी काय करायचं, हा प्रश्न पडला. या फ्रेंच कंपनीच्या एजंटनी आम्हाला बहुमोल असा सल्ला दिला, दोन विमानं घ्या, एक दोन सीटचं व दुसर सहा सीटच! कंपनीनं किमतीतही कन्सेशन देऊ केलं. पण महाराज म्हणत होते, हा खर्च अनाठायी तर होत नाही ना? मी महाराजांना सर्व वस्तुस्थिती समजावून सांगितल्यानंतर ते कबूल झाले. दोन विमानांची ऑर्डर बुक करण्यात आली.

"आता त्यानंतर प्रश्न पडला, तो विमानचालकांचा! ही विमानं चालवायला आपले पायलट्स हवेत! पण ही समस्या आमच्या संस्थानचे मानकरी श्रीमंत मानाजीराव पवार यांच्या चिरंजीवांनी सोडवली. शैलेंद्रकुमार यांनी विमानोड्डाणाचं शास्त्रोक्त शिक्षण घेतलं. त्यांनी महाराजांच्या या छोट्या हवाईदलाचं नेतृत्व करण्याचं मान्य केलेलं आहे. असे हे आमचे शैलेंद्रकुमार पवार."

शर्माजींनी शैलेंद्रकुमार यांच्याकडे हात करताच त्यांनी मान लववून अभिवादनाचा स्वीकार केला.

शर्माजी पुढे बोलू लागले, "आमच्या पोलीस फोर्सचे प्रमुख दीनानाथ चौधरी, चंद्रपूरच्या रक्षक सेनेचे प्रमुख नितीन पठारे यांच्याच दर्जाला आज आमच्या छोट्या हवाईदलाचे प्रमुख शैलेंद्रकुमार हे येऊन बसले आहेत. शैलेंद्रकुमार आपल्याप्रमाणेच संस्थानातील तरुण आणि धाडसी मुलांना विमान चालवण्याचे प्रशिक्षण देणार आहेत. आम्ही या दोन विमानांना हवाईदल म्हणतो, म्हणून आज काही लोक चेष्टाही करतील. पण मी त्यांना सांगू इच्छितो की, कोणत्याही भव्य गोष्टीची सुरुवात ही लहानच असते. पंचवटीत दिसणाऱ्या गोदावरीचे पात्र अन् ती समुद्राला जेथे मिळते तेथले

पात्र पाहावे म्हणजे मी म्हणतो त्या विधानाची सत्यता पटेल!

"आज ही आमच्या हवाईदलाची सुरुवात आहे. आज आमचं सैन्य दोन हजारांच्या घरात आहे. पहिल्या महायुद्धात चंद्रपूर बटालियननं भाग घेऊन युरोपच्या रणभूमीवर मर्दुमकी गाजवली अन् जर्मन सैनिकांना सळो की पळो करून सोडले. ब्रिटिश सरकारने चंद्रपूरच्या लढाऊ तुकडीला 'हाय लँडर्स फ्रॉम इंडिया' हा किताब दिला होता, ही गोष्ट आता जगजाहीर झालेली आहे. ब्रिटिश गव्हर्न्मेंटने चंद्रपूर बटालियनला विशेष पराक्रमाचं पारितोषिकही दिलेलं आहे. तेव्हा अशा या शूरांच्या भूमीत आज हवाईदलाची सुरुवात नव्याने होते आहे. महाराजांच्या प्रवासासाठी म्हणून जरी आज विमानांची खरेदी होत असली, तरी कालांतरानं हे विमानदल 'द रॉयल एअर फोर्स ऑफ चंद्रपूर' या नावानं ओळखलं जाईल."

शर्माजींच्या या वाक्यावर उपस्थितांनी कडकडून टाळ्या वाजवल्या. महाराज शर्माजींच्याकडे पाहत गालातल्या गालांत हसले. रोशनही शर्माजींच्या अमोघ वक्तृत्वाचे कौतुक करीत होती.

त्यानंतर विमान घेऊन आलेले फ्रेंच वैमानिक एजंट वगैरे मंडळी महाराजांच्या समवेत भोजनासाठी चंद्रपूरच्या पॅलेसकडे मोटारीने आली. त्यांना शर्माजी मघा विमानतळावर काय बोलले, हे काहीच समजलं नव्हतं. जाताना त्यांना महाराज त्या भाषणाचा सारांश इंग्रजीतून सांगत होते. त्या फ्रान्सवासीयांनी तो इंग्रजी अनुवाद ऐकल्यावर एक अत्यंत हुषार दिवाण पदरी बाळगल्याबद्दल महाराजांचे कौतुक केले. खरं तर ती विमानं महाराजांनी स्वत:च्या चैनीसाठी खरेदी केली होती, पण शर्माजींनी त्या योजनेला निराळंच स्वरूप दिलं—द रॉयल एअर फोर्स ऑफ चंद्रपूर!

शैलेंद्रनं विमानोड्डाणाचं शास्त्रोक्त शिक्षण घेतलं होतं. ओठावर नुकतंच मिसरूड फुटलेल्या शैलेंद्रनं वयाच्या चोविसाव्या वर्षी त्या दोन विमानांच्या उड्डाणाची आणि देखभालींची जबाबदारी शिरावर घेतल्याने तो एक कौतुकाचा विषय झाला होता. तसं म्हटलं, तर महाराजांचा ॲडज्यूटंट नितीन पठारे हे तरी वयानं कुठं मोठे होते? त्यांचं वय होत अठ्ठावीस वर्षांचं, तर रिशालदार गनी महमंद होता सव्वीस वर्षांचा! पोलीसप्रमुख चौधरी होते एकोणतीस

वर्षांचे! महाराजांचे सर्वच अधिकारी तिशीच्या आतले होते. महाराजांचा त्यांच्यावर नितांत विश्वास होता. महाराजांसाठी तळहातावर शिर घेऊन बाहेर पडायची त्या सर्वांची तयारी होती.

महाराजांना तशी माणसांची पारख फारच मोठी! एक-दोन भेटींतच ते माणसाला पारखत असत. एकदा जवळ केलेला माणूस सहसा त्यांच्यापासून अलग होत नसे!

परदेशी पाहुण्यांची वर्दळ नसली की, महाराज या सर्व तरुण अधिकाऱ्यांना रथात घेऊन मल्हारपेठच्या डाक बंगल्यात जायचे. तिथं खाणं, पिणं आणि हास्यविनोद यांना ऊत येई! अशा वेळी महाराज आपण एका संस्थानचे अधिपती आहोत, हे संपूर्णत: विसरून जात. या त्यांच्या वागण्यामुळं त्या सर्व तरुण अधिकाऱ्यांच्या मनात महाराजांविषयी केवळ आदरच होता असं नाही, तर त्यांच्याबद्दल कमालीचे प्रेम आणि जिव्हाळाही होता. महाराजांनी त्यांच्यावर एखादे काम सोपवावे आणि त्यांनी अळंटळं करावी, असे कधीही घडले नव्हते; भविष्यातही घडणार नव्हते.

बरं, महाराज असं छानछोकीचं आणि रंगेल जीवन जगतात, म्हणून प्रजाही कुरबुर करीत नव्हती. सारावसुली करताना एखाद्याला ठरलेली रक्कम देता आली नाही अन् त्यानं मुलकी अधिकाऱ्यामार्फत महाराजांकडे सूट मागितली, तर ती तत्काळ मिळत असे. चंद्रपुरात गुंडगिरीलाही थारा नव्हता. संस्थानाचे पोलीसप्रमुख दीनानाथ चौधरी अत्यंत कडक शिस्तीचे होते.

उपद्रव होता तो फक्त भिल्लांचा! हे भिल्ललोक चंद्रपूरच्या जंगलाची चोरतोड करायचे. परप्रांतात लाकूडफाटा विकायचे. महाराजांनी शिकारीसाठी राखलेल्या जंगलात शिरून चोरून शिकारही करायचे. महाराजांच्या फॉरेस्ट खात्याला भिल्लांचा हा वाढता उपद्रव कमी करण्याच्या कामी अपेक्षित असे यश मिळत नव्हते, ही गोष्ट सत्य होती. शर्माजींना आणि महाराजांना दोघांनाही ती गोष्ट खटकत होती. भिल्ल हेसुद्धा महाराजांचेच नागरिक होते, म्हणून त्यांच्याविरुद्ध काही तरी कठोर उपाययोजना करावी, असं महाराजांना वाटत नव्हते. तरीही त्या जमातीला आपण फारच सवलत दाखवतो, असं वाटलं, तर ती जमात त्या सवलतीचा गैरफायदा घेण्याची शक्यता आहे, ही

गोष्ट शर्माजी आणि महाराज दोघांनाही ठाऊक होती.

परवा रॉबिन्सन आला, त्या वेळी लक्षा भिल्लाला महाराजांनी येण्याबद्दल निरोप पाठवला तेव्हा तो आजारी असल्याचा बहाणा करून मल्हारपेठला आला नाही. ही गोष्ट महाराजांच्या स्मरणात होती.

विमान आलेल्या दिवशी संध्याकाळी महाराज रोमन व्हिलाच्या हिरवळीवर बसून रोशनशी गप्पा मारत होते.

"मग, तू केव्हा बसणार रत्ना विमानात?" महाराजांनी विचारलं.

"मला भीती वाटते. ते वर बंद पडलं तर काय करायचं?"

"रत्ना, हे असं 'निगेटिव्ह थिंकिंग' फार वाईट. माणसाला मरण यायचं असले, तर ते चालता-चालता रस्त्यावरदेखील येतं. त्याचा फार विचार करू नये!"

"पण हायनेस, आपल्यासोबत बसायला मी कधी नकार दिला आहे का? जिथं आपण आहात, तिथं मीही आहे!"

"ओ हो! आमच्या हिंदूंच्या लग्नात असा एक विधी असतो रत्ना. पत्नीनं पतीच्या मागोमाग चालायचं वचन घ्यायचं असतं. कायसं म्हणतात त्याला..."

"सप्तपदी!" मागच्या बाजूने आलेले शर्माजी मुजरा करून म्हणाले.

"अरे, तुम्ही कसे या वेळी इकडं?"

"तस कारणच पडलं हुजूर, म्हणून आलो. भिल्लांच्या दोन जमावांत भीषण मारामारी झालेली आहे. लग्नाच्या प्रकारातून हा वाद उद्‌भवला. दोन्ही बाजूचे दोन-तीन भिल्ल ठार झालेले आहेत, सतरा-अठरा जखमी आहेत. जखमींना चंद्रपूरच्या हॉस्पिटलमध्ये दाखल केलेलं आहे."

"बरं, चौधरी कुठं आहेत?"

"त्यांनी जखमींकडे विचारपूस केली आणि ते तत्काळ पंचवीस हत्यारी पोलिसांची तुकडी घेऊन भिल्लवस्तीकडे रवाना झाले आहेत. ही घटना आपल्या कानावर घालावी, म्हणून मी आलो आहे!"

"शर्माजी, या भिल्लांची कटकट एकदा कायमची का मिटवून टाकत नाही? कधी शांततेनं राहत नाहीत! याकूब म्हणत होता, यांनी

बरेचसे टायगर्सही विष घालून मारले. पूर्वीसारखे वाघ दिसत नाहीत आता मल्हारपेठच्या जंगलात!''

''होय हुजूर, अगदी सत्य गोष्ट आहे!''

''पण हे भिल्ल टायगर्स मारतात कशानं?'' रोशननं शंका विचारली.

तेव्हा महाराज म्हणाले, ''वाघानं एखादं जनावर मारलेलं असलं की, तो ते दोन-तीन दिवस खातो. भिल्लांना असं मारलेलं जनावर आढळलं की ते त्यावर विषारी द्रव लावतात! वाघानं दुसऱ्या किंवा तिसऱ्या दिवशी ते मांस खाल्लं की त्याच्या रक्तात ते विष भिनून तो मरून जातो. कधी कधी 'स्लो पॉयझनिंग होतं' त्याचं!''

''पण ते भिल्ललोक वाघ का मारतात?''

''वाघ त्यांच्या गाई, बैलं खातो म्हणून!''

''हांऽऽऽ म्हणजे त्याला काही तरी कारण आहे!'' रोशन म्हणाली!

''काही जरी असलं तरी मल्हारपेठचं जंगल हे माझ्या स्वत:च्या मालकीचं आहे. तिथल्या श्वापदांना मारण्याचा हक्क नाही भिल्लांना!''

रोशन शर्माजींकडे पाहत म्हणाली, ''हा अन्याय आहे शर्माजी! जर ते वाघ रोज अशी भिल्लांची जनावरं मारून खाऊ लागले, तर त्या वाघांना मारणं हा त्यांचा हक्कच आहे!''

महाराजांना रोशनच ते वक्तव्य मुळीच आवडलं नाही. ते किंचित कडवट स्वरात म्हणाले,

''स्त्रियांनी पुरुषांच्या चर्चेत भाग घेणं, हे खानदानी शिष्टाचाराला सोडून असतं रत्ना! तू आत जा!''

रोशन चट्कन उठत आत गेली. महाराजांचं वागणं तिला आवडलं नव्हतं. महाराजांनी रोशनशी धर्मांतरानंतर काही निवडक लोकांच्या उपस्थितीत लग्नही केलं होतं. तिला राणीचा दर्जा मिळाला होता. तेव्हा आपणालाही संस्थानाच्या या राज्यव्यवस्थेत काही तरी स्थान आहे, असं तिला वाटत होतं. पण अलीकडे असे काही प्रसंग निर्माण होत होते की, त्यामुळे रोशनला एकसारखं वाटत होतं, 'हे राज्ञीपद पोकळ आहे. माझ्या शब्दांना इथं मोल नाही, माझ्या विचाराला इथं स्थान नाही! माझ्या मनाचा महाराज

कधीच विचार करत नाहीत. परवा मी आजारी पडले, तेव्हा ते खुश्शाल सुसानसोबत मल्हारपेठच्या जंगलात हिंडत होते. माँ म्हणत होती, तेच शेवटी खरं होणार अशी लक्षणं दिसतात! महाराजांना माझ्या भावनांची कदर नाही. त्यांना हवं आहे ते फक्त माझं शरीर! त्यांच्या लेखी मी फक्त एक उपभोग्य वस्तू आहे! त्यांची मिस्ट्रेस, रखेली!'

बराच वेळ कॉटवर पडून वरच्या जाळीदार मच्छरदाणीकडं टक लावून पाहत रोशन पडली होती. त्या वेळी तिला दुमडलेल्या मच्छरदाणीत अडकलेला एक डास दिसला. तो बाहेर पडण्यासाठी धडपडत होता, पण त्याला त्या जाळीतून बाहेर पडणं अशक्य होतं.

दिवस चालले होते. रोशनच्या वागण्यात महाराजांना जाणवण्याइतपत फरक दिसू लागला. एकांतात महाराज जेव्हा तिला जवळ घेत, तेव्हा ती त्यांना प्रतिकार करीत नव्हती; पण तरीही तिची हालचाल, वागणं, बोलणं हे आपल्यापासून दुरावत चालल्यासारखं त्यांना वाटत होतं.

त्या दिवशी सकाळी महाराज तिच्याकडे आले आणि म्हणाले, "आज तुझ्यासाठी एक खूषखबर आहे रत्ना."

"कसली?"

"आज दुपारी आपण विमानानं दिल्लीला जायचं आहे. शैलेंद्रनं दोन्ही विमानांची चाचणी पूर्ण केली आहे. आता त्याला आत्मविश्वास निर्माण झालेला आहे."

"माझी प्रकृती बरी नाही!" रोशन खिडकीतून बाहेर पाहत म्हणाली.

"अगं पण विमानातून दिल्लीला जायचं आहे. एक तासाचा प्रवास. इथून आपण मल्हारपेठला जायचं, तर दोन तास लागतात. पण विमानातून दिल्ली फक्त एक तास दहा मिनिटं! मी तुझं काही ऐकणार नाही. तू सोबत यायलाच हवंस! शिवाय आपल्या जाण्याला दुसरंही एक कारण आहे!"

"कसलं?"

"लवकरच आपणा दोघांना विलायतेला जायचं आहे. व्हॉईसरॉयच्या ऑफिसात जाऊन त्यासाठी परवानगी मिळवायला हवी!"

“परवानगी कशाला लागते?”

“हांऽऽऽ रत्ना, हे साहेबलोक आम्हाला इथं कितीही सन्मानानं वागवत असले तरी ते मोठे संशयी आहेत. एखादा राजा जेव्हा इंग्लंडला जायचे म्हणतो, तेव्हा तो का चालला आहे, त्याचा तिकडं जाण्याचा हेतू काय, त्याच्या सोबत आणखी कोण जाणार आहे याची खूप खोलवर चौकशी करतात. भारतीयांच्या मनात राज्यकर्ता इंग्रज सरकारविरोधी भावना निर्माण झालेली आहे. इंडियन नॅशनल काँग्रेसचे लोक इंग्रजांच्या विरुद्ध जनमत जागृत करण्याच्या प्रयत्नाला लागले आहेत!”

“पण आपण जाणार म्हटल्यावर त्यांना अशी चौकशी करायचं काय कारण? उलट, आपल्या चंद्रपूरबद्दल एकजात साहेबलोक चांगलं बोलतात, असं आपणच नाही का म्हणालात?”

“सगळं खरं. पण या गोऱ्या लोकांचा तसा कोणावरही विश्वास नाही रत्ना. दाखवतील एक आणि करतील एक! त्यांची राजनीती फार विलक्षण आहे. प्रत्येक राजाला ते तूच एकटा आमचा लाडका आणि विश्वासास पात्र, असं भासवतात. पण ते जाऊ दे, आपण इंग्लंडला जाऊन येऊ. बघ तर खरं तिथलं वातावरण!”

“महाराज, त्या भिल्लांचं काय केलंत?”

महाराज हसले आणि म्हणाले, “अजून तुझ्या डोक्यातून तो विषय गेला नाही तर! भिल्लांना एक वेळ ताकीद देऊन सोडण्यात आलं आहे. पुन्हा जर मल्हारपेठच्या जंगलात एखादा टायगर विष घालून मारल्याचं समजलं, तर शंभर फटक्यांची सजा दिली जाईल, असं फर्मान काढण्यात आलेलं आहे! फर्गेट इट, नाऊ बी रेडी! वुई आर फ्लाइंग टु कॅपिटल!”

महाराज गेल्यानंतर दासीनं निरोप आणला, रहिमतखान आणि शहनाज आल्याचा!

बऱ्याच दिवसांनंतर रहिमतखान आणि शहनाज रोशनला भेटायला आले होते. मध्यंतरी ते दोघे हैदराबादला गेले होते. अधून-मधून तिला त्यांची पत्रं येत, पण पत्रामधून सर्वच काही लिहिता येत नव्हतं!

शहनाज रोशनला कडकडून भेटली अन् त्याच क्षणी तिच्या लक्षात

आलं की, ती काहीशी अशक्त झाली आहे. तिच्या गालांवरून हात फिरवीत शहनाज म्हणाली,

"बेटी, काय झालंय तुला?"

रोशनला खूप बोलायचं होतं, पण रहिमतखानसमोर ती ते बोलू शकत नव्हती. रहिमतखान तिला एकच सांगत होता—महाराजांची मर्जी संपादून राहा, त्यांच्या इच्छेविरुद्ध तुझ्या हातून काहीही घडता कामा नये!

दरम्यानच्या काळात खूप काही घडलं होतं. रोशनला अब्बाजानचा सल्ला जरी व्यवहारी वाटत असला, तरी तो तसा सल्ला केवळ आपल्या स्वार्थासाठीच देतो आहे, असं वाटत होतं अन् त्यात खोटं काहीच नव्हतं. रोशन चंद्रपूरला आल्यापासून रहिमतखानची चांगलीच चलती सुरू होती. खासगीतून सर्व जीवनावश्यक वस्तूंचा पुरवठा होत होता. चैनीसाठी लागणारे पैसे तो सरळ महाराजांकडून घेत होता. महाराजांना ठाऊकच होतं की, रहिमतखानच्या मध्यस्थीमुळेच आपल्याला रोशन मिळालेली आहे.

रोशनच्या दिवाणखान्यातल्या एक-एक वस्तू न्याहाळत रहिमतखान म्हणाला, "बऱ्याच नवीन नवीन वस्तू पैदा केल्या आहेत!" तिथून तो उंच लाकडी कपाट होतं, तिथं गेला. कपाट उघडून तो पाहू लागला. जवळ-जवळ शंभरएक उंची साड्या पाहून खालचा ओठ पुढं काढून तो हात हवेत उडवून म्हणाला,

"आता खरी महाराणी शोभू लागलीस बेटी! छान! असंच वागायला हवं; नाही तर या लोकांचं घ्यायचं काय? दागदागिन्यांची पेटी कुठंय?"

"कुठले दागदागिने? मला नाही आवडत दागिने!"

रहिमतखान शहनाजच्या चेहऱ्याकडे पाहतच राह्यला—'बघ काय मूर्ख आहे पोरटी!', अशा अर्थानं.

नंतर रहिमतखान सिगारेट ओढत बागेकडे गेला, तेव्हा शहनाज रोशनला म्हणाली,

"बेटी, सीक-बिक होतीस की काय?"

"म्हणजे? तुला माझं पत्र नाही मिळालं? मल्हारपेठला गेले, तिथं तापानं आजारी पडले होते!"

"तरीच सुकलीस! बरं महाराज आणखी काय म्हणतात?"

"काही नाही, सारं काही ठीक आहे!" पण 'ठीक आहे' असं बोलताना रोशनच्या डोळ्यांच्या कडा ओलावल्या. शहनाज तिचा हात हातात घेत म्हणाली, "बेटी, खरं सांगते, अजूनही मला वाटतं की, मी चूक केली या रहिमतचं ऐकून! परवा हैदराबादला गेले होते, तेव्हा नगमाच्या मुलीचं लग्न झालं. अगं किती चांगला मुलगा मिळाला तिला! जमीन-जुमला तर आहेच, पण मुलगा कॉलेजात प्रोफेसर आहे! अशाच एखाद्या सुशिक्षित मुलानं तुला पसंत केली नसती? पण हा रहिमत हट्टालाच पेटला होता. जाऊ दे! झालं-गेलं आठवून आता काही उपयोगाचं नाही! पण तुला त्रास-बिस तरी होत नाही ना?"

रोशन तशी फार समजूतदार होती. खरं तर महाराजांच्या वागण्यामुळं तिला खूप यातना झाल्या होत्या. पण आपण त्या माँला सांगून तिला आणखीन कशाला दु:खी करायचं, असा विचार करून ती चेहऱ्यावर उसनं हास्य आणून म्हणाली,

"माँ, आम्ही विलायतेला जाणार आहोत!"

"आम्ही म्हणजे कोण कोण?"

"मी आणि महाराज!"

"अस्सं? पण तुला तिथली हवा मानवेल का?"

"न मानवायला काय झालं? इकडचे खूप लोक विलायतेला जाऊन आले आहेत! आणि आम्ही फक्त महिनाभरच तिथं राहणार आहोत. महाराज सोबत असल्यावर भ्यायचं काही कारण नाही. त्यांना लंडन शहरातले रस्ते न् रस्ते पाठ आहेत!"

"अगं, पण तू तिथं चुकशील, अशी नाही भीती वाटत मला!"

"मग?"

"इतक्या दूर जायचं तिथं बारा महिने धुकं आणि बर्फ असतं म्हणे!"

"पण आता आम्ही चाललो आहोत, तो सीझन फार चांगला असतो. आठवड्यातून तीन-चार दिवस तरी स्वच्छ सूर्यप्रकाश असतो म्हणे!"

"तुझी तब्येत लवंगेनं उष्णता व्हावी आणि वेलदोड्यानं थंडी व्हावी,

अशी!''

रोशन हसून म्हणाली, ''माँ, किती दिवस तू अशी माझी चिंता करणार?''

''जोपर्यंत मी कबरस्तानात जात नाही, तोपर्यंत! बेटी, आईचं हृदय काय असतं, हे तुला आई झाल्याशिवाय मुळीच कळणार नाही!''

रोशन हसून म्हणाली,

''माँ, मला तुझी गंमत वाटते बघ! मागे तूच तर मला सल्ला दिला होतास, शहाणी असशील तर मूल होऊ देऊ नकोस म्हणून! इतक्यात विसरूनही गेलीस?''

''नाही, ते मी विसरले नाही बेटी. माझ्या अंतःकरणाची तुला कल्पना येण्यासाठी तसं म्हणाले!''

''आणि समज, मला मूल झालंच तर?''

''महाराज आज तुझ्यावर जितकं प्रेम करतात तितकं करायचे नाहीत!''

''माँ, खरं सांगू? मला तुझा सल्ला पटत नाही! थोरल्या महाराणींनी - देखील मला हाच सल्ला दिला होता. पण तो कदाचित असूयेपोटी असेल, असं म्हणून मी त्यांचासमोर मान डोलावली होती. पण तूही मला वारंवार तेच सांगत आलीस!''

रोशन काही क्षण बोलायची थांबली आणि म्हणाली, ''पण फुलाशिवाय वेलीला पूर्णत्व नाही आणि मुलाशिवाय स्त्रीलादेखील पूर्णत्व येत नाही! माँ मला जास्त नको, फक्त एकच मूल हवं! मग तो मुलगा असो किंवा मुलगी! फक्त एका अपत्यासाठी मी कोणतीही आपत्ती सोसायला तयार आहे... माँ, खरंच मला मूल हवं!''

असं म्हणून रोशन शहनाजच्या गळ्याशी पडली. शहनाज तिच्या पाठीवरून हात फिरवीत राहिली.

रोशनच्या दिमतीला असलेले नोकर, चाकर, आचारी, दास्या या सर्वांशी बातचित करीत रहिमतखान पुन्हा रोशनच्या दालनात आला. येण्यापूर्वी त्यानं जळतं सिगारेट थोटूक चिमटीत धरून खाली दूर भिरकावलं. आत चहा आला होता, तो घेण्यासाठी पुढं गेला.

त्या दोघी मायलेकींच्याकडं पाहत तो म्हणाला, ''काय, बोलणे आवरलं की नाही? शहनाज, चल, परत जायला हवं! राणी सरकारांनी आम्हाला इतकी जास्त सलगी दाखवण बरं नाही आता!''

शहनाज जाण्यासाठी उठली.

-०-०-०-

१४

विमानात बसण्याची ती रोशनची पहिलीच वेळ होती. क्षणभर तिच्या मनात अशुभ विचार डोकावला— हे विमान वाटेत कुठं कोसळणार तर नाही ना? विमानात महाराजांच्या शेजारी बसताच महाराजांनी स्वत: तिच्याभोवती पट्टा बांधला आणि ते म्हणाले,

"टेक ऑफ् होताना थोडा वेळ पट्टा बांधावा लागतो आणि विमान उतरतानादेखील!"

"हायनेस, आपल्याला नाही भीती वाटत?" महाराज हसले आणि म्हणाले, "एकटा असतो तर कदाचित वाटली असती, पण आता तू सोबत असल्यामुळं भिण्याचं कारण नाही!"

"मी काय करणार आहे?"

"समज, आपलं विमान कोसळलंच तर आपण दोघे मिळूनच स्वर्गाला जाऊ. तिथंही मला तुझी साथ मिळेलच की!"

इतक्यात शैलेंद्रनं विमानाचं मशीन सुरू केलं. दोन्ही बाजूंचे पंखे वेगात फिरू लागले. त्या पंख्याच्या गतीने सारं विमान कंप पावू लागलं. त्यानंतर ते धावपट्टीवर सरळ धावू लागलं आणि बघता-बघता विमानाचा जमिनीशी असलेला संपर्क तुटला. विमान हवेत झेपावलं. पाहता-पाहता ते इतक्या उंचावर गेलं की, चंद्रपूरचा राजमहाल खेळातल्या चिमुकल्या बंगल्यासारखा दिसू लागला. राजधानीवर एक फेरी मारून नंतर विमानानं उत्तरेची दिशा धरली.

"रत्ना, ते समोर काय दिसतं; ओळख पाहू?" महाराज तिच्या कानाशी तोंड नेत म्हणाले.

"कुठं? कोणत्या ठिकाणी?"

"ते काय ते—टेकडी दिसते, त्या टेकडीच्या टोकावर?"

"मला तर काहीच दिसत नाही हायनेस?"

"अगं वेडे, तो मल्हारपेठचा डोंगर आणि डोंगरावर पांढरा पट्टा दिसतो, तो आपला डाक बंगला!"

"माय गॉड, खरंच की हायनेस!"

"आणि ही इंद्रावती नदी. बारीक निळी रेष दिसते बघ ती— नदीच्या काठावरच्या त्या गोल-गोल दिसतात, त्या भिल्लांच्या झोपड्या!"

"हायनेस, दुर्बीण हवी होती नाही सोबत?"

"दुर्बिणीतून काय दिसणार? तुझं लक्ष एखाद्या ठिकाणी स्थिरावतं न स्थिरावतं तोच विमान चार-सहा मैल पुढं जाईल!"

"बाकी फार मजा वाटते हं हायनेस! आपण विलायतेला जायचं ते विमानातूनच?"

महाराज हसत-हसत म्हणाले, "तुला विलायत म्हणजे दिल्ली आग्र्याइतकं जवळ वाटत का? हजारो मैल जावं लागतं! आपण बोटीतून जायचं. एकवीस दिवसांचा प्रवास आहे तो!"

"माय गॉड! एकवीस दिवस बोटीत राहायचं?"

"मग काय तर! पण इंग्लंडला जाणारी बोट फार मोठी असते. आता तू प्रत्यक्ष प्रवासाच्या वेळी पाहशीलच की!"

त्या दोघांचं बोलणं चालू असतानाच समोर यमुनेचं प्रचंड असं पात्र दिसू लागलं. यमुनेच्या काठावर एक चकचकीत पांढरा ठिपका दिसला, तेव्हा शैलेंद्र मागे वळून महाराजांना म्हणाला,

"हायनेस, तो ताजमहाल बरं! आपण आता आग्र्यावर आहोत. इथून फक्त तेरा-चौदा मिनिटांत दिल्ली येईल!"

"वंडरफुल! रत्ना, तू ताजमहाल जवळून पाह्यलास कधी?"

"कधीच आले नाही मी हायनेस!"

"इट इज वन ऑफ द वंडर्स ऑफ द वर्ल्ड!"

"ताजमहालबद्दल मी ऐकलंय मात्र खूप, पण अद्याप बघण्याचा योग नाही आला!"

"जाऊ, जरूर बघायला जाऊ! प्रेमिकांची, बादशहाच्या मोहब्बतीची

ती निशाणी जरूर पाहायला हवी! ती वास्तू बघितल्या-बघितल्या खात्री पटते की, ते प्रेम किती जाज्वल्य आणि पवित्र होतं! पत्नीची कबर बांधून शहाजहान तर इतिहासात अमर ठरलाच, पण त्याचबरोबर त्यानं प्रेमालाही अमरत्व प्राप्त करून दिलं आहे!''

"मला नाही तसं वाटत!'' रोशन म्हणाली,

"म्हणजे?''

"एकापाठोपाठ एक अशी सहा का सात मुलं झाली, म्हणून ती बेगम अल्पवयात मरून गेली. मुलांच्या संख्येवरून मला वाटतं त्याचं बेगमवर जे प्रेम होतं, ते शारीरिक!''

"तुझं काही तरी चमत्कारिकच असतं रत्ना!''

"मला जे वाटलं ते मी बोलले!''

"ते जाऊ दे, माझं तुझ्यावर प्रेम आहे की नाही सांग?''

रोशनला महाराज असा प्रश्न अचानक विचारतील याची कल्पनाच नव्हती. ती क्षणभर विचार करून म्हणाली, "ते असतं तर...''

"तर काय?''

"तर मी तापाने फणफणत असताना सुसानला मल्हारपेठच्या जंगलात घेऊन फिरला नसता!''

"अरे, तू ती गोष्ट अद्याप लक्षात ठेवलीस? काय वेडपट आहेस? अगं, मी सुसानबरोबर फिरलो, गप्पा मारल्या ही गोष्ट जरी खरी असली तरी माझं तिच्याशी तसं काही नव्हतं आणि हो, माझ्याजवळ बोललीस; ते बोललीस आणखी कोणासमोर असं काही बोलू नकोस. राज्यकर्त्या ब्रिटिश सरकारची बदनामी होईल त्यामुळं! कोणी सांगितलं तुला हे सारं?''

"हायनेस, मी अनुभवानं आणि वयान आपल्यापेक्षा फारच लहान आहे. तरीही मी एक स्त्री आहे आणि स्त्रियांना अशा गोष्टी चट्कन समजतात. कोणी तिऱ्हाईतानं सांगाव्या लागत नाहीत!''

इतक्यात शैलेंद्र म्हणाला,

"हायनेस, बी रेडी, वुई आर लँडिंग!''

कुतुबमिनार दिसताच शैलेंद्रन महाराजांना ती सूचना केली. महाराजांनी

रत्नाभोवती व स्वत:भोवती पुन्हा पट्टा आवळला. शैलेंद्रनं विमान धावपट्टीवर अलगद उतरवलं.

महाराज दिल्लीला येणार असल्याची तार शर्माजींनी केली असल्यानं विमानतळावर सेक्रेटरीएटमधले दोन गोरे अधिकारी त्यांच्या स्वागतास सज्ज होते. औपचारिकपणाचे हस्तांदोलनादी कार्यक्रम झाल्यानंतर महाराज आणि रोशन मोटारीने निवासस्थानाकडे रवाना झाले. दिल्लीत येणाऱ्या परदेशी पाहुण्यांसाठी अन् भारतीय नरेशासाठी इंग्रजांनी खास व्यवस्था केलेली होती.

जुन्या दिल्लीच्या मध्यभागी लाल संगमरवराची प्रचंड इमारत उभी होती. हेच ते दिल्लीतलं मशहूर रॉयल गेस्ट हाऊस!

महाराज ज्या वेळी इंग्लंडला जाण्यासाठी जरूर ती परवानगी मिळवण्यासाठी सेक्रेटरीएटकडे गेले, तेव्हा रोशन मोटारीतून दिल्ली पाहायला बाहेर पडली. दोन दिवसांपूर्वी तिच्या मनावर आलेली मरगळ त्या रोमांचकारी विमानप्रवासामुळे आणि महाराजांच्या दिलखुलास वागण्यामुळं कुठच्या कुठं निघून गेली.

महाराजांनी तिला मार्केटिंगसाठी पैसे दिले होते. दिल्लीत आल्यापासून ती थोडी खुषीत होती. चार-पाच तासांत तिने दिल्लीतली प्रमुख ठिकाणं पालथी घातली. त्याचबरोबर रुप्याची कोरीवकाम केलेली काही तबके व भांडीही खरेदी केली. चांदीचा एक टी-सेटही तिने त्या वेळी खरीदला. जेव्हा रॉयल गेस्ट हाऊसला ती परतली, तेव्हा महाराज तिचीच वाट पाहत होते.

"काय, झाली खरेदी?" रोशनच्या मागोमाग सामानाचं ओझं घेऊन येणाऱ्या ड्रायव्हरकडे पाहत महाराजांनी विचारलं.

"हो, पण थोडे पैसे कमी पडले. खूप वस्तू मनात भरल्या होत्या पण घेता आल्या नाहीत!"

"रत्ना, खरंच जगातल्या बायकांची जात इथून-तिथून सारखीच. अगं, तू पॅलेसमध्ये कधी आली नव्हतीस का? किती तरी भांडी पडून आहेत. त्यातली हवी तर घ्यायचीस!"

"हायनेस, मी दिल्लीला प्रथम आलेय! शिवाय माझा असा मी वेगळा संसार थाटणार आहे. पॅलेसमधल्या त्या वस्तू थोरल्या महाराणीच्या

मालकीच्या आहेत, त्यावर माझा हक्क कसा पोहचेल?''

''बरं-बरं! इथं दिल्लीत आलीस, तर तुझी ही तऱ्हा. मग उद्या लंडनमध्ये काय करशील?''

''तिथंही खरेदी करणार!''

रोशनला आलेलं निराशेचं सावट दूर झालं आहे, हे महाराजांनी तत्काळ ओळखलं.

त्या संध्याकाळी रॉयल गेस्ट हाऊससमोरच्या हिरवळीवर महाराजांनी मद्यपानासाठी काही गोऱ्या मित्रांना निमंत्रित केलं होतं. ती मंडळी सायंकाळी सातच्या सुमारास हजर झाली. त्यात पी. ए. रॉबिन्सन हाही होता. रॉयल गेस्ट हाऊसचे वेटर्स पांढरे शुभ्र कपडे घालून मद्याचे ट्रे घेऊन हिरवळीकडे चालले होते.

रोशन खोलीच्या खिडकीतून खाली पाहत होती. त्या दिवशीची पार्टी फक्त पुरुषांसाठीच असल्यामुळे महाराजांनी रोशनला खाली बोलावलं नव्हतं. बरोबर साडेसात वाजता त्या 'स्टॅग' पार्टीला सुरुवात झाली. मद्याचे पेले भरले होते. सर्वांनी आपापले ग्लास हातात घेतले. रॉबिन्सनने टोस्ट प्रपोज केला.

''फॉर द हॅपी जर्नी ऑफ हिज हायनेस टु लंडन.''

सर्वांनी एकमताने रॉबिन्सनच्या त्या शुभेच्छेला प्रतिसाद दिला आणि त्यानंतर सर्वांनी मद्यप्राशनाला सुरुवात केली.

''हायनेस!'' रॉबिन्सन एक घोट घेतल्यानंतर चिरूट पेटवून म्हणाला, ''लंडनला गेल्यानंतर आपण फ्रान्सला जाणार असालच?''

''अर्थात! सोबत ज्युनिअर महाराणी येत आहेत ना? त्यांना पॅरिस दाखवायलाच हवं!'' महाराज म्हणाले.

''पण मी एक सूचना करू हायनेस?'' जॅक रिव्हजनं विचारलं.

''कोणती?''

''पॅरिसमध्ये जाताना होता होईल तो माणसानं एकट्यानं जावं!''

''का?''

''त्याशिवाय पॅरिस 'एंजॉय' करताच येत नाही!''

त्याच्या सूचनेतील ती मख्खी समजल्यावर सर्व जण खो-खो हसले. त्या हास्याचा ध्वनी विरतो न विरतो तोच रॉबिन्सन म्हणाला,

"हायनेस, त्या विद्येत पारंगत आहेत. महाराणींना म्युझियम बघायला पाठवून आपण सरळ एखाद्या क्लबात घुसतील!"

"रॉबिन!" महाराज व्हिस्कीचा घोट घेत म्हणाले, "माझी चेष्टा करतोस?"

"खरं सांगायच हं हायनेस, आजपर्यंत आपण किती 'फेजंट्स टिपले?"

"नॉनसेन्स! रॉबिन, तू मला समजतोस तरी कोण?"

"ए फर्स्ट क्लास वूमन किलर!"

रॉबिन्सनच्या त्या वाक्यावर सर्व जण बेहद्द खूष होऊन चीत्कारले, "परफेक्टली राईट!"

महाराजांच्या बाहेरख्यालीपणावर अशी चेष्टामस्करी फक्त त्यांचे गोरे मित्रच करू शकत होते. महाराजांना ती चर्चा आवडत होती, हे त्यांच्या प्रतिसादावरून स्पष्ट होत होतं. त्यानंतर एक-एक जण रंगात येऊन 'जोक्स' सांगू लागला. महाराज मोठ्या खुषीत येऊन ऐकत होते.

पार्टी संपली, तेव्हा रात्रीचे अकरा वाजले होते. महाराज सर्वांना निरोप देऊन माडीवर आले, तर रोशन खिडकीपाशी बसून होती.

"अरे, तू अजून जागी? जेवून झोपली नाहीस?"

"तुम्ही मला असं कधी सांगितल होत?"

"आय ॲम सो सॉरी रत्ना!" महाराजांनी लागलीच बेल दाबून वेटरला बोलावलं आणि त्याला तिच्यासाठी जेवण आणायला फर्मावलं. खुर्चीवर बसता-बसता ते पुन्हा म्हणाले, "रत्ना, यापुढे तू लक्षात ठेव—मी पार्टीमध्ये असलो की, तू माझी वाट पाहत थांबायचं नाही. तुझ्या जेवायच्या वेळेला तू जेवून घ्यायचंस!"

"यापुढे!"

"रत्ना, बाय द वे, व्हाय डोंच्यू ट्राय सम व्हिस्की?"

"नकोय मला!"

"पण जेवण गरम करून येईपर्यंत?"

खरं तर आज रोशनच्या मनात एखादा पेग घ्यावा, असं मघाचपासून होतं. पण स्वत: होऊन मद्य मागवणं, हे तिला आवडत नसे. आता महाराजांनी आग्रह धरताच तिनं वरकरणी नको-नको म्हटलं, पण मनापासून तिला आज ते हवंच होतं.

"रत्ना, आज पार्टी खूप रंगली!"

तिच्या पाठीवर हात ठेवत महाराज म्हणाले.

"ते मी वरून पाहतच होते!"

"साले कधी न बोलणारेसुद्धा आज मनापासून बोलत होते!"

"काय विषय होता?"

"विषय? विषय... हाच की आपला.... आपण प्रवासाला जाणार... आणि...!"

महाराजांनी ज्या विषयावर पार्टीत चर्चा रंगली, तो विषय सांगण्याचं टाळलं.

रात्री महाराजांच्या कुशीत रोशनला इंग्लंडच्या प्रवासाची स्वप्नं पडू लागली. 'ज्या कॉटवर ती महाराजांना घट्ट बिलगून झोपली होती, ती कॉट पाण्यावर तरंगत आहे, असा तिला भास होऊ लागला. अनोख्या प्रदेशातून बोट चाललेली आहे अन् किनाऱ्यावर जमलेले शेकडो लोक रुमाल हलवून आपणाला निरोप देत आहेत. आपणही निरोपाबद्दल हात हलवायला सुरुवात केली अन् नेमके त्या वेळी कठड्यावरचा हात सुटून आपण समुद्रात कोसळलो. खूप आरडाओरडा केला, पण महाराज शांत चित्तानं एक हात कठड्याला धरून दुसऱ्या हातानं सिगारेट ओढत वर उभे होते!

रोशन त्या स्वप्नाने दचकून जागी झाली. दिव्याच्या मंद निळसर प्रकाशात तिनं पाह्यलं, महाराज गाढ झोपी गेले होते. पुन्हा ती त्यांच्या अंगावर हात टाकून झोपण्याचा प्रयत्न करू लागली. बराच वेळ तिला झोप लागली नाही. मनात विचारांचं तांडवनृत्य सुरू झालं.

'खरंच महाराज मला मध्येच सोडतील का? मघाच्या माझ्या त्या स्वप्नाचा अर्थ काय? मी पाण्यात पडले. वाचवाऽऽऽ वाचवाऽऽ म्हणून ओरडले, तरीही महाराज निश्चल! असं स्वप्न तरी का पडावं? छीऽऽऽ स्वप्नं

काय वाट्टेल ती पडतात. शहाण्यानं कधी स्वप्नांचा अर्थ लावण्याचा प्रयत्न करू नये!

"पण काही झालं तरी महाराज मला कधीही अंतर देणार नाहीत, यासाठी काय करावं? यासाठी एकच उपाय, मूल!

"माँ मला वारंवार म्हणते, मूल झालं की, त्या दिवसापासून माझ्यावरचं त्यांचं प्रेम ओहोटीला लागेल! माँच हे तत्त्वज्ञान अजब आहे! असं झालं असतं, तर जगाची उत्पत्तीच थांबली असती. प्रत्येक मूल झालेली स्त्री पुरुषाला नकोशी झाली असती! मला नाही पटत ते!

"अन् याउलट, मूल झाल्यानं स्त्रीला एक प्रकारचा भारदस्तपणा तरी प्राप्त होतोच, पण पुरुषही थोडा व्यवहारी बनतो!

"पण सर्वसामान्य पुरुषाचा नियम राजेलोकांना लागू पडेल का? थोरल्या महाराणींना गोजिरवाणी दोन मुलं होऊनही महाराज माझ्याकडं आकर्षले गेले नाहीत? अन् माझ्याशी विवाह झाल्यानंतर देखील सुसानशी त्यांनी प्रणयचेष्टा केल्याच ना? वाघ म्हटला तरी खातो अन् वाघोबा म्हटला तरी खातो! मला मूल हवं आहे! आय वॉन्ट टु बी ए मदर!'

त्या विचारांच्या झटक्यासरशी ती कॉटवरून उठली. बॅगेत संतती प्रतिबंधक गोळ्यांची बाटली होती. ती तिनं काढून घेतली. मागच्या बाजूला स्विमिंग टँक होता, त्या टँकमध्ये तिनं ती बाटली फेकून दिली.

मध्यरात्र टळून गेली होती. चंद्रबिंब मावळतीकडे झुकलं होतं. त्याच्या पांढरटपणावर किंचित पिवळी झाक आली होती. चंद्र माथ्यावर असताना प्रकाशहीन झालेले ग्रह आणि तारे, चंद्र मावळतीकडे झुकला आहे हे पाहून पुन्हा तेजस्वी दिसू लागले.

महाराज या कुशीवरून त्या कुशीवर वळताना जागे झाले. शेजारी रोशन नाही, हे पाहून ते चट्कन उठून बसले. पाहतात तर, ती खिडकीपाशी उभी!

"रत्नाऽऽऽ काय करतेस तिथं?"

"काही नाही, झोप येईना म्हणून इथं उभी आहे!"

"मला जरा पाणी दे, फार तहान लागलीय!"

रोशननं टेबलावरच्या जगमधलं पाणी ग्लासात ओतून महाराजांना

दिल. ते पाणी प्यायले आणि म्हणाले,

"किती वेळ जागी आहेस?"

"दोन तास झाले."

"अलीकडे तुझी झोपेची तक्रार खूपच वाढू लागलीय हं! बऱ्याच वेळा मी जागा होऊन पाहतो, तर तू उठून बसलेली दिसतेस! हे काही बरं नाही. यामुळं तुझ्या प्रकृतीवर वाईट परिणाम होईल!"

"यापुढं शांत झोप लागेल हायनेस!"

"गोळ्या घेत जा झोपेच्या."

"अंहं! ज्या घेत होते, त्या बंद करणार आहे!"

महाराजांना ती काय म्हणते याचा बोध होईना. ते तिच्या डोक्यावर परिणाम झालाय की काय, या शंकेनं पाहत राहिले. कॉटकडे येऊन ती महाराजांच्या जवळ झोपली.

त्या दिवसापासून रोशनच्या वागण्यात आणखीन बदल झाला. ती महाराजांशी जास्तीत जास्त एकरूप होण्याचा प्रयत्न करू लागली. मतभेदाचे प्रसंग टाळू लागली. महाराज म्हणतील ते प्रमाण, अशी तिची वागण्याची तऱ्हा बनली.

त्यानंतर इंग्लंडला जाण्याचा दिवस उजडला. महाराज आणि रोशन या दोघांना निरोप देण्यासाठी रहिमतखान, शहनाज, शर्माजी, खासगी कारभारी आणि संस्थानचे काही सरदार व मानकरीही मुंबईला आले.

'ॲमस्टरडॅम' ही प्रचंड बोट इंग्लंडला जाण्यासाठी धक्क्याला लागली होती. बोटीत बरेच गोरे प्रवासी होते, मायदेशी जाण्यासाठी आतुरलेले! महाराजांसाठी केबिन रिझर्व्ह करण्यात आली होती.

आपल्या गैरहजेरीत चालणाऱ्या संस्थानच्या कारभाराबाबत महाराज शर्माजींना काही सूचना देत होते, तेव्हा शर्माजी म्हणाले,

"हुजुरांनी निश्चिंत राहावं—सारं काही व्यवस्थित होईल!"

"त्या भिल्लांचं मग काय करता?"

"त्यांना ताकीद दिलेलीच आहे. पण मला वाटतं, आपण इंद्रावतीशी

समांतर अशी मल्हारपेठच्या बाजूला तार मारून घ्यावी. थोडा खर्च होईल, पण भिल्लांची दुभती जनावरं तार ओलांडून सरकारी हद्दीत यायची नाहीत!''

''पण जनावरं नाही आली म्हणून टायगर्स जाणार नाहीत, असं नाही!''

''तरी पण भिल्लांना एक मर्यादा घालून दिल्यासारखं होईल! जंगलतोड थांबेल, भुरट्या शिकारीला पायबंद बसेल! आता थोडा खर्च होईल, पण त्याला इलाज नाही! दहा मैल जागेत जर एकदा बार्बर्ड वायरिंग झालं तर वारंवार निर्माण होणारी ही भिल्लांची कटकट कायमची थांबेल!''

''तुम्हाला जसं योग्य वाटेल, तसं करा शर्माजी! बाळ आणि बेबी-राजे यांच्या प्रकृतीस जपा. त्या दोघांची अधून-मधून खूप भांडणं होतात, पद्मावतीचं ती काहीच ऐकत नाहीत. तुम्ही दिवसाकाठी एक अर्धा-पाऊण तास त्यांना बोलावून थोडं वळण लावण्याचा प्रयत्न करा!''

इतक्यात रहिमतखान पुढं झाला आणि महाराजांना म्हणाला, ''माझ्याबद्दलही कारभाऱ्यांना सांगून ठेवावं हुजूर.''

''तुझ्याबद्दल काय सांगायचं? शर्माजी, याला खर्चाला लागले, तर पैसे देत चला!''

''हुजूर, यांना आता महिना एक हजार रुपये खासगीतून जातच आहेत, परंतु यांच्या गरजा रोज वाढतच चालल्या आहेत. यांचं मुंबईला जाणं कमी व्हायला हवंय!''

''मी कशाला मुंबईला जातो?'' रहिमतखान केविलवाणा चेहरा करून म्हणाला.

''रेसला, आणि कशाला जाल?'' शर्माजी चट्‌कन म्हणाले.

''छे—छे, रेसमध्ये आपल्याला लक नाही म्हणून रेस सोडली अलीकडे!''

''सोडली?'' असं म्हणून शर्माजींनी चट्‌कन त्याच्या कोटाच्या बाहेरच्या खिशात हात घालून रेसचं पुस्तक बाहेर काढलं आणि ते महाराजांच्या समोर धरून म्हटलं,

''हे पाहा महाराज, हे रेस सोडल्याचं लक्षण!''

रहिमतखान म्हणाला, ''ही शेवटचीच रेस. या रेसमध्ये लक लागलं

नाही, तर पुन्हा रेसकोर्सचं तोंड पाहणार नाही!''

महाराज आणि शर्माजी दोघेही मोठ्यानं हसले. बाजूला शहनाज रोशनचा हात हातात घेऊन तिला वारंवार सूचना देत होती. हैदराबादहून परत आल्यानंतर शहजानला जी रोशन दिसली होती तिच्यात अन् आज दिसणाऱ्या रोशनमध्ये खूपच फरक पडला होता. या वेळी तिची प्रकृती सुधारलेली होती. परदेश प्रवासाला ती उत्सुक झाल्यासारखी दिसत होती. शहनाज मात्र तिला सूचना देता-देता स्वत:चे डोळे टिपत होती.

''माँ, किती रडणार आहेस तू? अगं, मी काय कायमची चालले का?''

''तसं बोलू नये बेटी! आपल्या धर्मात माणसं जेव्हा मक्का-मदिनाला जातात, तेव्हा त्यांच्यासोबत त्यांचं कफन देण्याची प्रथा आहे. परदेशाला गेलेला माणूस परत येईलच याची शाश्वती नसते. तुला कल्पना नाही बेटी, परदेश आणि परलोक यात फारसा फरक नाही!''

''तुझं काही तरीच असतं माँ!''

इतक्यात प्रवाशांनी बोटीवर चढावं, असा इशारा देणारा भोंगा वाजला. शहनाज पुन्हा एक वेळ रोशनला कडकडून भेटली. शर्माजींनी आणि रहिमतखाननं महाराजांना मुजरे केले. रोशनच्या हाताला धरून महाराज बोटीच्या शिडीवरून वर निघाले.

-०-०-०-

१५

दूर क्षितिजावरून बोट दिसेनाशी झाल्यावर रहिमतखानला शर्माजी म्हणाले, ''चलो! शहनाज, आता तू कितीही रडलीस तरी काही उपयोग नाही! अगं, माणसं ज्योतिषांना आपला तळहात पुढे पसरून विचारतात—माझ्या नशिबी परदेश प्रवास आहे का, सांगा म्हणून! परदेशाला जायला मिळणं, हे सुशिक्षित वर्गात परम भाग्याचं लक्षण समजलं जातं! आणि रोशन तर त्याहूनही अधिक भाग्याची; महाराजांच्या समवेत चालली आहे ती! तिथं विलायतेत आणि फ्रान्समध्ये त्या दोघांची उतरण्याची खास सोय करण्यात आलेली आहे. एवढं मोठं भाग्य तुझ्या मुलीला चालून आलेलं असताना तू अश्रू ढाळावेस, हा शुद्ध वेडेपणा आहे!''

''चाचाजी, आईचं प्रेम हे फक्त आईलाच ठाऊक असतं!''

''पुरे झालं ते, चल आता!'' रहिमतखान शहनाजच्या हाताला धरून म्हणाला,

''रहिमत, तू बंगल्यावरच जाणार आहेस ना?'' शर्माजींनी विचारलं,

''नाही! का?''

''माझं जरा फोर्टमध्ये काम होतं, मी थोड्या उशिरा येईन, म्हणून पालेकरना सांगायच होतं.''

''बंगल्याकडे जायला थोडा वेळ होईल मला!'' रहिमतखान दाढी कुरवाळीत उत्तरला.

''का? आज रेसबिस नाही ना?''

''रेसचा सवाल नाही शर्माजी! शहनाजला सोबत घेऊन मी माझ्या एका मित्राच्या घरी जाणार आहे. बंगल्याकडे परत जायला थोडा उशीर होईल!''

''काही हरकत नाही. गेल्यानंतर पालेकरला सांग

की, मी नानूभाई जव्हेरीयाकडून थोरल्या महाराणींचे दागिने घेऊन येईन! तो आणि मी दुसऱ्याच एका ठिकाणी जाणार होतो. वाट पाहत राहील, म्हणून एवढा निरोप दे!''

''कदाचित आमच्या अगोदर आपणच बंगल्यावर परत जाल! आज आम्हाला 'दावत' आहे.'' असं म्हणून शर्माजींना हाताला धरून बाजूला घेऊन जात रहिमतखान म्हणाला, ''बंगल्यावर परतल्यावर ही पुन्हा रोशनची आठवण काढून रडत बसेल, म्हणून मी आज माझ्या एका मित्राकडे हिला घेऊन चाललो आहे!''

''रहिमत, एकदा म्हणतोस 'दावत' आहे, एकदा म्हणतोस तू दुसरीकडे चाललो आहे, यातलं खरं कोणतं?''

रहिमतखान हसला आणि म्हणाला, ''तुम्ही नेहमी माझा उलटतपास करीत असता शर्माजी! मला कोणी तरी जेवायला बोलावणं किंवा मी होऊन कुठे तरी जाणं, यात तसा काय फरक आहे?''

''खूप फरक आहे! बरं मला उगाच तुझ्याशी चर्चा करण्यात गुंतवू नकोस. परवा चंद्रपूरला परत जायचं आहे, तोपर्यंत मला थोरल्या महाराणींच्या दागिन्यांची कामं उरकून घ्यायची आहेत; जातो मी!''

असं म्हणून शर्माजी त्या दोघांना सोडून फोर्टकडे जाण्यासाठी व्हिक्टोरियात बसले.

शहनाज आणि रहिमतखान दुसऱ्या व्हिक्टोरियात बसले. व्हिक्टोरियावाल्यानं हवेत चाबूक फिरवताना रहिमतखानला विचारलं,

''जनाब, कहाँ जानेका?''

''ताडदेव, लल्लूभाईके दुकानसामने!''

रहिमतखानला बऱ्याच वर्षांपासून रेसचा नाद होता. आजपर्यंत त्यानं त्या नादापायी लाखो रुपये गमावले होते. ते पैसे त्याच्या कष्टाचे नव्हते! शहनाजला चंद्रपूर संस्थानचा पगार मिळत होता, तो सर्व पैसा रहिमतखानच्याच ताब्यात असे. बरं, तो त्याच्याकडून काढून घ्यावा, असं शहनाजला कधी वाटलं नाही. कारण शहनाजनं पहिल्या नवऱ्याच्या मृत्यूनंतर स्वखुषीनेच रहिमतखानशी 'निकाह' लावून घेतला होता. चंद्रपूरला शहनाजला कसलीही

चिंता किंवा कमतरता नव्हती. तिला चिंता होती ती फक्त एकच— रोशनचं पुढं काय होणार! पण ती चिंतादेखील रहिमतखाननं चुटकीसरशी सोडवून टाकली. रोशन राणी झाली होती. तिला राणीपद मिळाल्यापासून पुन्हा याची चंगळ सुरू झाली होती. स्वत:ला तो महाराजांचा श्वशुर समजत होता. खायला-प्यायला कमतरता नव्हती. रेसलाही आता हवा तेवढा पैसा विनासायास मिळत होता. पूर्वी एका मीटिंगला पाच-पन्नास रुपयांच्या आत-बाहेर बेटिंग करणारा रहिमतखान आताशा प्रत्येक मीटिंगला शे-चारशेचं बेटिंग करू लागला होता. त्यामुळे रेसच्या छंदी लोकांत रहिमतखानची एक चांगल्यापैकी पंटर म्हणून गणना होऊ लागली. अशा अनेक पैसेवाल्या पंटरलोकांशी त्याची मैत्रीही जमली.

आज तो शहनाजला ज्याच्याकडे घेऊन निघाला होता, तो होता चामड्याचा प्रसिद्ध व्यापारी सलीमअल्ली याच्याकडे. सलीमअल्ली जातीनं बोहरी होता. वय सुमारे बत्तीस-तेहतीस, उंची पावणेसहा फूट रंग गव्हाळी गोरा, अन् नाक बाणासारखं सरळ! हनुवटीवरली लेनिनसारखी दाढी त्याला अधिक शोभून दिसत होती. सलीमअल्लीचे वडील हसनअल्ली हे नुकतेच पैगंबरवासी झाले होते. त्यांनी आपल्या धंद्यात फार मोठं नाव आणि पैसा कमावला होता. वडिलांच्या निधनानंतर धंद्याची सर्व जबाबदारी सलीमअल्लीवर येऊन पडली होती! सलीमअल्ली पदवीधर होता. त्यानं वडिलांच्या निधनानंतर धंद्याची जबाबदारी अत्यंत कुशलपणे सांभाळली होती.

भारतामध्ये रोज शेकडो जनावरांची कत्तल होत होती. त्यांची चामडी खरेदी करून ती कानपूरला कमवण्यासाठी पाठवली जाई. तिथं त्यांच्या विविध प्रकारच्या सूटकेसेस, पर्सेस, बूट, चपला बनवल्या जात. सलीमअल्लीचे क्रॉफर्ड मार्केटमध्ये अशा चामडी वस्तूंचे मोठे दुकान होते. सलीमअल्लीच्या देखरेखीखाली चामडी खरेदी करण्याचा अन् दुकानचा असे दोन्ही धंदे तेजीत चालले होते. हसनअल्लींनी मरतेसमयी आपल्या एकुलत्या एक मुलासाठी ताडदेव येथील एक टोलेजंग इमारत आणि रोख रक्कम चार-पाच लाखांवर ठेवलेली होती.

सलीमअल्लीला एकच छंद होता, अन् तो रेसचा! सलीमअल्ली

एकही रेस चुकवत नव्हता. पावणेसहा फूट उंचीचा हा देखणा बोहरी तरुण रेसकोर्सवर अनेकांच्या परिचयाचा होता. रहिमतखानची अन् त्याची ओळख रेसकोर्सवरच झाली होती. ओळखीचं रूपांतर मैत्रीत व्हायला विलंब नाही लागला. रहिमतखान रेसमधला 'किडा' होता. तो पैसे हरत होता, ते त्याच्या दुर्दैवामुळे. पण कोणत्या रेसला कोणते घोडे 'फॉर्म'मध्ये आहेत, कोणता जॉकी विन येण्याची शक्यता आहे, अन् विन झालेल्या घोड्याला किती भाव मिळण्याची शक्यता आहे याचा तो अचूक अंदाज करीत असे. त्यानं असे दहा-पाच वेळा केलेले अंदाज सलीमअल्लीनं पाह्यले होते. रहिमतखानच्या टिप्सवर सलीमअल्लीनं पाच-पंचवीस हजार कमावलेही होते. पण दुर्दैवी रहिमतखान मात्र कधीही चार पैसे मिळवू शकला नव्हता. त्याचं एक स्वप्न होतं. तो म्हणे एकाच दिवशी जेव्हा मी लाख रुपये जिंकेन, त्या दिवसापासून मी रेसकोर्सचं तोंड बघणार नाही. असे एका रेसमध्ये कधी त्याला लाख रुपये मिळाले नव्हते आणि त्यानं रेस सोडायचा दिवस काही उजाडला नव्हता!

स्वत: सलीमअल्ली त्याला गमतीनं म्हणे, "मामू, रेस हा किती झालं तरी जुगार आहे. जुगारावर लक्षाधीश होण्याची स्वप्नं ज्यांनी ज्यांनी म्हणून बाळगली, ते सर्व गमावून भिक्षाधीश झाल्याचं मी डोळ्यांनी पाहिलेलं आहे. असे हेवी बेटिंग करीत जाऊ नका!"

पण रहिमतखाननं त्याचं कधीच ऐकलं नाही. सलीमअल्ली रेस खेळायचा, पण तो गंमत म्हणून. आपण खेळतो तेवढे पैसे जरी परत आले तरी मिळवली, अशा समजुतीने. त्यामुळं तो जरी रेस पंटर होता, तरी जुगारी नव्हता. रहिमतखान मात्र चक्क जुगारी होता. तरीही दोघांची चांगलीच गट्टी जमली.

सलीमअल्लीचं लग्न झालेलं होतं. पण त्याची बायको पाप्याचं पितर होती. अगोदरच सूर्यकिरणांची अन् तिची फारकत झालेली, त्यात तिला ॲनीमिया झालेला; त्यामुळं ती फक्त एक हलती-बोलती मेणाची बाहुली वाटायची! वैवाहिक आयुष्यात अतृप्त असलेला हा तरुण मुंबईतल्या रेसप्रेमी उच्चभ्रू स्त्रियांच्या नजरेत भरलेला होता. त्याच्या प्रसन्न आणि प्रभावी व्यक्तिमत्त्वावर कोणीही सहजासहजी भाळत असे.

आज रहिमतखान शहनाजला जेवणासाठी सलीमअल्लीच्या घरी घेऊन आला होता.

सलीमअल्लीनं त्या दोघांचं स्वागत केलं. जिन्यावरून सलीमअल्लीच्या मागोमाग जाता-जाता रहिमतखान म्हणाला,

"सलीमभाई, आम्ही तुम्हाला त्रास तर देत नाही ना?"

"छेऽऽऽ! तसलं काही बिलकुल मनात आणू नका. मी किती तरी वेळा तुम्हाला सांगितलं होतं की, मुंबईला आल्यानंतर माझ्याकडं उतरा म्हणून!"

रहिमतखान किंचित थांबून मागे वळून शहनाजकडं पाहत म्हणाला, "हुजुरांचा इथ बंगला आहे, नोकर-चाकर आहेत सेवेला; मग तुम्हाला त्रास कशासाठी द्यायचा? जोपर्यंत तिथं आपली चलती आहे तोपर्यंत तिथला फायदा घ्यायचा! नाही तरी हे राजेलोकसुद्धा रेसच्या घोड्यासारखेच बेभरवशाचे! उद्या लहर फिरली आणि आम्हाला जा म्हणाले, तर त्यांच्या इच्छेवर काय अपील आहे?"

सलीमअल्ली त्यावर उगाच हसला. पण शहनाजला मात्र रहिमतखानचं वक्तव्य बिलकुल आवडलं नाही. महाराजांच्या वैभवाबद्दल तासापूर्वी गौरवोद्‌गार काढणाऱ्या रहिमतखाननं लगेच त्यांच्या कुपरोक्ष त्यांची निंदा करावी, हे तिला रुचलं नाही. एक तर रोशन गेल्यामुळे ती काहीशी नाराज झाली होती; त्यात रहिमतखानच्या या वागण्यामुळे तिला त्याची चीड आली. जिन्यावरून चढता-चढता तिनं त्याचा कोट धरून मागे खेचला. तोंडावर तर्जनी ठेवून शहनाजनं आविर्भाव केला, "मूर्खासारख काहीतरी बरळू नकोस!"

तिसऱ्या मजल्यावर एक प्रशस्त हॉल होता. हॉलमध्ये दिवंगत हसनअल्लीचं मोठं पोर्टेट लावलं होतं. त्या दोघांना हॉलमध्ये बसायला सांगून सलीमअल्ली आपल्या 'बिबी'ला बोलवायला आत गेला.

रहिमतखान त्या हॉलमधलं उंची फर्निचर, लोलकाची झुंबरं, काश्मिरी गालिचा याकडं शहनाजचं लक्ष वेधून म्हणाला,

"काय ऐश्वर्य आहे, पाह्यलंस? पण बिचाऱ्याला गृहसौख्य म्हणून नाही!"

"का बरं?"

"हे आता तू त्याची बायको बाहेर आल्यानंतर पाहा!"

इतक्यात सलीमअल्लीच्या पाठोपाठ त्याची पत्नी हॉलमध्ये आली. तिने शहजानला आणि रहिमतखानला नमस्कार केला आणि ती बाजूच्या कोचावर सलीमअल्लीशेजारी बसली.

रहिमतखान सिगारेट शिलगावून म्हणाला,

"बऱ्याच दिवसांपासून शहनाजला आपली ओळख करून द्यावी, असं माझ्या मनात होतं; पण आज तो योग आला! कोणतीही गोष्ट योगायोगाशिवाय होत नसते; काय सलीमभाई?"

सलीमअल्लीनं होकारार्थी मान डोलावली अन् तो म्हणाला, "आता इथं जेवण करूनच जा! काही घाई नाही ना?"

खरं म्हणजे रहिमतखान आज तिथं जेवायचंच, असं ठरवूनच आला होता. पण वरच्या मनानं म्हणाला, "कशाला त्रास घेता उगाच?"

"त्यात त्रास कसला?" नजमा म्हणाली.

त्यावर सलीमअल्ली म्हणाला, "नजमा, तुम्ही दोघी आतच बसा ना? आम्हाला जरा गप्पा मारू द्या! कसं रहिमभाई?"

"बिलकुल ठीक!" हात पसरून मान वर करीत आराम केल्याचा आविर्भाव करीत रहिमतखान म्हणाला.

त्या दोघी आत गेल्यानंतर शहनाज त्या भव्य घरातलं वातावरण पाहून थक्क झाली. घरी चार मोलकरणी होत्या, तितकेच नोकर होते. दोन मोटारी होत्या आणि इतकं सगळं असून घरात मूलबाळ नाही, म्हणून शहनाजला थोडं वाईट वाटलं. स्त्रीसुलभ स्वभावानुसार नजमाच्या खोलीत आल्यानंतर तिनं नजमाला विचारलं,

"किती वर्षं झाली लग्न होऊन?"

"सहा वर्षे झाली!"

"डॉक्टरांना दाखवलं?"

"ते सगळं झालं! कोणाच्यातच दोष नाही म्हणतात. आपलं तकदीर दुसर काय?"

"पण अजून तुमचं दोघांचं वय लहानच आहे. तसं निराश व्हायचं कारण नाही!"

“पण...!” बोलता-बोलता नजमा थांबली. तिचे डोळे किंचित ओलावले. पण लगेच स्वत:ला सावरून ती म्हणाली, “योग्य वेळी मूल न झाल्यानं बायकांना अनेक गोष्टींना तोंड द्यावं लागतं! रेसचा भलता नाद लागला आहे ह्यांना! त्या रेसमुळं ओळखी वाढल्या, मग ओळखीतून पार्ट्यांला जाणं, आपण पार्ट्या देणं—हे सुरू झालं! पण करायचं काय? धंद्याचा इतका मोठा व्याप सांभाळणाऱ्यांना आयुष्यात काही तरी विरंगुळा म्हणून हवाच की! मग दुर्लक्ष करते, झालं! पण ते सोडा! तुम्ही आज आलात; मला फार बरं वाटलं! मी तुमच्या रोशनबद्दल आजपर्यंत खूप ऐकलं आहे. तिला एकदा जवळून पाहण्याची इच्छा होती!”

“आज गेली ती विलायतेला!”

“होय? नशीबवान आहे!”

“कसलं नशीब? माझं मन काही समाधानी नाही! मला तिचं लग्न करून द्यायची इच्छा होती. पण या रहिमतखानसमोर माझंही काही चाललं नाही! त्याचाही रेसचा नादच माझ्या आड आला!”

पहिल्या भेटीतच शहनाजनं नजमाला आपली सर्व मनोव्यथा कथन केली. रहिमतखानशी आपण पाट लावून घेतला अन् घोडचूक केली, असं देखील ती नजमाला बोलून गेली

अन् या वेळी बाहेरच्या खोलीत सलीमअल्ली आणि रहिमतखान यांच्या हास्यविनोदाला उधाण आलं होतं. नोकरानं सोड्याचा बंपर मघा नेला होता, तेव्हा त्या दोघांची ‘मैफल’ चांगलीच जमलेली आहे, हे शहनाजनं ओळखलं होतं.

“पण रोशनला राणीपद दिलंय ना त्यांनी?” नजमानं विचारलं.

“दिलंय, खरंय ते, पण या राजेलोकांचा कधीही अंदाज लागत नाही! अहो, स्वत:ला अप्सरेसारखी देखणी बायको, दोन गोजिरवाणी मुलं असताना यांचं लक्ष रोशनकडं जातं याचा अर्थ काय? तर, वृत्ती चंचल आहे! कोणाही एका स्त्रीशी ते एकनिष्ठ राहू शकत नाहीत! उद्या आणखीन कोणी सुंदर स्त्री यांना भेटली, तर त्या पद्मिनीराणीची जी गत झाली, तीच आमच्या रोशनची व्हायची!”

"पण तुम्ही तिच्यासाठी काही तरी भक्कम तरतूद करून घ्यायला हवी आत्ताच!"

"ते काही शक्य होणार नाही! एक तर खुद्द रोशनला ते सम्मत नाही आणि जरी तसं काही करावं म्हटलं, तरी हा रहिमत काही शिल्लक ठेवील याचा भरवसा नाही! माझे मात्र अतोनात मानसिक हाल होताहेत, या दोघांच्या वागण्यामुळं!"

बाहेरची पार्टी चांगलीच रंगात आली होती. रहिमतखान मोठमोठ्यानं हसत सलीमअल्लीला म्हणाला, "जरूर या एकदा चंद्रपूरला! अगदी रॉयल गेस्ट म्हणून या! मल्हारपेठच्या डाक बंगल्यावर जाऊ राहायला! सगळी व्यवस्था आहे तिथं! वर्षातून सात-आठ वेळा युरोपियन ऑफिसर्स येतात शिकारीसाठी! तुम्ही कधी शिकार बघितली आहे का?"

"नाही!" एक घोट घेऊन सलीमअल्ली म्हणाला.

"मग जरूर चला! आता दोन महिने महाराज काही येत नाहीत. चंद्रपूरचा शिकारी हवालदार याकूब आपला जातभाई आणि जानी दोस्त आहे. आपण एक चार दिवस मस्त आराम करू!"

"पाहू या! चामड्याच्या खरेदीसाठी मद्रासला जायचं आहे, त्यानंतर कानपूरला एक आठ दिवस जायला हवं आहे! तोपर्यंत आपला सीझन इकडे सुरू होतो!"

त्यांचं बोलणं चालू असताना नोकरानं एक चिठ्ठी आणून सलीमअल्लीच्या हाती दिली. ती त्यानं उघडून वाचली. अशा अवेळी येऊन पार्टीमध्ये विघ्न आणणाऱ्याचा प्रथम त्याला राग आला. पण चिठ्ठी वाचताच तो हसून म्हणाला,

"अरे, पाठव! रुस्तुमजी आला आहे! जातो कुठं? शेवटी तो माझं म्हणणं मान्य करणार याची खात्री होतीच!"

रहिमतखानला हा रुस्तुमजी कोण आणि तो सलीमअल्लीकडं कशासाठी आलेला आहे, काही ठाऊक नव्हतं. तो जिज्ञासेनं दाराकडे पाहू लागला.

मोठाले पोट सावरीत एक पंचावन्न-साठ वर्षांचा गोरा पारशी आत आला. तो आत येताच सलीमअल्ली उठून उभा राहिला. त्याच्याशी 'साहेबजी' करून सलीमअल्ली म्हणाला,

"बोलो, थोडी व्हिस्की घेणार?"

"आज आमचा फास्टिंग डे हाय! आमी ते ट्रान्झेक्शनसाठी आले!"

"ते ठाऊक आहे मला. पण आता मी एंगेज्ड आहे. उद्या सकाळी नऊ वाजता या. सगळं फायनल करून टाकू."

रुस्तुमजी पाच मिनिटं बसला. एक ग्लास सोडा प्यायला आणि निघून गेला. तो गेल्यावर सलीमअल्ली रहिमतखानला म्हणाला,

"द्या टाळी! रहिमतभाई, आता सुट्टीत चंद्रपूरला येण्याची गरज नाही. जवळच्या जवळ आराम करायला आपल्या मालकीचा बंगला होतो आहे!"

"असं? कुठं?" आतुरतेनं रहिमतखाननं विचारलं.

"लोणावळ्याला! बॉम्बे पॉइंटजवळच्या टेकडीवर! फर्स्ट क्लास जागा आहे रहिमभाई, तुम्ही तिथून परत यायलाच मागणार नाही! मी त्याला साठ हजारांची ऑफर दिली होती, तो ऐंशी हजार म्हणत होता. शेवटी आपण होऊनच आला!"

"घ्या— घ्या ! लोणावळ्याला स्वत:चा बंगला झाला की उन्हाळ्यात राहायला बरं! तशी मुंबईही काही दूर नाही!" रहिमतखान उत्साहाने म्हणाला.

"रहिमतभाई, उद्या आमच्यासोबत चला लोणावळ्याला! काय अफलातून वास्तू आहे म्हणून सांगू!"

"आलो असतो; पण तुमचा खरेदीचा व्यवहार होऊ द्या ना! रेस सीझनला आलो की जाऊ!"

"अच्छाऽऽऽ"

जेवण तयार झाल्याची वर्दी येताच ते दोघे उठले.

-०-०-०-

१६

परत जाताना सलीमअल्लीनं पाहुण्यांना सोडायला मोटार पाठवली. मोटारीत ते दोघे फारसे बोलले नाहीत, पण बंगल्यावर परत आल्यानंतर मध्यरात्रीपर्यंत त्या दोघांचं संभाषण सुरू होतं.

"तू आता तो राहता बंगला बघितलास; उद्या लोणावळ्याला स्वत:चा बंगला खरेदी करणार आहे सलीमभाई!"

"पण बिचाऱ्याला एक-दोन मुलं हवी होती!" शहनाज म्हणाली.

"मुलं होतील कशी? अगं, त्या नजमाला टी.बी. आहे! डॉक्टरांनी सांगितलं आहे की, ही गरोदर राहिली, तर पुढे चार वर्षांनी मरायची, ती अगोदरच मरेल!"

"पण ती तर म्हणते, आपल्यात दोष नाही!"

"तसं सलीमभाईनं तिला भासवलेलं आहे, पण मला सांगितलंय ना सलीमभाईनं सारं!"

"अरेरे! बिचारी स्वभावानं फार चांगली आहे!"

"करायचं काय? एखाद्याचं प्रारब्ध!"

"पण शहनाज, राजासारखं ऐश्वर्य आहे की नाही, सांग?"

"काय करायचं ऐश्वर्य घेऊन? कोणासाठी करायचा हा सारा व्याप?"

"तू म्हणतेस ते खरंय. सलीमअल्लीनं पहिल्या पत्नीच्या सम्मतीनं दुसरं लग्न करायला हरकत नाही! पण त्यानं दुसरं लग्न करू नये, असं मला वाटतं!" रहिमतखान डोळे बारीक करत म्हणाला, "का विचार ना! मी त्याला हातचा राखून ठेवलेला आहे." डोक्यावर टिचकी मारून घेत तो म्हणाला.

"म्हणजे? मला नाही समजलं, तुला काय म्हणायचं

ते?''

"ते तुला तसं सहजासहजी समजणारही नाही!''

"स्पष्ट सांग पाहू मला?'' शहनाज त्याच्या दंडाला धरून म्हणाली.

"हे बघ, तुला नेहमी रोशनच्या भवितव्याची चिंता वाटते की नाही? तशी माझ्याही मनात तिच्या भवितव्याविषयी चिंता असते. उद्या महाराजांची रोशनवरची गैरमर्जी झाली, तर मी तिला सलीमभाईंच्या स्वाधीन करणार!''

"काय बोलतोस तू हे?''

"अगदी मनापासून बोलतो आहे! राजेलोकांच्या सारखी लहरी जात पृथ्वीतलावर दुसरी कोणती नाही! उद्या त्यांची रोशनवर गैरमर्जी झालीच, तर सरळ इकडं मुंबईला निघून यायचं!''

"अरे, पण महाराज तिला जाऊ देतील?''

"ते पाहू नंतर! आज त्या गोष्टींची चर्चा कशाला?''

रहिमतखानच्या बोलण्यामुळे शहनाज गंभीर होऊन विचार करू लागली. 'मी या रहिमतखानच्या नादी लागून स्वत:च्या आयुष्याची तर बरबादी करून घेतलीच पण माझ्या एकुलत्या एक पोरीच्या आयुष्याचंही वाटोळं करते आहे. महाराजांशी नाही पटलं तर म्हणे, हा रोशनला या सलीमअल्लीच्या स्वाधीन करणार? तिला स्वत:चं असं काही मन आहे की नाही? की ती जनावर आहे? उचलावं आणि कोणाच्याही दावणीला नेऊन बांधावं? रहिमत माझ्या रोशनला काय समजतो तरी काय?'

अन् नेमकं त्याच वेळी रहिमतखाननं शहनाजला जवळ ओढलं. त्या वेळी तिनं त्याला सर्व शक्तिनिशी दूर ढकललं!

"असं का गं?''

"दूर हो! माझ्या अंगाला यापुढं स्पर्शदेखील करू नकोस!''

"अगं, पण झालं काय, ते सांगशील की नाही?''

"तू नमकहराम आहेस!''

"कोणता नमकहरामपणा केला?''

"चंद्रपूरच्या महाराजांचं अन्न खातोस आणि रोशनला या सलीमअल्लीच्या स्वाधीन करण्याची स्वप्नं रंगवतोस? याला नमकहराम म्हणायचं नाही,

तर काय?''

"अगं वेडे, हा मुत्सद्दीपणा आहे. त्याला तू नमकहरामपणा कसा म्हणतेस?''

"रहिमत, रोशनला महाराजांनी राणी बनवलेलं आहे. यापुढं रोशननं मरेपर्यंत महाराजांशी एकनिष्ठ राहायला हवंय!''

"एकनिष्ठ? महाराज शेवटपर्यंत तिच्याशी एकनिष्ठ राहतील, याची खात्री आहे का तुला?''

"मग हे जर तुला ठाऊक होतं, तर तिला चंद्रपूरला का बोलावून घेतलंस?''

शहनाजनं त्याला बरोबर पेचात पकडलं, त्या वेळी दाढी खाजवीत रहिमखान उत्तरला,

"त्या वेळी त्यांच्या स्वभावाचा अंदाज नव्हता!''

"रहिमत!'' कठोर स्वरात शहनाज म्हणाली, "तू एक तत्त्वशून्य आणि निलाजरा माणूस आहेस!''

"तुला हा शोध केव्हा लागला?''

"फार दिवसांपूर्वी!''

"मग माझ्याशी लग्न कशाला करून घेतलंस?''

"मला आधार हवा होता अन् त्या वेळी तुझ्या स्वभावातले हे पैलू मला ठाऊक नव्हते!''

"बरं! बरं! शांत हो आता! सलीमभाईनं दिलेल्या व्हिस्कीची आणि मस्तपैकी जेवणाची खराबी केलीस, तेवढी पुरे झाली. झोप आता!''

रहिमतखानकडे पाठ करून शहनाज झोपली. पण तिला बराच वेळ झोप लागली नाही.

चंद्रपूरच्या महाराजांचा महालक्ष्मीवर बंगला होता. बंगला अगदी समुद्रकिनाऱ्यावर असल्यामुळे वरच्या मजल्यावरून पश्चिमेला अफाट समुद्र दिसत असे. इथूनच वरळीला जाणारी समुद्रकिनाऱ्याला संलग्न अशी गोल वळण घेतलेली वाट दिसत होती. त्या पलीकडे महालक्ष्मीच्या रेसकोर्सचे

आवार नजरेच्या टप्प्यात येत होतं.

या बंगल्याची देखभाल करणारे अधिकारी सदानंद पालेकर हे सारस्वत गृहस्थ अत्यंत प्रामाणिक आणि विश्वासू होते. चंद्रपूरच्या महाराजांचा आणि शर्माजींचा— दोघांचाही त्यांच्यावर नितांत विश्वास होता. पालेकरांच्या घरी समुद्राच्या माशाचं कालवण फार चांगलं होई. महाराजांचा मुक्काम मुंबईला असला की, एक-दोन जेवणं पालेकरांच्याकडे व्हायचीच!

दुसऱ्या दिवशी सकाळी चहा झाल्यानंतर बंगल्याच्या व्हरांड्यात येऊन हाजीअल्लीच्या दर्ग्याकडे पाहत रहिमतखान उभा होता.

"काय रहिमतखान, काय विचार आहे?" या शर्माजींच्या प्रश्नामुळे त्यानं वळून पाह्यलं अन् तो म्हणाला, "काही नाही, सहज उभा आहे!"

"आज संध्याकाळी निघायचं, ठाऊक आहे ना?"

"हो. झाली आपली कामं?"

"झाली! दागिने करायची ऑर्डर देऊन सहा महिने झाले होते, पण ते मागे लागूनच करून घ्यावे लागले!"

"थोरल्या राणीसाहेबांना दागिन्यांचा विशेष षोक दिसतो!" रहिमतखाननं गळ टाकावा तसा प्रश्न केला.

"सर्वच स्त्रियांना दागिने आवडतात, त्यात त्या कशा अपवाद असणार?"

"पण इच्छा असूनही दागिने मिळत नाहीत, त्या दुर्दैवी बिचाऱ्या!"

"इच्छा असून दागिने न मिळालेल्या अशा एखाद्या व्यक्तीचं नाव तू सांगू शकतोस?"

"दूर कशाला जायला हवं शर्माजी; धाकट्या राणीसाहेबांना आजपर्यंत किती दागिने मिळालेत?"

"असे होय? रहिमत, अरे, रोशनची रत्नमाला व्हायला तुझ्याइतकाच मीही कारणीभूत ठरलो आहे. तू कायद्यानं तिचा बाप असशील, पण तुझ्यापेक्षा मी तिला अधिक जवळची समजतो! चल, माडीवर चल!"

शर्माजी रहिमतखानला माडीवर घेऊन आले. त्यांनी गळ्यातल्या किल्लीनं तिजोरीचं कुलूप उघडलं आणि दागिन्यांचे दोन डबे रहिमतखानला

दाखवले. त्यातला एक डबा उघडून ते म्हणाले,

"हे बघ, हा चंद्रहार— हा आपल्या संस्थानाचा मुख्य दागिना. त्यानंतर हा नेकलेस. यात बसवलेला हा हिरा पन्नास हजार रुपयांचा आहे. ही कर्णफुले— यातले पाचू आणि माणिक खरे आहेत. त्यानंतर या अंगठ्या. ही नवग्रहाची अंगठी— सगळे खडे शंभर टक्के खरे आहेत! याशिवाय चंद्रपूरच्या सराफाकडे बाजूबंद, कमरपट्टे आणि नथी करायला दिलेल्या आहेत अन् हे सर्व जोड दोन-दोन केलेले आहेत! एक थोरल्या महाराणीसाहेबांकडे आणि एक रत्नमालादेवी महाराणींसाठी! आता बोल?"

रहिमतखान काही न बोलता दाढी कुरवाळत राह्यला आणि त्यांना सलाम करीत म्हणाला, "शर्माजी, मानलं आपण!"

"अरे, यापुढं थोरल्या महाराणींच्यासाठी काही करायचं असलं, तर ते धाकट्या महाराणींसाठीदेखील केलं जाईल! मग त्या हे दागिने वापरोत अगर ठेवून टाकोत!"

"अगदी, रिवाजाला धरूनच आहे हे शर्माजी!"

"तेव्हा रत्नमालादेवींची आपणालाच फार चिंता आहे, असं मात्र यापुढे बोलत जाऊ नकोस!"

रमितखाननं तोंडानं 'तोबा तोबा' म्हटलं.

रहिमतखान सकाळपासून शहनाजशी बोलला नव्हता. पण शर्माजींनी त्याला हे सर्व सांगितल्यावर केव्हा एकदा ती वार्ता शहनाजला सांगतो, असं त्याला झालं होतं.

शहनाज खोलीत केस विंचरत बिलोरी आरशासमोरच्या स्टुलावर बसली होती. आरशातून तिनं पाह्यलं. 'पिया बिन नहीं आवत चैन' या गाण्याच्या ओळी गुणगुणत ती बसली होती. तिच्या मागे येऊन रहिमतखान उभा राहिला आणि तिच्या खांद्यावर हात ठेवून म्हणाला, "आज सबंध दिवस मी तुझ्याशी बोलणार नव्हतो; पण एक अशी खुषीची वार्ता आहे की, ती मला सांगितल्याशिवाय चैनच पडणार नाही."

"काय आहे?" केस विंचरणे न थांबवता शहनाजनं विचारलं.

"रोशनसाठी लाख रुपयांचे दागिने बनवले गेले आहेत!"

"बरं, मग?" त्या वार्तेने शहनाजवर कसलाच परिणाम झाला नाही.

"अगं, ते दागिने मी आत्ताच पाहून आलो; डोळे फिरले माझे! खरंच रोशन फार नशीबवान निघाली!"

"रहिमत, तू जरा पोरकटपणा सोडून देशील, तर बरं होईल!"

"मी काय पोरकटपणा केला?"

"काल रोशनचा त्या सलीमअल्लीशी संबंध जोडायची भाषा करीत होतास; आज महाराजांनी तिच्यासाठी दागिने बनवले म्हणून तू हवेत तरळायला लागलास. शोभत नाही तुला असा थिल्लरपणा या वयात!"

"माय गॉड! मी थोडासा भावनाप्रधान आहे, हे मलाही समजतं; पण त्याचा अर्थ तू जर मी पोरकट आहे, असा लावत असशील तर मला माझ्या वागण्याचा थोडा गंभीर रीतीने विचार करावा लागेल!"

"बेशक कर!" ठामपणानं ती उत्तरली.

"ठीक आहे, यापुढं अगदी गरज पडली, तरच तुझ्याशी बातचित होईल; अन्यथा भाषा अजिबात बंद!"

"फार बरं होईल!"

वेणी घातल्यानंतर कंगव्यात अडकलेले केस एकत्र करून तो गुंता खाली टाकण्यासाठी ती खिडकीकडे गेली.

रहिमतखान कोचावर बसून सिगारेट ओढू लागला. बराच वेळ तो विचार करीत बसला. नंतर दिवसभरात तो तिच्याशी बोलला नाही.

संध्याकाळी जाण्याची तयारी सुरू झाली. शहनाजनं बॅग भरली. ती आपले प्रसाधन व्यवस्थित आहे की नाही, हे पहाण्यासाठी आरशासमोर येऊन उभी राहिली, तोच दारावर टकटक झाली.

शर्माजी दारात उभे होते.

"मी येऊ का आत?" त्यांनी विचारल.

"या ना?"

"झाली का तयारी?"

"हो!"

"शहनाज, मला कोणाच्याही खासगी बाबीत ढवळाढवळ करायला

आवडत नाही. पण गेले काही दिवस तुझ्यात आणि रहिमतखानमध्ये काही तरी बेबनाव झाल्यासारखा दिसतो आहे. याचं कारण मला समजलं, तर मी तो दूर करण्याचा प्रयत्न करीन!''

शहनाजचा शर्माजींवर विश्वास होता. तरीही रहिमतखानच्या अन् आपल्या मतभेदाचं कारण शर्माजींसमोर स्पष्टीकरणं तिला प्रशस्त वाटेना.

हसत-हसत ती म्हणाली, ''तसं काही विशेष नाही. नवरा-बायको म्हटल्यावर थोडीशी धुसफूस ही होणारच!''

''पण मला हे प्रकरण काही बरं दिसत नाही! तुमच्या मतभेदाचं कारण काही तरी गंभीर असावं, असा माझा तर्क आहे!''

शर्माजींच व्यक्तिमत्त्व अत्यंत प्रभावी होतं. गौरवर्ण, ओठावर पिकलेल्या मिशांना टोकदार असा पिळ दिलेला. कपाळावर ते नेहमीच अष्टगंधाची बारीक अशी रेष ओढत, दोन्ही भिवयांच्या मधोमध! त्यांच्या डोळ्याला डोळा भिडवण्याची कोणाची छाती होत नसे. स्वत: महाराज सूर्याजीराव इतके हट्टी; पण शर्माजींनी जर त्यांना एखाद्या गोष्टीला विरोध केला, तर महाराजांनादेखील अवघड होऊन जात असे!

''मग? मला सांगायची इच्छा नाही तर?'' पुन्हा शर्माजींनी विचारलं.

''चाचाजी, मला यानं रेस खेळलेली आवडत नाही!'' काही तरी उत्तर द्यायला हवं, म्हणून शहनाज बोलून गेली.

''का?''

''निष्कारण पैशाची उधळपट्टी!''

''पण तो पैसा त्याला कुठं घाम गाळून मिळवावा लागतो?''

''पैसा कोणाचाही असो; त्याला काही तरी मोल असतं ना? आपण त्याला रेसच्या या नादापासून परावृत्त करावं अशी मी आपल्याला विनंती करते!''

''फारच सोपं आहे हे! महाराज विलायतेहून परत आले की, त्यांना सांगून टाक— याला रेस खेळण्यासाठी जे पैसे देता, ते देत जाऊ नका म्हणून! एवढं एकच कारण आहे ना? मग विचार करू नकोस! मीदेखील त्यावर नियंत्रण आणू शकेन!''

''फार बरं होईल तेवढं केलंत तर! रेसच्या या नादामुळं त्याच्या

अनेक लोकांच्या ओळखी होत आहेत. मला भीती वाटते की, या ओळखीतून भविष्यात काही तरी गुंतागुंत निर्माण होईल की काय, याची!''

शहनाजनं सलीमअल्लीचा नामनिर्देश न करताही आपल्या मनातील शंका व्यक्त केली. शर्माजींना ती कोणत्या संदर्भात बोलते आहे याची कल्पना आली नाही. ते एवढंच म्हणाले,

''रहिमतखानची रेस आपण बंद करून टाकू. मग तुझ्या मनात जी भीती तरळते आहे, ती राहणार नाही! काल जेवायला कुठं गेला होता?''

''सलीमअल्लीकडे!'' शहनाजला खरं ते सांगावंच लागलं.

''ओऽऽऽ! लेदर किंग म्हणून ओळखला जातो तो या मुंबईत! फार मोठी पार्टी आहे हं ती! माझी-त्याची एकदा भेट झाली होती!''

''आपण ओळखता त्यांना?''

''होऽऽ! त्यांचे वडीलसुद्धा माझ्या माहितीचे होते. फार सालस माणूस होता!''

''आणि मुलगा?''

''तोसुद्धा चांगला मुलगा आहे, पण आताशा तो फार रेसच्या नादी लागला आहे! पण आहे मात्र व्यापारी बच्चा! हात राखूनच खेळणार तो!''

''हंऽऽऽ''

शहनाजला त्या विषयावर अधिक बोलायची इच्छा नव्हती. बोरिबंदरकडे निघायचं असल्यानं शर्माजींनाही वेळ नव्हता.

चंद्रपूरला परत आल्यानंतर रहिमतखान आणि शहनाज यांच्यातलं बोलणं बंद झालं होतं. रहिमतखानला तिला फार दुखवूनही चालणार नव्हतं. कारण रोशननं अलीकडे महाराजांवर विलक्षण प्रभाव पाडला होता. महाराजांनी तिच्या खुषीसाठी रहिमतखानला हद्दपार करायलाही मागे-पुढे पाह्यलं नसतं. शहनाज ही रोशनची सख्खी आई असल्यामुळे राहिमतखान आणि शहनाज यांच्या संघर्षात रोशन शहनाजच्याच बाजूला जाणार, हे स्पष्ट होतं. ती तिची सख्खी आई होती अन् रहिमतखान हा तिचा 'सावत्र' बाप होता. स्वत:ची कुवत ओळखून रहिमतखाननं शहनाजशी समझोता करण्याचं ठरवलं.

इकडं 'ॲमस्टरडॅम' या इंग्लंडला जाणाऱ्या बोटीवर चौथ्या दिवशी रोशनला एकसारख्या उलट्या होऊ लागल्या. बोटीच्या प्रवासाची सवय नसणाऱ्यांना बोट लागते आणि उलट्या होतात, हे महाराजांना ठाऊक होतं. त्यासाठी प्रतिबंधात्मक अशी काही औषधेही महाराजांनी सोबत घेतलेली होती. पण त्या औषधांचा काहीएक उपयोग होईना. पोटात अन्नाचा एक कणदेखील ठरेना. महाराजांनी बोटीवर असलेल्या युरोपियन डॉक्टरना बोलावून घेतलं.

डॉक्टरनी रोशनला तपासलं आणि ते महाराजांकडे पाहत हसत म्हणाले,

''हायनेस, हा सी सीकनेस नव्हे; हर हायनेस इज कॅरिंग!''

''काय म्हणालात!'' महाराजांनी आश्चर्यानं विचारलं.

''राणीसाहेबांना अपत्यसंभव आहे!''

''माय गॉड!''

महाराजांना ती गोष्ट अपेक्षित नव्हती. रोशनच्या चेहऱ्यावर मात्र त्या डॉक्टरांच्या वक्तव्याने लाली पसरली. ती महाराजांच्याकडे अभिमानानं पाहू लागली!

डॉक्टर निघून गेल्यानंतर ती महाराजांना म्हणाली,

''त्यात आश्चर्य वाटण्यासारखं एवढं काय आहे?''

महाराज तिच्या प्रश्नाचं उत्तर देण्याऐवजी केबिनच्या खिडकीतून दूरपर्यंत पसरलेल्या क्षितिजाच्या गोलाईकडे पाहत राह्यले. शांतचित्तानं त्यांनी एक सिगारेट शिलगावली. एक-दोन झुरके घेतले आणि ते रोशनकडे पाहत म्हणाले, ''हे इतक्या लवकर घडायला नको होतं रत्ना!''

''का?''

''यामुळे तुला स्वच्छंदीपणानं आयुष्याचा उपभोग घेता येणार नाही!''

''हायनेस, स्वच्छंदीपणा आणि मातृत्व या दोहोंपैकी कोणतं हवं असं जर एखाद्या सुज्ञ आणि जाणकार स्त्रीला विचारलं, तर ती क्षणाचाही विलंब न लावता 'मातृत्व' असंच म्हणेल!''

''पण मला तुझ्याकडून ही अपेक्षा नव्हती!''

''का? मी काही इतर स्त्रियांहून वेगळी आहे?''

"निश्चितच! तुझं सौंदर्य, तुझ्या देहाची कोमलता... सर्व काही नष्ट होऊन जाईल तेव्हा....''

"काय तेव्हा?'' तिन साशंक होऊन विचारलं.

"इंग्लंडला गेल्यानंतर 'क्लीअर' होऊन टाक!''

"हायनेस! मी या गोष्टीला कधीही सम्मती देणार नाही. आय वॉन्ट ए चाईल्ड!''

महाराज धूम्रपान करता-करता मिस्कील हसले.

बोट जेव्हा इंग्लंडला पोहोचली, तेव्हा महाराजांच्या आणि रोशनच्या स्वागतासाठी चार ब्रिटिश अधिकारी उपस्थित होते. त्यापैकी एक महाराजांच्या पूर्वपरिचयाचे होते. या दोघांचे बराच वेळ बोलणे चालले. रोशन त्या वेळी धुक्यात बुडालेल्या आंग्लभूमीचे निरीक्षण करण्यात मग्न झाली होती. तिने वूलनचा ओव्हरकोट परिधान केला होता, हातमोजे घातले होते, पायांत बूट होते; तरीही थंडीची शिरशिरी जाणवतच होती. बंद काच असलेल्या मोटारीतून त्यांना निवासस्थानी नेण्यात आले. या निवासस्थानाजवळूनच थेम्स नदी वाहत होती. तीही धुक्यात पार बुडाली होती.

महाराजांनी त्या ब्रिटिश अधिकाऱ्यांना निरोप दिल्यानंतर आपली खुर्ची शेगडीजवळ ओढली आणि टेबलावरची व्हिस्कीची बाटली ओढून दोन ग्लासांत थोडी थोडी व्हिस्की ओतली. तेव्हा रोशन म्हणाली,

"हायनेस, मला नकोय व्हिस्की!''

"का?''

"मी आता डिलिव्हरी होईपर्यंत असलं काही घेणार नाही!''

"रत्ना, खरंच तू इतकी वेडी असशील याची कल्पना नव्हती! अगं, इथल्या प्रेग्नंट बायका सर्रास व्हिस्की घेतात!''

"बेशक घेऊ द्यात; मी नाही घ्यायची!''

"इथून जिवंत परत जायचं असेल, तर व्हिस्की किंवा ब्रँडी तुला घ्यावीच लागेल!''

"मी घेणार नाही! मला आपण काही सांगू नका. खुद्द इंग्लंडमध्ये चौतीस टक्के माणसं मद्य आणि मांस यांना स्पर्श करीत नाहीत, हे परवाच

मी वाचलेलं आहे!''

''वाचलेलं सगळं सत्य नसतं!''

''नसू दे. मी मात्र अल्कोहोल घेणार नाही!''

''ठीक आहे. थंडीनं ब्रॉन्कायटिस किंवा ब्राँकोन्युमोनिया झाला म्हणजे पड आजारी!''

''हायनेस, मला काहीएक सांगू नका; मी ते घ्यायची नाही!''

''आता इथं आपणाला काही ठिकाणी पार्टीसाठी जावं लागणार आहे; त्या वेळी तू घेत नाही, असं म्हणालीस तर 'एटिकेट्स'ला सोडून होईल तुझं वागणं!''

''मी असल्या पार्टींना तुमच्यासोबत येणार नाही!''

''इथं लंडनमध्ये येऊन तू पार्टीला येणार नाहीस? काय म्हणतील काय इथली माझी मित्रमंडळी?''

''काय म्हणायचं ते म्हणोत; मी माझा निर्णय बदलू इच्छित नाही! पार्टीमध्ये मला मद्याचा आग्रह होणार नसेल, तर मी जरूर येईन!''

महाराज शांतपणे व्हिस्कीचे घोट घेत, धूम्रपान करीत तिचं बोलणं ऐकत होते. आज त्यांना एक गोष्ट प्रकर्षानं जाणवत होती. रोशनच्या बोलण्यात, वागण्यात एक प्रकारचा अट्टहास होता. महाराज विचार करू लागले, केवळ मातृत्वाची चाहूल लागल्यानंतर ही अशी वागायला लागली आहे अन् मग ते प्राप्त झाल्यानंतर काय करील?

अन् त्याच क्षणी महाराजांनी निर्णय घेतला की, हिच्या स्वभावात आमूलाग्र असा बदल घडवणारं मातृत्वच तिला प्राप्त होऊ द्यायचं नाही!

ते दोघे एक महिना लंडनमध्ये होते. महाराजांना लंडनचा परिसर पाठ होता. नव्यानं उभारलेल्या एका इमारतीकडे पाहत ते म्हणाले, ''ही इमारत मी असताना इथं नव्हती; पार्क होता इथं. पलीकडं पोस्ट ऑफीस होतं, इथूनच बँकिंगहॅम पॅलेसकडं जाणारा रस्ता फुटतो!''

महाराजांचे समवेत काही ठिकाणी पार्टीला रोशन गेली, पण तिनं मद्य घेतलं नाही.

लंडनहून परत निघण्याच्या वेळी महाराजांनी तिथल्या एका डॉक्टरकडून

तिची प्रकृती तपासून घेतली. ती अगदी ठणठणीत होती. तरीही त्या डॉक्टर महाशयांनी तिला रोज सकाळी व रात्री घेण्यासाठी गोळ्या दिल्या.

"ह्या कशासाठी?" रोशननं विचारलं.

"प्रवासामध्ये गर्भावर कोणताही अनिष्ट परिणाम होऊ नये, यासाठी!" डॉक्टर ओठांचा चंबू करीत गंभीर चेहऱ्यानं म्हणाले.

"ठीक आहे!" रोशनन ती बाटली आपल्या पर्समध्ये ठेवीत म्हटलं. लंडनचा किनारा सोडून बोट निघाली, तेव्हा ती म्हणाली, "मला काही आकर्षण वाटलं नाही या शहराचं!"

"ज्या ब्रिटिश साम्राज्यावरचा सूर्य कधीही मावळत नाही, त्या साम्राज्याच्या राजधानीचं हे शहर! तुला आकर्षण वाटलं नाही, म्हणून या शहराच महत्त्व काही कमी होणार नाही!"

"आपल्या भारतात कसा चकचकीत सूर्यप्रकाश असतो; सूर्यप्रकाशामुळे आपल्याकडच्या माणसांची मनंही कशी स्वच्छ असतात! इथं मात्र मला प्रत्येक जण दुसऱ्यापासून काही तरी लपवतो आहे, असं वाटायचं!"

"रत्ना, राज्यकर्त्यांच्याविषयी असे अनुदार उद्‌गार काढणं बरं नाही! चल आत, फार थंडी वाजते इथं!"

आत जाण्यापूर्वी रोशननं आपल्या पर्समधून ती गोळ्यांची बाटली काढली आणि समुद्रात भिरकावली.

महाराज तिच्याकडं किंचित क्रोधानं पाहत म्हणाले, "व्हॉट नॉनसेन्स? ते औषध का टाकून दिलंस?"

"मी काहीही औषध घेणार नाही! प्रेगन्सीत ॲलोपॅथीची औषधं घेतल्यानं गर्भावर दुष्परिणाम होतो!"

"फुलिश्!"

महाराज केबिनमध्ये आले अन् त्यांनी व्हिस्कीची बाटली खोलून एक पेग भरला. रोशन मात्र कॉटवर शांत पडून होती.

-०-०-०-

१७

रोशन आणि महाराज यांच्यातल्या मतभेदाला सुरुवात झाली ती इंग्लंडमध्ये. तिने आपणास गर्भधारणा झालेली आहे याची जाणीव होताच मद्यप्राशन बंद केलं होतं. इंग्लंडमध्ये महाराजांसमवेत ती एक-दोन वेळा पार्टीसाठी गेली होती, पण तिथं ती तटस्थासारखी बाजूला बसून राहिली. महाराजांना तिचं हे वर्तन मुळीच आवडलं नाही. नंतर त्यांनी तिची प्रकृती बरी नाही, या सबबीवर तिला पार्ट्यांना नेणंही बंद केलं. ते चार दिवस फ्रान्सला गेले, तेव्हा तिला इंग्लंडमध्येच ठेवून गेले होते. रोशनला समजावून घेण्याचा थोडासुद्धा प्रयत्न महाराजांनी केला नव्हता. रोशनने समजूतदारपणा दाखवण्याचा खूप प्रयत्न केला, पण महाराजांच्या स्वभावात नमत घेण्याचं मुळीच नव्हतं. आजपर्यंत चंद्रपुरात त्यांना कोणी विरोध केलेला नव्हता किंवा त्यांच्या इच्छेविरुद्ध वर्तन करण्याच धाडसही कोणी दाखवलेलं नव्हतं. रोशनच्या वर्तणुकीतून ते त्यांना पहिल्यांदा जाणवू लागलं.

बोटीच्या प्रवासात उभयतांमधलं संभाषणही मर्यादित झालं. कारणापुरतंच दोघं एकमेकांशी बोलत.

संथ गतीनं मायदेशी चाललेल्या बोटीत रोशन भविष्यकालाची जी स्वप्नं रंगवीत होती, त्याची महाराजांना कल्पना येत नव्हती असं नाही; पण त्यांना रोशनचा अपत्यसंभव अपेक्षित नव्हता— निदान इतक्या लवकर तरी!

एकवीस दिवसांच्या प्रदीर्घ प्रवासानंतर बोट मुंबईच्या किनाऱ्याला लागली. महाराजांच्या स्वागतासाठी शर्माजी, रहिमतखान आणि शहनाज ठरल्याप्रमाणे आले होते.

रोशनला कडकडून मिठी मारून शहनाज म्हणाली, ‘‘बेटी, अशी पांढरी फटफटीत कशानं पडलीस? आजारी होतीस की काय?’’

रोशन हसत-हसत म्हणाली, ‘‘बिलकुल नाही!’’

“मग अशी अशक्त का दिसतेस?”

“लवकरच तुला ते कारण समजेल!”

शर्माजी आणि रहिमतखाननं महाराजांना मुजरे केले. महाराजांनी रहिमतखानची दखलच घेतली नाही. शर्माजींना मात्र त्यांनी आपल्या गैरहजेरीत राजधानीत कोणत्या घडामोडी झाल्या, याची विचारपूस केली. तेव्हा शर्माजी म्हणाले,

“भिल्लांचा प्रश्न निकालात निघाला हुजूर. त्यांना आपल्या शेरीच्या कुरणातला काही भाग कायमचा देऊन टाकला. यापुढे त्यांनी हुजुरांच्या हद्दीत प्रवेश करायचा नाही, असा करारही करून दिला आहे.”

“ठीक झालं! राणीसाहेब अणि मुलं कशी आहेत?”

“उत्तम आहेत. मध्यंतरी त्यांना इन्फ्ल्युएंझा झाला होता, पण आता त्या ठीक आहेत! आपला दौरा उत्तम झाला ना हुजूर?”

“फाऽऽऽर उत्तम!” रोशनकडे पाहत उपहासानं हसत महाराज म्हणाले. शर्माजींच्या चाणाक्ष नजरेतून ती गोष्ट सुटली नाही. त्या दोघांत काही तरी मतभेद निर्माण झाले असावेत, हे त्यांनी तत्काळ ओळखलं. महाराजांच्या मागोमाग ते मोटारीकडे निघाले, तेव्हा महाराज म्हणाले, “शर्माजी, खानदान म्हणून जगात काही चीज असते. ती केवळ सौंदर्यावर माणसाला प्राप्त होत नसते, याची आता आम्हाला खात्री पटली!”

शर्माजी चेहऱ्यावर खोटं हास्य उमटवीत म्हणाले, “हुजूर! धाकट्या राणीसाहेबांचं वय अजून लहान आहे. त्यांच्याकडून हातून काही चुका घडल्या असतील, तर त्या क्षम्य मानाव्यात!”

“खरं म्हणजे, तुम्हीच या रोशनला लाडावून ठेवलेलं आहे!”

महाराजांच्या तोंडून ‘रोशन’ शब्द ऐकताच शर्माजी चपापले. धर्मांतर आणि विवाह झाल्यापासून महाराज रोशनला ‘रत्ना’ म्हणत. पण आज त्यांनी ‘रोशन’ म्हणून तिला संबोधताच मतभेदाचं स्वरूप किरकोळ नसून गंभीर आहे, हे शर्माजींनी तत्काळ ओळखलं. पण ती वेळ आणि स्थळ त्या विषयावर अधिक बोलण्याचे नसल्याने ते स्वस्थ बसले.

मोटारी मुंबईतल्या महाराजांच्या बंगल्याकडे निघाल्या. महाराज आणि

शर्माजी एका मोटारीत बसले आणि दुसरीत रोशन, रहिमतखान आणि शहनाज.

मोटारीत रोशनशेजारी बसलेल्या शहनाजनं रोशनचा हात हातात घेतला आणि किंचित पिवळी दिसणारी तिची बोटं न्याहाळत शहनाजनं विचारलं, ''हुजुरांची गैरमर्जी ओढवून घेतलीस की काय?''

''माँ, मला आता कोणाच्या मर्जीची आणि गैरमर्जीची फिकीर नाही!''

''काय बोलतेस हे बेटी?''

''मला जे हवं होतं, ते आता मिळालेलं आहे!''

''काय?''

''माँ... मी माँ होणार आहे!''

असं म्हणून रोशन शहजानच्या गळ्यात पडली. शहनाज तिच्या पाठीवरून हात फिरवीत म्हणाली,

''शेवटी मी ज्या मरणाला भीत होते, तेच माझ्यापुढं वाढून ठेवलंस तू!''

''नाही— नाही माँ, त्याला मरण म्हणू नकोस; खऱ्या अर्थानं मी आता राणी होणार आहे!''

''राणी?'' कपाळाला हात लावून घेत शहनाज म्हणाली, ''तुझ्या हातानच तू स्वत:चा घात करून घेतलास बेटी! तुला मूल झाल्यानंतर किती गुंतागुंती निर्माण होणार आहेत, याची तुला कल्पना नाही!''

''त्यात कसली आलीय गुंतागुंत माँ?''

''हे बघ, एक तर तू थोरल्या राणीसाहेबांची सहानुभूती गमावून बसशील; दुसरं म्हणजे मूल झाल्यानंतर महाराजांचं तुझ्यावर आज जे प्रेम आहे, ते उद्या राहणार नाही!''

''मला आता त्यांच्या प्रेमाची पर्वा नाही यापुढं! माझ्यावर प्रेम करणारा नवीन जीव निर्माण होतो आहे!''

शहनाजनं वारंवार सूचना देऊनही रोशननं तिचा सल्ला ऐकलेला नव्हता. जे व्हायचं ते होऊन चुकलं होतं. आता त्या प्रकरणाबाबत अधिक चर्चा करूनही काही उपयोग होणार नव्हता, हे शहनाज जाणून होती. यापुढं निर्माण होणाऱ्या प्रसंगाला तोंड द्यायची तयारी ठेवणं, हा एकच मार्ग तिच्यापुढं शिल्लक होता.

महाराजांचं वागणंही इंग्लंडहून परत आल्यानंतर काहीसं बदललं होतं. आठ दिवस ते 'रोमन व्हिला'कडे आले नव्हते. नवव्या दिवशी आले, ते आपण मल्हारपेठला चाललो आहोत, हे सांगण्यासाठी! पण मल्हारपेठला ते एकटे गेले नाहीत; महाराणी पद्मिनीदेवी, राजकुमार आणि राजकुमारी यांना सोबत घेऊन गेले. रोशनला या वार्तेनं थोडा धक्का बसला. पण आता तिच्याही मनाची तयारी झाली होती. महाराजांनी तिला छेडण्यासाठीच ते ठरवलं होतं.

रहिमतखानवर मात्र कोणत्याच घटनेचा परिणाम झाल्यासारखा दिसत नव्हता. तो आपला दोन्ही वेळा चमचमीत जेवून, सिगारेटी फुंकत रेसच्या पुस्तकात डोके खुपसून बसत होता. त्याच्या वागण्यात बदल दिसायचा तो सिगारेटऐवजी हुक्का ओढायचा, तेव्हाच!

शहनाज मात्र दिवसेंदिवस चिंताग्रस्त दिसत होती. आपल्या मुली पुढं कोणतं संकट वाढून ठेवलेलं आहे, या चिंतेनं तिला ग्रासलं होतं.

दिवस चालले होते. महाराज मल्हारपेठहून परत आले. आल्यानंतर दुसऱ्या दिवशी संध्याकाळी रोशनच्या समाचाराला आले. तेव्हा रोशन गच्चीत एक चिमुकला पायमोजा विणत बसली होती. महाराज येताच ती उठून उभी राहिली.

"बस. काय म्हणते तब्येत?"

महाराजांनी तिच्या बाजूच्या खुर्चीवर बसता-बसता विचारलं.

"ठीक आहे!" तुटकपणे रोशन म्हणाली.

"अधून-मधून प्रकृती तपासून घेत जा!"

"कशासाठी?"

महाराज हसून म्हणाले, "रत्ना, तू हट्टी आहेस, म्हणून मला तुझा थोडा राग येतो; पण याचा अर्थ मी तुझा तिरस्कार करतो, असं मात्र समजू नकोस. तुझ्या प्रकृतीची चिंता वाटते मला!"

"बिलकुल चिंता करू नका हायनेस; मला काही होणार नाही!"

"ते खरं, पण तुझ्या मॉंने तुझ्या प्रकृतीविषयी धास्ती घेतलेली दिसते! आता येता-येता मी पाह्यलं तिला. फारच चिंताग्रस्त दिसली मला!"

“मी तिला खूप समजावून सांगते, पण ती ऐकतच नाही. मी काय करू?”

“थोडे दिवस हवापालट करण्यासाठी हैदराबादला पाठव तिला!”

“हैदराबादला?”

“हो! तिकडं नातेवाइकांच्या सहवासात राहिली थोडे दिवस, तर बरं वाटेल तिला!”

“माझं काही म्हणणं नाही. आपण विचारून पाहा तिला!”

शहनाजला वर बोलावणं पाठवलं. ती येऊन त्या दोघांच्या बाजूला उभी राहिली. महाराज म्हणाले,

“होय शहनाज, थोडे दिवस तू हैदराबादला का नाही जात?”

“हुजूर, हिला सोडून मी आता कुठंही जाणार नाही!”

“बघा, मी म्हणाले नाही?” रोशन म्हणाली.

“तुम्ही लोकांनी माझं काहीच ऐकायचं नाही, असा पण केलेला दिसतो आहे!”

“असं कसं होईल हुजूर?” शहनाज साडीचं टोक बोटावर फिरवीत म्हणाली, “आमच्या कुटुंबानं आपल्या पायाजवळ आश्रय घेतलेला आहे. आता आपल्याशिवाय या जगात आम्हाला जवळचं असं कोणीच नाही! आपल्याविषयी अनादर दाखवून कसं चालेल आम्हाला?”

“बाकी शहनाज, तू हा समजूतदारपणाचा वारसा रोशनला कसा काय दिला नाहीस?”

“रोशन?” रोशनंच महाराजांच्याकडे पाहत प्रश्न विचारला.

“आय ॲम सॉरी रत्ना, चुकून तो शब्द उच्चारला गेला!”

खरं म्हणजे महाराजांनी तिला ‘रोशन’ असं संबोधण्याची ही दुसरी वेळ होती. रत्नाच्याऐवजी ‘रोशन’ हा शब्द उच्चारण्यामागं महाराजांची तिच्याकडं पाहण्याची दृष्टी बदलत चालल्याची ती चाहूल होती. पण महाराजांनी या वेळी थोडी मखलाशी केली. ते म्हणाले, “इट इज जस्ट एक स्लीप ऑफ टंग!”

“हुजूर,” शहनाज म्हणाली, “हे तिचं पहिलं बाळंतपण आहे.

मुंबईला चांगले डॉक्टरलोक आहेत. बाळंत होईपर्यंत तिला मुंबईच्या आपल्या बंगल्यात ठेवलंत, तर बरं होईल! आम्ही दोघंही तिच्यासोबत राहू!''

"शहनाज, खरं म्हणजे माझी काही हरकत नाही; पण त्यामुळं आमच्या सिव्हिल सर्जनना काय वाटेल? ते म्हणतील, आम्ही इथं असताना मुंबईला का पाठवायचं?''

"पण हुजूर, तिची तब्येत अशी नाजूक! मला भीती वाटते. तिथं युरोपियन नर्सेस आहेत, डॉक्टर्स आहेत!''

"आपण असं करू शहनाज, हा निर्णय आपण शर्माजींवर सोपवू. कोण आहे रे तिकडं? शर्माजींना ताबडतोब बोलवलं आहे, म्हणून सांग.''

हाकेसरशी धावत आलेल्या हुजऱ्याला उद्देशून त्यांनी आज्ञा केली.

"रहिमत कुठं आहे? तो दिसला नाही?''

रहिमतखानलाही बोलावण्यात आलं. तो येऊन मुजरा करून बाजूला उभा राहिला.

"काय रहिमत, ही शहनाज काय म्हणते ऐकलंस का?''

"नाही. काय म्हणते?''

"तूच सांग शहनाज!''

"मी म्हणते, बाळंतपण मुंबईत व्हावं!''

रहिमतखान कोणतीही प्रतिक्रिया व्यक्त न करता विचारमग्न झाल्यासारखा उभा!

"तुला काय वाटतं?'' महाराजांनी त्याच्याकडे रोखून पाहत विचारलं.

"हुजूर, मला काय वाटतं, यापेक्षा आपणाला काय वाटतं हेच मला महत्त्वाचं वाटतं!''

"मला वाटतं. आपल्याकडेही चांगल्या नर्सेस आहेत, दरबार सर्जनही हुषार आहेत; शिवाय मुंबईचं 'क्लायमेट' बरं नाही!''

"होय हुजूर! मुंबईची हवा खराब आहे, यात वाद नाही. पण मुंबईत वैद्यकीय सोई फार मोठ्या प्रमाणात उपलब्ध आहेत, हेही तितकंच खरं!'' रहिमतखान शहनाजच्या डोळ्यांकडे पाहत म्हणाला.

"रहिमत, हेही खरं, तेही खरं असली भाषा मला समजत नाही! एक

काही तरी ठाम असं मत दे! मलाही वाईट वाटेल असं बोलायचं नाही, शहनाजलाही दुखवायचं नाही; असं काही तरी संभ्रमात टाकणारं वक्तव्य करण्यात अर्थ नाही.''

रहिमतखान हात चोळत केविलवाणी चर्या करीत म्हणाला, ''तसा काही माझा हेतू नाही हुजूर. पण होतं काय— या महाराणी, आपण महाराज. कसंही मत व्यक्त केलं तरी दोघांपैकी एकाचा रोष माथी येणार; तेव्हा माझ्यासारख्या पामरानं काहीच मत देऊ नये, हे बरं नाही का?''

''तू तसा फार वस्ताद आहेस. पण थांब, आता शर्माजी येतील; ते काय निर्णय देतात पाहू!''

सूर्यास्त होत होता. मल्हारपेठच्या डोंगराआड गडद भगव्या रंगाचं सूर्यबिंब क्षितिजाला येऊन भिडलं होतं. पश्चिमेच्या क्षितिजावर लाली उमटलेली होती. बगळ्यांचे थवे ओळीनं माळा धरून मुक्कामाच्या पिंपळाकडं चालले होते. हा त्यांचा मुक्कामाचा पिंपळ पागा बिल्डिंगच्या दक्षिणेला होता. या झाडावर शेकडो बगळे मुक्कामाला येत. जागेसाठी त्यांच्यात माजणारा कोलाहल रोमन व्हिलापर्यंत ऐकू येत असे. पण सूर्यास्त झाला अन् अंधार पडला की, त्यांच्यातले कलह थांबत. पंखांत चोची खुपसून ते आपल्या जातिबांधवांशी कसेबसे जमवून घेत. त्या वठलेल्या पिंपळ वृक्षाखालची जागा त्यांच्या विष्ठेनं चुना फासल्यासारखी पांढरी शुभ्र झालेली होती.

महाराज त्या झाडाकडे पाहत म्हणाले,

''ते झाड तोडूनच टाकायला हवं. फार उपद्रव देतात हे बगळे!''

''ते कुठं जातील?'' रोशननं विचारलं.

''कुठंही जावोत! उपद्रव देणाऱ्या पशुपक्ष्यांना दया दाखवण्यात अर्थ नाही!''

इतक्यात शर्माजी तिथं आले. येताच त्यांनी महाराजांना मुजरा केला. शर्माजी अत्यंत चाणाक्ष होते. महाराज रोमन व्हिलावर आहेत आणि आपणाला बोलावत आहेत, हा निरोप समजताच त्यांनी 'मला का बोलावणं आलं असावं?' याचा तर्क करायला सुरुवात केली होती. या वेळी मात्र त्यांचा तर्क साफ चुकला. रोशनच्या बाळंतपणासाठी मुंबईला जाण्याची परवानगी शहनाज

मागत असेल याची त्यांना कल्पना करता आली नव्हती.

महाराजांनी शर्माजींना शहनाजची ती इच्छा सांगून म्हटलं "आपणाला काय वाटतं शर्माजी?"

शर्माजींनी क्षणभर विचार केला आणि ते रोशनला म्हणाले, "राणी सरकार, आपण इंग्लंडला चालला होता, तेव्हा बोटीत इथल्या इंग्रज अधिकारी लोकांच्या बायका किती होत्या?"

"बऱ्याच होत्या!"

"त्यांतल्या बहुसंख्य गरोदर होत्या?" शर्माजी म्हणाले.

"अगदी बरोबर!" रोशन म्हणाली.

"असं आहे त्याचं राणीसाहेब— मूल ज्या जागी जन्मते, त्या जागेबद्दल त्याला मोठेपणी नितांत जिव्हाळा वाटत असतो. जन्मस्थलाविषयीची ओढ फार महत्त्वाची असते! त्या इंग्रज अधिकाऱ्यांना वाटतं की, आपली मुलं भारतात जन्मली, तर त्यांना भारतीय भूमीबद्दल ओढ आणि आकर्षण वाटेल, भारतीयांविषयी जिव्हाळा वाटेल; म्हणून आपल्या बायकांना ते मायदेशी पाठवतात, केवळ बाळंतपणासाठी!

"आपण या चंद्रपूरच्या राणी सरकार! आपल्या उदरी जन्मणाऱ्या बालकाला या चंद्रपूरची ओढ वाटायला हवी असेल, तर त्यानं चंद्रपुरातच जन्म घेणं आवश्यक आहे! काही झालं, तरी जन्मलेल्या क्षणापासूनच त्या संस्थानचे काही हक्क त्यांना प्राप्त होणार आहेत."

"मग? काय करायचं बोल?"

महाराजांनी शहनाजकडे पाहत विचारलं. तिला काहीच बोलता आलं नाही. रोशनच्या मुलाने चंद्रपुरात जन्म घेणे कसे आवश्यक आहे, हे शर्माजींनी पटवून दिल्यामुळे शहजानला अधिक काही बोलता आले नाही.

रहिमतखान खुषीत होता. त्याला रोशनला बाळंतपणासाठी मुंबईला न्यावं, असं कधी वाटलंच नव्हतं.

"हायनेस!" रोशन म्हणाली, "मला रात्री कधी कधी भीती वाटते, दचकल्यासारखे होते! माँ आणि अब्बाजानला इथं माझ्याजवळ राहण्याची परवानगी असावी!"

''हे काय विचारायची गरज आहे?''

महाराज उद्गारले आणि शर्माजींकडे पाहत पुढं म्हणाले, ''मुंबईतल्या काही तज्ज्ञ अशा मिडवाईफ्स बोलावून घ्या! त्या इथंच राहतील, रत्नाची डिलिव्हरी होईपर्यंत!''

महाराज गेल्यानंतर शहनाज रोशनला म्हणाली, ''या राजेलोकांचा अंदाजच लागत नाही! कधी कधी वाटतं, यांना माणुसकी नाही, लहरी वागण्यात यांचा हात कोणी धरू शकणार नाही; तर कधी कधी वाटतं, यांच्याइतकी प्रेमळ जात नाही, यांच्याइतका दूरदर्शीपणा कुठंच पाहण्यास मिळणार नाही!''

रोशननं अपूर्ण राहिलेल्या पायमोज्याची घडी करून बाजूला ठेवली आणि ती उठली. त्या रात्री तिला कित्येक दिवसांत लागली नव्हती इतकी शांत झोप लागली.

सकाळी उठून ती गच्चीत आली. सारं वातावरण प्रसन्न वाटत होतं. त्याच वेळी तिच्या कानावर 'खट्ट खट्ट' असा आवाज येऊ लागला. तिनं दासीला विचारलं,

''आवाज कसला येत आहे?''

''पलीकडं पागा बिल्डिंगजवळचा पिंपळ तोडायला माणसं आलेली आहेत!''

रोशनच्या डोळ्यांत टचकन पाणी तरळलं. रोज तिथं येऊन विसावणारे शेकडो बगळे आता यापुढं आश्रयाला कुठं जातील, या विचारानं तिचं मन व्याकूळ झालं!

दिवस गेल्याची जाणीव झाल्यापासून प्राणिमात्रांविषयी तिच्या मनात कणव निर्माण झाली होती. रोमन व्हिलामध्ये कापल्या जाणाऱ्या कोंबड्यांचा केविलवाणा स्वर तिला आताशा ऐकवत नव्हता. तिनं काही दिवस मांसाहारच वर्ज्य केला.

त्या दिवशी रोमन व्हिलामध्ये फारच धांदल आणि धावपळ उडाली. थोरल्या महाराणीसाहेब पद्मिनीराजे धाकट्या महाराणींना भेटायला येणार

होत्या. आजपर्यंत महाराणी पद्मिनी कधीच रोमन व्हिलाकडे आल्या नव्हत्या. तशा त्या जहागीरदार अन् मानकरी यांच्या लग्न समारंभाला आवर्जून जात, पण रोमन व्हिलामध्ये रोशन राहण्यास आल्यापासून त्या एकदाही आल्या नव्हत्या. दुपारचं जेवणही त्या धाकट्या राणींच्यासमवेत घेणार होत्या.

मुदपाकखान्यात सकाळपासून गडबड उडाली होती. त्या येणार असं समजल्याने शहनाज अनेक तर्क-वितर्क करीत होती. आताशा महाराजांचं वास्तव्य थोरल्या राणींच्यासमवेत सारखं असतं; त्या दोघांच्यात काही खल तरी झाला नसेल? रोशनला अपत्यप्राप्ती व्हावी, असं महाराजांना मनापासून आवडत नव्हतं. थोरल्या महाराणी सरकार मनाने फारच निर्मळ आहेत, अशी जरी सर्वांची खात्री असली, तरी सापत्नभाव हा स्त्रियांना सहजासहजी विसरता येईल? रोशनसाठी त्यांनी काही खायचे पदार्थ आणले, तर तिने ते खाऊ नयेत, अशी तिला सूचना द्यायला हवी!

जिना चढून शहनाज माडीवर आली, तेव्हा रोशननं अपूर्ण राहिलेला पायमोजा विणायला पुन्हा सुरुवात केली होती. त्याकडे पाहत शहनाज म्हणाली, "बेटी, थोरल्या महाराणी खायचे पदार्थ घेऊन येतील... मला बाई शंका वाटते. तू ते खाऊ नयेस, हे बरं!"

"माँ, मलाही प्रथमच असंच तुझ्यासारखं वाटत होतं. पण त्या तशा मुळीच नाहीत! परवा मी विलायतेहून आल्यानंतर भेटायला गेले होते तेव्हा खूप मनमोकळेपणानं बोलल्या माझ्याशी. त्याच वेळी मीच त्यांना माझ्याकडं एकदा या, म्हणून विनंती केली होती. माझ्या बोलावण्यावरून त्या इकडे येताहेत!"

"अशा मोठ्या लोकांच्यापासून चार हात दूर राहावं, हे तुला कधी समजणार रोशन?"

"मोठे लोक? कोण मोठे? त्यांचा अन् माझा दर्जा एक आहे. त्या फक्त थोरल्या महाराणी आहेत आणि मी लहान आहे. फरक आहे तो फक्त आमच्या वयात!"

"तसं नसतं ते रोशन, आपण नेहमी वाईट गृहीत धरून चालावं!"

"बरं तुझं म्हणणं काय ते सांग पाहू, माँ?"

"त्या खाण्याचे काही पदार्थ घेऊन आल्या, तर तू खाऊ नकोस!"

"मी खाणार! माझ्र मरण जर त्यांच्या हातूनच घडायचं असलं, तर ते कोणी रोखू शकणार नाही!"

"काय अर्थ आहे या बोलण्याला?"

"मी सांगते ते नीट ऐक माँ! माझ्या जीविताचा जर या लोकांना घात करायचा असता, तर थोरल्या महाराणींना इथपर्यंत येण्याची गरजच नव्हती! उलट, त्यांच्या मनात माझ्याविषयी अनुकंपा आहे, दया आहे म्हणूनच त्या माझ्याशी इतक्या चांगल्या वागतात! बायका सवतीमत्सर करतात; तो त्यांचा स्वभाव आहे, हे मी जाणून आहे. पण थोरल्या महाराणी त्याला अपवाद आहेत. त्या मला आपल्या धाकट्या बहिणीसमान वागवतात. तुला हे सांगून पटायचं नाही!"

"बेटी, तू अजून जग ओळखलेलं नाहीस!"

"बरं— बरं! हेच सांगण्यासाठी आली होतीस, का आणखीन काही सांगायचं होतं?"

शहनाज पुढं काहीच न बोलता खाली निघून गेली. ती गेल्यानंतर रोशन काही क्षण एकांतात विचार करू लागली, 'माँला असं वाटतं, त्यात अनैसर्गिक असं काय आहे? तिनं आजपर्यंत जे जग अनुभवल आहे, त्यावरून तिला तसं वाटतं! पण थोरल्या महाराणींना मी पूर्णपणे ओळखते! महाराजांशी कसं वागायला हवंय, हे त्यांनीच नाही का मला पहिल्या भेटीतच सांगितलं? त्या वेळी त्यांनी मला आणखीन एक सल्ला दिला होता— अपत्यप्राप्ती जितकी टाळता येईल तितकी टाळण्याचा प्रयत्न कर, असा! पण मी त्यांचा तो सल्ला मानला नाही. मला होणाऱ्या मुलाला या चंद्रपूर संस्थानच्या उत्पन्नात आणि संपत्तीत त्यांच्या मुलाइतकाच अधिकार आणि हक्क प्राप्त होईल, त्यामुळे कदाचित त्यांच्यात सवतीमत्सर तर जागा झाला नसेल? मला पूर्ण विश्वासात घेऊन कदाचित त्या... ! छट्! माणूस जितका वाईट विचार करील, तितका थोडा आहे! त्यापेक्षा विचार न करणेच बरे!'

खाली घोड्यांच्या टापा वाजत बग्गी येऊन थांबली. रोशननं खिडकीत

येऊन पाह्यलं. बग्गीतून महाराणी उतरत होत्या. जिन्यावरून ती खाली महाराणींच्या स्वागताला आली.

महाराणींना तिनं वाकून नमस्कार केला. महाराणींच्या पाठोपाठ उतरलेल्या दासींच्या हातात चांदीचं ताट होतं. त्यावर विणलेला रुमाल झाकला होता. महाराणींच्या पाठोपाठ राजकुमार आणि राजकुमारीही बग्गीतून उतरले.

रोशनजवळ जाऊन राजकुमार म्हणाले, ''मावशी, आम्ही तुमच्याशी बोलणार नाही. तुम्ही विलायतेवरून आम्हाला खेळायसाठी काहीच आणलं नाहीत!''

रोशन हसून म्हणाली, ''माझ्या लक्षात होतं, पण महाराजांनी मला मार्केटिंगसाठी बाहेर नेलंच नाही. पण आता मात्र मी दिल्लीला किंवा मुंबईला गेले की, तुमच्यासाठी खेळणी नक्की आणेन! तुम्हाला काय आवडतं?''

''मला किनई, आग विझवण्यासाठी छोटी मोटार हवी. किल्ली दिली की 'ठणठण' घंटा वाजवत जाते, तिच्यात छोटे-छोटे निळा डगला घातलेले फायरमन बसलेले असतात!'' राजकुमार म्हणाले.

''शिवाय ती चालताना वरती लाल दिवा लागतो.'' बेबीराजे मध्येच म्हणाल्या.

''ओ, तुम्ही गप्प बसा, तुम्हाला नाही समजत त्यातलं काही. शिवाय त्या गाडीला एक शिडी असते. गाडी थांबली की, ती शिडी वर जाते. त्यावर तो निळा डगलेवाला चढतो आणि मग पाण्याची धार उडते!''

''कुठं पाहिलीत बाळराजे अशी गाडी?'' रोशननं बाळराजांच्या रेशमासारख्या सुळसुळीत केसांवरून हात फिरवीत विचारलं.

''दिल्लीच्या रॉबिन्सनच्या घरी! मला ती मोटार हवी होती. पण डॅडी म्हणाले, दुसऱ्याच्या घरातली वस्तू मागायची नाही!''

''बरं! मी अगदी तसलीच मोटार तुम्हाला आणून देईन हं! बेबीराजे, तुम्हाला काय हवं?''

''मला 'डान्सिग डॉल' हवी मावशी!''

''बरं— बरं!''

"चला, आता तुम्ही बागेत जा! पण त्या मधमाश्यांच्या खोक्याकडे जाऊ नका हं!"—राणीसाहेब.

"माँसाहेब, आम्ही हौदातले ते रंगीत मासे पाहणार!" बेबीराजे म्हणाल्या.

"बघा. पण हौदात उतरायचं नाही हं!" रोशन म्हणाली.

मुलं खाली गेल्यानंतर रोशनला उद्देशून त्या म्हणल्या,

"हे घे—" टेबलावर ठेवलेल्या ताटावरचा रुमाल त्यांनी उचलला. त्या ताटात जरीकाठी हिरवा गर्द शालू आणि ब्लाऊज पीस होता, त्यासोबत शर्माजींनी मुंबईवरून करून आणलेले दागिनेही होते!

"हे काय, कशाला आणलंत हे?" रोशननं विचारलं.

"अगं, तसं म्हणू नये! डोहाळ जेवण म्हणून काही तरी करावं लागतं ना, ते आज इथंच करायचं ठरवलं. तुला उगाच जा-जा, ये-ये करायला लागू नये, म्हणून मीच इकडं आले. हं, जा हा शालू नेसून ये; ते दागिनेही घाल. थोड्या वेळानं मानकऱ्यांच्या आणि जहागीरदारांच्या बायका येतील इकडं! रीतीरिवाजाप्रमाण कराव्या लागतात या सर्व गोष्टी!"

जेव्हा हे सारं शहनाजला समजलं, तेव्हा तिला मेल्याहून मेल्यासारखं झालं. दुपारी चार वाजेपर्यंत त्या बायका आणि महाराणीसाहेब रोमन व्हिलावर होत्या. बायकांनी काही गाणी म्हटली. हास्य-विनोद रंगले.

शहनाज कोणाशी फारशी बोलली नव्हती; पण तिला आपले सर्व अंदाज चुकल्याची जाणीव मात्र होत होती. अपराध्यासारखं वाटत होतं. महाराणी जेव्हा परत जायला निघाल्या, तेव्हा शहजानला जवळ बोलावून म्हणाल्या, "आज रात्री रत्नावरून चार मिरच्या उतरून टाक! फार छान दिसली ती हिरव्या शालूत! कोणाची नाही, तरी माझी मात्र नक्कीच दृष्ट लागेल तिला!"

महाराणींच्या पाठोपाठ जमलेल्या इतर बायकाही निघून गेल्या. रोशन माडीवर आली. नाकात पाचूची नथ, हातात सोन्याचे तोडे, हिरवा शालू आणि गळ्यातल्या मंगळसूत्रातले काळे मोती— या वेशभूषेत रोशन रविवर्म्याच्या एखाद्या जिवंत चित्रासारखी दिसत होती. आरशासमोर उभी राहून ती आपलंच

रूप न्याहाळत होती. तेव्हा मागून आलेली शहनाज तिला म्हणाली,

"बेटी! आजपर्यंत मी खूप बायकांचे नमुने बघितले, पण या महाराणींच्यासारखी बाई पाहिली नव्हती! माझे सारे अंदाज आज ढासळले; हरले मी!"

"माँ, म्हणून म्हणते, एखाद्या व्यक्तीविषयी पूर्ण माहिती असल्याशिवाय कसलंच विधान करू नये!"

"पण बेटी, असं कधी घडत नसतं!"

"सामान्य माणसांच्या बाबतीत तू म्हणतेस तसं असेल कदाचित; ही सामान्य माणसं नव्हेत!"

"पटलं बाई आता!"

"अब्बाजान कुठं आहेत?"

"शर्माजींच्याकडे गेले आहेत!"

"माँ, मी आज खूप थकले आहे, एक-दोन तास विश्रांती घेते! कोणालाही माडीवर सोडू नकोस!"

"नाही सोडत; तू आराम कर!"

शहनाज खाली आली, तेव्हा तिला समोरून येणारा रहिमतखान दिसला, चिंताग्रस्त असा.

"का? काय झालं?" शहनाजन आत येणाऱ्या रहिमतखानला विचारलं.

"शहनाज, या लोकांचं काही खरं नाही... आपण फसलो!"

"का हो?"

"आपला पगार या महिन्यापासून बंद केला आहे. चंद्रपूरला नवी गायिका येते आहे, येत्या एक तारखेपासून!"

"का?"

"धाकट्या महाराणीच्या आईनं दरबारात येऊन गाणं-बजावणं करणं हे चंद्रपूरच्या रीतीरिवाजाला सोडून आहे म्हणे!"

"पण रोशनचा आणि आमचा तसा संबंध काय आहे? तिनं स्वतःचं धर्मांतर केलं, त्या वेळीच तिचा अन् आमचा संबंध तुटला!"

"ते खरं आहे गं! पण आता यांनी असा निर्णय घेतलेला आहे ना?

महाराजांच्या सहीची ऑर्डर बघून आलो आत्ता! रोशनची माँ आणि बाप म्हणून आपणाला दोन वेळा पोटाला मिळेल ते खायचं आणि गप्प बसायचं, एवढाच याचा अर्थ! चल, रोशनला सांगू हे सर्व!''

जिन्याकडं जाणाऱ्या वाटेनं रहिमतखान वर निघाला असताना त्याला रोखून धरीत शहनाज म्हणाली, ''थांबा. तासदोन तास ती विश्रांती घेणार आहे. कोणालाही वर सोडू नको, म्हणाली आहे!''

''मलादेखील?''

''तासभर थांबा ना— एवढा काय फरक पडणार आहे, ते घटकाभरानं सांगितल तर?''

''बरं! नाही तरी आता यापुढं तिच्या जिवावरच आम्हाला जगावं लागणार आहे; तिच्या इच्छेविरुद्ध वागून कसं भागेल?'' दाढी कुरवाळीत तो म्हणाला.

चंद्रपूर संस्थानाची गायिका म्हणून आपलं जे आजवर स्थान होतं, ते नष्ट झाल्याचं समजल्यापासून शहनाजला भलतीच उदासीनता जाणवू लागली!

ती बागेत आली. संगमरवरी हौदात भगव्या रंगाचे लहान-मोठे मासे होते. माणूस जवळ आला की, ते खायला काही तरी मिळेल, या आशेनं पृष्ठभागावर तरळत येत. शहनाज हौदाच्या कठड्यावर बसली. तिने हातात थोडे वाळूच कण घेतले अन् त्यातला एक-एक ती हौदात टाकू लागली. दगड पाण्यात टपकताच मासे त्याभोवताली धावून येत, पण ती खायची वस्तू नाही, हे पाहून ते निराशेनं परत जात!

आपल्याप्रमाणेच आणखीन कोणाच्या तरी पदरी निराशा येत आहे, हे पाहून शहनाजला थोडंसं हलकं वाटत होतं की काय, न जाणे!

- ० - ० - ० -

१८

दोन्ही हात मागे धरून महाराज आपल्या हॉलमध्ये फेऱ्या मारत होते. बाजूला शर्माजी उभे. फेऱ्या मारता-मारताच ते शर्माजींशी बोलत होते.

"तुम्ही म्हणता ती अजून अल्लड आहे, जगाचा अनुभव नाही; पण मला हे पटत नाही! इंग्लंडमध्ये तिनं मला लज्जेनं मान खाली घालण्याचे किती तरी प्रसंग आणले होते. पार्टीमध्ये ड्रिंक्स घेण्याचं तिनं नाकारलं, काही हरकत नाही; पण तिथं जमलेल्या बायकांशी मनमोकळेपणानं बोलायला काय हरकत होती तिला? ज्युनिअर महाराणी इंग्रजी सफाईदार बोलते, हे सर्वांना ठाऊक होतं. मग मला सांगा, हिला विलायतेला घेऊन जायचं प्रयोजन काय होतं? मी एकटा गेलो नसतो?"

"हुजूर, त्यांना अद्याप संस्थानी रीतिरिवाज ठाऊक नाहीत. चूक त्यांची नाही!"

"तुम्ही प्रत्येक वेळी तिची बाजू घेता शर्माजी! आता परवा आम्ही मल्हारपेठला गेलो; थोरल्या महाराणींनी चुकूनही तिचा विषय काढला नाही! त्या कशा वागतात? आणि कोणाही स्त्रीशी मी मनमोकळेपणानं बोललो की, हिचा मस्तकशूळ उठतो! हे असलं नाही आपल्याला खपायचं! रहिमतखान आणि शहनाज यांनीही यापुढं आपापल्या पायरीनं वागावं! आपण दरबारची गायिका बदलली म्हणून शहनाज कोणाजवळ काहीही बरळत असते; माझ्या कानावर आलेलं आहे ते!"

"हुजूर, ऐकीव बातम्यांवर विश्वास ठेवणं हितावह नसते! विघ्नसंतोषी लोक काय वाटेल त्या अफवा उठवतील; त्यातलं सत्य फारच थोडं असतं!"

"उगाच कोणी कल्पनेनं काही उठवत नसतो; त्यातही काही तरी सत्यांश हा असतोच! रत्नाला अलीकडं माझ्याविषयी

आणखीन एक शंका येते आहे. मी तिचं ॲबॉर्शन घडवून आणीन, असं तिला एकसारखं वाटतं आहे!''

''मला नाही वाटत हुजूर, तसा त्यांचा समज असेल!''

''नाही वाटत? इंग्लंडवरून परत येताना 'सी सीकनेस'वरच्या गोळ्या तिथल्या डॉक्टरांनी दिल्या होत्या. तिनं तो संशय मनात ठेवून बोट सुटल्यावर माझ्यासमोर ती बाटली समुद्रात फेकून दिली! अशा किती तरी गोष्टी आहेत.''

''हुजूर!'' घसा किंचित साफ करून शर्माजी म्हणाले, ''काही झालं तरी त्या आपल्या धर्मपत्नी आहेत, आपला अंश त्यांच्या उदरात वाढतो आहे. त्यांचं वय लक्षात घेऊन आपण त्यांच्या प्रमादांकडे दुर्लक्ष करावं, अशी मी आपणाला विनंती करतो!''

''तुम्ही तिला समजावून सांगा. पण तुम्ही काही म्हणा शर्माजी, खानदान ही चीज माणसाच्या रक्तातच असावी लागते!'' पुन्हा एकदा महाराज तेच वाक्य म्हणाले.

''हुजूर, एक गोष्ट निश्चित! थोरल्या महाराणीसाहेबांना धाकट्या महाराणीसाहेबांचा स्वभाव आवडलेला आहे!''

''हंऽऽऽ! थोरल्या महाराणीसाहेबांच्या नजरेनं रत्नाकडं मी नाही बघणार!''

शर्माजी भिवया उंचावून म्हणाले, ''हुजूर, धाकट्या राणीसाहेबांना आता सहावा महिना सुरू आहे. अशा वेळी स्त्रीची मानसिक अवस्था मोठी नाजूक असते. त्यांची चित्तवृत्ती आनंदित राहील, असं आपण सर्वांनी वागायला हवं.''

''यासाठी आपण असं करा, तिला मल्हारपेठचा बंगला आवडतो. तिला, तिच्या मॉंला आणि रहिमतखानलासुद्धा तिकडेच पाठवा. डिलिव्हरी होईपर्यंत तिथंच राहू द्या त्यांना. त्या मिडवाईफ्स येतील मुंबईहून, त्यांचीही व्यवस्था तिथंच करता येईल!''

''पण...'' शर्माजी अडखळले.

''पण काय?''

"ते बरं दिसणार नाही, हुजूर! इथं सिव्हिल सर्जन आहेत, नर्सेस आहेत. इथं जशी व्यवस्था होईल तशी तिथं होणार नाही!''

"तुम्ही तुमच्या कन्येच्या प्रसूतीच्या वेळीदेखील इतकी काळजी वाहिली नसेल!'' उपहासानं महाराज म्हणाले.

शर्माजी किंचित हसून म्हणाले, "अगदी बरोबर बोललात हुजूर! धाकट्या राणीसाहेबांच्याबद्दल माझ्या मनात माझ्या कन्येइतकाच जिव्हाळा आहे. का कुणास ठाऊक, पण मला माझ्या कन्येच्या प्रथम प्रसूतीच्या वेळी वाटली नव्हती इतकी चिंता त्यांच्याबद्दल वाटते, ही गोष्ट अगदी सत्य!''

"म्हणूनच प्रत्येक वेळी तुम्ही तिच्या दोषांवर पांघरूण घालण्याचा प्रयत्न करीत असता शर्माजी ऽऽऽ'' महाराजांनी पुन्हा हात मागे बांधून फिरायला सुरुवात केली आणि ते म्हणाले, "मला हे समजत नाही की, रत्नानं माझ्यावर 'डॉमिनेशन' करण्याचा प्रयत्न का करावा?''

"हुजूर, ते 'डॉमिनेशन' नसत! प्रत्येक स्त्रीला कमी-अधिक फरकानं थोडा 'इगो' असतो. तो दुखावला गेला की, तिच्या स्वभावाचा समतोल ढळतो. या वेळी पुरुषांनी स्त्रीस्वभावाचं विश्लेषण करायचं आणि समजूतदारपणानं तो विषय पालटायचा असतो! सुरुवातीलाच आपण अशी दृष्टी ठेवली की, मोठ्या संघर्षाचे प्रसंगच निर्माण होणार नाहीत!''

"ठीक आहे शर्माजी, आपण म्हणता त्याप्रमाणे आम्ही त्या दृष्टिकोनातून यापुढं विचार करू. पण त्याचबरोबर तुम्हीही तुमच्या मानसकन्येला राजघराण्याचे रीतिरिवाज कसे असतात, याची थोडी फार कल्पना द्या!''

"ठीक आहे हुजूर.''

शर्माजींच्या जवळ अनेक गुण होते. त्यातला सर्वांत मोठा त्यांचा गुण होता तो हा, संतापलेल्या माणसाला आपल्या मृदू भाषणाने शांत करायचा! राजेलोकांचा लहरीपणा, चुगलखोरांवर विश्वास ठेवण्याची त्यांची वृत्ती, हट्टीपणा, इ. बाबतचा शर्माजींचा सखोल अभ्यास होता. चंद्रपूरच्या राजवाड्यात लोक महाराजांना भीत नसत, इतके शर्माजींना भीत! हुजरे, दास आणि दास्या लावालावी करून आपले स्थान टिकवण्याचा प्रयत्न करीत असतात, हे शर्माजींना ठाऊक होतं. म्हणून त्यांनी या सर्वांना

नोकरीत घेतानाच बजावून ठेवलेलं होतं, "चुगलखोरपणा कराल, तर माझ्याशी गाठ आहे!"

आपण तसं काही करणार नाही, अस सुरुवातीला आश्वासन देणारे काही सेवक कालांतराने गोगलगायीसारखे आपले खरे स्वरूप बाहेर काढायचे! 'राजकृपा' हे अळवावरचं पाणी आहे, हे ठाऊक असूनही ते दीर्घ काल कसं टिकेल, याच्या खटपटीस लागत!

रोशनच्या बाबतीतही कोणा तरी सेवकाने महाराजांचे कान फुंकले आहेत, याची शर्माजींना दाट शंका येऊ लागली.

रोशनला लहान असल्यापासून शर्माजी ओळखत होते. महाराजांची रोशनवर प्रथम नजर गेली, तेव्हा ती खूप लहान होती. म्हणूनच त्यांनी रहिमतखान आणि शहनाज यांना काही वर्षं तिला हैदराबादला नेऊन ठेवायला साह्य केले. पुढे हे लावण्य कोणा तरी धसमुसळ्याच्या हाती लागले तर, कुस्करले जाईल; त्यापेक्षा ती चंद्रपूरची ज्युनिअर महाराणी व्हावी, हीही इच्छा आणि कल्पना शर्माजींचीच! आज रोशन ज्या पदाला पोहोचली होती, त्याला प्रत्यक्ष अन् अप्रत्यक्ष शर्माजीच कारण होते. रहिमतखान हा खुशालचेंडू वृत्तीचा आहे; त्याला खायला, प्यायला आणि रेसला चार पैसे जो कोणी देईल, त्या मोबदल्यात रोशनचा सौदा करायला तो तयार होईल याची शर्माजींना जाणीव होती.

शहनाजला रोशनच्या भवितव्याची चिंता वाटते, याचाही शर्माजींनी विचार केला होता. रोशन वयात आल्यानंतर तिचं धर्मांतर करून तिला ज्युनिअर महाराणी करायची मूळ कल्पना शर्माजींचीच! हे सारं करताना थोरल्या महाराणींचा आपण रोष ओढवून घेऊ, याचीही त्यांना जाणीव होती. पण त्यांचीदेखील त्यांनी मोठ्या कुशलतेने परवानगी मिळवली होती. महाराणी पद्मिनीदेवींना ते म्हणाले होते,

"महाराजांचा स्वभाव आपण जाणताच! पण यापुढे त्यांनी 'या षोकाला आवर घालावा, असे मला अगदी मनापासून वाटते आणि हे जर शक्य व्हायचे असेल, तर महाराजांच्या सहवासात सदैव राहील अशी एखादी सुस्वरूप, सुस्वभावी सहचारिणी हवी. मला अशी सहचारिणी दिसते

आहे, ती रोशनमध्ये! पण पुन्हा धर्म आड येतो. धर्माचा हा अडसर धर्मांतर करून दूर करता येईल. माझ्यासमोर खरी चिंता आहे ती आपली. आपल्याला काय वाटेल याची. पण खरं सांगू? मुंबईला, दिल्लीला गेल्यानंतर महाराजांच्या भोवताली जमा होणाऱ्या थिल्लर स्त्रिया पाहून मला फार दु:ख व्हायचं. वाटायचं की, महाराजांना इतर स्त्रियांकडं पाहण्याची इच्छा होऊ नये, असं एक जबरदस्त व्यक्तिमत्त्व सदैव त्यांच्या सान्निध्यात हवं! आणि या सर्व कल्पनेनंच मी हा रोशनच्या धर्मांतराचा आणि नंतर विवाहाचा सोहळा करायचे योजिले आहे. अर्थात, या सर्व गोष्टी केवळ आपली संमती असली, तरच होऊ शकतील!''

शर्माजींच्या तर्कशुद्ध विवादापुढे महाराणी पद्मिनींना 'हो' म्हणण्याशिवाय गत्यंतरच उरले नव्हते. रोशनशी त्या समजुतीने आणि आपुलकीने वागत होत्या, त्याची पार्श्वभूमी हीच होती. पण रोशनने त्यांचा एक सल्ला मात्र मानला नव्हता! 'लवकर मूल होऊ न देण्यातच तुझं नि माझं हित आहे', असं महाराणी म्हणाल्या होत्या. त्याचा नीट अर्थच रोशनला समजला नव्हता; उलट अपत्यप्राप्तीसाठी ती आतुरली होती. त्यामुळेच चंद्रपूरच्या राजघराण्यात पुन्हा काहीसं तंग वातावरण निर्माण झालं.

शर्माजींना आत्मविश्वास होता, हे सर्व लवकरच शांत होईल!

आपण राजाचा सासरा आहोत, अशा आविर्भावात रहिमतखान वावरत होता. त्याचा नक्षा उतरवण्यासाठी शर्माजींनीच क्लृप्ती काढली, ज्युनिअर महाराणींच्या मॉंनी दरबारची गायिका होणं, हे राजघराण्याच्या रीतिरिवाजाला संमत नाही. रहिमतखान आणि शहनाज यांचा तनखा बंद करून शर्माजींनी पहिला डाव टाकला. पण शर्माजी त्यामागे आहेत, ही कोणालाही कल्पना करता येण्यासारखी नव्हती. त्या 'ऑर्डर'वर खुद्द महाराजांची सही होती. ती हुजूर आज्ञा होती.

महाराजांकडून शर्माजी निघाले ते सरळ रोमन व्हिलावर आले. बंगल्याच्या व्हरांड्यात रहिमतखान नमाज पढत असलेला दिसला. तो दिवसातून तीन वेळा नमाज पढत असे. शर्माजींना पाहून तो सतरंजीची सुरळी करून बाजूला ठेवीत म्हणाला,

"दुपारचंच येणं केलंत दिवाणजी?"

"हां, जरा महाराणींना भेटायच होतं! पण मी तुला सांगितलेलं तू ऐकत नाहीस!"

"कोणतं म्हणालात शर्माजी!"

"तू नमाज पढतोस तो असा व्हरांड्यात किंवा चार-चौघांना दिसेल अशा जागी पढत जाऊ नकोस, असं मी तुला सुचवलं होतं; ते विसरलास? अरे, प्रेम, भक्ती आणि श्रद्धा यांचं कधीही प्रदर्शन करायचं नसतं!"

"आत त्या नर्सेस आल्या आहेत ना, म्हणून इकडं आलो नमाज पढायला." रहिमतखान म्हणाला.

"का? राणीसाहेबांना बरं का नाही?" शर्माजींनी विचारलं.

"हां, कालपासून थोडा बुखार आहे!"

"असं? मला काहीच कल्पना नाही! तुला मी मागे सांगून ठेवलेलं होतं रहिमत, इथं काही कमी-जास्ती असेल तर, तत्काळ मला कळवायचं म्हणून!"

"किरकोळ बुखार आहे, म्हणून नाही कळवलं दिवाणजी!"

"रहिमत, बुखार किरकोळ असेल; पण ज्या व्यक्तीला तो आलेला आहे, ती व्यक्ती किरकोळ नाही! त्या आहेत चंद्रपूरच्या ज्युनिअर महाराणी सरकार!"

रहिमतखान शर्माजींच्या चढलेल्या स्वरांनी चपापला आणि म्हणाला, "गलती झाली दिवाणजी, यापुढे रोज सकाळ-संध्याकाळ आपल्याला त्यांच्या तब्येतीची खबर दिली जाईल!"

"हांऽऽऽ! अरे, महाराणींना आत्ता सहावा महिना चालू आहे; तोवरच मुंबईहून विमानानं दोन गोऱ्या नर्सेस आणवल्या गेल्या आहेत, हे विसरू नकोस!"

शर्माजी जिन्यावरून वर निघाले. वाटेतच त्यांना मुंबईहून आलेल्या त्या गोऱ्या नर्सेस भेटल्या. शर्माजींनी त्यांना विचारलं,

"कशी आहे तब्बेत?"

"उत्तम! चिंता करण्याचं काहीएक कारण नाही. थोडासा ताप होता, पण तोही आता नॉर्मलवर आलेला आहे!"

"मिस..."

"मिस रेबेल्लोऽऽऽ!" हसत-हसत ती नर्स म्हणाली.

"सॉरी मिस रेबेल्लो, आपणाला इथली हवा थोडी उष्ण नाही वाटत?"

"ऑफकोर्स! फारच गरम वाटते हवा!"

"एखाद्या हिल स्टेशनवर राहायला मिळालं, तर तुम्हाला कसं वाटेल?"

"हिल स्टेशन? पण आम्हाला सांगण्यात आलेले आहे की, ज्युनिअर महाराणींची डिलिव्हरी होईपर्यंत आम्हाला इथं चंद्रपुरातच राहावं लागणार आहे!"

"ज्युनिअर महाराणींनी स्वतःच जर त्या हिल स्टेशनवर राहाणं पसंत केलं तर?"

"इट वुईल बी ए ग्रेट प्लेजर! त्यासारखं दुसरं सुख कोणतं?" मिस रेबेल्लो चीत्कारून आपल्या सहकारिणीच्या पाठीवर थाप देऊन म्हणाली.

"मग लवकरच तो सुयोग जमून येईल." असं म्हणून शर्माजी त्या दोघींना निरोप देऊन रोशनच्या खोलीत गेले.

रोशन कॉटवर उठून बसली होती. शर्माजींनी तिला मुजरा केला. तिनेही उलट त्यांना नमस्कार केला.

"राणी सरकार, आपल्याला ताप आला होता, तर वाड्याकडं नाही कळवायचं? मला आज समजलं! शिवाय हवेतही फार उष्मा आहे. नाजूक प्रकृतीच्या व्यक्तींना या दिवसांत हमखास असं टेंपरेचर येतं!"

"त्याला इलाज नाही!" रोशन खिडकीतून बाहेर पाहत उद्गारली.

"इलाज जरूर आहे, राणी सरकार. थंड हवेच्या ठिकाणी अशा वेळी राह्यलात, तर नक्कीच आपल्याला तापाचा उपद्रव होणार नाही. मला वाटतं, आपण थोडे दिवस मल्हारपेठला जाऊन राहण्याचं ठरवलंत तर बरं होईल. इथल्यापेक्षा आठ ते दहा डिग्री तिथलं हवामान थंड आहे!"

"पण मी तिथं राहायला जाते, असं म्हणाले, तर कोण ऐकणार आहे?"

"आपण ती चिंता करू नये, राणीसाहेब!"

"पण, यापुढे रोज दिवसातून दोन वेळा या गोऱ्या मिडवाईफ्स मला तपासणार आहेत म्हणे!"

"त्यांचीही राहण्याची मल्हारपेठला व्यवस्था लावू!"

''मग तर फारच छान! मुळात मला स्वत:ला तिथलं निसर्गरम्य वातावरण फार आवडतं. शिवाय इथं राहण्यानं अलीकडं माझं मानसिक स्वास्थ्यही बिघडायला लागलं आहे!''

''आपण अशा वेळी मन प्रसन्न ठेवायला हवं!''

''ते मला ठाऊक आहे. नाही तर, बाळाच्या स्वभावावरदेखील कधी कधी त्याचा परिणाम होतो!''

''अगदी बरोबर बोललात! मातेच्या मानसिक अवस्थेचा परिणाम उदरातल्या बालकावर जरूर होतो. म्हणून आपण आपलं मन, चित्तवृत्ती निर्विकार ठेवण्याचा प्रयत्न करावा!''

शर्माजी बोलताना रोशन त्यांचे शब्द एकाग्र चित्तानं ऐकत होती. ऐकता-ऐकता तिचे डोळे अचानक पाणावले. कंठ दाटून आल्यासारखा झाला. ती साडीच्या टोकानं अश्रू टिपून घेत म्हणाली,

''शर्माजी, मला भीती वाटते हो!''

''कशाची?'' तिला विश्वासात घेत शर्माजी म्हणाले.

''मी सुखरूप बाळंत होऊन मला माझं बाळ दिसेल, असं वाटत नाही!''

''असं का वाटावं आपणाला?''

''का कुणास ठाऊक; पण मला एकसारखं वाटतं आहे की, महाराज काहीही करून माझा गर्भपात करण्याच्या खटपटीत आहेत!''

''आपला गैरसमज होतो आहे, राणी सरकार! तसं असतं तर, आपल्या देखभालीसाठी मुंबईहून या दोन मिडवाईफ्स आणवल्या असत्या का?''

''कुणास ठाऊक, त्या माझ्या बाळंतपणासाठी आलेल्या आहेत की...''

''असलं काही अभद्र आपण मनात आणू नये, राणीसाहेब!''

''चाचाजी! मी माझे संपूर्ण दिवस भरेपर्यंत कसलीही औषधं घ्यायची नाहीत, असं ठरवलेलं आहे! या दोन गोऱ्या बाया माझ्या देखभालीसाठी जवळ ठेवलेल्या आहेत; पण माझा त्या दोघींच्यावर बिलकुल विश्वास नाही!''

''असं बोलू तरी नका, राणी सरकार!''

''तुमच्याजवळ म्हणूनच बोलते; अब्बाजानसमोरसुद्धा मी माझं मन

मोकळं करायला घाबरते!''

"मला ती कल्पना आहे. म्हणूनच म्हणतो की, आपण जे वाटतं ते विश्वासाच्या माणसाव्यतिरिक्त कोणासमोरही बोलू नये!''

शर्माजींचा मुत्सद्दीपणा असा होता. महाराज तिरस्कारानं रोशनला मल्हारपेठला राहावे असे म्हणाले; पण शर्माजींनी रोशनला ते सरळ न सांगता मल्हारपेठच्या हवेची स्तुती करून तिनेच स्वखुषीने तिकडे राहायला जावे, असे सूचित केले. यामागे महाराज आणि रोशन या दोघांतला तणाव आणि मतभेद कमी व्हावेत, असाही त्यांचा एक हेतू होताच अन् त्याचबरोबर त्यांच्या मनात आणखीन एक आशावाद होता. अपत्यप्राप्तीनंतर महाराज आणि रोशन या दोघांतले मतभेद संपुष्टात येतील; परस्परांबद्दल एक प्रकारची ओढ निर्माण होईल!

शर्माजींनी ठरवल्याप्रमाणे सर्व व्यवस्था झाली. रोशननं बाळंतपण होईपर्यंत मल्हारपेठच्या डाक बंगल्यावरच राहावे, असे ठरले. मिस रेबेल्लो, तिची मदतनीस आणि दोन सुईणीही मल्हारपेठलाच राहणार होत्या. बाळंतपणाच्या अपेक्षित दिवसाअगोदर चार दिवस सिव्हिल सर्जन स्वत: आपल्या निष्णात अशा स्टाफसमवेत मल्हारपेठला जाणार होते.

रोशनसोबत रहिमतखान आणि शहनाज हेही दोघे मल्हारपेठला रवाना झाले.

- ० - ० - ० -

१९

आज राजधानीत महाराजांचा राज्यारोहण वर्धापनदिन साजरा केला जात होता. महाराजांनी भल्या पहाटे उठून अभ्यंगस्नान केले. चंद्रपूरचा पारंपरिक पोषाख परिधान केला. पांढरी शुभ्र ब्रिचेस, त्यावर गुडघ्यापर्यंत लांब असा रेशमी बंद गळ्याचा कोट, कोटाच्या वरच्या डाव्या बाजूच्या खिशावर ब्रिटिश सरकारने प्रदान केलेले बहुमान, सुवर्णाच्या मुद्रा लटकल्या होत्या. महाराज ब्रिटिश सैन्याचे सन्माननीय मेजर जनरल होते आणि त्याचा निर्देश करणाऱ्या रंगीबेरंगी रिबन्सही त्यांच्या छातीवर विराजमान झाल्या होत्या. चंद्रपूरची पारंपरिक पगडी डोक्यावर होती. पगडीवर बसवलेला हिरा चकाकत होता. पगडीच्या एका बाजूला फ्लेमिंगो या पक्ष्याच्या पंखांचा निसर्गतःच गुलाबी छटा असलेला तुरा खोचलेला होता. महाराज या वेषात अत्यंत देखणे दिसत. तसं पाह्यलं तर महाराजांना कोणताही वेष शोभून दिसे, पण त्यातल्या त्यात या पारंपरिक वेषभूषेत त्यांचे व्यक्तिमत्त्व फारच प्रभावी अन् भारदस्त दिसत असे.

पुरोहितांनी होमहवन करून महाराजांचे अभीष्ट चिंतल्यानंतर महाराणी पद्मिनीदेवींनी महाराजांना सुवर्ण ताम्हणातल्या निरांजनाने ओवाळले. त्यांच्या कपाळावर कुंकुमतिलक लावला. त्यानंतर चंद्रपूरच्या कुलदेवतेचे दर्शन घेण्यासाठी महाराज हत्तीच्या अंबारीतून जलमंदिराकडे मिरवणुकीने निघाले. सर्वांत पुढे चंद्रपूरच्या रॉयल बँडचं पथक होतं. त्यामागे रॉयल गार्ड्स, त्यामागे महाराजांचे मांडलिक, सरंजामदार, जहागीरदार आणि मानकरी हे आपापल्या पारंपरिक वेषात चालले होते. या मिरवणुकीचे संचलन करीत होते चंद्रपूरचे वरिष्ठ लष्करी अधिकारी नितीन पाठारे. मिरवणुकीच्या बंदोबस्तासाठी पोलीसप्रमुख दीनानाथ चौधरी हे पोलीस तुकडीच्या पुढे नंगी तलवार नाकासमोर

धरून बँडच्या तालावर पावले टाकीत चालले होते. त्यांच्या मागोमाग 'फर्स्ट ड्रेस'मधले पोलीस दल शिस्तबद्ध रीतीने 'लेफ्टराईट' करीत मार्गक्रमण करीत होते. महाराजांच्या मागे अंबारीत आणखीन एक व्यक्ती डोक्याला जरीकाठी रेशमी पटका बांधून बसली होती आणि ते होते चंद्रपूरचे दिवाणबहाद्दूर शर्माजी!

ज्या रस्त्याने ही शाही मिरवणूक चालली होती, त्या रस्त्यावर लोकांनी एकच गर्दी केली होती. मिरवणूक जवळ येताच महाराजांचे दर्शन घेण्यासाठी नागरिकांची गर्दी उसळत होती अन् त्यामुळे घरोघरी उभारलेली गुढ्या-तोरणे हेलावत होती. मिरवणूक मंदिरासमोर येऊन थांबताच माहुताने कोणतीही सूचना न देता महाराजांच्या अंबारीचा हत्ती पुढचे पाय टेकवून खाली बसला. महाराज अंबारीतून उतरले. त्यांच्या मागोमाग शर्माजीही.

दुर्गा मंदिरासमोर गालिचा पसरला होता. त्या गालिच्यावरून महाराज धीमी-धीमी पावलं टाकीत मंदिराच्या प्रवेशद्वाराजवळ येऊन पोहोचले. तिथं त्यांनी पायातले जडाव उतरले. शिवराम हुजऱ्याने ते गर्दीत तुडवले जाऊ नये, म्हणून उचलून छातीशी धरले.

दुर्गेचं हे चंद्रपुरातलं मंदिर अतिप्राचीन होतं. दैत्याच्या मुंडक्यावर पाय दिलेली ही दुर्गेची मूर्ती तशी फार मोठी नव्हती, पण शिल्प अति देखणे आणि प्रमाणबद्ध होते. अखंड पाषाणात कोरलेली ती मूर्ती पाहून कित्येक गोऱ्या पाहुण्यांनी तिचे फोटोही काढलेले होते.

महाराज गुडघे टेकून मूर्तीपुढे नतमस्तक झाले. मंदिराच्या पुजाऱ्यांनी तोंडाने मंत्रघोष करतानाच महाराजांना तीर्थ आणि प्रसाद दिला. महाराजांना दीर्घायुरारोग्य प्राप्त व्हावं, म्हणून मंदिरातले पाच पुजारी एका सुरात म्हणत होते—

चतुरुदधि मेखला वलयित भुवोदिपते:
कीर्तिदशदिगंतरम् भिवाप्य सर्गगामवहागताम् ।
अस्मन्महाराजाधिराजो धनरूप साम्राज्य संपदमवाप्लयात् ।
आयुरारोग्य संपन्नो शरदः शतं जीवेत् ।

महाराजांनी पुजाऱ्यांना चांदीच्या ताटातून पाचशे रुपये दान केले.

त्यानंतर महाराज बाहेर आले. महाराजांच्या मागोमाग शर्माजीही बाहेर आले. शिवरामने महाराजांच्या पुढे त्यांचे जडाव ठेवले.

मिरवणूक परत राजप्रसादाकडे चालली. आजच्या मिरवणुकीत चंद्रपूरच्या नागरिकांनी यापूर्वी कधीही बघितला नव्हता असा आणखीन एक प्रेक्षणीय कार्यक्रम आयोजित करण्यात आला होता. दुर्गा मंदिरापासून शहराकडे चाललेली मिरवणूक ज्या वेळी वेशीपासून एक फर्लांगावर आली, तेव्हा आकाशातून घरघर ऐकू येऊ लागली. लोकांच्या नजरा आकाशाकडे वळल्या. चंद्रपूरच्या रॉयल एअर फोर्सचे छोटे विमान पूर्वेकडून तरंगत आले आणि ते अंबारीवर पुष्पवृष्टी करून परत उंच चढले.

''शर्माजी,'' महाराज म्हणाले, ''बघितलंत, शैलेंद्र किती निष्णात वैमानिक आहे तो! हा मोगरीचा हार नेमका आमच्या अंबारीवर पडला.''

शर्माजी परत आकाशात झेपावलेल्या विमानकडे पाहत म्हणाले, ''गेले पंधरा दिवस तो हीच प्रॅक्टिस करीत होता, विमानतळावर! एक हजार गॅलन पेट्रोल खर्च केलं आहे त्यानं यासाठी!''

''बेशक करू दे, पण नेमका अंबारीवर हा हार टाकण्याचं कौशल्य दाखवलं की नाही त्यानं?''

''हुजूर, याबद्दल शैलेंद्रचं कौतुक करण्यापेक्षा आपलंच कौतुक करावं लागेल!''

''ते कसं काय?''

''राजधानीत इतकी हुषार, धाडसी तरुण मुलं असताना आपण रॉयल एअर फोर्सचा फर्स्ट पायलट म्हणून नेमकी शैलेंद्रचीच नेमणूक केलीत, म्हणून!''

''पण काही झालं तरी त्याचं कौशल्य मान्य करायलाच हवं! आज रात्री बड्या खान्याच्या वेळी त्याला बक्षीस देण्याची आठवण करा आम्हाला!''

''जी, हुजूर!''

प्रमुख वेशीतून मिरवणूक परत राजमहालाकडे चालली असताना महाराजांच्या घोडदलावरचा रिशालदार गनी महंमद आपला घोडा फेकत पुढे आला. तो थेट हत्तीच्या जवळ आला. अंबारीत बसलेल्या शर्माजींचं त्याच्याकडे

लक्ष जाताच ते किंचित ओणवे झाले. गनी महंमदने घोड्याचे लगाम खेचून शर्माजींना काही तरी सांगितले. पुढे रस्त्याच्या दुतर्फा जमलेल्या नागरिकांचे अभिवादन स्वीकारणाऱ्या महाराजांचं लक्ष गनी महंमदकडे गेले नाही. गनी महंमद आला तसाच मागच्या मागे निघून गेला. शर्माजींची मुद्रा मात्र काहीशी चिंताग्रस्त झाली. त्यांनी मान वळवली ती मल्हारपेठच्या दिशेने! दूर मल्हारपेठच्या डोंगराकडे पाहत त्यांनी हात जोडून मनातल्या मनात दुर्गेची प्रार्थना केली—

'दुर्गामाते, छोट्या महाराणींची सुखरूप सुटका होऊ दे!'

रिशालदार गनी महंमदने छोट्या महाराणींना प्रसूतिवेदना सुरू झाल्याची मल्हारपेठहून आलेली खबर आणली होती. पण शर्माजींनी ती महाराजांना तत्काळ सांगितली नाही. कारण मिरवणूक संपल्याशिवाय त्यांना ती खबर सांगणे इष्ट वाटले नाही.

गावाची हद्द संपवून राजवाड्याच्या आवारात मिरवणूक शिरताच शर्माजींनी ती वार्ता महाराजांना सांगितली.

"असं? मग काय करायचं?"

"आपण करणार काय? स्वस्थ चित्तानं सुखरूप सुटका होण्याची वाट पाहायची, बस्स!"

"दरबार सर्जनना पाठवलंत"

"गनी महंमदकडून निरोप धाडला— ताबडतोब अकरा नंबर गाडी घेऊन जा म्हणून!"

"अच्छा! पण आज इथं वाड्यात हा सोहळा होत असताना तिला प्रसूत व्हायला काय झालं? एक-दोन दिवसानंतर झाली असती तर?"

"हुजूर!" शर्माजी वडीलकीच्या अधिकारात म्हणाले, "जन्म आणि मृत्यू हे माणसाच्या हातात नसतात, त्यावर नियंत्रण ठेवणं शक्य नाही!"

"हूंऽऽऽ!" महाराज किंचित त्रासिक मुद्रेनं म्हणाले, "आजच्या समारंभावर ती पाणी पाडणार, झालं!"

शर्माजींना महाराजांचं ते वक्तव्य बिलकुल आवडल नाही. तथापि, तसं चेहऱ्यावर काहीही न दर्शवता ते म्हणाले, "आपण हा सोहळा पार

पडेपर्यंत राजधानीतच राहावे. मला मात्र मल्हारपेठला जायलाच हवं!''

''आणि संध्याकाळचा दरबार?''

''आपण आहातच! माझं इथं लक्ष लागणार नाही!''

''जन्म आणि मृत्यू कोणाच्याही हाती नसतात, असं आत्ताच आपण म्हणालात; मग तुम्ही तरी तिकडं जाऊन काय करणार आहात?''

''ते खरंय हुजूर, पण निदान अशा प्रसंगी छोट्या महाराणींना आधार देण्यासाठी मला जायला हवंय!''

ते दोघे अंबारीतून उतरले. त्या वेळी बाजूच्या गोळीबार मैदानावर पाच तोफा उडाल्या. महाराज देवीच्या दर्शनावरून परत आल्यानंतर पाच तोफा उडवायची प्रथाच होती. तोफा उडाल्यानंतर मिरवणूक बरखास्त झाली, असं समजलं जात होतं.

महाराज काहीसे संतप्त दिसत होते. त्यांना निदान आजच्या कार्यक्रमात कसल्याही प्रसंगानं अडचण येऊ नये, असं वाटत होतं. शर्माजी महाराजांना मुजरा करून तातडीन मल्हारपेठला रवाना झाले.

महाराज आपल्या दालनात आले. आरशासमोर उभं राहून त्यांनी आपल्या डोक्यावरची पगडी उतरवली. शिवरामनं ती पुढं होऊन अदबीन घेतली. फ्लेमिंगोच्या तुऱ्यात काही धुळीचे कण अडकले होते, ते त्यानं फुंकून साफ केले. महाराज बंद गळ्याचे एक-एक बटण खोलू लागले. शिवरामनं महाराजांसाठी पायजमा आणि उघड्या गळ्याचा रेशमी शर्ट आणला. महाराजांनी उतरलेला कोट त्याच्याकडे देत म्हटलं,

''शिवराम, जीन-लेमोनेड भर!''

''जी, हुजूर!''

''आणि महाराणींना बोलव!''

शिवरामने ट्रेमधून जीन-लेमोनेड भरून आणलं. महाराज त्या वेळी खिडकीजवळ पाठमोरे उभे होते. ट्रे टेबलावर ठेवताच त्यांनी मागे वळून शिवरामकडं पाहत म्हटलं, ''थांब, महाराणींना बोलवू नकोस, मीच दुपारी जाईन तिकडे!''

"जी, हुजूर!"

महाराजांनी ग्लास ओठाला लावला. ड्रेसिंग टेबलावरचा सिगारेटचा टिन उघडून त्यातली एक सिगारेट पेटवली आणि ते पुन्हा खिडकीपाशी जाऊन उभे राहिले. मनातली अस्वस्थता काही केल्या दूर होत नव्हती. आज राज्यारोहणाच्या वर्धापनदिनी रोशननं घोटाळा केला, ही एकच गोष्ट त्यांच्या मनाला खटकत होती. मनाची अस्वस्थता मद्य आणि धूम्रप्राशन या कृत्रिम साधनांनी ते दूर करण्याचा प्रयत्न करीत होते. शिवराम एका कोपऱ्यात उभा होता. त्यानं महाराजांची अस्वस्थता जाणली होती. तो विषय महाराजांच्या डोक्यातून निघून जावा म्हणून तो म्हणाला,

"हुजूर, शैलेंद्रबाबूंनी विमानातून फुलांची माळ नेमकी अंबारीवर फेकली!"

"हांऽऽ! पुढच्या वर्षी तो ती नेमकी आमच्या गळ्यातसुद्धा टाकेल! शिवराम, तू एक काम कर—"

"जी, हुजूर!"

"तू आत्ताच्या आत्ता जा आणि नितीन पाठारे, दीनानाथ चौधरी, हसनअल्ली, गनी महंमद रिशालदार या सर्वांना मी बोलावलं आहे म्हणून सांग."

शिवराम मुजरा करून जायला निघाला, इतक्यात त्याला थांबवून महाराज म्हणाले,

"शैलेंद्र विमानतळावरून परत आला असेल, तर त्यालाही मी बोलावलं आहे, म्हणून सांग. आला नसेल, तर आल्याबरोबर इकडं पाठवण्यासाठी त्याच्या घरी निरोप ठेव. जा."

महाराजांनी आणखीन एक मोठा 'सिप' घेतला आणि सिगारेट ओढत ते महालातून फेऱ्या काढू लागले. महाराज महालात फेऱ्या काढू लागले की, हमखास ओळखावं की आज त्यांची मन:स्थिती ठीक नाही. डोक्यात विचारांचं काहूर माजलेलं आहे!

महाराजांच्या खास विश्वासातली ही मंडळी क्वचितच बोलावली जात. तसं, काही अगदी 'टॉप सिक्रेट' काम असल्याशिवाय या मंडळींना पाचारण होत नसे. नितीन पाठारे हे महाराजांचे लष्करप्रमुख. अगदी तरुण. पण साठी उलटलेल्या मुत्सद्यासारखे वागणेबोलणे! दुसरे दीनानाथ चौधरी,

चंद्रपूरचे पोलीसप्रमुख. यांचं वय तीस-बत्तीस! चंद्रपूरच्या महाराजांनी यांना, तुझं काळीज हवं आहे, असं सांगितलं असतं, तर स्वतःच्या हातानं ते कापून देण्याची यांची तयारी! रात्री-अपरात्री महाराजांना कुठं जायचा प्रसंग आला, तर सोबत बॉडीगार्ड म्हणूनही दीनानाथ चौधरी जात! तिसरा गनी महंमद रिशालदार. महाराजांच्या वर 'जान कुर्बान' करायला एका पायावर तयार! जातीने मुसलमान, पण महाराजांसाठी कसलेही साहस करायला तो तत्पर असे. चौथा हसल अल्ली, महाराजांचा ड्रायव्हर. याला महाराजांची अनेक गुपिते ठाऊक होती. पण गर्दन छाटतो, नाही तर ती सांग, अशी कोणी भीती घातली; तर 'बेशक गर्दन छाट, मी हुजुरांशी नमकहराम होणार नाही', असं म्हणणारा निधड्या छातीचा जवान!

पंचवीसपासून वीस-बत्तीस वय असलेली महाराजांची ही खास विश्वासू मंडळी शर्माजींशिवाय कोणालाही घाबरत नव्हती! ती शर्माजींना घाबरत होती, कारण महाराज स्वतःच शर्माजींच्या शब्दाबाहेर जात नव्हते! शर्माजी आपल्यावर कधी कधी दडपण आणतात, हे खुद्द महाराजही जाणून होते; पण तरीही शर्माजींना दूर करण्यास महाराजांच्यात धाडस नव्हते. थोरल्या महाराजांपासून चंद्रपूर संस्थानची इमाने-इतबारे सेवा करणारे शर्माजी निःस्पृह होते. निःस्पृह माणसं कोणाची भीडभाड बाळगत नाहीत, हे महाराजांना ठाऊक होतं. म्हणून कधी कधी शर्माजींचे निर्णय मनाला न पटूनही महाराजांना स्वस्थ राहावे लागे!

महाराजांच्या खास विश्वासातली ही अधिकारी मंडळी शर्माजींच्या उपस्थितीत राजवाड्यावर यायला थोडी बिचकत. 'शर्माजी मल्हारपेठला गेलेले आहेत आणि महाराजांनी तुम्हाला तत्काळ बोलावलेलं आहे' हा निरोप मिळताच सर्व जण अर्ध्या तासात महाराजांच्या दालनात हजर झाले. विमानतळावरून परतल्यानंतर शैलेंद्रकुमारांना निरोप मिळताच, तेही राजवाड्यावर येऊन दाखल झाले.

"शैलेंद्र, तूही आलास? बरं झालं! अरे, तुम्ही लोक उभे किती वेळ राहणार? बसा!"

पण महाराज उभे राहून बोलत होते, मग ते लोक बसणार तरी

कसे? शेवटी महाराजांनीच त्यांना बसायला सांगितले, म्हणून त्यांना बसावं लागलं.

"दीनानाथ, मी आज तुम्हा लोकांना कशासाठी बोलावलं याची काही कल्पना आहे?"

सर्वांनी नकारार्थी मान हलवली.

"ती कल्पना तुम्हाला करता येण्यासारखीही नाही शिवरामऽऽ"

"जी, हुजूर!"

"आता इथं जी चर्चा होणार आहे, ती बाहेर कोणालाही समजता कामा नये!"

शिवरामनं आणि इतर उपस्थितांनी माना डोलावल्या.

"गेले वर्षभर मी अस्वस्थ आहे, याची तुम्हा सर्व लोकांना कल्पना नसेल!"

"बिलकुल नाही, हुजूर!" नितीन पाठारे म्हणाले.

"बाहेरून मी तर काही दाखवीत नव्हतो, हे खरं; पण आता मला त्याबाबतीत काही तरी गंभीर विचार करायला हवा!"

"अशी आपल्याला अस्वस्थ करणारी कोणती बाब आहे हुजूर?" रिशालदार गनी महंमदने विचारलं.

"रोशन!"

"धाकट्या राणी सरकार?" दीनानाथ चौधरींनी आश्चर्यानं विचारलं.

"होऽऽऽ, पण यापुढं तिचं राणीपद नष्ट करायचं ठरवलं आहे मी!"

"कशासाठी, हुजूर?" ॲडज्यूटंट पाठारेंनी विचारलं.

"ते सर्व मी तुम्हाला सांगणार आहे. उद्या तिच्याविरुद्ध मला काही कडक कारवाई करावी लागलीच, तर तुम्हा लोकांना ती सर्व पार्श्वभूमी ठाऊक असावी, म्हणूनच बोलावलं आहे!

"शहनाज ही चंद्रपूरच्या दरबारची गायिका. पण आम्ही रोशनचं धर्मांतर करून तिच्याशी लग्न लावल्यानंतर शहनाजच्या अन् रहिमतखानच्या वागण्यात एकदम फरक पडला. रोशन खुबसूरत आहे; आपल्या राजधानीत तिच्या तोलामोलाची दुसरी एखादीही स्वरूपसंपन्न स्त्री शोधूनही मिळणार

नाही, ही वस्तुस्थिती आहे! पण या सौंदर्यामागे एक गर्विष्ठ आणि अहंकारी स्त्री दडलेली आहे, याची आम्हाला सुरुवातीला कल्पना नव्हती! वय लहान आहे, दुर्लक्ष करा, असे आमचे दिवाणबहादूर शर्माजी आम्हाला वेळोवेळी सल्ला देत होते. आम्हीही तिच्या वागण्याकडे दुर्लक्ष करीत होतो. तिच्या वागण्यात, स्वभावात बदल घडावा, या हेतूनं आम्ही तिला विलायतेला घेऊन गेलो. तिथं तर या बाईनं कळसच केला! हाऊस ऑफ लॉर्ड्समधल्या काही नाईट्सनी आम्हाला जेवायला बोलावलं, तेव्हा हिने काही वेळा चक्क नकार दिला. अन् ज्या वेळी आमच्यासोबत आली, त्या वेळी मुखस्तंभासारखी पार्टीत एका बाजूला बसून राह्यली. त्यामुळे आम्हाला खूप मन:स्ताप सहन करावा लागला.

''विलायतेला जाण्याअगोदर मल्हारपेठला रॉबिन्सन आणि त्याची कुटुंबीय मंडळी आली होती. त्याही वेळेला हिनं कमालीचा हेकटपणा केला. सुसान ही थोडी मनमोकळेपणानं वागणारी पोरगी आहे. पण या रोशननं तिला थिल्लर म्हणून संबोधायला कमी केलं नाही! आता तुम्ही कल्पना करा, ब्रिटिश सरकारचं आपल्या चंद्रपूरवर किती प्रेम आहे ते!''

सर्वांनी माना डोलावल्या.

''रॉबिन्सन सेक्रेटरी आणि पी. ए. आहे, व्हॉईसरॉयचा. त्याचे-माझे संबंध मित्रत्वाचे आहेत. ही माणसं मला तोडता येतील का?''

''मुळीच नाही!'' सर्व जण एका सुरात वदले.

''आपलं संस्थान छोटं आहे, हे मला कबूल आहे. पण दिल्ली दरबारात आणि इंग्लंडमध्येसुद्धा चंद्रपूरचा माणूस म्हटला की, आदरानं बघितलं जातं! का नाही बघणार? इथली माणसं कशात कमी पडतात? महायुद्धात चंद्रपूरच्या पलटणीनं 'द हायलँडर्स फ्रॉम इंडिया' हा किताब मिळवला! आता आजचंच उदाहरण बघा— विमान खरेदी करून जेमतेम सहा महिने झाले नाहीत, तोवर विमानातून फूलमाला नेमकी आमच्या अंबारीवर टाकली या शैलेंद्रनं!''

सर्वांनी शैलेंद्रकडं आदरानं पाहत महाराजांचे विधान सत्य असल्याचा निर्वाळा दिला.

"माझं म्हणणं काय आहे— आपण आजपर्यंत जे नाव, प्रतिष्ठा मिळविली, ती अशीच पुढं चालत राहायला हवी! आजपर्यंत दिल्ली दरबारात आमच्याविरुद्ध कोणी, कोणी कागाळी केलेली नव्हती. पण आज..."

बोलता-बोलता महाराज थबकले. दोन्ही हातांची बोटं पसरून ती एकमेकांत गुंतवून म्हणाले,

"आमच्याविरुद्ध काही निनावी अर्ज दिल्लीला पाठवले गेले आहेत, अशी आम्हाला कुणकुण लागलेली आहे! आम्ही खूप शराब पितो, बायांचा षोक करतो, प्रजेच्या हिताकडे डोळेझाक करतो, भिल्लांवर अन्याय आणि अत्याचार करायलाही आम्ही मागेपुढे पाहिले नव्हते... अशा प्रकारच्या तक्रारी केलेल्या आहेत!"

"कोण करतो अशा तक्रारी हुजूर?"

महाराज पुन्हा काही क्षण स्तब्ध झाले आणि म्हणाले, "ते अजून निश्चित झालेलं नाही... पण मनात एका नावाची शंका घोळते आहे!"

"ते नाव सांगा हुजूर, आम्ही त्याचा फौरन बंदोबस्त करू!" गनी महंमद रिशालदार अस्तन्या सावरून म्हणाला.

"थांब. अजून मिसचीफ मॉंगर कोण आहे, याचा तलाश लागायचा आहे; पण तो लवकरच लागेल!"

जमलेल्यांपैकी सर्व जण तो कोण असावा याचा तर्क-वितर्क करू लागले. पण कोणालाही तो नक्की कोण असावा, याचा अंदाज करता येईना. काही क्षण महालात स्तब्धता पसरली. महाराजांनी शिवरामला जीन-लेमोनेडचा मोकळा झालेला ग्लास भरायची सूचना केली. ती त्याने तत्परतेने पालन केली.

महाराजांनी ग्लास ओठाला लावला. एक मोठा घोट घेऊन ते म्हणाले, "हा सर्व खटाटोप रहिमतखानचा असावा, अशी माझी शंका आहे!"

"बरोबर आहे, हुजूर!" पोलीसप्रमुख दीनानाथ चौधरी म्हणाले, "तब्बलजी म्हणून शहनाजकडे येण्याअगोदर हैदराबादच्या कोर्टात तो पिटिशन रायटर म्हणून काम पाहत होता. त्याच इंग्रजी ड्राफ्टिंग अतिशय उत्तम आहे!"

महाराज हसले आणि पोलीसप्रमुखांच्याकडं डोळे बारीक करून

पाहत म्हणाले, ‘‘देअर यू आर! दीनानाथ तुमची शंका रास्त आहे. पण माझी अडचण अशी आहे की, त्या सर्व तक्रारी निनावी आहेत आणि त्या ज्या पोस्टातून पाठवल्या जातात, ते चंद्रपूरचं नाही!’’

‘‘मग?’’ दीनानाथनी विचारलं.

‘‘मुंबईचा शिक्का असतो त्या पाकिटावर!’’

‘‘या रहिमतखानच्या मुंबईत लाख ओळखी आहेत हुजूर! तो इथून ते निनावी अर्ज मुंबईला आपल्या कोणा तरी मित्राकडे धाडत असला पाहिजे आणि तो मित्र ते दिल्लीला पाठवत असेल!’’

‘‘तीच शक्यता आहे. आता तुम्ही त्याच्या हालचालींवर नजर ठेवायची. इथल्या पोस्टातून मुंबईला किंवा हैदराबादला जाणारं पत्र दिसलं तर दीनानाथ ते तुम्ही ‘सेन्सॉर’ केल्याशिवाय बाहेर जाऊ देऊ नका!’’

‘‘पण हुजूर, त्यानं असं वागायचं कारण काय?’’ नितीन पाठारेंनी महाराजांना विचारलं.

‘‘कारणं खूप आहेत! एक तर तो स्वत:ला माझा श्वशुर समजायला लागला आहे. दुसरं म्हणजे, त्याला आताशी रेस खेळायला पैसे द्यायचे मी बंद केलं आहे अन् तिसरं म्हणजे...’’

महाराज पुन्हा बोलता-बोलता थबकले. सर्वांकडे रोखून पाहत म्हणाले, ‘‘चंद्रपूरच्या इस्टेटीमध्ये अर्धा हिस्सा बळकावण्याची स्वप्नं पडताहेत रहिमतला आणि रोशनला!’’

‘‘बापरेऽऽऽ!’’ तोंडावर हात नेत गनी महंमद म्हणाला, ‘‘हुजूर, या नमकहरामाची जबान छाटायला हवी आणि ज्या हातानं तो निनावी अर्ज खरडतो, ती बोटंच कलम करायला हवीत!’’

‘‘सबूर! गनी, तुझ्याइतकाच मलाही त्या सर्वांचा संताप येतो आहे. पण काय करू? एका व्यक्तीमुळं मी कोड्यात पडलो आहे!’’

‘‘कोणती अशी व्यक्ती आहे, हुजूर?’’ पाठारेनं विचारलं.

‘‘शर्माजी, आमचे दिवाणबहाद्दूर! आजच बघितलंस ना? तिकडं रोशनच्या पोटात दुखायला लागलं म्हणून समजल्याबरोबर, इथला हा सोहळा अर्ध्यात टाकून ते तिकडं धावत गेले!’’

"यासाठी ते इतक्या तातडीने गेले होय!" दीनानाथ चौधरी उद्गारले.

"चौधरी, या शर्माजींना रोशनबद्दल इतकं प्रेम का वाटावं याचं कोडंच मला काही केल्या उलगडत नाही!"

"हुजूर, मला आपण फक्त आठ दिवसांची सवड द्यावी. मी हे सर्व कोडं आपणाला उलगडून दाखवतो!" पोलीसप्रमुख चौधरी म्हणाले.

"ठीक आहे! पण मी आज तुम्हा सर्वांना सांगून ठेवतो की, रोशनला मुलगा झाला तर हा रहिमतखान आमच्यामागे एक निराळंच शुक्लकाष्ठ निर्माण करण्याच्या विचारात आहे. तेव्हा त्याच्या हालचालींवर सर्वांनी कडक लक्ष ठेवा. त्याच्याविरुद्ध निश्चित असा राजद्रोहाचा पुरावा मिळाला, तर त्याच्यावर खटलाही दाखल करता येईल! शर्माजींना मग मध्यस्थी करण्याला संधीच मिळणार नाही! पण लक्षात ठेवा, आपण रहिमतच्या हालचालींवर लक्ष ठेवून आहोत, याची कोणालाही कल्पना येता कामा नये!"

ते सर्व जण निघून गेल्यानंतर महाराज जेवायला उठले. पण जेवणात त्यांचं लक्ष नव्हतं. रॉबिन्सननं काल त्यांना तार करून कळवलं होतं, 'Beware, there are more serious complaints, allegations, against your Highness.'

त्या अगोदरही रॉबिन्सननं महाराजांना त्यांच्याविरुद्ध ब्रिटिश सरकारकडे केल्या गेलेल्या तक्रारीबद्दल सविस्तर असं कळवलंच होतं. पण राज्यारोहणाच्या वर्धापनदिनाच्या अगोदर एक दिवस रॉबिन्सनची ती तार आल्यामुळे महाराज अस्वस्थ झाले होते.

संध्याकाळी दरबार झाला. वर्षभरात ज्या सेवकांनी संस्थानची इमानेइतबारे सेवा केली होती, त्यांना महाराजांनी रौप्यपदक व मानचिन्हं बहाल केली. काही जणांना रोख रकमाही देण्यात आल्या. महाराजांच्या उजव्या हाताची, दिवाणबहादूरांची खुर्ची मात्र त्या दिवशी रिकामी होती.

रात्री संस्थानच्या अधिकाऱ्यांना बडा खाना देण्यात आला. खान्यानंतर राजवाड्यासमोरच्या भव्य पटांगणात तारनाळे, औटगोळे आणि विविध प्रकारचं शोभेचं दारू सामान उडवण्यात आलं.

दिवसभराच्या कार्यक्रमामुळ महाराज थकले होते. ते आपल्या महालाकड झोपायला चालले असताना शिवरामनं धावत येऊन वर्दी दिली, "हुजूर, धाकट्या राणी सरकार बाळंत झाल्या. मुलगी झाली."

"शिवराम, यापुढं वाड्यात तिला कोणीही राणी सरकार म्हणायचं नाही. मघा सांगितलेल विसरलास?"

"मग काय म्हणायचं, हुजूर?"

"रोशनबाई!"

इतकं बोलून महाराज कॉटवर आडवे पडले. मात्र, मध्यरात्र टळून गेली तरी त्यांना झोप लागली नाही. शर्माजींचं एक वाक्य त्यांना सतावत होतं. 'जन्म आणि मृत्यू यावर कोणीही मानव नियंत्रण ठेवू शकत नाही!' यातलं एक खरं झालं! रोशनचं ॲबॉर्शन करायचे माझे सर्व प्रयत्न फसले. पण आता यातून काय निर्माण होणार? झालेल्या मुलीला राजकन्या म्हणायचं? छेऽऽऽऽ! मी तिला राजकन्या म्हणणार नाही! शर्माजीनींच हा सारा घोटाळा करून ठेवला. रोशनला 'कीप' म्हणून ठेवली असती, तर केव्हाही ढुंगणावर लाथ मारून हाकलून देता आली असती. या म्हाताऱ्याच्या आग्रहाला मी बळी पडलो, तेच चुकलं! पण मी केलेली ही चूक नक्कीच सुधारणार! नक्कीच! अगदी सेंट परसेंट!

-०-०-०-

२०

त्यानंतर आठ दिवस उलटले. दीनानाथ चौधरी, चंद्रपूरचे पोलीस प्रमुख महाराजांना भेटायला आले. ते आल्याची वर्दी मिळताच महाराजांनी त्यांना आत पाठवण्याचा हुकूम केला.

महाराजांना मुजरा करून ते म्हणाले, ''हुजूर, सर्व काही कोडं उलगडलेलं आहे. शर्माजींना रोशनबद्दल इतका ओढा का वाटतो, याचा हा पुरावा!'' त्यांनी हातातली कागद-पत्रांची फाईल महाराजांच्या पुढे केली.

''म्हणजे? मला काही बोध होत नाही, दीनानाथ!'' दीनानाथ चौधरींनी दाराला आतून बोल्ट लावला आणि ते महाराजांच्या समोर येऊन बसले. त्यांनी महाराजांना सांगायला सुरुवात केली—

''हुजूर, बावीस वर्षांपूर्वीची ही कागदपत्रं आहेत. परवा दुसऱ्या एका कामाचा बहाणा करून मी खासगी खात्याच्या ऑफिसातून ही कागदपत्रं मिळवली. या कागदपत्रांच्या आधारे मी आपणाला माझे निष्कर्ष पटवून देणार आहे.

''बावीस वर्षांपूर्वी थोरल्या महाराजांची कारकीर्द होती. त्या वेळी कायुमखान आणि शहनाज नोकरीसाठी चंद्रपूरला आले होते!''

''हा कायुमखान कोण?'' महाराजांनी डोळे बारीक करून विचारलं.

''हाच शहनाजचा पहिला नवरा!''

''बरं—बरं! पुढं?''

''ज्या वेळी ते दोघे नोकरीसाठी चंद्रपूरला आले, तेव्हा संस्थानची गायिका कमलनयन ही होती. ती उत्कृष्ट गायची!''

''अच्छा, पुढे?''

''शहनाज बावीस वर्षांपूर्वी इथं आली, तेव्हा ती आज रोशन दिसते इतकीच तरुण असली पाहिजे!''

''बरोबर. पुढे?''

"शशांक शर्मा त्याही वेळी खासगी कारभारी होते आणि त्यांचं ऑफिस त्या वेळी पागा बिल्डिंगमध्येच होतं!''

"यस. फर्दर?''

"शशांक शर्मा त्या वेळी शहनाजच्या सौंदर्यानं आकर्षित झाले असले पाहिजेत!''

"कशावरून हा निष्कर्ष काढलास?''

"सांगतो. त्या वेळी संस्थानात कमलनयन ही दरबारची गायिका होती. शहनाजला इथं नोकरी मिळणार नाही, हे शर्माजींना ठाऊक होतं. तरीही त्यांनी शहनाजला आठ दिवस चंद्रपुरात राहण्यास सांगितलं!''

"कशासाठी?''

"त्यांना शहनाजच्या सौंदर्यानं भुरळ घातली होती. हुजूर, त्यांचा आणि तिचा संबंध नक्कीच आला असावा!''

"काय म्हणता?''

"पाहा, मी सांगतो ते पटतं की नाही? शहनाजच्या सौंदर्यानं मोहित झालेल्या शर्माजींनी तिला तुझ्या नोकरीसाठी प्रयत्न करतो, असे सांगितले असावे. त्या वेळी रोमन व्हिला बंगला बांधलेला नव्हता. पागा बिल्डिंगमध्ये शर्माजींच्या ऑफिसशेजारची जागा शहनाजला राहण्यासाठी दिली होती. कायुमखान गांजेखस होता. त्याला गांजाची चिलीम मिळाली की, जगातलं दुसर काहीच सुचत नव्हतं!''

"हे कशावरून म्हणता तुम्ही?'' महाराज चौधरींच्या विधानावर आक्षेप घेत म्हणाले. पण मनातून त्यांनाही वाटत होतं की, तसं काही तरी घडलं असलं पाहिजे.

"हुजूर!'' दीनानाथ चौधरी म्हणाले, ''आता पेन्शन घेत असलेला खासगी खात्याचा पट्टेवाला इमाम रसूल याचा जबाब घेतलेला आहे मी! शिवाय आठ दिवसांनंतर शहनाजला शर्माजींनी पाचशे रुपये अदा केल्याची ही जुनी पावती!''

"कशासाठी?''

"म्हणे, संस्थानात सध्या दुसऱ्या गायिकेची जरुरी नाही. परंतु

हैदराबादहून चंद्रपूरपर्यंत नोकरीच्या शोधार्थ एक कलावंत स्त्री आली होती, तिला मदत म्हणून!''

''म्हणून पाचशे रुपये?'' महाराजांची शंका दृढ होऊ लागली.

''हुजूर, शिवाय आपण असा विचार करा— रोशन ही जर शर्माजींची कोणीच नसती, तर तिचं धर्मांतर करून तिला महाराणी बनवण्याचा शर्माजींनी खटाटोप का करावा? शिवाय आपणाला रोशनच्या आणि शर्माजींच्या चेहऱ्यात साम्य आहे, असं नाही वाटलं कधी?''

महाराजांनी विचार करीत कपाळाला हात लावला. आता मात्र त्यांना दीनानाथ चौधरी म्हणतात त्यातला शब्द न् शब्द खरोखरच सत्य वाटू लागला. ते उठले. दोन्ही हात मागे धरून हॉलमध्ये फेऱ्या घालू लागले. दीनानाथ चौधरीही खुर्चीवरून उठून उभे राहिले.

''तरीच!'' महाराज चुटकी वाजवून पुढे म्हणाले, ''प्रत्येक वेळी तिची बाजू उचलून धरायचे! 'हुजूर, अजून अल्लड आहे, लहान आहे, जगाचा अनुभव नाही', असं वारंवार मला शर्माजी का म्हणायचे, याचा आत्ता उलगडा होतो आहे. परवा थोरल्या महाराणींसाठी मुंबईला दागिने बनवण्यासाठी गेले होते, तेव्हा एकसारखे दोन सेट्स घेऊन आले शर्माजी!''

''गायिकेच्या मुलीसाठी एवढं कोण करतो हुजूर?''

''यू आर परफेक्टली राईट! तिच्या पोटात दुखायला लागलं म्हणून समजायचा अवकाश; राज्यारोहण वर्धापनदिनाचा सोहळा अर्ध्यात टाकून हे मल्हारपेठला निघून गेले.''

महाराजांना आता शंकाच उरली नाही. त्यांची खात्री होऊन चुकली की, रोशन ही शर्माजींचीच मुलगी आहे!

हात चोळत महाराज म्हणाले, ''मला एकदा बोलता-बोलता ते म्हणाले, हुजूर, मला माझ्या पोटच्या मुलीबद्दल वाटत नाही इतकी चिंता धाकट्या महाराणीच्याविषयी वाटते!''

''तर, हे प्रकरण इतकं नाजूक आणि गुंतागुंतीचं आहे. आता यातून कोणता मार्ग काढायचा, याचा आपणच विचार करावा हुजूर...''— दीनानाथ.

''दीनानाथ, रहिमतखानला हे ठाऊक असेल?''

“नक्कीच! त्याशिवाय का शर्माजींच्या तालावर तो नाचतो? आजपर्यंत शर्माजींनी मद्य आणि जुगार यांचा निषेध केला; पण या रहिमतखानला मात्र मुंबईला रेसला जायला तो मागेल तेव्हा आणि मागेल तेवढे ते पैसे देत होते. तो मुंबईला गेला की, शहनाजला भेटायला हे नक्कीच जात असणार!”

“पण दीनानाथ, परवा शर्माजींनी रहिमतखान आणि शहनाज यांचा पगार बंद केला; तो कसा काय? शिवाय दुसऱ्या गायिकेची नेमणूकही केली!”

“हुजूर, शर्माजींचा हा डाव आहे. एकीकडं आपल्याला असं भासवायचं की, आपण शहनाज आणि रहिमतखान यांचे फार लाड चालू देत नाही, अन् दुसरीकडे असं भासवायचं की ते दोघे महाराणीचे माँ-बाप आहेत! त्यांनी दरबारात गायचं, तबला वाजवायचा, ही गोष्ट संस्थानच्या रीतिरिवाजाला सोडून आहे! पण ते काही असो हुजूर, या सर्व प्रकरणाचा मी गेले आठ दिवस सखोल असा अभ्यास करून हा निष्कर्ष काढलेला आहे. आपणाला तो पटतो का पाहा!”

“दीनानाथ, माझं डोकंच चालेनासं झालं आहे! ही माणसं अशी कशी वागतात माझ्याशी? पण मला मात्र यापुढ अत्यंत सावधानतेनं वागायला हवय!”

शर्माजी अत्यंत कडव्या शिस्तीचे आणि सडतोड वृत्तीचे गृहस्थ होते. चंद्रपुरातल्या बऱ्याच नोकरांना त्यांची ही कडवी शिस्त आणि सडेतोडपणा मानवत नव्हता. पोलीसप्रमुख दीनानाथ चौधरी हेही तसं वाटणाऱ्या पैकी एक होते.

महाराजांनी त्यांना विश्वासात घेऊन शर्माजींना रोशनबद्दल वाटणाऱ्या आत्मीयतेची चौकशी करायला सांगितलं, तर दीनानाथ चौधरींनी अगदी कागदोपत्री पुराव्यानिशी शर्माजी हेच्च रोशनचे जनक वडील आहेत, असा निष्कर्ष काढला होता.

महाराज त्या दिवसापासून अधिक अस्वस्थ झाले. ते शर्माजींकडे त्या कलुषित नजरेनंच पाहू लागले. रोशन आणि शर्माजी यांच्या चेहऱ्यात विलक्षण साम्य आहे, असंही त्यांना वाटू लागलं. रोशनचा आणि शर्माजींचा फोटो मॅग्निफाइंग ग्लासनं ते तासन् तास पडताळून पाहू लागले. पाहता-

पाहता त्यांच्या कानात दीनानाथ चौधरींचे ते शब्द गुहेत उच्चारलेल्या शब्दांसारखे प्रतिध्वनी निर्माण करू लागले, 'गायिकेच्या मुलीसाठी कोण एवढा अट्टहास करतो? तिचं धर्मांतर करायचं, नंतर आपल्याशी विवाह करायचा, तिला महाराणीचा दर्जा प्राप्त करून दिला... हे सर्व कशासाठी?'

मल्हारपेठहून रोशन मुलीला घेऊन परतली. महाराजांनी यापुढं आपलं खरं स्वरूप प्रकट न करता, छक्क्यापंज्यांनी वागायचं ठरवलं होतं.

उन्हाळा संपत आला होता. मॉन्सूनी वाऱ्याचे प्रमाण वाढले होते. प्रथम शुभ्र धवल मेघांच्या राशी पश्चिमेकडून पूर्वेकडे निघाल्या. हळूहळू जलयुक्त मेघमालिका वाहू लागल्या. हवेतला उष्मा संपला. अधून-मधून मृगाच्या सरी कोसळू लागल्या.

रोशनच्या डोळ्यांत काजळाची रेघ ओढून शहनाज म्हणाली, "आज महाराज येणार आहेत!"

"हो, समजलं मला! आज त्यांना आपल्या मुलीची आठवण आली काय?"

"पण बेटी, तू आता ते आले की, उगाच कुरापत काढू नकोस. किती झाले तरी ते राजे आहेत; आपले अन्नदाता आहेत!"

"पण माँ, त्या सर्वांपेक्षा ते माझ्या मुलीचे बाप आहेत. हेच नातं मला अधिक जवळचं वाटतं! यापुढं मी त्यांच्याशी खूप समजुतीने वागेन. माँ, खरंच, आई होण्याची किमया काय असते, हे मला ही बेबी झाल्यानंतरच समजू लागलं."

"या समजुतदारपणानं वागलीस, तर तुझंच कल्याण आहे!"

"बघ तरी, आता त्यांना येऊ दे तर खरं!"

रोशन जन्मजातच सुस्वरूप होती. बाळंतपणानंतर तिच्या चेहऱ्यावर एक आगळं तेज विलसित झालं होतं. महाराजांच्या आवडत्या डाळिंबी रंगाची साडी अन् तसलाच ब्लाऊज घालून ती महाराजांची वाट पाहत होती. मध्येच ती पाळण्यात झोपवलेल्या मुलीला पाहून येत होती.

शेवटी एकदाचे महाराज आले. बग्गी थांबल्याचा आवाज येताच

रोशन जिन्यावरून खाली आली. तिने महाराजांना मुजरा केला.

"हंऽऽऽ काय म्हणते तब्येत?"

जिन्यावरून वर चढता-चढता महाराजांनी विचारलं.

"उत्तम आहे!"

"मुलगी कशी आहे?"

"तिचीही प्रकृती उत्तम आहे. पण आता ती झोपलीय!"

"बरं! रहिमतखान आणि शहनाज कुठं दिसत नाहीत?"

"माँऽऽऽऽ अब्बाजान, या ना!"

ते दोघे पुढे आले. त्यांनी महाराजांना मुजरे केले.

"काय शहनाज? मल्हारपेठची हवा मानवली नाही वाटतं?"

शहनाज चेहऱ्यावर स्मित आणून म्हणाली, "हवा उत्तम होती हुजूर, फक्त करमत नव्हतं!"

"ते का? तिथ रोशन होती, रहिमतखान होता. न करमायला काय झालं?"

रोशनला महाराजांनी रोशन म्हणून संबोधल्यामुळे धक्का बसला. तिची चर्या एकदम उतरली. ती महाराजांच्याकडे 'आ' वासून पाहतच राहिली.

"हायनेस, माझं काही चुकलं का?" तिनं विचारल.

"का?"

"आपण आत्ता मला 'रोशन' म्हणालात!"

"असं? आय ॲम सो सॉरी हं, रत्ना! बरेच दिवस तू दूर राह्यल्यामुळ तसं झालं असेल! एनी वे, तुझी मात्र तब्येत बरी दिसते!"

"हो, मला नेहमीच मल्हारपेठची हवा मानवते! बेबीला बघणार नाही?"

"हो तर! त्यासाठी तर आलो!"

रोशनच्या मागोमाग महाराज आतल्या दालनात गेले. तिथं एका मोठ्या शिशवीच्या पाळण्यात मुलगी झोपली होती. पाळण्यावरची मच्छरदाणी दूर करून रोशननं महाराजांना तिला दाखवलं. दाखवून झाल्यावर तिने महाराजांच्या छातीवर डोक टेकवून म्हटलं, "मी आपल्यावर खूप रागावले आहे, हायनेस!"

तिच्या खांद्यावर हात ठेवून महाराजांनी विचारलं,

“का?”

“मल्हारपेठला एकदाही आपण आला नाहीत. आम्ही इकडं येऊन आठ दिवस झाल्यानंतर आपणाला माझी आठवण झाली?”

“खूप कामं होती, रोशन!”

“रोशन?” महाराजांपासून दूर होत तिनं किंचित क्रोधानं त्यांना विचारलं, “हायनेस, आज आपल्याला झालंय तरी काय? चक्क मला रोशन म्हणून हाक मारता आहात आपण?”

“इज इट? मी पुन्हा रोशन म्हणालो?”

“हो. आणि मला वाटतं, यापुढेदेखील तुम्ही मला माझ्या पूर्वीच्या नावानंच हाक मारीत राहणार!”

“आय ॲम सो सॉरी रत्ना! आय नेव्हर मेंट इट!”

“बरं, ते जाऊ दे. बेबी आवडली?”

“यस!”

“कशी आहे?”

“चीप ऑफ द ओल्ड ब्लॉक!”

“हा बेबीचा अपमान आहे. ती माझ्यापेक्षा किती तरी पटींनी सुस्वरूप दिसणार आहे!”

“प्रत्येक आईला आपल्या मुलाबद्दल तसंच वाटतं! पण तुझी बेबी निश्चितच सुंदर आहे!”

“माझी बेबी? ही माझी एकटीची नाही, हुजूर!”

महाराज हसत-हसत म्हणाले, “राईट यू आर!”

“असं म्हणून भागणार नाही; बेबी माझीही आहे, असं म्हणावं लागेल आपणाला!”

“बरं रोशन... आय ॲम सॉरी, रत्ना. पुढच्या महिन्यात ऑल इंडियातले प्रिन्स बंगलोरला जाणार आहेत. मलाही निमंत्रण आहे. तुला यावं लागेल.”

“हायनेस, आपल्यासोबत पृथ्वीच्या पाठीवर कुठंही यायची माझी तयारी आहे; पण अडचण आहे ती बेबीची! पावसाळा तोंडावर आलेला

आहे. बेबीला बंगलोरचा पावसाळा मानवणार नाही!''

"हे तुला काय ठाऊक?''

"मी लहान असताना दोन-तीन वेळा बंगलोरला गेले होते!''

"म्हणजे यापुढे तुला कोठे न्यायचं असेल, तर तुझ्या मुलीचा अगोदर विचार करावा लागेल!''

"माझ्या मुलीचा? अन् ती तुमची कोणीच नाही?''

महाराजांना रोशनच्या त्या प्रश्नाचं चट्कन उत्तर देता आले नाही. सिगारेट शिलगावून ते खिडकीजवळ जाऊन उभे राह्यले. रोशनशी कोणत्याच मुद्यावर वाद घालायचा नाही, असं ते ठरवूनच आले होते. अगोदरच दीनानाथ चौधरींनी त्यांचे कान फुंकले होते. रोशन ही शहनाजला शर्माजींपासून झालेली मुलगी आहे आणि शर्माजींनी तिला महाराणी करण्याचा हा जो कट रचलेला आहे, त्याला आपण बळी पडलो आहोत, अशी महाराजांची समजूत झाली होती.

महाराजांच्या मनात ज्या क्षणी ही भावना निर्माण झाली, त्या क्षणापासून त्यांचं स्वास्थ्य नष्ट झालं होतं. आजपर्यंत ज्यांना पितृतुल्य मानलं, ते शर्माजी एका गंभीर कटाचे सूत्रधार आहेत, अशी महाराजांची कल्पना झाली होती. रहिमतखाननं ब्रिटिश सरकारकडे आपल्याविरुद्ध निनावी तक्रार अर्ज करून सरकार दरबारातल्या आपल्या मानाच्या स्थानाला सुरुंग लावण्याचा प्रयत्न केलेला आहे, ही जाणीव त्यांच्या ठायी निर्माण झाली होती. शहनाज, रोशन, रहिमतखान हे तिघे एकजात लबाड, स्वार्थी आणि संधिसाधू आहेत, अशी त्यांची खात्री झाली होती. पण तरीही वरून आपण आपली ही जाणीव व्यक्त न करता, या कटाचा पूर्ण बीमोड करायचा, असं त्यांनी ठरवलं होतं. यासाठी महाराजांच्या मदतीला येणार होते त्यांचे तरुण सेनानी नितीन पाठारे, पोलीसप्रमुख दीनानाथ चौधरी, पायलट शैलेंद्रकुमार, हुजुऱ्या शिवराम ही मंडळी!

रोशनच्या बंगल्यावरून महाराज परतले. त्यांनी याबाबतीत थोरल्या महाराणी पद्मिनीराजे यांना विश्वासात घेऊन त्या गोष्टीची जाणीव द्यायचं ठरवलं. महाराजांना वाटत होतं की, थोरल्या महाराणी किती जरी समजूतदार

असल्या, तरीही आपण रोशनकडे आकर्षले जाऊ नये, ही त्यांची इच्छा असणारच!

पद्मिनीदेवी महाराणीसाहेबांना धार्मिक ग्रंथांचं वाचन करण्याचा छंद होता. रामायण-महाभारतापासून ते ज्ञानेश्वरीपर्यंतचे सर्व ग्रंथ त्यांच्या संग्रही होते. या धार्मिक ग्रंथांच्या वाचनामुळे त्यांची वृत्ती काहीशी चिंतनशील झाली होती. त्या अबोल वाटत होत्या.

महाराज मोठ्या राणीच्या दालनात आले, तेव्हा त्यांचे वाचन चालले होते. वडिलांच्या मांडीवरून सावत्र आईने दूर लोटले, म्हणून अढळ स्थानाची प्राप्ती व्हावी, या हेतूने एकाग्रतेने ईश्वर भक्तीत लीन झालेला तरुण भक्त ध्रुवाचे चरित्र त्या वाचत होत्या.

"काय चाललं आहे? मला आश्चर्य वाटतं, वाचूनवाचून तुम्हाला कंटाळा कसा येत नाही?" महाराजांनी आत येता-येताच विचारलं. तेव्हा महाराणींनी त्यांना उठून नमस्कार करून म्हटलं, "वाचनात किती गोडी असते, ती वाचतानाचा छंद लागल्याशिवाय नाही समजणार!"

"हे मात्र खरं! आमच्या आबासाहेबांचंसुद्धा वाचनाचं वेड अगदी असंच होतं! शेक्सपिअरच्या नाटकातले उतारेच्या उतारे त्यांनी मुखोद्गत केले होते. ते टेंपेस्टमधलं तत्त्वज्ञान 'The world is a mighty stage and all men and women are actors and actresses' हे एकदा सांगू लागले की तल्लीन होत."

"ते तत्त्वज्ञान पटतं आपल्याला?"

महाराजांनी पुन्हा एक सिगारेट शिलगावली आणि त्यांनी दाराबाहेर उभ्या असलेल्या दासीला हाक मारून म्हटलं, "शिवरामला बोलाव."

दासी निघून गेल्यानंतर महाराणींना महाराज म्हणाले, "ते तत्त्वज्ञान आजपर्यंत पटलं नव्हतं. पण आज माझ्या भोवताली जी माणसं वावरत आहेत, ती सर्व चेहरे बदललेली नाटकी माणसं आहेत, अशी खात्री झालेली आहे!"

महाराणींना महाराज नेमके कोणत्या संदर्भात बोलतात, याचा उलगडा होईना. त्या महाराजांच्याकडं प्रश्नार्थक मुद्रेनं पाहत राह्यल्या. तेव्हा महाराज

म्हणाले, ''पद्मिनी, गेले आठ दिवस मी अस्वस्थ आहे. माझ्या भोवताली मला फसवणाऱ्या स्वार्थी आणि संधिसाधू लोकांचे एक कारस्थान यशस्वी झालेलं आहे. मला त्या कारस्थानाची आता चाहूल लागलेली आहे. एकेकाचे मुखवटे मला फाडून काढायचे आहेत. सत्य प्रकाशात आणायचं आहे.'' इतक्यात शिवराम आला. महाराजांनी त्याला व्हिस्की आणायला फर्मावले.

महाराणींनी तत्काळ ओळखलं की, प्रकरण काहीसं गंभीर आहे. त्यांनी पुस्तकं बाजूला ठेवली आणि त्या महाराजांसमोर येऊन बसल्या. शिवरामनं आणलेल्या व्हिस्कीचे घोट घेता-घेता महाराज म्हणाले,

''माणसं इतकी कारस्थानी असतात, हे पटतच नाही.''

''कोणाबद्दल बोलता आहात आपण?''

''कोणा एकाबद्दल बोलत नाही, चांडाळचौकडीबद्दल बोलतो आहे आणि त्या चौघांतले प्रमुख आहेत चंद्रपूरचे दिवाणबहाद्दूर शर्मा!''

''काय बोलता आहात आपण?'' तोंडावर हात नेत महाराणींनी विचारलं.

''पद्मिनी, ऐक— अगदी नीट लक्ष देऊन ऐक...''

त्यानंतर महाराजांनी पद्मिनीदेवी महाराणींना सर्व आरोप कथन केले. त्या अवाक् होऊन ऐकत होत्या. महाराजांनी त्यांना ते सर्व सांगितल्यानंतर विचारलं.

''हं, आता बोला, मी म्हणतो तशी ही माणसं कारस्थानी आणि नाटकी आहेत की नाही?''

महाराणी शांत चित्तानं म्हणाल्या, ''हे कोणी तरी मुद्दाम आपल्या डोक्यात भरवलं आहे! शर्माजी तसे असतील, असं मला मुळीसुद्धा वाटत नाही!''

''वाटणं आणि वास्तव यात महदंतर असतं राणीसाहेब! दीनानाथनं मला लेखी पुराव्यानं पटवून दिलेलं आहे हे. प्रवास खर्च म्हणून कोणी पाचशे रुपये गायिकेला दिले आहेत कधी?''

''पूर्वीच्या काळी कलावंताची कदर केली जात असे!''

''बरं, चंद्रपुरात एक गायिका असताना ही दुसरी नोकरीच्या शोधात आली होती, तर तिला तत्काळ परत पाठवायला काय हरकत होती? आठ

दिवस कशासाठी ठेवून घेतली?''

"महाराज, कलुषित नजरेनं पाहायचं म्हटलं, तर प्रत्येक गोष्टीतून विपरीत अर्थ काढता येतात! शर्माजींसारखा अनुभवी आणि या गादीवर नितांत श्रद्धा असणारा दुसरा कोणी दिवाण आपणाला मिळणार नाही!''

"शर्माजींना तुम्ही ओळखलेलं नाही! शर्माजींच्या चेहऱ्यात आणि रोशनच्या चेहऱ्यात तुम्हाला साम्य आढळत नाही?''

राणीसाहेब किंचित विचार करून म्हणाल्या, "तिच्या चेहऱ्याची ठेवण साधारण शर्माजींच्यासारखी वाटते. नाही असं नाही. पण मला नाही वाटत की, शहनाजशी त्यांचा तसा संबंध जडला असेल!''

"बरं, तसं गृहीत धरा. मग मला सांगा, यांनी माझी परवानगीदेखील न घेता परवा तिच्यासाठी दागिने का बनवले? तिच्या पोटात दुखायला लागल्यावर हे राज्यारोहणाचा वर्धापनदिन अर्ध्यात सोडून मल्हारपेठला का धावले? तुम्ही काही म्हणा राणीसाहेब, माझी खात्री होऊन चुकलेली आहे, रोशन ही शर्माजींचीच मुलगी आहे!''

"आपली खात्री झाली म्हणता, तर मी काय बोलणार!'' हवेत हात उडवून राणीसाहेब उद्गारल्या.

"ती त्यांची मुलगी नव्हती, तर त्यांनी तिचं धर्मांतर करून तिला हिंदू नाव देण्याचा खटाटोप कशामुळे करावा?''

"महाराज, मी आपल्यापुढे काही बोलू शकत नाही. मला वाटतं...'' महाराणी स्वत:ची अगतिकता प्रकट करीत म्हणाल्या.

"काय वाटतं?''

"आपण याबाबतीत खुद्द शर्माजींनाच का नाही विचारत?''

"शर्माजींना विचारू?''

"होऽऽऽ!''

"पण... त्यांना कसं विचारायचं हे?''

"याचाच अर्थ असा की, तुम्हाला ते तसं असावं असं वाटतं, पण तुमची खात्री नाही! तुम्ही त्यांना याबाबतीत स्पष्टीकरण विचारल्याशिवाय कोणतेच निर्णय घेऊ नयेत, असं मला वाटतं!''

महाराज त्या रात्री पद्मिनीदेवींच्या महालात मुक्कामाला राहिले. रात्री राणींना कुशीत घेऊन त्यांचं चुंबन घेताना महाराज म्हणाले, ''तुम्हाला रोशनचा मत्सर नाही वाटत?''

''मुळीच नाही! मत्सर वाटावा, असं तिचं वागणचं नाही!''

''मी तिला इंग्लंडला घेऊन गेलो, ज्युनिअर महाराणी म्हणून. मल्हारपेठला शिकारीसाठी आलेल्या इंग्रज पाहुण्यांना तिची महाराणी म्हणून ओळख करून देत होतो. आता तर तिला माझ्यापासून मुलगीही झालेली आहे. तरीही तुम्हाला तिच्याविषयी मत्सर वाटत नाही?''

''महाराज, मी या सर्वांच्या पुढे गेले आहे! जीवनाचं क्षणभंगुरत्व मला पटलेलं आहे. त्यामुळं माझी वृत्ती निर्विकार झालेली आहे. कदाचित माझ्या या वृत्तीमुळे मी काहीशी विरक्त झालेली आहे, असे आपणाला जाणवेल अन् आपण दु:खी व्हाल, म्हणूनच रोशनच्या धर्मांतराला अन् नंतरच्या विवाहाला मी राजीखुषीनं संमती दिली होती!''

''कोण म्हणतो, तुमच्यात विरक्ती आली?''

महाराणींच्या वक्षस्थलावर डोक टेकवून महाराज त्यांना खुषीत आणण्यासाठी म्हणाले, ''तुम्हाला दोन मुलं आहेत, हे कोणा नवख्याला सांगूनही पटणार नाही! अजूनही तुम्ही तरुण दिसता आहात!''

''ते बरोबर आहे! तशी मी अजून तरुणच आहे, पण मनानं मात्र मी काहीशी विरक्त झालेली आहे!''

''का यावी अशी अकाली विरक्ती?''

''कुणास ठाऊक तशी अगदी रात्रंदिवस मी बैरागिणीसारखे वागते, असं नाही. पण कधी कधी वैफल्य भावना इतकी प्रखर होते की, कशातच स्वारस्य वाटत नाही!''

''आता मी जवळ असताना, कसं वाटतं?''

महाराणी हसल्या आणि म्हणाल्या, ''पत्नीधर्म म्हणून मला हे सर्व करायलाच हवं!'' त्यांनी महाराजांच्या मानेभोवती हात टाकले.

निदान त्या रात्रीपुरते तरी महाराज शांत चित्तानं झोपी गेले.

-०-०-०-

२१

त्या दिवशी महाराज सदरेवर आले, ते त्या प्रकरणाचा शेवट लावायचा, असे ठरवूनच! सदरेवर महाराजांच्या खुर्चीशेजारी शर्माजी उभे होते. शर्माजी नेहमीप्रमाणेच प्रसन्न दिसले. महाराजांची चर्या मात्र काहीशी गंभीर दिसत होती.

सह्याच्या कागदपत्रांची फाईल हुजऱ्याकडे फेकून महाराज म्हणाले, ''आता एक अर्धा तास आत कोणाला सोडू नकोस.''

''जी हुजूर!'' असं म्हणून दार बंद करून हुजऱ्या निघून गेला. शर्माजी महाराजांना फार लहानपणापासून ओळखत होते. आज त्यांना महाराजांच्या वागण्यातला बदल तत्काळ जाणवला. वरून ते तसं न दाखवता पुढे पाहून दुसऱ्या कामाची कागदपत्रं वाचत होते.

''शर्माजी...!'' महाराज उद्गारले.

''जी हुजूर!''

''मला आपणाला काही विचारायचं आहे?''

''त्यासाठी माझ्या परवानगीची गरज नाही, हुजूर! पण आपण मला ते विचारण्यापूर्वी मी हुजुरांना एक प्रार्थना करू इच्छितो!'' हातातली कागदपत्रे बाजूला ठेवून शर्माजी म्हणाले.

''कोणती?''

''गेला एक महिना मी पाहतो आहे, आपलं स्वास्थ्य बिघडलेलं आहे! आजपर्यंत आपण कोणतीही गोष्ट माझ्यापासून लपवलेली नव्हती. पण गेला महिनाभर मला जाणवायला लागलं आहे की, स्वास्थ्य बिघडवणारी गोष्ट आपण माझ्याजवळ बोलू इच्छित नाही! माझ्याबद्दल आपल्या मनात काही शंका निर्माण झालेली आहे. आपण पाच वर्षांचे असताना मी चंद्रपूरला आलो होतो. थोरल्या महाराजांनी मरतेसमयी माझा हात हातात घेऊन माझ्याकडून वचन घेतलं होतं— 'बाळराजे कर्ते-सवरते होईपर्यंत इथून जायचं नाही!' थोरल्या महाराजांच्या

पश्चात मी तुम्हाला स्वत:च्या मुलासारखं मानलं! चांगले संस्कार आपल्यावर घडावेत, म्हणून रात्रंदिवस झटलो; झगडलो. चंद्रपूरची तिजोरी माझ्या एकट्याच्या हाती होती; पण मी तिचा मालक नव्हतो, विश्वस्त होतो. आपलं राज्यारोहण झाल्यानंतर मी मागच्या हिशोबानुसार सर्व काही आपल्या स्वाधीन केलं! आजपर्यंत ठीक चाललं होतं... पण गेला एक महिना मला असं जाणवू लागलं आहे की, काही तरी बिघडलंय! मी विचार करू लागलो की, आपल्या वागण्यात असा फरक का पडला? त्याचं उत्तर मला सापडलंय. धाकट्या महाराणींच्याबाबतीत आपलं मन कलुषित झालेलं आहे आणि मी प्रत्येक वेळी त्यांची बाजू घेतो, म्हणून आपला माझ्यावर रोष ओढवलेला आहे. पण मी आपल्याला एक प्रार्थना करणार आहे, असं सुरुवातीला म्हणालो होतो; तेव्हा ती प्रार्थना अशी की, माझी कडक शिस्त मानवत नाही, अशा काही चंद्रपूरच्या अधिकाऱ्यांनी माझ्याविषयी आपले मन कलुषित केले आहे! पण मी थोरल्या महाराजांची शपथ घेऊन सांगतो की, मी आपल्याशी प्रतारणा केलेली नाही. या गादीला मी फसवलेलं नाही अन् प्राण गेला तरी फसवणार नाही! आपल्या मनात माझ्याविषयी कोणी काही भरवलं असेल, तर ते साफ खोटं आहे!''

''शर्माजी, शहनाजला आपण केव्हापासून ओळखता?''

शर्माजींनी सिलिंगकडे पाहत काही तरी आठवल्यासारखं केलं आणि ते म्हणाले, ''इथं गायिका म्हणून येण्यापूर्वी ती एकदा चंद्रपूरला आली होती, नोकरीच्या शोधात! पण त्या वेळी आपल्या दरबारला दुसरी गायिका असल्यामुळे तिला परत पाठवावं लागलं, तेव्हापासून मी तिला ओळखतो!''

''तिला त्या वेळी काही पैसे दिले होते?''

''हो, प्रवास खर्च म्हणून थोरल्या महाराजांनी तिला पाचशे रुपये अदा केले होते!''

''त्या वेळी ती इथं किती दिवस राह्यली होती?''

''आठ दिवस होती.''

''तिला नोकरी देता येण्यासारखी स्थिती नव्हती, तर मग आठ दिवस तिला ठेवून घेण्याचं कारण?''

"हुजूर, थोरल्या महाराजांचा स्वभाव अत्यंत प्रेमळ आणि कनवाळू होता. गायक, वादक, चित्रकार, कवी या लोकांबद्दल त्यांना फार आस्था वाटत असे. मी आलेल्या दिवशीच शहनाजला परत पाठवणार होतो; पण थोरले महाराज म्हणाले, ती आलेली आहे तशी चार-आठ दिवस राहू द्या, आपण तिचं गाणं तरी ऐकू! तिला वस्त्रप्रावरणं आणि थोडं मानधन देऊ!"

"बरं, मग?" महाराजांनी सिगारेट शिलगावली.

"हुजूर, त्या आठ दिवसांत हुजुरांना रोज एक असे आठ राग शहनाजनं सुनावले. दरबारी कानडा, मालकंस, भूप, भैरवी, गौड सारंग...!"

"बस—बस, समजलं!" महाराज एकदम उद्गारले.

शर्माजी आश्चर्यचकित होऊन महाराजांच्याकडे टक लावून पाहत म्हणाले, "हुजूर, माझं काही चुकलं का?"

"तुम्ही कसे चुकाल? तुम्ही अनुभवी, व्यवहारी आणि मुत्सद्दी दिवाणबहाद्दूर आहात!"

"निश्चितच आपल्या मनात माझ्याविषयी किल्मिष निर्माण झालेलं आहे. पण त्याचं कारण मला समजलं, तर मी त्याच निराकरण करण्याचा प्रयत्न करीन!"

"त्याची आता काहीएक गरज नाही! मला जे काय समजायचे, ते मी समजून चुकलो आहे!"

"हा अन्याय आहे हुजूर, माझ्यावर! मी कोणता अपराध केला, हे मला समजत नाही!"

"ते समजण्याची आवश्यकता नाही आता! तुम्ही जे कारस्थान रचलं होतं, ते आता उघडकीला आलेलं आहे. तरी बरं, मी वेळीच जागा झालो."

"हुजूर, कोणालाही दोषी ठरवण्याआधी त्याला त्याच्या अपराधाचे निराकरण करण्याची संधी देण्यात येते. मलाही अपराधी ठरवण्याआधी, ती संधी देण्यात यावी, अशी आपल्या चरणी प्रार्थना आहे!"

"असं? मग ऐका तर, तुमच्यावरचा आरोप! रोशन ही शहनाजला तुमच्यापासून झालेली मुलगी आहे, ही गोष्ट तुम्ही जाणूनबुजून माझ्यापासून लपवलीत. रोशनचे धर्मांतर करून तिचा माझ्याशी विवाह करण्याचा तुमचा

हेतूही सफल झाला! पण लक्षात ठेवा, रोशनला चंद्रपूरच्या इस्टेटीत कसलाही हक्क प्राप्त होणार नाही!''

ते ऐकून शर्माजींना भोवळ आल्यासारखी झाली. एक हात कपाळावर ठेवून ते भिंतीचा आधार घेऊन उभे राह्यले. त्यांना काय बोलावे, हेच सुचेना. त्यांच्याकडे न पाहताच महाराज खुर्चीवरून उठले आणि आपल्या महालाकडे निघून गेले.

शर्माजींना उभं राहणंही मुश्कील झालं. ते भिंतींच्या आधारानं बाजूच्या कोचावर येऊन कसेबसे बसले. त्यांनी एक हात छातीवर धरला होता. महाराजांचे शब्दशर त्यांच्या काळजात घुसले होते!

आपण ऐकलं ते सत्य की भास, हे बराच वेळ त्यांना समजेना. तोंडाला कोरड पडली होती. अंगाला दरदरून घाम आला होता. डोळ्यांपुढे अंधारी आली होती. शरीर निष्प्राण झाल्यासारखा भास त्यांना होत होता.

बाजूच्या टेबलावर चांदीची सुरई होती. सुरईमधलं ग्लासभर पाणी ते प्यायले. किंचित हुशारी वाटली. समोर भिंतीवर गजाननची प्रतिमा होती. तिच्यावर लक्ष केंद्रित करून ते विचार करू लागले, 'हे असं कसं घडलं? महाराजांच्या मनात ही शंका का निर्माण झाली? त्या शंकेला खतपाणी कोणी व का घातलं? हा आरोप भयानक आहे. यात माझी तर बदनामी आहेच, पण त्याचबरोबर शहनाजची अन् छोट्या महाराणींचीही आहे! आता यातून मी मार्ग कसा काढणार? आजपर्यंत मी अनेक संकटांना तोंड दिलं. माझी बाजू सत्याची आहे. माझ्यावरचा हा आरोप धादांत खोटा आणि कल्पित आहे. शहनाजकडे मी त्यावेळी वाईट हेतूने बघितलेदेखील नव्हते. रोशनबद्दल माझ्या मनात प्रेम निर्माण झालं होतं, ही गोष्ट सत्य. पण ते कशामुळं? या महाराजांच्या कामांध वृत्तीमुळेच मला त्या निष्पाप पोरीची दया आली होती. ती अवघी अकरा-बारा वर्षांची असताना महाराजांची तिच्यावर वाईट नजर गेली. म्हणून मी शहनाजला आणि रहिमतखानला तिला इथून हैदराबादेला पाठवायला साह्य केले. ती वयात आल्यानंतर पुन्हा इकडे आली. महाराजांनी तिला आपली रखेली बनवली असती. पण मला त्या निष्पाप पोरीच्या आयुष्याची बरबादी व्हावी, असं वाटलं नाही. म्हणूनच

मी धर्मांतर अन् विवाहाची कल्पना काढली. पण या माझ्या साऱ्या कृत्यांचा महाराजांनी भलताच अन्वयार्थ लावलेला आहे. आता मी महाराजांकडे स्पष्टीकरण कसं करू? आता माझ्या लक्षात आलं— नोकरीच्या शोधात आलेल्या शहनाजला इथं ठेवून घेतलं आणि तिला पाचशे रुपये दिले, या घटनेचा महाराजांनी काय अर्थ लावला हा? पण ही केवळ महाराजांची कल्पना नाही. यामागे निश्चितच दुसरं कोणी तरी आहे!'

अन् मग शर्माजींना आठवलं. दीनानाथ चौधरी खासगी खात्यात जुनी कागदपत्रं चाळण्याचा बहाणा करून का आले होते, तो प्रसंग! 'दीनानाथ चौधरींनी गेल्या साली पोलीस बँडसाठी चार हजार रुपये मागितले होते. पण त्यांना मी पैसे मंजूर केले नाहीत. बँडसाठी त्यांना हवी होती ती इन्स्ट्रुमेंटस मी मुंबईहून आणून दिली. दोन हजार रुपयांत सारं काही भागलं होतं. कदाचित तो रोष धरून...!'

शर्माजी हे कसं, कशानं घडलं याचा विचार करीत बराच वेळ सदरेत बसून होते. आता त्यांना आपल्याला या दिवाणपदापासून मुक्त व्हावं लागणार यात तिळमात्र शंका उरली नव्हती. शिवाय रोशन, शहनाज आणि रहिमतखान या तिघांनाही त्रास होणार, अशी शर्माजींना खात्री वाटू लागली होती.

त्यांनी बाजूचे रायटिंग पॅड घेऊन तत्काळ चिठ्ठी लिहिली—

'छोट्या महाराणी सरकार, आपण तिघे इथून तत्काळ निघून जा!'

शर्माजींनी ती चिठ्ठी लिहिली खरी, पण ती पोहोचवायची कोणाकडून, हा प्रश्न होता. आपल्या हालचालींवर पोलीसप्रमुख दीनानाथ चौधरी यांचा पहारा असला पाहिजे, या जाणिवेनं त्यांनी लिहिलेली ती चिठ्ठी फाडून टाकली.

त्या रात्री शर्माजींना अन्न गेलं नाही, की झोप लागली नाही. काहीही करून रोशनला आणि तिच्या आई-वडिलांना महाराजांच्या या शंकेची जाणीव देणं आवश्यक होतं. पण शर्माजींच्या निवासस्थानाभोवताली पोलिसांचा कडक पहारा बसवला होता. तसाच गुप्तवेषधारी पोलिसांचा पहारा 'रोमन व्हिला'भोवताली ठेवण्यात आला होता. पण बहुधा त्याची जाणीव रोशनला किंवा शहनाजला नसावी.

त्या दिवशी रोशननं बेबीला दूध पाजलं. महाराजांनी तिला मुलीला अंगावर पाजू नको, फॉर्म बिघडतो, असं बजावून सांगूनसुद्धा रोशननं मुलीला अंगावर पाजण्याचे बंद केले नव्हते. भुकेल्या मुलीला अंगावर पाजताना रोशनला त्रिभुवनातील सारी सुखं तुच्छ वाटायची. तिला आपण चंद्रपूरची ज्यूनिअर महाराणी आहोत याचेही भान त्या वेळी राहत नसे. बेबीसाठी फॉर्म बिघडण्याची तिला पर्वा नव्हती. बेबीसाठी पृथ्वीतलावरची असंख्य दु:खं सहन करण्याची तिची तयारी होती. बेबीच्या देखभालीसाठी दोन जुन्या अनुभवी दास्या रोमन व्हिलात होत्या. पण बेबीला रोशन कधीही त्यांच्या स्वाधीन करत नसे. शहनाज आणि रोशन दोघी मिळून बेबीला न्हाऊ घालीत. बेबीच्या खोलीकडे या मायलेकींशिवाय दुसऱ्या कोणालाही जायला परवानगी नव्हती. रहिमतखानचा पगार बंद झाल्यापासून त्याचे नशापाणी थांबले होते. रेसला तर तो कित्येक दिवसांत गेला नव्हता. बेबीचा जन्म झाल्यापासून त्यालाही वाटत होतं की, चंद्रपूरच्या राजघराण्याशी आता आपले खरेखुरे रक्ताचे नात निर्माण झाले आहे.

रोशनची ती आर्त किंकाळी ऐकून शहनाज आणि रहिमतखान माडीवर धावले. रोशन पाळण्याजवळ उभी राहून स्वत:चे केस ओढत मोठमोठ्यानं आक्रोश करीत होती.

"मेरी बच्ची, मेरी बच्चीऽऽऽऽ!"

शहनाजनं पुढ होऊन पाळण्यात पाह्यलं. रोशनची मुलगी पाळण्यातच होती, पण तिच्या अवयवांची हालचाल थांबली होती. शरीर निर्जीव झालं होतं. शहनाजनंही हंबरडा फोडला. रहिमतखानच्या डोळ्यांत अश्रू तरळले. हे कसं घडलं? अर्ध्या तासापूर्वीच रोशननं आणि शहनाजनं बेबीला अंगाला तेल लावून आंघोळीला घातल होत. शहनाजच्या मांडीचा ओलसरपणाही अद्याप गेलेला नव्हता. अंघोळीनंतर रोशननं बेबीला स्तनपान दिले होते. त्या वेळी इवल्याशा मुठी उघडल्या गेल्या होत्या. निळे डोळे लुकलुकले होते. पोट भरेपर्यंत ते इवलेसे निष्पाप बालक आपल्या लाल चुटुक ओठांनी दुग्धपान करीत राह्यले होते. बेबीच्या डोळ्यांवर किंचित जडपणा आल्यासारखा दिसल्यावर रोशननं तिला पाळण्यात घातलं. पाळण्यात ठेवता क्षणीच तिनं

हास्य केल्याची जाणीव रोशनला झाली. रोशननं वाकून हलकेच दुधाचा वास येणाऱ्या गालांचा पापा घेतला आणि काही वेळ ती पाळण्याची दोरी ओढत थांबली. बेबीला गाढ झोप लागल्याचं दिसताच ती पावलं न वाजवता जिन्यावरून खाली गेली होती. पण बेबीला सोडून तिला एक घटकाभरदेखील चैन पडत नसे. झोपलेल्या बेबीकडे एकसारखी ती जाऊन पाहायची. बेबीकडे पाहून उगाच तिच्या मनात अशुभ विचार येत. ती तिच्या नाकाजवळ हळूच करंगळी धरून तिचा श्वासोच्छ्वास चालू आहे की नाही, पाहायची. कधी कधी तिला शहनाज म्हणायची,

"बेटी रोशन, किती चिंता करतेस बेबीची?"

"माँ, का कुणास ठाऊक, मला भीतीच वाटते गं!"

"कसली भीती वाटते?"

"कसली आणि कोणाची, हे काही मला सांगता येत नाही; पण एकसारखी भीती मात्र वाटते!"

"पण हे वागणं बरं नाही, बेटी!"

"माँ, माझी बेटी मोठी होईपर्यंत मला सारखं असंच वाटत राहणार बघ!"

शहनाजनं असं तिला अनेक वेळा सांगूनही रोशनच्या वागण्यात फरक पडला नव्हता.

पाळण्यातला मुलीचा तो मृतदेह उराशी धरून रोशन धाय मोकलून रडत होती. म्हणता, ती वार्ता राजवाड्यात पोहचली. महाराणी पद्मिनीराजे अणि महाराज रोमन व्हिलावर आले. पद्मिनीराजेंना रोशनचा तो आक्रोश पाहवेना. त्यांचेही डोळे अश्रूंनी भरले. महाराजांनी खिशातला रुमाल काढून डोळ्याला लावला आणि रहिमतखानला विचारलं,

"रहिमत, कशामुळं झालं हे?"

तो हाताचे तळवे हवेत नाचवत म्हणाला, "कुणास ठाऊक? मघाशीच अंघोळ घालून दूध पाजवून रोशन खाली आली होती!"

"जा, तू डॉक्टरना बोलावून आण!"

महाराजांनी रहिमतखानला पाठवला. पण रहिमतखान स्वत: न जाता त्यानं हुजऱ्याला डॉक्टरकडे पाठवलं. इतक्यात शर्माजी रोमन व्हिलावर

येऊन दाखल झाले. त्यांनी शहनाजच्या मांडीवरच्या बेबीच्या मृतदेहाकडे पाह्यल आणि नजर वळवली, ती महाराजांकडे! पण महाराजांना या वेळी शर्माजींच्याकडे पाहायचं धाडस झालं नाही. ते खिडकीतून बाहेर पाहत राह्यले. शर्माजी सहसा महाराजांच्या डोळ्याला डोळा भिडवत नसत. आदराने ते नेहमी मान खाली घालून महाराजांसमोर उभे राहत. पण आज तेच शर्माजी मान ताठ करून महाराजांच्याकडे पाहत होते आणि महाराज खिडकीतून बाहेर पाहत होते.

इतक्यात दरबार सर्जन आले. त्यांनी बेबीला तपासून पाहिले. प्राण निघून गेलेल्या त्या बालिकेला तपासण्यात काहीएक अर्थ नव्हता. पण तरीही रोशनला वाटलं की, कदाचित सर्जन काही तरी प्रयत्न करतील आणि बेबी जिवंत होईल. ती रडता-रडता सर्जनांच्या चेहऱ्याकडे आशाळभूत नजरेने पाहत राह्यली, पण स्टेथॉस्कोप गुंडाळून खिशात ठेवत डॉक्टरांनी नकारार्थी मान हलवली आणि ते विषण्ण वृत्तीने बाजूला जाऊन उभे राह्यले.

"सर्जन, असं कशानं घडावं?" महाराजांनी विचारलं.

"ॲटॉप्सी केल्याशिवाय कळणार नाही, हुजूर." सर्जन उत्तरले.

"ॲटॉप्सीऽऽऽ?" रोशन किंचाळून पुन्हा ओरडली, "माझ्या बेबीच्या शरीराचे हाल मी होऊ देणार नाही!" असं म्हणून तिनं शहनाजच्या मांडीवरचे बेबीचे प्रेत गळ्याशी धरून पुन्हा शोक करायला सुरुवात केली.

शर्माजी काहीएक न बोलता महाराजांच्या हालचालींकडे डोळे बारीक करून पाहत होते. महाराज त्यांच्याजवळ आले आणि म्हणाले,

"शर्माजी, तुम्ही रोशनला समजावून सांगा की, बेबीच्या मृत्यूचं निश्चित कारण समजावं असं वाटत असेल, तर प्रेताची तपासणी करावी लागेल!"

शर्माजी क्षणभर विचार करून म्हणाले,

"इथपर्यंत पोहोचाल, असं वाटलं नव्हतं! भ्रूणहत्येसारखं महापाप कोणतंच नाही!"

"काय बरळता आहात तुम्ही, शर्माजी? कोणासमोर बोलता आहात, याची जाणीव आहे का तुम्हाला?"

"चांगली जाणीव आहे हुजूर! पण हे बरं केलं नाहीत!"

तिकडे रोशन आणि शहनाजचा आक्रोश सुरू असताना महाराज आणि शर्माजी यांच्यात काय बोलणं झालं, हे कोणा त्रयस्थाला ऐकू गेलं नाही.

महाराज हातातली सिगारेट खाली टाकून त्यावर बुटाची टाच ठेवून म्हणाले, ''कारस्थानी माणसांना प्रत्येक गोष्टीत काळबेरं दिसतं, पण लक्षात ठेवा— यापुढं असले काही घाणेरडे आरोप कराल, तर पश्चात्ताप पावाल.''

''हुजूर, ती सगळी जाणीव ठेवूनच बोलतो आहे मी!''

महाराज तेथून तडक निघून गेले. शर्माजींनी रोशन आणि शहनाज या दोघींचं सांत्वन केलं. रहिमतखानला बाजूला नेऊन सांगितलं,

''रहिमत, आता लवकरात लवकर प्रेताची विल्हेवाट लावायला हवी. नाही तर या अशाच दिवसभर आक्रोश करीत राहतील!''

''चाचाजी— काय झालं हे? अर्ध्या तासापूर्वी रोशननं तिला अंघोळ घालून, पाजवून झोपवलं होतं!''

''रहिमत, आता त्यावर अधिक चर्चा करून फायदा नाही!''

''हुजूर म्हणतात त्याचप्रमाणे प्रेताची तपासणी केली, तर मरणाचे कारण तरी समजेल, चाचाजी!''

''वेडा आहेस! हे दरबार सर्जन महाराजांच्या खास विश्वासातले आहेत. खरं कारण समजेल, याची मुळीच आशा धरू नकोस!''

रहिमतखानला शर्माजी काय बोलत आहेत, याचा उलगडा झाला नाही. तो शर्माजींकडे प्रश्नार्थक मुद्रेनं पाहत राह्यला अन् त्याच वेळी शर्माजी त्याच्या कानात काही तरी कुजबुजले!

रहिमतखानच्या चेहऱ्यावर भीती उमटली. त्यानं डोळे मोठे केले आणि एक कोरडा आवंढा गिळला.

-०-०-०-

२२

चंद्रपूरचा ऑक्टोबर महिना म्हणजे प्राण कासावीस करणारी उष्णता! मे आणि ऑक्टोबर हे दोन्ही महिने चंद्रपुरात महाराज राहत नसत. या वेळी त्यांचा मुक्काम सिमला, नैनिताल किंवा श्रीनगर या तिन्हींपैकी एका ठिकाणी असे. राजधानी सोडून इतर ठिकाणी महाराजांचा मुक्काम असेल, तेव्हा त्या मुक्कामाला कॅम्प असं म्हणत.

या वर्षी महाराजांचा कॅम्प सिमल्याला जाणार होता. महाराज कॅम्पावर जाण्यापूर्वी सेवकांची एक ॲडव्हान्स पार्टी तिकडे रवाना होत असे. तीमध्ये महाराजांच्या खास विश्वासातले हुजरे, दोन बॉडीगार्ड, खाजगी कारभारी हे असत. ड्रायव्हर व गाडी अगोदरच रवाना होई. या वेळी सिमला कॅम्पसाठी ॲडव्हान्स पार्टी आठ दिवस अगोदर रवाना झाली होती.

रोशनची बेबी वारलेल्या दिवसापासून शर्माजी प्रकृतिस्वाथ्यास्तव रजेवर गेले. ते खरोखरच रजेवर गेले की, त्यांना जबरदस्तीने रजेवर जाणे भाग पडले, हे मात्र कोणाला समजले नाही. त्या दिवसापासून ते सदरेवर येत नव्हते. त्यांच्या जागी महाराजांच्या मुंबईच्या बंगल्यावर असलेले कारभारी पालेकर यांना बोलावून घेण्यात आले होते. पालेकर सारस्वत होते. त्यांचीही बरीच वर्षांची सेवा झाली होती. महाराजांच्या खास विश्वासातले असे ते गृहस्थ होते. त्यांच्याकडे चंद्रपूरचं दिवाणपद तात्पुरते सुपूर्द करण्यात आलं होते.

महाराजांनी पालेकरांना बोलावणं पाठवलं. पालेकर आले, मुजरा करून अदबीनं बाजूला उभे राहिले.

"आम्ही सिमल्याला तीन आठवडे राहणार आहोत. दिल्लीहून इकडे कोणी शिकारीसाठी आल्यास, त्यांची व्यवस्था मल्हारपेठच्या बंगल्यावर करावी. शिकारी रिशालदार याकूब इथ आहेच."

"जी, हुजूर!"

''शिवाय थोरल्या राणीसाहेब इथंच राहणार आहेत. त्यांना वाटलं, एक चार दिवस सिमल्याला यावं, तर तुम्ही स्वत: सोबत यायचं आहे!''

''जी, हुजूर!''

''दीनानाथ चौधरींना बोलावून घ्या!''

''जी, हुजूर!''

महाराज आपल्या दालनात हात मागे बांधून फेऱ्या घालत होते. ते अस्वस्थ असले की, असेच हात मागे धरून फेऱ्या मारीत. मधेच ते खिडकीजवळ जाऊन उभे राहिले. निळ्याभोर आकाशात प्रचंड असे शुभ्र ढग क्षितिजापर्यंत पसरले होते. क्षितिजावर मल्हारपेठच्या डोंगराचे निळसर टोक अगदी अस्पष्ट असे दिसत होते. दुसऱ्या बाजूला ऑक्टोबरच्या उन्हाने तापलेल्या जमिनीतून मृगजळाच्या लाटा उसळत होत्या.

खिडकीजवळ उभे राहून महाराज उजव्या हाताची मूठ खिडकीच्या चौकटीवर आपटत असतानाच हुजऱ्याने पोलीसप्रमुख दीनानाथ चौधरी आल्याची वर्दी आणली.

दीनानाथ चौधरी गणवेषात असले, तर महाराजांना सॅल्यूट करीत. गणवेष नसला की, दरबारी मुजरा झोडत. आज ते गणवेषात होते. त्यांनी महाराजांना सॅल्यूट ठोकला.

''दीनानाथ, मी सिमल्याला चाललो आहे, कळलं ना तुला?''

''होय, हुजूर!''

''बरं, शर्माजींची काय हालचाल?''

''हालचाल अशी काही नाही हुजूर! दिवस-दिवसभर देवघरात बसून असतात, अशी बातमी आहे!''

''पण देवघरात बसून पूजा करण्याऐवजी काही कारस्थान रचत नाहीत, याची खात्री करून घे!''

''हुजूर, कारस्थान रचूच शकणार नाहीत याचा बंदोबस्त केलेला आहे! त्यांच्या घराभोवती चोवीस तास जागता पहारा आहे. आपल्या विश्वासातले आहेत, त्यांच्या घरचे नोकर!''

''काय म्हणतात ते?''

"शर्माजी फारसे कोणाशी बोलत नाहीत! त्यांनी नागपूरला आपल्या मुलाला दोन पत्रं पाठवली. ती मी सेन्सॉर केली. पण त्यात आक्षेपार्ह असं काहीच नव्हतं!"

"अच्छा! रोमन व्हिलावरची काय खबरबात?"

"हांऽऽऽ एक आहे बातमी हुजूर!"

"कोणती?" महाराजांनी आतुरतेनं विचारलं.

"मुलीच्या मृत्यूपासून छोट्याऽऽऽ"

"हांऽऽऽ दीनानाथ, तिला रोशन म्हणायचं विसरलास?"

दीनानाथ ओशटपणानं हसून म्हणाले, "जी हुजूर, चूक झाली थोडीशी!"

"बरं बोल, मुलीच्या मृत्यूपासून काय झालंय?"

"त्यांनी फारच जिव्हारी लावून घेतलंय. त्यांची झोप उडालेली आहे. अधूनमधून थोडी डुलकी लागते, त्या वेळी 'बेबी ऽऽऽ, मेरी लडकीऽऽऽ' असं म्हणत किंचाळत उठतात!"

"दीनानाथ!" महाराज किंचित गंभीर होऊन म्हणाले, "ही या प्रकरणाचे भांडवल करून आम्हाला एकसारखा उपद्रव देत राहणार नाही ना?"

"काय सांगावं, हुजूर! मुलगी गेल्यापासून मला तरी त्यांचे लक्षण काही ठीक दिसत नाही!"

""मग यातून काही मार्ग निघण्यासारखा नाही?"

"नाही कसा?"

असं म्हणत महाराजांच्या जवळ दिनानाथ आले आणि त्यांच्या कानाशी काही तरी कुजबुजले. महाराजांची चर्या क्षणभर भयभीत झाल्यासारखी दिसली. पण दुसऱ्याच क्षणी ते टाळी वाजवून म्हणाले, "ठीक आहे, तू म्हणतोस ते पटलं मला! शिवराऽऽऽ मऽ."

"जी हुजूर?" शिवरामनं महाराजांना मुजरा करून आज्ञेची प्रतीक्षा केली.

"रोशनला जाऊन सांग, उद्या रात्रीच्या गाडीनं सिमल्याला निघायचं आहे!"

"जी हुजूर!"

"दीनानाथ, हा रहिमत आणि शहनाज सोबत येतो म्हणाले तर?"

"हुजूर, त्यांना सोबत नेऊ नये! ते दोघे त्यांच्या सोबत असले की, आपल्याला...!"

"करेक्ट! शिवाय तो रहिमत बाहेर पडला की, पुन्हा निनावी अर्जांचे सूत्र सुरू करील!"

"पण अलीकडे तो ते धाडस करीत नाही, हे आपण पाह्यलंच असेल!"

"कशामुळे दीनानाथ?"

"हुजूर, अप्रत्यक्षरीत्या त्याला कल्पना दिलेली आहे. पुन्हा निनावी अर्ज केले गेले तर, माझ्याशी गाठ आहे!"

"पण दीनानाथ, तो हैदराबादच्या कोर्टातला पिटिशन रायटर आहे, एके काळचा!"

"असू दे, हुजूर! चंद्रपूरचा पोलीस फोर्स किती प्रबळ आहे, याची त्याला जाणीव आहे. एक तर तो इथून कुठं जाऊ शकत नाही आणि जरी गेलाच, तरी चंद्रपूरच पोलीस खातं त्याला कॅग्निझेबल गुन्ह्याच्या आरोपावरून कुठं असेल तिथून पकडून आणल्याशिवाय राहणार नाही!"

"दॅट्स फाईन!"

"दीनानाथ, शहनाज आणि रहिमतखानला सोडून सिमल्याला आमच्याबरोबर यायला रोशन तयार होईल, असं वाटतं?"

"त्या आढेवेढे नक्कीच घेणार. पण महाराज, आपल्या इच्छेविरुद्ध वर्तन करण्याचं धाडस त्या करू शकतील असं, मला वाटत नाही. निदान त्यांचे सल्लागार-हितचिंतक शर्माजी यांच्या निवासस्थानावर पोलीस पहारा ठेवल्यापासून ती सल्लामसलत बंद झाली आहे!"

"शर्माजींबद्दल आणखीन काही खबरबात?"

"हुजूर, पालेकर मला म्हणत होते, गेल्या वर्षभरात रोशनबाईंना बरेचसे दागदागिने शर्माजींनी दिले आहेत."

"अस्सं? आमच्या परवानगीशिवाय?"

"दहा गोष्टी ते आपल्या अधिकारात करीत अन् अकराव्या गोष्टीसाठी ते आपली परवानगी घेत. आपल्यामागे कामाचा प्रचंड व्याप असल्यामुळं ते काय करतात अन् काय नाही याकडं लक्ष द्यायला वेळ होताच कुठे आपणाला?"

"दीनानाथ, पालेकरना विचारून घे, कोणकोणते जामदारखान्यातले दागिने शर्माजींनी तिला दिले आहेत ते! चंद्रपूर संस्थानचे अलंकार असे कोणीही वापरण्यासाठी नाहीत; तो मान फक्त राजघराण्यातल्या स्त्रियांचाच आहे!''

"शर्माजींनी रोशनबाईंना तोही देऊन टाकला आहेच की, धर्मांतर आणि नंतर आपल्याशी विवाह करून!''

"छट्! मला ते धर्मांतर आणि विवाह दोन्हीही मान्य नाहीत!''

"हुजूर, हे जरी सर्व खरं असलं, तरी आपण वरून काहीच दाखवू नये! रोशनबाईच्याकडं असलेले सर्व दागिने परत येतील!''

"ती अशी सरळपणानं नाही परत करायची!''

"ते कसं काय करायचं, हे मी पाहतो. आपण त्यांना सिमल्याला तरी घेऊन जावं. इकडं रोमन व्हिलाची झडती घेईन मी!''

"तो रहिमत आणि शहनाज बोंब करतील ना?''

"त्या दोघांचं तोंड कसं बंद करायचं, ते माझं मी पाहतो!''

"ठीक आहे!''

महाराजांच्यासमवेत सिमल्याला जायला रोशन सहजासहजी तयार होणार नाही, हा महाराजांचा अंदाज मात्र साफ चुकला. सिमल्याला जाण्यासाठी रोशन तयार झाली. इतकेच नव्हे तर, महाराज ज्या-ज्या सूचना करतील, त्या सर्व तिने पालन करण्याचे ठरवले. रेल्वे स्टेशनला जाण्यासाठी मोटार रोमन व्हिलावर येऊन थांबली. गाडीतून महाराज, पालेकर आणि दीनानाथ चौधरी आले होते.

तिचे डोळे रडून लाल झाले होते. महाराज येताच तिनं वॉश घेतला. पावडरचा पफ चेहऱ्यावरून फिरवला अन् प्रसन्न चेहऱ्यानं ती बाहेर आली.

"रोशन... आय ॲम सॉरी... रत्ना... ऐन वेळी एक घोटाळा झाला.'' महाराज सिगारेट पेटवून म्हणाले.

"काय झाल?'' शांत चित्तानं रोशननं विचारलं.

"मला तुझ्यासोबत येता येता नाही. उद्या रॉबिन्सन येतो आहे. दोन दिवस तो मल्हारपेठला राहील. त्यानं माझ्या एंगेजमेंट्स कॅन्सल करण्याची तारेनं विनंती केली आहे. तेव्हा तू पुढं जा, सोबत दीनानाथ चौधरी येतील!''

दीनानाथ चौधरींच्याकडे पाहत रोशन म्हणाली,

"पालेकर सोबत असते, तर बरं झालं असतं!"

"तेही आले असते, पण उद्या रॉबिन्सन आल्यानंतर त्याची व्यवस्था करण्यासाठी त्यांना इथं थांबावं लागेल. मग तू जातेस ना पुढं? मी दोन दिवसांनंतर येतोच आहे!"

"दिल्लीपर्यंत महाराज प्लेननं येतील आणि नंतर पुढे ट्रेनने येतील." पालेकर आगंतुकपणे बोलले.

रोशनन क्षणभर विचार केला आणि ती महाराजांच्याकडे पाहत म्हणाली, "जशी आपली आज्ञा हुजूर!"

"दुसरी एक सूचना अशी राणीसाहेब—"

पालेकर घसा साफ करीत म्हणाले, "सिमल्याला गेल्या वर्षी बऱ्याच चोऱ्या झाल्या. होता होईल तो, फार दागिने सोबत घेऊ नयेत!"

रोशननं मान तिरकी करून पालेकरांकडे पाहत म्हटलं, "चंद्रपूरचे पोलीसप्रमुख सोबत असताना माझे दागिने चोरीला जातील?"

"मी काही शेवटपर्यंत सिमल्यात राहणार नाही, राणीसाहेब. तिकडं महाराज आले की, मी परत येणार आहे!"

"अच्छा! तशीही मला दागिन्यांची फारशी हौस नाहीच. पण कुठं पार्टीला-बिर्टीला जायचं झालं तर...!"

"तसे मोजके दागिने सोबत घ्यायलाच हवेत!" पालेकर म्हणाले.

"ठीक आहे!" रोशन म्हणाली.

महाराजांच्या मागोमाग ते तिघे निघाले. मुख्य द्वाराशी थांबून महाराज म्हणाले,

"रहिमतखान कुठं दिसत नाही?"

"माँची तब्बेत जरा बरी नाही; तिच्या खोलीत आहे!"

महाराज मुद्दाम शहनाजला पाहण्यासाठी गेले. ती कॉटवर झोपली होती. बाजूला रहिमतखान बसला होता. महाराज येताच तो उठून उभा राहिला आणि त्यानं मुजरा केला. शहनाजही महाराजांना पाहून कॉटवर उठून बसण्याचा प्रयत्न करू लागली. तेव्हा महाराज म्हणाले, "उठतेस

कशाला?'' तरीही शहनाज कॉटवर उठून बसली. तिचेही डोळे रडून-रडून सुजल्यासारखे दिसत होते.

"शहनाज, काय होतंय?''

प्रथम ती काहीच बोलली नाही. मात्र, तिच्या डोळ्यांतून घळघळ अश्रू वाहू लागले. ती आवंढा गिळून म्हणाली,

"हुजूर, माझी बेटी आपल्या स्वाधीन केली आहे. तिला सांभाळा, एवढीच विनंती!'' रहिमतखान मान हलवून तिच्या विनंतीला प्रतिसाद देत राह्यला.

"काही चिंता करू नकोस, शहनाज! आता माझ्या मनात रोशनबद्दल... नाही-नाही... रत्नाबद्दल गैरसमज उरलेला नाही.''

"शिवाय पती-पत्नी म्हटलं की, कधी कधी किरकोळ मतभेद हे व्हायचेच!'' पालेकर म्हणाले.

"आणि मतभेद नसतील तर, आयुष्यात रंगही येत नाही!'' दीनानाथ चौधरी म्हणाले.

"आम्हाला यातलं काही समजत नाही... आम्ही मुलीला आपल्या पायावर घातली आहे. तिचे पती, आई-बाप सर्व आपणच आहात; एवढंच आम्हाला ठाऊक आहे, हुजूर!'' शहनाज अश्रू पुसत म्हणाली.

महाराजांनी मान डोलावली आणि ते तेथून बाहेर पडले. मोटारीत बसल्यानंतर महाराज म्हणाले, "दीनानाथ, ही माणसं आज कमालीची चमत्कारिक वागली!''

"हो, मलाही ते जाणवलं!''

"कोणत्याच सूचनेला विरोध नाही! हे असं कसं काय?''

"हुजूर,'' दीनानाथ चौधरी म्हणाले, "यांचे आधारस्तंभ ढासळले आहेत! शर्माजींना स्थानबद्ध केल्याचा हा परिणाम आहे. आजवर ही माणसं शर्माजींच्या तंत्रानं आणि सल्ल्यानं वागत होती. पण आता त्यांना कळून चुकलं आहे की, आपण आता निराधार आहोत!''

"बघ हं दीनानाथ, कदाचित एखादा निराळाच डाव ही मंडळी रचत असतील.''

“कसलाही डाव रचला तरी, तो उधळून लावण्याचं सामर्थ्य आहे माझ्यात!”

“दीनानाथ, रहिमतखानचं बरंचसं आयुष्य कोर्टकचेरीच्या आवारात गेलेलं आहे, लक्षात ठेव!”

“हुजूर, रहिमतखान आपल्याविरुद्ध काही कारस्थान रचतो आहे, असं जर माझ्या निदर्शनास आलं; तर तो जन्मभर पस्तावेल, असं शासन घडवीन त्याला!”

“ते तू बघ. पण हा रहिमत दिसतो तसा नाही, एवढं लक्षात ठेव. परवाचं तुला कळलं का?”

“कोणतं हुजूर?”

“रोशन, ही शर्माजींपासून शहनाजला झाली आहे, असं मुद्दाम त्याच्या कानावर घालण्यात आलं, तेव्हा तो म्हणाला म्हणे— ती शहनाजला माझ्यापासून झालेली नाही; मग ती शर्माजींच्यापासून होवो किंवा पहिल्या नवऱ्यापासून, मला त्याच्याशी काय कर्तव्य आहे?”

“असं म्हणाला?”

“हो. म्हणजे, शर्माजींच्याबद्दल त्याचं मत कलुषित करण्याचा प्रयत्न साफ फसला!”

“हुजूर! रहिमतखान निनावी अर्ज करीत होता, त्याचा बंदोबस्त झालेला आहे. यापुढं तो आणखी काही करण्याचा प्रयत्न करील तर, तोही...”

राजवाड्याच्या पोर्चमध्ये गाडी येऊन थांबली. त्यामुळे दीनानाथांचे वाक्य अपुरेच राहिले.

रोशनला स्टेशनवर निरोप द्यायला कोणी आले नव्हते. दीनानाथ चौधरी, दोन दास्या आणि एक हुजऱ्या यांच्यासमवेत रेल्वेची वाट पाहत बाहेर मोटारीत रोशन बसून होती.

“आपली ट्रेन दिल्लीला किती वाजता पोहोचेल?”

रोशननं दीनानाथला विचारलं.

“उद्या रात्री दहाला! पण नेहमी ही गाडी लेट होते, राणी सरकार!”

"असं! दीनानाथ, तुम्ही तुमच्या स्टाफपैकी कोणीच कसं काय सोबत घेतलं नाही?" रोशनन दीनानाथला जोखत विचारलं.

"त्याचं काय आहे, राणीसाहेब, मी केवळ आपल्याला सोबत म्हणून येतो आहे! एवढ्या दूरचा प्रवास— तेव्हा कोणी तरी जबाबदार माणूस आपल्यासोबत हवा, म्हणूनच महाराजांनी मला पाठवलंय! स्टाफची गरज नाही त्यासाठी!"

रोशन हसली. ती का हसली, हे बहुधा दीनानाथला उमगलं नसावं. कारण रोशनला ठाऊक होतं, चंद्रपूरच्या पोलीस खात्यातले तीन हवालदार आणि आठ कॉन्स्टेबल साध्या वेषांत दीनानाथसोबत त्याच गाडीने सिमल्याला येत होते. गाडी येत असल्याची घंटा होताच, ते सर्व जण फलाटावर आले. दूर काळोखात दिव्याचा प्रकाशझोत दिसला. दासींनी आणि हुजऱ्यांनी सामानाची आवराआवर केली. रोशनच्या मागे दीनानाथ उभे राह्यले. प्रकाशझोत जवळ येत होता. आऊटर सिग्नल ओलांडून गाडी स्टेशनच्या आवारात शिरली. पोर्टरने लाईन क्लीअरची रिंग इंजिन ड्रायव्हरच्या हाती दिली. एकामागून एक डबे समोरून सरकू लागले. शेवटी फर्स्ट क्लासचा तो रिझर्व्ह केलेला डबा आला.

रोशन डब्यात चढली. डब्याच्या रिझर्व्हेशन स्लीपवर 'हिज हायनेस द महाराजा अँड हर हायनेस द महाराणी ऑफ चंद्रपूर' असे लेबल लावलेले होते. महाराजांचं जाणं रहित झाल्याने त्यांची जागा दीनानाथ चौधरींनी घेतली, पण ते बाजूच्या केबिनमध्ये बसले. रोशनसोबत त्या दोन दास्या तिच्या केबिनमध्ये चढल्या.

दीनानाथ व त्यांचा गुप्त वेषातला बाजूच्या डब्यात चढणारा स्टाफ यांचं निरीक्षण रोशन करीत होती. गार्डनं हिरवा कंदील उंचावून शिटी फुंकली. त्यासरशी इंजिननेही कर्कश शिटी दिली आणि गाडी हलली.

रोशनच्या डोळ्यांत अश्रू तरळले. रोशनला आठवण आली ती अशाच एका रात्रीच्या प्रवासाची. बारा वर्षांची असताना शहनाज आणि रहिमतखान तिला हैदराबादला घेऊन चालले होते. त्या वेळी आपणाला असं तडकाफडकी का घेऊन चालले आहेत, याची तिला जाणीव नव्हती.

ती जाणीव तिला नंतर शहनाजनं दिली. महाराजांना रोशनबद्दल आसक्ती वाटली, तेव्हा ती अवघी बारा वर्षांची होती. महाराजांच्या हातून काही तरी अघोरी कृत्य घडेल, या भीतीनं शहनाजनं आणि रहिमतखाननं तिला तेथून हलवलं होतं. पण पुढे रहिमतच्या आग्रहास्तव रोशनला पुन्हा चंद्रपूरला आणण्यात आलं. धर्मांतर घडलं, विवाह झाला आणि त्यानंतर खूप-खूप घडलं. त्यामुळे रोशनला अकाली पोक्तपणा आला होता.

गाडीत तिच्यासमोर बसलेल्या दोन दास्या न झोपता तशाच बसून राह्यल्या, तेव्हा रोशन म्हणाली,

“चालत्या गाडीतून मी काही उडी टाकून पळून नाही जाणार; झोपा तुम्ही!”

त्या दोघी संकोचल्या. त्यापैकी एक जण म्हणाली,

“राणीसाहेब, आपला काही तरी गैरसमज होतो आहे. आम्हाला रेल्वेत झोपच येत नाही!”

“तसं असेल तर ठीक आहे. कारण माझ्यावर पहारा करायला पलीकडं दीनानाथ आहे, हुजऱ्या आहे आणि...!”

“तसं काही नाही, राणी सरकार!”

रोशनला ठाऊक होतं, त्या हुकमाच्या ताबेदार आहेत. त्यांच्याशी रोशनला वैमनस्य बाळगण्याचं काहीच कारण नव्हतं. ती परत काचेच्या खिडकीतून बाहेर पाहत राह्यली.

निरभ्र आकाशात असंख्य तारे चमचम करीत होते अन् रोशनच्या मनात विचारांचं काहूर दाटलं होतं.

-०-०-०-

२३

प्रथम महाराजांना दीनानाथ चौधरींनी पाठवलेल्या त्या तारेतला मजकूर खोटाच आहे, असं वाटलं; पण त्या पाठोपाठ दुसरी तार आली, ती दिल्लीच्या पोलीस कमिशनरची! तीत म्हटलं होतं— 'रहिमतखान आणि शहनाज यांना ताबडतोब दिल्ली पोलीस कमिशनर यांच्या ऑफिसात हजर करावे!'

ही दुसरी तार मिळताच महाराजांना पहिल्या तारेतले वृत्त सत्य असल्याबद्दल काही शंका उरली नाही. पहिली तार पोलीसप्रमुख दीनानाथ चौधरींनी पाठवली होती. त्या तारेत म्हटलं होतं, 'रोशनने दिल्लीच्या रेल्वे स्टेशनवर नजर चुकवून, रेल्वे पोलीस स्टेशनमध्ये जाऊन संरक्षण घेतले आहे. परिस्थिती कठीण झालेली आहे. आपण समक्ष यावे!'

महाराजांना दीनानाथ चौधरींचा अतोनात राग आला. त्यांच्या ढिसाळपणामुळे रोशन निसटली, याबद्दल त्यांची खात्री झाली होती. आता दिल्लीला समक्ष जायचं, म्हणजे महाराजांना कमीपणा होता. याशिवाय रोशनने पोलीस कमिशनरमार्फत आणखीन एक कारवाई केली होती— रहिमतखान आणि शहनाज यांच्या सुटकेची!

महाराजांनी ॲडज्यूटंट नितीन पाठारे, पायलट शैलेंद्रकुमार, शिवराम हुजऱ्या, हसनअल्ली, गनी महंमद रिशालदार व अब्दुल गफार या सर्वांना तत्काळ बोलावून घेतले. महाराजांसाठी कोणतेही दिव्य करायला ही मंडळी सदैव तयार होती.

महाराज हात मागे धरून हॉलमधून फेऱ्या काढता-काढता थांबले आणि आवाज चढवून म्हणाले,

"हा सारा दीनानाथचा गाढवपणा! तरी मी त्याला बजावलं होतं की, मला तिचं लक्षण काही बरं दिसत नाही,

तिच्या हालचालींवर लक्ष ठेव!''

"हुजूर, मग त्यांना सिमल्याला न्यायचं कारणच काय होतं?''
पाठारेंनी विचारलं.

"नितीन, तिच्या कटकटीतून कायमचं मोकळं व्हायचं होतं आम्हाला!
पण तिला आमच्या हेतूची शंका कशी आली, कोण जाणे!''

"हुजूर, तिच्या आई-वडिलांना आपण अटक करून ठेवलं, तर?''

"ही पाहा तार— दिल्लीचा पोलीस कमिशनर म्हणतो आहे, यांना
दिल्लीला आणून तत्काळ हजर करा! आता एक गोष्ट मात्र करायला हवी.
शर्माजींच्या बाबतीतही तो असाच हुकूम मिळवू शकेल. त्याअगोदर त्यांच्यावर
काही तरी आरोप ठेवून खटला दाखल करायला हवा. ते गुन्ह्यातले आरोपी
आहेत, या सबबीखाली आपण त्यांची सुटका करणेच टाळू शकतो!''

"मग हाच मार्ग शहनाज आणि रहिमतखानच्या बाबतीत अवलंबिला,
तर कसं होईल, हुजूर?''

"ते आता शक्य नाही, नितीन! दीनानाथकडून तिथल्या पोलिसांनी
नक्कीच माहिती घेतली असेल. दीनानाथनं दिलेल्या माहितीत व आपण
केलेल्या या प्रकरणात जर तफावत पडली, तर ते आपणालाच जाचक
होईल. त्या दोघांना तत्काळ पाठवण्याची व्यवस्था करायला सांगितलं आहे
मी पालेकरांना! पण शर्माजी मात्र सुटता कामा नयेत! शर्माजी जर आमच्या
तावडीतून निसटले, तर आमच्यावर असंख्य खोटे-नाटे आरोप लादून
आम्हाला ते त्रस्त करत राहतील! सिटी पोलीस इन्स्पेक्टरला सांगून त्यांच्यावर
एखाद्या कॉग्निझेबल गुन्ह्याचा आरोप तत्काळ ठेवायला हवा. जामदारखान्यातले
काही मौल्यवान दागिने गहाळ झाल्याची फिर्याद नोंद करायला सांगा. मग
दीनानाथ परत आल्यानंतर त्याबाबतीत काय करायचं याचा निर्णय घेऊ...
पण सारा घोटाळा होऊन बसला आहे!''

महाराज पुन्हा हात मागे धरून फेऱ्या घालू लागले. "हा साला
रॉबिन्सन् मध्येच कलमडला. नाही तर आम्ही जातीने सोबत जाणार होतो.
दीनानाथ स्वत:ला एवढा हुषार समजतो, पण साला बुद्दू निघाला. सोबत
आठ पोलीस आणि तीन हवालदार आहेत; या सर्वांच्या पहाऱ्यातून ती

निसटते, याला काय म्हणावे?''

सारे जण चुपचाप बसले होते. महाराजांच्या क्रोधाचा पारा हळूहळू चढत होता.

''शिवरामऽऽ व्हिस्की!'' महाराजांनी आज्ञा केली. शिवराम उठून त्या तयारीला लागला. महाराज खिडकीजवळ जाऊन उभे राहिले आणि रोमन व्हिलाकडे पाहत म्हणाले, ''आम्ही तिला रखेल म्हणून ठेवली असती, तर इतकी गुंतागुंत झालीच नसती. पण या शर्माजींनी आम्हाला या चक्रव्यूहात कोंडलं! तिचं धर्मांतर करायला लावलं, आम्हाला तिच्याशी लग्न करायला भाग पाडलं! आमचीही बुद्धी गहाळ झाली होती त्या वेळी!''

शिवरामने टेबलावर सारा इंतजाम केला. आज महाराजांनी ग्लासात नेहमीपेक्षा अधिक व्हिस्की ओतली, सोडा घातला आणि एक मोठा घोट घेऊन ते उपस्थितांना म्हणाले, ''रोशन इथून गेली, पण ती पृथ्वीच्या पाठीवर कुठे असेल, तिथून तिला उचलून आणायला हवंय!''

''होय, हुजूर! त्यासाठी काहीही करावं लागलं, तरी आमची तयारी आहे!'' अब्दुल गफार म्हणाला.

''पण सध्या तिनं पोलीस कमिशनरचा आश्रय घेतला आहे. तो साला फार 'व्हिम्झिकल' आहे. अगोदरच या रहिमतखाननं आमच्याविरुद्ध खोटे-नाटे अर्ज करून ठेवलेले आहेत; त्यात आणि कसलं लफडं निर्माण व्हायला नको. तूर्तास थोडे दिवस आपण कसलीच हालचाल करता कामा नये.''

''हुजूर, कमअस्सल माणसांच्या हातूनच हे असं वागणं घडतं!'' गनी महंमद बोलला. त्याला दुजोरा देताना अब्दुल गफार म्हणाला,

''शर्माजींसारख्या कारस्थानी बापाची लेक कमअस्सल असणार नाही, तर कोण?''

''बरोबर बोललास अब्दुल! जातिवंत आणि खानदानी मुसलमान रक्त असतं, तर! अशी कपटानं वागलीच नसती ती!'' महाराजांनी अब्दुलच्या म्हणण्याला पाठिंबा दर्शविला.

महाराजांच्या खास विश्वासातले हे सेवक महाराजांसाठी कोणतेही

दिव्य करायला तयार होते. महाराजांनी प्रत्येकाचं कोटकल्याण केलं होतं. कोणाला उत्तम जमिनी देऊन, तर कोणावर दागदागिन्यांची अन् पैसा अडक्याची खैरात करून. महाराजांचा या सर्वांवर कमालीचा विश्वास होता. दीनानाथ चौधरींवरदेखील महाराजांचा विश्वास होता. रोशन त्यांच्या ताब्यातून निसटली म्हणून ते तसे थोडे संतापले, पण तरीही महाराजांचा त्यांच्यावरचा विश्वास उडालेला नव्हता.

''पालेकरना मी रहिमत आणि शहनाजला सोबत देऊन पाठवतो आहे आज! त्यांच्याकडूनच दीनानाथलाही बोलावून घेतो. तो तिथं काही तरी प्रकार करून ठेवायचा आणि मग ते नंतर आपणा सर्वांना निस्तरण्याची वेळ यायची!''

''होय, हुजूर! दिल्ली राजधानीचं शहर. संस्थानिक हे ब्रिटिश साम्राज्यशाहीचे भाट आहेत, असा प्रचार इंडियन नॅशनल काँग्रेसवाल्यांनी अगोदरच सुरू केलेला आहे. तेव्हा आपण अत्यंत न्यायप्रिय व सत्यनिष्ठ आहोत, हे दाखविण्याची कोणतीच संधी दिल्ली सरकार सोडणार नाही. आपण हे सर्व प्रकरण थोडं शांत होईपर्यंत थांबावं, हे मलाही पटलं आहे!'' गनी महंमद रिशालदार बोलला.

''हुजूर, त्या असतील तेथून विमानातून घेऊन येईन मी!'' शैलेंद्रकुमार पायलट म्हणाले,

''तिला कसं नि कोणत्या वाहनातून आणायचं, हे नंतर ठरवू. आता तिची चाल कसकशी होते, ते अगोदर पाहायला हवं आहे, शैलेंद्र!''

''जी, हुजूर!''

चर्चा बराच वेळपर्यंत चालली. जमलेली सर्व मंडळी राजवाड्यावरच जेवण करून परतली. पालेकरांच्या सोबत रहिमतखान व शहनाज यांना दिल्लीला पाठवलं.

चौथ्या दिवशी दीनानाथ चौधरी परत आले. महाराजांना भेटायला गेले, तेव्हा त्यांची चर्या शेकडो गुन्हे केलेल्या अपराध्यासारखी दिसत होती. मुजरा करून ते बाजूला उभे राह्यले.

"काय दीनानाथ, काय घोटाळा करून ठेवलास हा?"

"काय सांगू हुजूर, त्या इतक्या तयारीच्या असतील याची थोडीसुद्धा कल्पना नव्हती मला!"

"पण ती कशी काय निसटली?"

"दिल्लीचं स्टेशन आलं, तेव्हा रात्रीचे साडेअकरा वाजले होते. बाईंच्या डब्यासमोर अटेंडंट बसायची जागा होती. त्या जागेवर मी बसलो होतो. माझ्यासमोरून त्या बाथरूमकडे गेल्या, लगेच परत आल्या आणि म्हणाल्या, 'डब्यातलं पाणी संपलं आहे. स्टेशनवर कोणी ट्रेन अटेंडंट असला तर बघा!' मी प्लॅटफॉर्मवर उतरून कोणी रेल्वे कर्मचारी दिसतो काय, ते पाहत होतो. तोच या माझ्यामागून सरळ धावत सुटल्या आणि रेल्वे पोलीस स्टेशनमध्ये घुसल्या. त्यांनी माझ्यावर आणि माझ्यासोबत असलेल्या स्टाफवर आरोप केला की, हे लोक मला जबरदस्तीनं सिमल्याला घेऊन चालले आहेत आणि तिथं माझा खून होण्याची दाट शक्यता आहे! झालं! स्टेशनवरच्या इन्स्पेक्टरनं ही गोष्ट कमिशनरला कळवली. कमिशनर स्वत: स्टेशनवर आले. त्यांनी बाईचा तसा लेखी जबाब लिहून घेतला. मला आणि माझ्याबरोबरच्या स्टाफच्या लोकांनासुद्धा गुन्हेगार म्हणून एक रात्र पोलीस कोठडीत डांबून ठेवण्यात आलं, हुजूर!"

"अरेरेऽऽ बरंच घडलं की दीनानाथ!"

"काय सांगायचं हुजूर? आजपर्यंत गुन्हेगारांना मी स्वत: धरून लॉकअपमध्ये घालत असते; त्या रात्री मला स्वत:लाच आरोपी म्हणून रेल्वे पोलिसांच्या लॉकअपमध्ये राहावं लागलं! दुसऱ्या दिवशी त्यांनी आम्हाला बेलआऊट केलं; पण एक रात्र आम्ही लॉकअपमध्ये राहिलो, हे शिक्कामोर्तब झालंच की!"

"ठीक आहे दीनानाथ! शहनाज आणि रहिमतखानला मुद्दामच मी तत्काळ पाठवलं. आपण कायद्यानं वागणारे आहोत, हा भास निर्माण करणं अगत्याचं होतं. बरं, पण ते जाऊ दे. या शर्माजींविरुद्ध एखादी चोरीची किंवा अपहाराची भक्कम अशी केस दाखल करायला हवी. नाही तर त्यालाही इथून काढून नेण्यासाठी ती काही तरी धडपड करणार!"

“ते शक्य होऊ देत नाही. आजच त्यांच्याविरुद्ध तीन-चार खोट्या केसेस दाखल करून टाकतो!”

“पण जे काय करायचं, ते पूर्ण विचारानं; बरं का? शर्माजी इथून सुटले तर जन्मभर आमच्या मागे कटकटी निर्माण करीत राहतील!”

“ते शक्य होऊ देत नाही, हुजूर. आजच त्यांच्यावर खटले भरतो. चार-आठ दिवसांत त्यांच्याविरुद्ध 'चलन' दाखल करतो कोर्टात. मुन्सफांना आपण सूचना द्यावी की, किमान दोन-तीन वर्षांची तरी सक्तमजुरीची शिक्षा ठोका त्यांना!”

“ते फारसं कठीण नाही दीनानाथ!”

दीनानाथ गेल्यानंतर महाराज पद्मिनीराजेंच्या महालात गेले. एव्हाना काहीतरी गडबड झाली असल्याची कल्पना त्यांना आलेलीच होती. महाराजांना नमस्कार करून त्या म्हणाल्या, “काय चाललंय गेले चार-सहा दिवस?”

“तुम्ही जिची फार तारीफ करीत होता, त्या रोशननं काय केलंय; ते समजलं का?”

“मला त्याबाबतीत थोडं समजलं आहे. ती दिल्लीत स्टेशनवर उतरून पोलिसांच्याकडे गेली आणि तिला दिल्ली पोलिसांनी संरक्षण दिलेलं आहे. शिवाय तिने आपल्या आई-बापांच्या सुटकेसाठीही विनंती केली. पण मी म्हणते, आता ते तिघेही इथून गेले, पुन्हा काही इकडे येणार नाहीत; मग आपण त्रास कशाला करून घ्यायचा?”

“त्रास? हंऽऽऽ, राणीसाहेब, रोशन इथून निघून गेली, पण ती स्वस्थ बसेल, असं नका समजू! उद्या ती आमच्याविरुद्ध पोटगीसाठी दिवाणी दावा लावेल! तिच्याशी लग्न करण्याचा मूर्खपणा करून बसलो आहोत ना आम्ही?”

“देऊन टाकावी थोडी रक्कम!”

“दिली असतीही, पण केव्हा? सामोपचारानं मागितली असती, तर! आमच्याशी छक्केपंजे करणाऱ्याशी आम्ही कधीही समझोता करायला तयार नसतो. त्या रहिमतखानने आमच्याविरुद्ध सरकारकडे निनावी अर्ज केले. आमचं नाव कलंकित करण्याचा प्रयत्न केला. त्याच्याविरुद्ध कारवाई करावी,

म्हणून आम्ही शर्माजींचा सल्ला घेतला. तर हे महाशय निघाले त्या रोशनचे जन्मदाते! प्रत्येक वेळी तिचीच बाजू घ्यायचे! पण दीनानाथनं त्या शर्माजींना रोशनबद्दल वाटणाऱ्या जिव्हाळ्याचं अचूक कारण शोधून काढलं. तुम्हाला ठाऊक आहे?''

क्षणभर विचार करून त्यांनी विचारलं,

''आपण मला बोलला होता... पण कसं शक्य आहे ते?''

''का? का शक्य होऊ नये?''

''शर्माजींची पत्नी दिवंगत झाल्यापासून ते विधुरावस्थेत दिवस कंठताहेत!''

''विधुर! महाराणीसाहेब, ब्रह्मचारी आणि विधुर ही माणसं फार ढोंगी असतात! त्यांचं जगाला दाखवण्याचं रूप एक असतं आणि वास्तवतेतलं तर दुसरंच असतं! तेवीस वर्षांपूर्वी ही शहनाज नोकरी शोधण्यासाठी इथे चंद्रपूरला आलेली होती. त्या वेळी थोरले महाराज होते. आपल्याकडे एक गायिका आहे, तेव्हा तुला नोकरी देता येत नाही, असं दिवाण बहाद्दूर शर्माजींना, तिला सांगता आलं असतं की नाही? पण त्यांनी तिला तसं न सांगता, मुद्दाम आठ दिवस ठेवून घेतलं. थोरल्या महाराजांना रोज एक तास असे आठ दिवस आठ निरनिराळे राग तिच्याकडून सुनावले. जाताना तिला पाचशे रुपये बिदागी दिली. तिचा पहिला नवरा कायुमखान तेव्हा तिच्या- सोबत आला होता. तो गांजखस होता. शर्माजींनी त्याला भरपूर गांजा आणून दिला. गांजा ओढायचा अन् बर्फी खायचा. जेवत असा नव्हताच तो!''

''मला हे पटत नाही, महाराज! बावीस वर्षांपूर्वी काय घडलं, हे दीनानाथना तरी काय ठाऊक? सारे काही तर्क आहेत हे चौधरींचे!''

''लेखी व्हाऊचर्स आहेत महाराणीसाहेब, लेखी! पाचशे रुपये बिदागी मिळाल्याबद्दल शहनाजची सही आहे त्यावर. तिनेही ती गोष्ट मान्य केलेली आहे आणि तुम्ही याला तर्क म्हणता?''

''ती आली असेल, थोरल्या महाराजांना तिनं आठ दिवस आठ राग सुनावले असतील, महाराजांनी तिला पाचशे रुपये बिदागीही दिली असेल;

पण या आठ दिवसांत तिचा आणि शर्माजींचा संबंध आला असावा, हे कसं शक्य आहे?''

"कसं शक्य आहे? मला तुम्ही सांगा, या रोशनचं धर्मांतर करण्याचा आग्रह कोणी धरला?''

"शर्माजींनी!''

"नंतर लग्न झालं पाहिजे, असं कोण म्हणाले?''

"शर्माजीच!''

"यांना एवढी उठाठेव कशाला हवी होती? राणीसाहेब, ती स्वतःच्या रक्ताची आहे, याची शर्माजींना जाणीव होती; म्हणूनच त्यांनी तिला महाराणीपद मिळवून दिलं. समजलं?''

तरीही नकारार्थी मान हलवत पद्मिनीदेवी म्हणाल्या, "रोशनचं धर्मांतर आणि नंतर तिचा आपल्याशी विवाह करण्याचा शर्माजींचा हेतू फार निराळा होता, हुजूर!''

"काय हेतू होता, सांगा पाहू?'' महाराज डाव्या हाताची मूठ उजव्या तळव्यावर आपटून विचारते झाले.

पण महाराणीसाहेब ते कारण सांगू शकत नव्हत्या. महाराजांच्या बाहेरख्याली वृत्तीला आळा बसावा म्हणून स्वरूपसंपन्न, सुस्वभावी अशा रोशनला धर्मांतर करून महाराणीचा दर्जा देण्याचा खटाटोप शर्माजींनी केला होता; पण ते सर्व स्पष्ट बोलायचं, म्हणजे पुन्हा महाराजांचा रोष ओढवून घेण्यासारखे होते. महाराणीसाहेब बराच वेळ अबोल बसल्या आणि म्हणाल्या,

"रत्ना इथून गेलेली आहे. तुमचा नि तिचा स्वभाव जुळला नाही, हे मी पाह्यलंय. पण मला वाटतं, आपण आता तिचा नाद सोडावा!''

"वेड्या आहात! अहो, मी तिचा नाद सोडला, म्हणून ती किंवा तिचा तो सावत्र बाप रहिमतखान स्वस्थ राहणार आहेत थोडेच? अगोदरच इंडियन नॅशनल काँग्रेसचे लोक संस्थानिकांकडे डोळ्यांत तेल घालून पाहत आहेत. त्यांना हाताशी धरून थेट प्रिव्ही कौन्सिलपर्यंत मला त्रास देत राहतील; ठाऊक आहे? पण तुम्हा बायकांना बाहेरच्या जगाची कल्पना नाही! रोशन जर सिमल्यापर्यंत पोहोचली असती, तर ती कोण होती,

हेसुद्धा कोणाला समजलं नसतं!''

''म्हणजे?'' महाराणींनी त्यांना आश्चर्यानं विचारलं.

''सिमल्यात या वेळी अगदी एकांत असलेला बंगला आम्ही 'बुक' केला होता... पण जाऊ दे! सांडलेल्या दुधाबद्दल शोक करण्यात काही अर्थ नाही!''

''म्हणजे, ती गेली ते एका अर्थी बरंच झालं!''

महाराज हसले आणि म्हणाले, ''प्रकरण थोडं तापलेलं आहे, म्हणून आम्ही काही गडबड करणार नाही. पण ती त्रिभुवनात कोठेही लपून राहिली, तरी शेवटी तिला चंद्रपुरात परत आणल्याशिवाय राहणार नाही! आणि तिला परत आणल्यावर साऱ्या कारस्थानाची कबुली घ्यायची आहे मला शर्माजींकडून! कृपा करून तुम्ही यापुढे या प्रकरणात लक्ष घालू नका. बालराजे, बेबीराजे कुठे आहेत?''

''ट्यूशनला बसले आहेत?''

''ठीक. त्यांना कोणी काही खायला दिलं, तर खायचं नाही म्हणून ताकीद द्या!''

''कोण खायला देणार त्यांना?''

''कोणीही! आता आपल्या भोवताली हितशत्रूंचं जाळं पसरणार आहे. शर्माजींना स्थानबद्ध केल्यापासून चंद्रपुरातले बरेच लोक नाराज झाले आहेत. शर्माजींबद्दल आणि रोशनबद्दल आपुलकी वाटणारे लोक कदाचित...!''

''असं आपल्या मनात का यावं?''

''का यावं, याला काही कारणं आहेत!'' असं म्हणून महाराज निघून गेले अन् महाराणींना उगीचच बाळराजे आणि बेबीराजे यांच्या सुरक्षिततेची चिंता वाटू लागली. त्यांच्या डोळ्यांसमोर रोशनची गुलाबाच्या कळीसारखी कोमेजून गेलेली बेबी दिसू लागली! 'इवलासा निष्पाप, निरपराध जीव! एकाएकी कशानं मेली असेल? तो मृत्यू नैसर्गिक नव्हता, असं मला एकसारखं वाटतं आहे! माझ्या बाळांना काही तरी होईल, ही भीती महाराजांना का वाटावी? कदाचित रत्नाच्या बेबीच्या मृत्यूमागे...'

महाराणी पद्मिनीदेवी अस्वस्थ झाल्या. त्यांनी दासीला बोलावून

म्हटलं, ‘‘आज शिकवणीला सुट्टी दिलीय, म्हणून बाईंना सांग. बाळराजांना आणि बेबीराजांना ताबडतोब घेऊन ये.’’

राजकुमार आणि राजकुमारी येताच पद्मिनीदेवींनी त्या दोघांना गळ्याशी लावून घेतलं. त्यांचे डोळे भरले. किती तरी वेळ त्या मुलांना उराशी धरून त्यांच्या पाठीवरून हात फिरवीत राहिल्या.

रोशनच्या मुलीचा मृत्यू कशामुळे झाला, हे अद्याप कोणालाच ठाऊक नव्हतं. महाराणींना मात्र तो कशामुळे झाला असावा, याचं गूढ आता उकलू लागलं होतं! त्या नकळत स्वत:शीच म्हणाल्या, ‘‘कावीळ झालेल्याला सारं जग पिवळं दिसतं!’’

-०-०-०-

२४

शर्माजींनी पूजापाठ उरकले आणि ते बाहेर बैठकीच्या खोलीत आले, तेव्हा त्यांना समोरून येणारे चंद्रपूरचे पोलीसप्रमुख चौधरी दिसले. त्यांनी शर्माजींना पाहताच सॅल्यूट केला. डोक्यावरची टोपी हातात घेत ते म्हणाले, ''दिवाण-बहाद्दूर, आज मला माझ्या इच्छेविरुद्ध एक वाईट गोष्ट करावी लागते आहे— क्षमा असावी!''

''असे आडपडद्यानं कशाला बोलता? स्पष्ट सांगा ना, का आला होता ते?'' शर्माजींच्या हातातल्या मण्यांच्या माळेतला एक-एक मणी पुढे सरकत होता.

''आपणाला आज अटक करावी लागत आहे!''

''अटक? गेला महिनाभर मी कुठे मोकळा होतो? घराभोवती पहारेकरी होतेच की! तेव्हापासूनच अटकेत आहे मी!''

''दिवाण-बहाद्दूर, आपल्यावर संस्थानच्या मोठ्या रकमेचा अपहार केल्याचा आरोप आहे!''

''असं? ठीक, आणखीन काही आरोप?''

''चंद्रपूर संस्थानशी बेईमानी केलीत, महाराजांची दिशाभूल करून त्यांना दुसरा विवाह करायला लावलात आपण; म्हणून राजद्रोहाचाही आरोप तुमच्यावर ठेवण्यात आलेला आहे!''

''बस्स? फक्त दोनच? दीनानाथ, असं काय वेड्यासारखं करता, चांगले पाच-पंचवीस आरोप द्याना ठेवून माझ्यावर!''

''शर्माजी, यात माझी काही चूक नाही. हुजूर आज्ञेची अंमलबजावणी करणे, एवढेच माझे काम आहे!''

''पण आजकाल हुजूर आज्ञा ही तुमच्याच सल्ल्यातून निर्माण होतेय!''

''छे—छे! शर्माजी, आपण असं मुळीच समजू नका!

मी आहे हुकमाचा ताबेदार!''

"चौधरी, मी तुम्हाला चांगला ओळखतो. तुम्ही अलीकडे कोण-कोणते उपद्व्याप चालू केले आहेत, हे सर्व मला इथं तुमच्या कडेकोट बंदोबस्तात असूनही समजलेलं आहे. मी तुमचं सर्व काही क्षम्य समजू शकलो असतो, पण रोशनच्या बेबीच्या हत्येचं मात्र समर्थन होऊच शकत नाही! त्या निष्पाप बालिकेचा घात करण्यासाठी ज्यांनी ज्यांनी साह्य केले, त्या सर्वांना ईश्वर शासन घडविल्याविना राहणार नाही!''

"कोणी सांगितलं तुम्हाला, रोशनच्या बेबीची हत्या झाली म्हणून? ते सर्व खोटं आहे. बेबीच्या अंगावर नको इतके पांघरूण घातले गेल्याने जीव गुदमरून ती मेली.''

"दीनानाथ, कोणाला सांगता ही कारणं? लक्षात ठेवा—सर्व हत्यांत बालकाची हत्या अत्यंत निर्घृण समजली जाते! बालक हे निष्पाप असतं, म्हणून ते ईश्वररूप असतं. त्याची हत्या करणाऱ्यांना या जन्मीच त्याचा जीव द्यावा लागतो! तो ईश्वराविरुद्धचा अपराध आहे!''

"आता काय बोलायचं शर्माजी तुमच्यापुढे? अहो, ते सर्व खोटं आहे. त्या बेबीला मारून कोणाचा, कसलाही फायदा होणार नव्हता.''

"फायदा कसा होणार नव्हता? दीनानाथ, तुम्ही आता मला अटक करणारच आहात. अटक केल्यानंतर माझ्यावर खटलेही दाखल होणार. महाराज, हे इथल्या न्यायव्यवस्थेचे प्रमुख आहेत. तेव्हा मला शिक्षाही होणारच. पण मी असल्या शिक्षेला भीत नाही! आता तुम्हाला सांगतो, ऐका—रोशनला मूल होऊ नये, ही महाराजांची इच्छा होती.''

"ते का?'' दीनानाथनी विचारलं.

"ते इंग्लंडमध्ये वावरलेत ना? आयांनी मुलांना अंगावर पाजलं की, त्यांच्या उरोजाचा आकार जातो, म्हणून बेबीला अंगावर पाजण्यास त्यांनी रोशनला मना केली होती! पण महाराजांना मातृत्वाची महती कशी समजणार? स्त्रीकडे पाहण्याची आजवर त्यांची एकच दृष्टी होती— स्त्री म्हणजे भोग्य प्राणी! स्त्री ही माता, भगिनी, कन्या असू शकते, याची जाणीवच ज्यांना नाही; त्यांच्याकडून अशी अपेक्षा करणे चूक! दीनानाथ, महाराजांना योग्य

असे मार्गदर्शन करण्याऐवजी तुम्ही त्यांना अध:पतनाचा रस्ता दाखवत आहात, याचं मात्र दु:ख होत आहे मला.''

"आम्ही कसलं मार्गदर्शन करणार दिवाणजी?''

"अरे व्वा! तुमच्या मार्गदर्शनामुळेच मी बंदिवान झालो; तुमच्या मार्गदर्शनामुळेच मी रोशनचा जन्मदाता आहे, हे महाराजांच्या डोक्यात शिरलं आणि इतकं असूनही मी कसलं मार्गदर्शन करतो, म्हणून तुम्ही मला विचारता?''

"आता काय सांगायचं तुम्हाला? दिवाणजी, तुमचा कोणी तरी गैरसमज करून दिलेला आहे!''

"जाऊ द्या. वेळ येईल तेव्हा मीही दाखवून देईन. अर्थात, तोपर्यंत मी जिवंत असायला हवा! रोशनच्या बेबीसारखी तुम्ही लोकांनी माझीही वाट लावली, तर मग संपलंच! बरं तर, चला, उगाच तुम्हाला विलंब कशाला? पण एक विनंती करू का?''

"कोणती?'' तिरस्कारानं दीनानाथनी विचारलं,

"तुरुंगात वाचण्यासाठी चार धार्मिक पुस्तकं घ्यावी म्हणतो!''

"बेशक घ्या!''

"हांऽऽऽ, तुमची परवानगी असलेली बरी!''

असं म्हणत शर्माजींनी आपल्या बैठकीच्या खोलीतली काही पुस्तकं सोबत घेतली. देवघरात जाऊन देव्हाऱ्यापुढे नतमस्तक होत म्हणाले,

"आजपर्यंत या राजावर पुत्रवत् प्रेम केले. राजनिष्ठा अन् ईश्वर भक्ती यात फरक असा मानला नाही! या राजाच्या स्त्रीलंपट वृत्तीला आळा बसावा, या हेतूने रोशनसारख्या सुस्वरूप मुलीचं धर्मांतर करून तिचा यांच्याशी विवाह घडवून आणला... त्याच राजाने माझा अन् शहनाजचा बादरायण संबंध जोडला आहे. पण परमेश्वरा, हे सारं साफ-साफ खोटं आहे!''

देवघरातून शर्माजी बाहेर आले. त्यांनी डोक्याला रेशमी रुमाल बांधला, खांद्यावर उपरण टाकलं, हातात पुस्तकं घेतली आणि ते दीनानाथ चौधरींना म्हणाले, "हं, चला!''

शर्माजींना अटक झाल्याची बातमी चंद्रपुरात वाऱ्यासारखी पसरली. जे जुने जहागीरदार, मानकरी आणि सरदार होते; त्यांना खूप वाईट वाटलं. कारण शर्माजींचा नि:स्पृहपणा, त्यांचे न्यायप्रिय अन् सडेतोड वागणे त्यांना ठाऊक होते. चंद्रपूरच्या तिजोरीतला एक दमडाही वावगा खर्च होता कामा नये, असे शर्माजींचे सर्व शासनाधिकाऱ्यांना आदेश होते. शर्माजींची करडी शिस्त ही महाराजांच्या खास विश्वासातल्या लोकांना जाचक वाटत होती. तेव्हा ही तरुण अधिकारी मंडळी केव्हा एकदा शर्माजींची कारकीर्द संपुष्टात येते, याकडे डोळे लावून बसली होती. तो क्षण दीनानाथ चौधरींनी आज निर्माण केला. योग्य वेळ येताच रोशनच्या प्रकरणी त्यांनी महाराजांचे कान फुंकले आणि आज तर विश्वासघाताच्या अन् राजद्रोहाच्या आरोपावरून त्यांना अटकच करण्यात आली.

त्यांच्या अटकेचे वृत्त समजताच काही जुनी मंडळी महाराजांना भेटायला गेली. पण ते महाराजांना काय सांगणार, याचा अचूक अंदाज लागल्यामुळं दीनानाथ चौधरींनी त्यांची व महाराजांची भेटच घडू दिली नाही.

शर्माजींना अटक केल्यानंतर महाराजांनी, ती वार्ता तारेन रॉबिन्सन्ला आणि व्हॉइसरॉय ऑफिसला कळवली. त्या तारेत म्हटलं होतं, 'दिवाण शर्मा हे केवळ माझ्याविरुद्ध रहिमतखानकरवी निनावी अर्ज करून स्वस्थ राहत नव्हते, तर यांनी इंडियन नॅशनल काँग्रेसच्या काही पुढाऱ्यांशी साम्राज्यशाहीविरुद्ध आक्षेपार्ह हालचाली केल्याचा विश्वसनीय पुरावाही आमच्या हाती आलेला आहे. तेव्हा त्यांच्यावर चंद्रपूर इथल्या फौजदारी कोर्टात रीतसर खटला चालवून अंतिम निर्णय दिला जाईल. दरम्यान, त्यांच्या सुटकेसाठी काही हितसंबंधी लोक प्रयत्न करण्याची दाट शक्यता आहे. तेव्हा वरिष्ठांकडून तसा काही आदेश निघण्यापूर्वी आमचे पोलीसप्रमुख श्री. दीनानाथ चौधरी यांच्याशी सल्लामसलत होणे साम्राज्य सरकारच्या हिताच्या दृष्टीने अत्यावश्यक आहे!'

इतकी सविस्तर तार गेल्यानंतर शर्माजींच्या सुटकेसाठी कोणी हालचाल केली, तरीही उपयोग होणार नव्हता.

महाराजांचे दिवाण म्हणून पालेकर नियुक्त केले गेले असले, तरी सर्व कारभार पोलीसप्रमुख दीनानाथ चौधरी यांच्यामार्फतच होत होता. दीनानाथ चौधरींचा चंद्रपुरात इतका दबदबा वाढला की, लोकांना वाटू लागले की, ते म्हणतील ती आज पूर्व आहे! दीनानाथविरुद्ध बोलायची कोणाची प्राज्ञा नव्हती.

दीनानाथ चौधरी साडेपाच फूट उंच, रंगानं तांबूस गोरे आणि शरीरानं भरदार होते. त्यांच्या डोळ्यांत जातिवंत मुत्सद्द्याचे आणि कारस्थानी माणसाचे प्रतिबिंब उमटले होते. अलीकडे महाराजांसोबत ताटालाही ते हजर राहू लागले. इतके दिवस महाराज फक्त गोऱ्या अधिकाऱ्यांच्या ग्लासाला ग्लास भिडवून मद्य पीत, पण अलीकडे दीनानाथ चौधरींसाठी ट्रेमध्ये आणखीन एक ग्लास शिवरामला ठेवावा लागू लागला.

त्या दिवशी महाराजांची आणि दीनानाथांची मैफल अशीच जमली होती. लखनौची एक नर्तकी दीनानाथांनी महाराजांसाठी आणलेली होती. ती रोमन व्हिलात उतरली होती. आज रात्री भोजनानंतर तिच्या नाचण्याचा कार्यक्रम व्हायचा होता. तेव्हा बोलता-बोलता महाराजांनी विचारलं, "दीनानाथ, नाचणाऱ्या पोरी आपण खूप पाहिल्या; आपल्याला त्याचा फारसा शोक नाही!"

त्यावर व्हिस्कीचा एक घोट घेऊन दीनानाथ म्हणाले, "हुजूर, आपण आजपर्यंत पाहिलेले नाच आणि आजचा, यात जमीन-अस्मानाचा फरक आहे!"

"म्हणजे?" महाराजांनी सिगारेटचा धूर सोडत विचारलं.

"या नाचगाण्याचे वेळी तबला, तंबोरा, पेटी वाजवणारा एकही जण त्या दालनात असणार नाही!"

"म्हणजे? संगीताच्या साथीशिवाय नाचणार ती?"

"तसं नाही, हुजूर! संगीत तर जरूर असणारच, पण ते बाजूच्या दालनात. जिथं नाच चालणार, तिथं फक्त आपण व आपली परवानगी असली तर, फक्त मी असेन!"

"असं का?" महाराजांनी एक घोट घेऊन विचारलं.

दीनानाथ त्यावर मोठ्याने हसले आणि म्हणाले, ''हुजूर, ती नग्न होऊन नाचणार आहे. नग्न... नेकेड... फुल नेकेड!''

महाराजांच्या अंगावर त्या कल्पनेनेच रोमांच उभे राह्यले. ते दीनानाथना म्हणाले,

''कसं शक्य आहे ते? भारतीय बायका इतक्या लाजऱ्या असतात की, पुरुषासमोर ब्लाऊज काढायलादेखील संकोचतात! माझ्या आढळात फक्त एल्साच असं करू शकली.''

''मला ठाऊक आहे ते, हुजूर. म्हणून मी हे 'सँपल' मागवलेलं आहे. आपण एकदा अनुभव घेऊन तरी पाहा!''

''तू काही तरी गंमत करतो आहेस, दीनानाथ!'' अलीकडे महाराज दीनानाथना एकेरी नावानं संबोधत होते.

''हुजूर, शक्य नाही!'' जिभेचा शेंडा चिमटीत धरून दीनानाथ म्हणाले, ''जीभ कापली तरी आपल्याशी चेष्टा-मस्करी करणार नाही. राजा हा देवाचा अंश असतो, हुजूर! राजाशी प्रतारणा म्हणजे साक्षात ईश्वराशी लबाडी! छे! छे! छे! ते पातक आपल्या हातून होणार नाही! प्राण गेला तरी ते शक्य होणार नाही! खरोखरच नग्न होऊन नाचते ती!''

''बरं, तिची जेवणाची व्यवस्था केलीय का?''

''ती कार्यक्रम झाल्याशिवाय जेवणार कशी?''

''आपण केव्हा जेवायचं?''

''आपणही तिथंच जेवायचं ठरलेलं आहे, हुजूर!''

''मग उठू या?'' कोटाच्या खिशातल्या साखळीच्या घड्याळाकडे पाहत महाराज उद्गारले.

दीनानाथांच्या सोबत महाराज रोमन व्हिलाकडे निघाले. पण जाताना त्यांना रोशनची आठवण झाली.

शहनाजची ही सुकुमार कन्या बारा वर्षांची होती, तेव्हाच प्रथम महाराजांची नजर तिच्यावर गेली होती. ती जेव्हा हैदराबादहून परत चंद्रपूरला आली, तेव्हा वयात आली होती. सफाईदार इंग्रजी बोलत होती. तिच्या चालण्यात महाराणीचा डौल होता. भाषेत मार्दव होतं. नजरेत विनम्रता होती.

तिला पाहता क्षणीच कोणाही पुरुषाचं चित्त विचलित व्हावं, असं तिचं रूप आणि तारुण्य होतं. मग महाराजांसारख्या बाहेरख्याली पुरुषाची नजर तिच्यावर स्थिरावली नसती, तरच आश्चर्य!

त्या वेळी शर्माजींनी ती सूचना केली. ते म्हणाले होते, "महाराज, रोशन आपणाला योग्य अशीच मैत्रीण आहे. पण तिने केवळ मैत्रीण म्हणून तुमच्याजवळ राहावे, असे मला वाटत नाही. रोशनचे धर्मांतर करू, नंतर आपण तिच्याशी विवाह करावा. त्यामुळे आपणाला रोशनला कुठेही उजळ माथ्याने सोबत न्यायला संकोच नाही वाटणार! ज्युनिअर महाराणी म्हणून ती आपल्यासमवेत सदैव राहील!"

महाराज आज लखनौच्या त्या नर्तिकेचा नग्न नाच ज्या महालात पाहणार होते, त्याच महालात, ज्युनिअर महाराणी म्हणून रोशन वावरली होती. वास्तविक पाहता, महाराजांना रोशनला विसरायचं होतं, पण नेमकी नको त्या वेळी तिची आठवण आल्याने महाराज काहीसे त्रस्त झाले.

"दीनानाथ, या नर्तिकेची व्यवस्था कुठे दुसरीकडे करता आली नाही, तुम्हा लोकांना?"

"का? काय झालं हुजूर?" जिना चढता-चढता चौधरींनी विचारलं.

"या वास्तूत आल्यामुळे नको त्या आठवणी उचंबळून येतात!"

दीनानाथांनी ओळखलं, महाराजांना नेमकं काय म्हणायचंय ते. किंचित हसून ते म्हणाले,

"हुजूर, गुण वास्तूचा नसतो. इथं वावरलेल्या व्यक्तीच्या आठवणी येणं साहजिक आहे, पण आपण आता त्या विसरायला हव्यात! रोशननं आपल्याशी विश्वासघात केला, पण योग्य वेळ येताच आपण तिला धडा शिकवू. माझ्या आयुष्यात माझा असा कोणी अपमान केला नव्हता. दिल्ली पोलिसांच्या कोठडीत मला एक रात्र डांबून ठेवलं तिनं! आपण निश्चिंत असा. माझे विश्वासू नोकर कालच तिच्या मागावर रवाना झालेले आहेत. ती दिल्लीहून कोठे गेली, कोठे राहते, याची बित्तंबित बातमी घेऊन येतील, ते चार-आठ दिवसांत!"

ते दोघे दालनात आले, तेव्हा लखनौच्या त्या लैलाने वाकून महाराजांना

मुजरा केला. वाकल्यामुळे तिच्या गळ्यातले अलंकार लोंबकळू लागले, पण त्या अलंकारांचा हेतू निराळाच होता. अलंकारांकडे लक्ष जाताच तिचे पुष्ट उरोज नजरेत भरत! लखनवी खमीज, सलवार आणि त्यावर डाळिंबी रंगाची पारदर्शक ओढणी घेतलेली. हात अन् पायाला मेंदी लावलेली ही रमणी, संपूर्ण नग्न होऊन आज महाराजांसमोर नाच करणार, या जाणिवेने महाराजांच्या अंगावर पुन्हा एकदा रोमांच उभे राहिले.

राजवाड्यावर अगोदरच थोडं मद्यप्राशन झालेलं होतं. इथंही भूमीवर चांदीच्या सुरईत खास गोव्याहून मागवलेली 'मशिरा' भरून ठेवलेली होती. नाचता-नाचता लैला महाराजांना मद्याचा प्याला आपल्या मेंदी लावलेल्या नाजूक हातात धरून पाजणार होती.

"दीनानाथ, तू थांबणार ना?" या प्रश्नाचा अर्थ सरळ होता. लैलाच्या नाचण्याच्या वेळी दीनानाथनं तिथं थांबू नये, असंच महाराजांना सुचवायचं होतं. शेवटी महाराजांच्यातला पुरुष जागा झाला होता. जे लुटायचं आहे, भोगायचं आहे, ते त्यांना एकट्यालाच करायचं होतं.

धूर्त दीनानाथ हे जाणूनच होता. जरी महाराजांनी त्याला तसं विचारलं नसतं, तरीही तो काही तरी कारण सांगून नाचाला सुरुवात होण्यापूर्वी तिथून सटकणारच होता.

"हुजूर, खरं म्हणजे, मला खूप कामं आहेत. पण मघा आपल्याला भेटणं आवश्यक होतं, म्हणून आलो होतो. दिवाण शर्मांच्याविरुद्ध लवकरात लवकर कोर्टात चलन दाखल करायला हवंय! रोशन त्यांच्या सुटकेसाठी काही तरी प्रयत्न करणार, हे निश्चित! माझ पुरावा जमा करण्याचं काम रात्रंदिवस चालू आहे. तेव्हा मला तिकडं जायला हवं, हुजूर!"

"ठीक आहे!"

इतक्यात पलीकडच्या दालनात तंबोऱ्याची तार छेडली गेली. तरफेच्या सतारीच्या तारेवरून कोणाची तरी बोटं फिरत होती, त्यातून झंकार उठले. पेटीनं सूर धरला. तबला आणि डग्गा याचा ताल जमविण्यासाठी ठक्ठक् सुरू झाली.

महाराजांना गंमत वाटली. आजपर्यंत नर्तिका आणि वादक समोरासमोर

असत. तिच्या पायातल्या चाळांतून निघणारे ताल संगीताच्या सुराशी एकरूप होत. वादकांची नजर तिच्या पदन्यासावर केंद्रित झालेली असे. पण आज वादकांचा ताफा पलीकडच्या दालनात अन् नर्तिका महाराजांच्या समोर, असा प्रकार घडणार होता.

महाराजांना मुजरा करून दीनानाथ चौधरी निघून गेल्या क्षणीच सारी वाद्यं एकदम वाजू लागली. सारंगीचा सूर पकडून मघाशी मुजरा करून आत गेलेली लैला रेशमी पडद्याआडून थुई-थुई नाचत पुढे आली. पलीकडच्या दालनातले संगीताचे सूर आणि लैलाचा पदन्यास यात कमालीची एकरूपता होती. महाराजांनी हवेत हात उंचावून, 'क्या कमाल है!' असा आविर्भाव केला. नाचता-नाचता लैलानं महाराजांना चांदीच्या सुरईतून मशिरा पाजण्यासाठी बाजूचा चांदीचा ग्लास घेतला. नाचता-नाचताच, तिने तो ग्लास भरला.

या वेळी ती महाराजांच्या इतक्या जवळ आली होती की, महाराजांना तिच्या कमरेभोवती विळखा घालून तिचं चुंबन घेण्याचा मोह आवरता आला नाही.

महाराजांच्या हातून सुटका करून घेऊन तिनं पुन्हा संगीतासोबत ताल धरला. भिंगरीसारखी ती स्वत:भोवती फिरू लागली. महाराज तिच्या लवचिकपणानं आणि तालबद्ध पदन्यासाने खूष होऊन 'वाहव्वा, वाहव्वा!' म्हणाले अन् त्याच क्षणी त्यांच्या लक्षात आलं की, स्वत:भोवती गोल गिरक्या घेत असताना, तिनं अंगावरची सर्व वस्त्रं दूर भिरकावलेली आहेत!

आजपर्यंत महाराजांनी अनेक तरुण सुंदर स्त्रिया उपभोगल्या होत्या. देशी अन् विदेशीही. पण महाराजांसमोर नग्न होऊन नृत्य करून त्यांना मोहवणारी लैला ही पहिलीच होती.

महाराजांना आज मद्य चढतच नव्हते. चढली होती, ती लैलाच्या विवस्त्र हालचालींची धुंद नशा!

-०-०-०-

२५

त्यानंतर आठ दिवस उलटले. दीनानाथ चौधरींनी रोशनच्या हालचालींची माहिती घेण्यासाठी पाठविलेल्यांपैकी दोघेजण चंद्रपूरला परतले. त्यांच्याकडून मिळालेली माहिती दीनानाथना महाराजांना तात्काळ सांगणं जरुरीचं होतं.

महाराज मल्हारपेठला शिकारीला जायच्या तयारीत होते. मॅनलीकर रायफलला 'टेलिस्कोप' बसवून ते रोमन व्हिलावर लावलेल्या लायटनिंग कंडक्टरच्या काटेरी गोळ्यावर नेम धरून पाहत होते. अलीकडे बऱ्याच वेळा त्यांचा नेम चुकू लागला होता. तेव्हा दोष बंदुकीत आहे, की आपल्या नजरेत याचा ते अंदाज घेत होते.

दीनानाथ चौधरींनी महाराजांना मुजरा केला.

"ये दीनानाथ, काय खबरबात?"

"हुजूर, माझे दूत बातमी घेऊन आले आहेत!"

"असं? कुठंय सध्या ती?"

"अमृतसरला. तिथे रहिमतखानची चुलत बहीण राहते. तिच्याकडे ही मंडळी उतरलेली आहेत. कडेकोट बंदोबस्त आहे भोवताली!"

"असं? म्हणजे तिला अजून भीती वाटते तर!"

"तिला भीती वाटण्याचा प्रश्न नाही, हुजूर! रहिमतखान आपल्या-मागे काही तरी शुक्लकाष्ठ लावणार, म्हणून आपल्यालाच थोडं जपून राहावं लागणार आहे!"

"काय करेल, असा तुझा अंदाज आहे?"

"एक तर आपण तिच्याशी लग्न करून बसला आहात आणि दुसरं म्हणजे, तिच्या बेबीचा मृत्यू! परिणाम काही होवो; पण ती या गोष्टी व्हाईसरॉयपर्यंत नेल्याशिवाय राहणार नाही, अशी बातमी आहे!"

"तिथं आपला रॉबिन्सन आहेच की! तो ते प्रकरण वरपर्यंत पोहोचू देणार नाही!"

''तसं नाही, हुजूर! रहिमतखान हा कोर्टकचेऱ्यांत मुरलेला आहे. प्रथम तो आपल्याविरुद्ध पोटगीचा दावा गुदरणार. त्यातच तो रोशनच्या मुलीचं प्रकरण निर्माण करून न्यायाधीशाचं आपल्याविषयीचं मत कलुषित करणार! आपल्याला ठाऊक आहे, हे गोरे राज्यकर्ते आपल्याला कितीही आपुलकीनं वागवीत असले, तरी आपण स्वत: किती न्यायप्रिय आहोत, हे इथल्या 'नेटिव्ह' लोकांना दाखविण्यासाठी आपल्यावर दोष ठेवायला कमी करणार नाहीत!''

''तू म्हणतोस ते खरं आहे, दीनानाथ! पण आपल्यामागे कटकटी निर्माणच होणार नाहीत, यासाठी काय करावं आपण?''

''रोशनचं मतपरिवर्तन! झालं-गेलं विसरून जा, यापुढे आपण एकदिलानं वागू, असं आपण तिला भेटून सांगायचं!''

''अरे, पण हे सांगण्यासाठी ती इथं यायला हवी की नको? आम्ही तिच्याकड जाणं बरं नाही!''

''आपण जावं, असं नाही मी सुचवणार!''

''मग?''

क्षणभर विचार करून दीनानाथ म्हणाले,

''तिला आपण इथंच परत आणू!''

''तुझ्या डोळ्यांत धूळ फेकून ती निघून गेली; आता तिला परत आणणे कसे शक्य आहे?''

''हुजूर, त्या वेळी मला कल्पना नव्हती. आजपर्यंत या दीनानाथला असं कोणी फसवलेलं नव्हतं! हुजूर, आपण आज्ञा द्या; रोशनला आणून आपल्यासमोर हजर करतो!''

''दीनानाथ, बी प्रॅक्टिकल! उगाच भलतं साहस करून स्वत: अडकशील आणि आमच्यावरही काही तरी गंडांतर येईल!''

''तसं होऊ देणार नाही, हुजूर!''

डोळे बारीक करून दीनानाथ म्हणाला, ''त्यासाठी मी एक प्रयत्न करणार आहे!''

''कसला?''

''शर्माजींचं साह्य घेणार! शर्माजींना जर स्वत:ची सुटका व्हावी असं

वाटत असेल, तर ते रोशनला परत आणण्याचे कामी साह्य करतील!''

"इंपॉसिबल! तो म्हातारा किती हेकट आहे, याची तुला कल्पना नाही दीनानाथ!''

"असू दे. पण मी प्रयत्न तरी करून पाहतो!''

"बघ. माझी काही हरकत नाही! मी एक-दोन दिवस मल्हारपेठला चाललो आहे.'' पुन्हा रायफलच्या बोअरमधून आणि टेलिस्कोपमधून पाहत महाराज म्हणाले,

"तू हातातला पक्षी सोडलास आणि आता तो आकाशात भरारी मारायला लागल्यानंतर पकडून आणतो म्हणतोस! कसं शक्य आहे ते?''

"हुजूर, आजपासून मी दाढी वाढवणार आहे! 'पण' करतो मी आपल्यासमोर आज, रोशनला परत चंद्रपूरला आणल्याशिवाय मी दाढी करणार नाही!''

महाराज टेलिस्कोप ॲडजस्ट करीत म्हणाले, "आय वुईश यू ऑल द बेस्ट!''

रोशन डोळ्यांदेखत पळून गेल्यामुळे दीनानाथ चौधरी इरेला पेटले होते. महाराज रोशनला दरमहा हजार पाचशे रुपये पोटगी द्यायला राजी झाले असतेही, पण दीनानाथला ते नको होतं! जन्मभर ते त्याला खुपत राहणार होतं. त्यासाठी ते महाराजांना पटवून देत होते की, रोशनन चंद्रपूरला परत येणं आवश्यक आहे. ती येण्यानेच महाराजांची प्रतिष्ठा सांभाळली जाणार होती. दीनानाथ विचार करत जेलकडे चालले होते.

'रोशन तरुण आहे, सुस्वरूप तर आहेच आहे. उद्या ती कोणाजवळ तरी राहणारच, रखेली म्हणून! चंद्रपूरच्या महाराजांची धाकटी राणी, अन्य कोणाची तरी रखेली म्हणून राहणार? छेऽऽऽ ते शक्य नाही! मी ते शक्य होऊच देणार नाही; कधीच नाही!''

दीनानाथ चौधरी जेलमध्ये आले. त्यांनी शर्माजींना जेलरच्या ऑफिसात बोलावण धाडलं. जेलचा शिपाई सांगत आला, "शर्माजी म्हणतात, माझं काही चौधरींकडे काम नाही; त्यांचं माझ्याकडे काही काम असल्यास इकडं या; म्हणावं!''

“अंऽऽऽ, अजून इतका ताठ आहे म्हातारा?” जेलरकडे वळून दीनानाथ म्हणाले, “कैद्यांचं जेवण देणं सुरू केलं नाही अद्याप?”

“नाही साहेब. अजून त्यांच्यावर कोणताही दोषारोप शाबीत झालेला नाही. ‘अंडरट्रायल प्रिझनर्स’ निराळं जेवण दिलं जातं!”

“तुमच्या घरचं तर पाठवत नाही ना?”

“नाही नाही—साहेब, घरचं कसं पाठवीन?”

“ठीक आहे!” असं म्हणत दीनानाथ चौधरी स्वत: शर्माजींच्या कोठडीकडे आले.

त्यावेळी शर्माजी लोकमान्य टिळकांचे गीतारहस्य वाचत बसले होते.

दीनानाथ चौधरी त्यांच्यासमोर येऊन उभे राहिले, तरीही शर्माजींचं वाचन सुरूच होतं.

“शर्माजी, तुमची सुटका व्हावी, असं मला अगदी मनापासून वाटतं!”

शर्माजींनी पुस्तकात खुणेसाठी कागदाचा तुकडा घातला अन् पुस्तक बाजूला ठेवून ते दीनानाथ चौधरींकडे स्मित करून म्हणालं, “असं? माझ्या सुटकेबद्दल तुम्ही आलात?”

“हो, मला एक मार्ग सुचतो आहे. त्या मार्गानं जर आपण गेलो, तर सर्वांनाच ते सुखकारक होणार आहे!”

“असं? कोणता मार्ग आहे तो?”

“रोशनला परत आणायचा! त्यामुळे सर्वच काही सुरळीत होईल.”

शर्माजी त्यावर मोठ्यानं हसले आणि म्हणाले, “दीनानाथ, ती परत येईल, असं वाटतं?”

“का नाही येणार?”

“माणसाला सर्वांत अधिक प्यार असतो आपला प्राण! प्राणावर एखादं संकट येणार, अशी पुसट जरी शंका आली, तरी शहाणा माणूस ते टाळण्याचा प्रयत्न करतो! रोशननं यापेक्षा काही वेगळं केलेलं नाही!”

“म्हणजे, तिच्या जीविताला इथं धोका होता, असं म्हणायचं आहे तुम्हाला?”

“अर्थात!”

"आपला काही तरी गैरसमज झालेला आहे, शर्माजी!"

"हे पाहा मिस्टर चौधरी, मला बरीच वर्षं एक गोष्ट करायची इच्छा होती; पण ती साध्य होत नव्हती. तुम्ही माझी इथं रवानगी केल्यापासून ती साध्य होते आहे!"

"कोणती गोष्ट?"

"मला मौन धरायचं होतं. गेले आठ दिवस मी मौन धरलं! किती बरं वाटतं म्हणून सांगू! तेव्हा कृपा करून यापुढं मला बोलायला भाग पाडू नका!"

"खुशाल मौन धरा, पण त्यापूर्वी मला एक पत्र लिहून द्या!"

"कोणाला?"

"रोशनला!"

"काय म्हणून?"

"झालं-गेलं सारं विसरून इकडं परत ये म्हणून!"

"मला या पातकात सहभागी व्हायची इच्छा नाही!"

"काय बोलता आहात आपण?"

"मिस्टर चौधरी, रोशन ही तुमच्या-माझ्यापेक्षा अधिक हुषार अन् व्यवहारी होती. म्हणूनच ती इथून निघून गेली!"

"शर्माजी, आपण महाराजांवर पुत्रवत् प्रेम केलंत, रोशनचं धर्मांतर करून तिला रत्नमालादेवी महाराणी बनवलंत; उद्या ती बाहेर कोणाची तरी रखेली म्हणून राहिली, तर तुम्हाला बरं वाटेल?"

शर्माजी डोळ्यांवरचा चष्मा काढून धोतरानं त्याची काच पुसत म्हणाले, "समाजाच्या दृष्टीनं ती महाराणी बनली, हे खरं; पण महाराजांच्या दृष्टीनं ती रखेलीच होती!"

"काय बोलता तुम्ही हे?"

"खरं तेच सांगतो आहे मी दीनानाथ! महाराजांची तिच्याकडे पाहण्याची दृष्टी तीच होती. तुम्ही आता महाराजांच्या मर्जीत आहात; हे कबूल करणार नाही, ते मला ठाऊक आहे. पण तुम्हाला निक्षून सांगतो की, रोशन इथून गेली, ते फार बरं झालं. तिचं इथं काही कमी-जास्ती झालं असतं, तर मीच जबाबदार झालो असतो. पण ती इथून गेल्यामुळे मी त्या जबाबदारीतून

मुक्त झालो आहे!''

"शर्माजी, असे कठोर होऊ नका हो! आपले महाराज तसे फार भोळे आहेत. त्यांना आतलं एक अन् बाहेरचं एक असं करताच येत नाही. रोशनला महाराजांची मर्जी सांभाळता आली नाही, ही तिची चूक होती.''

"हे पाहा चौधरी, आता कशाला उगाच ते प्रकरण उकरून काढता? ती गेलेली आहे; तूर्तास त्या प्रकरणावर पडदा पडलेला आहे. आपण तिला विसरलेलं बरं!''

"आपण विसरू, पण महाराज विसरू शकत नाहीत ना?''

"कशावरून म्हणता?''

"अहो, परवा लखनौवरून एक उत्कृष्ट नर्तिका आली होती. रोमन व्हिलावर तिनं महाराजांना मोहवून सोडलं. पण दुसऱ्या दिवशी सकाळी महाराज मला म्हणाले, चौधरी, ती डान्सर सुंदर होती यात वाद नाही; पण रोशन ती रोशनच! तिची बरोबरी कोणीच करू शकणार नाही!''

"अस्सं? म्हणजे रोमन व्हिलावर नग्न नृत्य करणारी तीच का?''

आश्चर्यचकित होऊन चौधरी म्हणाले, "शर्माजी, तुम्हाला खडान् खडा कोण सांगतो हो बाहेरचं?''

शर्माजी हसले आणि म्हणाले,

"दीनानाथ, तू जेव्हा जन्मलास तेव्हाही मी चंद्रपूरचा दिवाण होतो. तुझा बाप मला फार मानायचा. गेले ते दिवस! अरेच्या, चुकलो हं मी! चौधरी, मी भावनेच्या भरात तुमच्याशी एकेरी शब्द वापरले. क्षमा करा मला!''

"असू दे—असू दे! शर्माजी, मला आपण जन्मापासून ओळखता, तर माझ्यावर एवढी कृपा करा!''

"कोणती?''

"रोशननं परत चंद्रपूरला यावं, यासाठी तुम्ही एक पत्र द्या अन् त्यात लिहा की, तू जर परत आली नाहीस, तर माझ्या जीविताला धोका आहे!''

शर्माजी पुन्हा हसले आणि म्हणाले, "रोशन मला मानत होती यात वाद नाही. पण आता, मी माझ्या स्वतःच्या हाताने जरी तिला पत्र लिहिलं, तरी ती परत येणार नाही!''

"न येऊ दे; पण तुम्ही पत्र तरी द्या खरं!"

"ठीक आहे, उद्या पत्र घेऊन जा!"

दीनानाथ चौधरी तिथून बाहेर आले. शिपायानं शर्माजींच्या कोठडीला कुलूप लावलं. दीनानाथ जेलरच्या ऑफिसमध्ये आले आणि म्हणाले, "काय तमाशा चालवला आहे तुम्ही लोकांनी?"

"काय झालं साहेब?" भेदरून जेलरने विचारलं.

"या थेरड्याला बाहेरचं खडान् खडा कोण सांगतो?"

जेलर गालावर हात मारून घेत म्हणाले,

"ते शक्य नाही!"

"म्हणे, ते शक्य नाही! आत्ताच मी आतून आलो, तेव्हा त्यांना जे समजायला नको तेदेखील समजलंय, असं मला दिसून आलं आहे! जेलर, तुम्हाला स्वत:ची नोकरी टिकवायची असेल, तर पहारा कडक करा! आज याला बाहेरचं समजतं, उद्या हा इथून निघूनसुद्धा जाईल. तुमच्यासारखे नालायक जेलर नको आहेत चंद्रपूरला!"

दीनानाथ चौधरी आपल्या बंगल्यावर आले. ते येण्यापूर्वीच ॲडज्यूटंट नितीन पाठारे, पायलट शैलेंद्रकुमार, हसनअली आणि अब्दुल गफार हे दोन ड्रायव्हर्स आणि रिशालदार गनी महंमद ही मंडळी दीनानाथ चौधरींचीच वाट पाहत बसली होती.

दीनानाथ येताच सर्व जण उठून उभे राहिले. दीनानाथ काहीसे संतप्त दिसत होते. ते उभे राहिलेल्या मंडळींना बसायला सांगून म्हणाले, "आजकाल विश्वास ठेवावा, अशी माणसंच चंद्रपुरात शिल्लक राह्यली नाहीत! त्या शर्माजींना बाहेर काय चाललंय, हे जेलमध्ये खडान् खडा समजतं?"

नितीन पाठारे म्हणाले, "जेलर किंवा जेल पोलीस यांच्याशिवाय कोण दुसरं सांगणार त्यांना?"

"तेच म्हणतो ना मी!"

"पण तुरुंगात टाकल्यापासून नक्षा उतरलेला असेल?" शैलेंद्र कुमारनी विचारलं.

"कुठला हो! उलट म्हातारा अधिक ठणठणीत दिसला मला! मौन करतो आहे म्हणे, मौन! मौनामुळे आत्मिक बल वाढतं म्हणतो!" उपहासात्मक हसत दीनानाथ म्हणाले.

"बरं, आपण माणसं पाठवली होती, त्याचं काय झालं?" गनी महमद रिशालदारानं विचारलं.

"सांगतो. त्यासाठीच मी तुम्हा सर्वांना बोलावलेलं आहे. दिल्लीहून पोलीस संरक्षणात ती अमृतसरला गेली आहे. तिथं त्या रहिमतखानची चुलत बहीण राहते. तिच्या घरी ही मंडळी उतरलेली आहेत. रहिमतचा तो चुलत मेव्हणा मोठा गुंड आहे. सुवर्ण मंदिराच्या बाजूलाच त्याचं घर आहे. अमृतसरमधले काही शीख दादालोक त्याच्या पाठीशी आहेत!"

"अस्सं! पण आता पोलिसांचं संरक्षण नाही ना तिला?"

"नाही. पण अमृतसरला ती कडेकोट बंदोबस्तात आहे, एवढं खरं! महाराजांविरुद्ध तिनं काही तरी कारस्थान करण्याच्या अगोदरच आपण तिला उचायला हवं तिथून!"

गनी महंमद म्हणाला, "साहेब, बंदोबस्त तर कडक आहे म्हणता; मग उचलणार कसं?"

"अरे, बंदोबस्त म्हणजे ती काही जेलमध्ये नाही. घरामध्ये इकडे-तिकडे फिरत असणारच की. पण तो मुलूख पडला परका, त्यात रहिमतचा तो मेव्हणा आहे गुंड! मला वाटतं आपल्यापैकी एक दोघांनी अमृतसरला जाऊनच राहावं, थोडे दिवस. माझे दुसरे लोकही तिथं आहेत!"

"अब्दुल गफार, हसनअल्ली तुम्ही जाल?" नितीन पाठारेनी विचारलं.

"जरूर!" हसन अल्लीकडे अब्दुल गफार पाहत म्हणाला.

"ठीक. तिथली परिस्थिती रोशनला उचलून आणण्यासाठी पोषक अशी वाटली, तर आम्हाला तत्काळ कळवा. आम्ही येऊच!" रिशालदार गनी महंमद म्हणाला.

त्या बैठकीमध्ये एकमतानं निर्णय घेण्यात आला की, काहीही झालं तरी रोशनला परत चंद्रपूरला घेऊन यायचंच!

-०-०-०-

२६

दुसऱ्या दिवशी दीनानाथ चौधरी पुन्हा जेलकडे आले. शर्माजींनी रोशनला देण्यासाठी पत्र लिहून ठेवले होते. ते दीनानाथांच्या हाती देत ते म्हणाले, "तुमच्या सूचनेप्रमाणे मी हे पत्र देतो, पण मला नाही वाटत ती परत येईल!"

"प्रयत्न करायला काय हरकत आहे?" असं म्हणून दीनानाथनी ते पत्र वाचायला सुरुवात केली.

चि. सकल सौभाग्यसंपन्न, वज्रचुडेमंडित रत्नमालादेवी महाराणी सरकार यांसी -
अनेक उत्तम आशीर्वाद,

आपण चंद्रपूरवरून सिमल्याला जाताना दिल्ली स्टेशनवर उतरून तिथल्या पोलिसांचे संरक्षण मागितलेत वगैरेची हकिगत मला समजली. त्या घटनेने मला परम दुःख झाले. कारण आपले धर्मांतर आणि नंतर महाराजांशी झालेला विवाह यात मी स्वतः पुढाकार घेतला होता.

महाराजांच्यात व आपल्यात काही गैरसमज व मतभेद निर्माण झाले, हे मला दिसत होते; पण पती-पत्नीत असे मतभेद निर्माण होणं, हे अगदी स्वाभाविक असतं, ते मतभेद सामोपचाराने व माझ्यासारख्यांच्या मध्यस्थीमुळे मिटवता आले असते. आपण थोडी घाई केली, असे मला वाटते. असो.

आपण दिल्ली स्टेशनवर पोलिसांचे संरक्षण घेतलेत, पण त्या घटनेचा अर्थ इथं निराळाच घेतला गेला. मीच आपल्याला इथून पळून जाण्याचा सल्ला दिला, म्हणून मला दिवाणपदावरून दूर करण्यात आलं. एवढंच नव्हे तर, माझ्यावर अनेक आरोप ठेवून मला तुरुंगातही डांबून ठेवण्यात आले

आहे. जाडभरडं असं अन्न दिलं जातं, पण तेसुद्धा अपुरं. त्यामुळे माझी प्रकृती झपाट्यानं ढासळते आहे. केवळ माझ्यावर कृपा म्हणून आपण परत यावं. महाराज मागचं सर्व विसरून जायला तयार आहेत! तरी तुम्ही इकडे परत यावे, ही नम्र विनंती. तुम्ही परतल्याशिवाय माझी सुटका होणार नाही, हे निश्चित. कळावे.

आ. विश्वासू सेवक
शशांक शर्मा.

''असू दे ना?'' शर्माजींनी दीनानाथला विचारलं.

''ठीक आहे!''

''मी मुद्दाम लिहिलंय, त्रासात आहे म्हणून!''

''ते ओळखलं मी. तुम्हाला काही लागलं-सवरलं तर, जेलरना सांगा. संकोच मानू नका!''

गालातल्या गालात हसत शर्माजी म्हणाले,

''छे—छे! संकोच कसला आला आहे त्यात? मला आणखीन थोडी पुस्तकं हवी होती!''

''जी हवीत, त्याची लिस्ट द्या. जेलरसाहेब ती आणावयाची व्यवस्था करतील!''

''ठीक!''

दीनानाथ चौधरी ते पत्र घेऊन बाहेर गेले आणि शर्माजी गालातल्या गालात हसत त्यांच्या पाठमोऱ्या आकृतीकडे पाहत राहिले. कालच त्यांनी तातडीने रोशनला निरोप रवाना केला होता—'उद्या किंवा परवा माझं एक पत्र तुमच्याकडे येईल; पण ते माझ्यावर जबरदस्ती करून लिहून घेतलं गेलं आहे, असं मानावं!'

दीनानाथ चौधरी मात्र मोठ्या खुषीत होते. शर्माजींचं हे पत्र रोशनला मिळालं की, ती इकडे येण्याला प्रवृत्त होईल, अशी त्यांना आशा वाटू लागली. त्या पत्राला रोशननं साधं उत्तरदेखील पाठवलं नाही. आठ दिवस उलटले. हसनअल्ली आणि अब्दल गफार यांच्या संदेशाची वाट दीनानाथ

पाहत होते. संदेश आला. पण तो असा,

'Roshan left for Bombay.
Bombay address not known.
We are leaving for Chandrapur.
— Hasan.'

दीनानाथ चौधरींची त्या तारेनं घोर निराशा झाली. रोशन मुंबईला गेली याचा अर्थ स्पष्ट होता की, कोणत्याही परिस्थितीत ती पुन्हा चंद्रपूरला येणार नाही.

महाराजही मल्हारपेठवरून परतले. याही वेळेस त्यांना शिकार मिळाली नाही. दुर्मिळ असा काळा जग्वार (ब्लॅक टायगर) त्यांना दिसला. टेलिस्कोप बसवलेल्या रायफलने त्यांनी त्याच्यावर गोळी झाडली, पण नेम साफ चुकला. महाराजांनी त्यानंतर सांबर आणि चितळ यांच्यावरही बार टाकले, पण एकही गोळी लागली नाही. महाराजांच्या दृष्टीतच काही तरी दोष निर्माण झाला होता.

महाराजांना भेटायला दीनानाथ चौधरी गेले.

"यस दीनानाथ, काय खबरबात?"

"हुजूर, रोशन मुंबईला गेली!"

"मुंबईला? कुठे?"

"कुठे ते अजून समजले नाही, पण माझे लोक लवकरच मुंबईतलाही तिचा ठावठिकाणा शोधून काढतील!"

"मुंबईला गेली काय? ठीक! दीनानाथ, माझ्या डोक्यात एक कल्पना आलेली आहे."

"कोणती हुजूर?"

"आपण पालेकरना तिच्याकडे पाठवू. पालेकर तिची भेट घेऊन तिला इकडे परत येण्याविषयी गळ घालतील! कसं?"

"तसा प्रयत्न करायला हरकत नाही हुजूर!"

"आणि समज, असा प्रयत्न करूनही ती आली नाही तर, आपण तिच्यावर चोरीची फिर्याद दाखल करून अॅरेस्ट करू शकत नाही?"

"हुजूर, मी तो सर्व विचार करून बसलो आहे. रहिमतखान हा इतक्या तयारीचा आहे की, तो काही केल्या आपले बेंड फोडल्याशिवाय राहणार नाही! त्यापेक्षा सामोपचारानचं त्यांना परत आणण्याचा प्रयत्न करावा, हे बरं!"

महाराज हात मागे धरून हॉलमध्ये फेऱ्या मारू लागले. मल्हारपेठला चुकलेला काळा जग्वार त्यांच्या डोळ्यांसमोर दिसत होता. रॉबिनच्या बायकोनं महाराजांच्याकडे काळ्या वाघाच्या कातड्याची मागणी केली होती. महाराजांनी तिला ते नक्की देण्याचं वचन दिलं होतं. काळा वाघ आल्याची वर्दी येताच महाराज तातडीनं मल्हारपेठला गेले, पण शेवटी त्यांच्या हाती निराशाच आली. त्यात परत आल्यानंतर त्यांना ही वार्ता समजल्यानं ते अधिकच अस्वस्थ झाले.

"दीनानाथ, मुंबईत राहून ती काय करणार आहे?"

"ते आज कसं समजणार हुजूर? आजच सकाळी माझी माणसं परत आलेली आहेत. अब्दुल आणि हसन मात्र परत आले नाहीत. बहुतेक ते मुंबईला तिच्या पाठोपाठ जातील. तिथला पत्ता शोधल्याशिवाय परत येणार नाहीत."

"मुंबईतला तिचा पत्ता मिळताच पालेकरांना रवाना करा!"

"जी हुजूर!"

"दीनानाथ, तुझ्या चुकीमुळे किती पश्चात्ताप करायची वेळ आली, पाह्यलंस ना?"

"काय सांगू हुजूर, त्या दिवसापासून माझी झोप उडालेली आहे. रोशनला परत राजधानीत आणल्याशिवाय मला चैन पडणार नाही!"

"ती आली नाही तर?"

"हुजूर, परत येईल, हा माझा आत्मविश्वास आहे!"

"समज, ती यायला तयार नसेल तर, निदान ज्या सौंदर्यावर ती उड्या मारते, ते सौंदर्य नष्ट करून टाक... तिचं नाक छाटलं जावं!"

महाराज पुन्हा फेऱ्या मारू लागले. दीनानाथ चौधरी महाराजांच्या त्या सूचनेनं आश्चर्यचकित होऊन त्यांच्याकडे पाहत राह्यले. रोशनबद्दल दीनानाथांच्या मनात रोष निर्माण झालेला होता. पण रोशनसारख्या सौंदर्यसम्राज्ञीचं नाक छाटून तिला कुरूप बनवण्याची ही कल्पनाच भयानक होती.

महाराज दीनानाथाकडे रोखून पाहत म्हणाले, "आमची दृष्टी अलीकडे अधू झाली आहे. आम्ही निशाण धरलेली जनावरं आताशी आम्हाला टिपता येईनाशी झालेली आहेत. आमच्यासमोर घनघोर निराशा उभी आहे. तो रहिमतखान मुंबईला गेल्यानंतर स्वस्थ बसेल, असं आम्हाला वाटत नाही. रोशनला पाठिंबा आहे तो रहिमतखानचाच! निदान त्या रहिमतखानचा तरी बंदोबस्त व्हावा."

"हुजूर, आता आपण याबाबतीत काही चिंता करू नका!"

"शर्माजी काय म्हणतात?" महाराजांनी थांबून विचारलं.

"त्यांनी रोशनला पाठवण्यासाठी पत्र दिलं होतं, पण त्या पत्राचाही काही उपयोग झाला नाही!"

"पत्र दिलं होतं? दीनानाथ, तो म्हातारा मोठा धोकेबाज आहे, लक्षात ठेव. लवकरात लवकर त्याच्यावर खटला चालवून त्याला शिक्षा ठोठवायला हवी!"

"हुजूर, ते सर्व माझ्या लक्षात आहे. पण मी शर्माजींचा जरूर तसा उपयोग करून घेण्याच्या हेतूनेच घाई नको म्हणतो आहे!"

"बघ हं! पण तो धगधगता निखारा आहे. फार काळ त्याला शिक्षेशिवाय जेलमध्ये ठेवणे हितावह होणार नाही."

"जी हुजूर!"

त्यानंतर बरेच दिवस दीनानाथला काही वार्ता समजली नाही. हसन आणि अब्दुल हेही मुंबईवरून परत आले नव्हते. मध्यंतरी त्यांनी एक हजार रुपये खर्चासाठी मागितले होते. ते दीनानाथनी तत्काळ पाठवण्याची व्यवस्था केली. शिवाय पालेकर स्वतःच मुंबईला रवाना होणार होते.

महालक्ष्मीवर महाराजांचा बंगला होता. शर्माजी चंद्रपूरचे दिवाण

असताना पालेकर मुंबईच्या बंगल्यात हाऊसहोल्डर म्हणून काम पाहत होते. शर्माजींना बंदिवान केल्यामुळे पालेकरना मुंबईहून बोलावून घ्यावे लागले होते, तेव्हापासून पालेकर हेच चंद्रपूरचे दिवाणपद सांभाळत होते. पण दीनानाथ चौधरींना चंद्रपूरचं दिवाणपद आपल्या हाती यावं, असं वाटत होतं. प्रत्यक्षात दिवाणपद त्यांच्याकडेच होतं, पण तसं शिक्कामोर्तब मात्र अद्याप झालं नव्हतं.

पालेकर मुंबईला रवाना होण्यापूर्वी महाराजांना म्हणाले,

''हुजूर, मुंबईच्या प्रॉपर्टीची आबाळ होते आहे. मागे असलेल्या क्वार्टर्समधल्या लोकांत परवा मारामारी झाली, म्हणून वृत्त आले आहे. शिवाय परवा बंगल्यातली काही हंड्या, झुंबरं चोरीला गेल्याची वार्ता आली आहे.''

''मग काय करावं म्हणता?''

''मी मुंबईलाच जाऊन राहावं म्हणतो!''

''मग इथं दिवाणपद कोण सांभाळणार?''

''दीनानाथजी आहेतच की!''

''पण, त्यांच्यामागे कामाचा इतका व्याप आहे की...''

इतक्यात दीनानाथ चौधरी स्वत:च तिथं उपस्थित झाले. त्यांनी महाराजांचं ते अपूर्ण वाक्य ऐकलं आणि ते म्हणाले,

''हुजूर, माझ्यामागे कामाचा प्रचंड व्याप आहे, हे सत्यच आहे. पण तरीही मी पालेकरांच्या गैरहजेरीत त्यांचं खातं सांभाळायला तयार आहे!''

महाराज म्हणाले, ''ठीक आहे!''

''हुजूर, आपली सेवा करता-करता मरण आले, तरी पर्वा नाही!'' गळ्यावरून बोट फिरवून दीनानाथ म्हणाले.

''थांब, इतक्यात मरणाची भाषा करू नकोस दीनानाथ! आमची सारी भिस्त तुझ्यासारख्या स्वामिनिष्ठ सहकाऱ्यावरच आहे!''

दीनानाथनी त्या प्रशंसेचा मुजरा करून स्वीकार केला आणि ते म्हणाले,

''हुजूर, पालेकर मुंबईतच लहानाचे मोठे झालेले आहेत. त्यांना

मुंबईची खडानूखडा माहिती आहे. रोशन मुंबईत कोठेही राहिली, तरी तिचा ठावठिकाणा ते शोधून काढल्याशिवाय राहणार नाहीत!''

"दॅट्स करेक्ट! पालेकर, तुम्ही आजच निघा!''

खरं म्हणजे पालेकरना चंद्रपूरचं हे तात्पुरतं दिवाणपदसुद्धा काटेरी मुकुटासारखं वाटत होतं. चंद्रपूरच्या महाराजांची आणि त्यांच्या वडिलांची इमाने-इतबारे सेवाचाकरी केलेल्या शर्माजींना महाराजांनी जेलमध्ये डांबलं, त्यांच्यावर अनेक खटले दाखल करण्याला मागे-पुढे बघितले नाही. इथलं दिवाणपद सांभाळण्यापेक्षा मुंबईतली हाऊसहोल्डरकी बरी, असं त्यांनाही वाटत होतं. तेव्हा दीनानाथांच्या गळ्यात चंद्रपूरची दिवाणकी टाकून मुंबईला जावं, असं त्यांना वाटतच होतं. अनायासेच ती संधी चालून आली.

अर्थातच, पालेकर मुंबईला गेल्यानंतर चंद्रपूरचे दिवाणपद दीनानाथांच्याकडे आले. मुळात त्यांच्याकडे पोलीसप्रमुख हे पद होतंच, त्यातच दिवाणकी मिळाली.

दीनानाथ दिवाण झाल्याचा जर विशेष आनंद झाला असेल, तर तो महाराजांच्या ॲडज्यूटंटना—नितीन पाठारेंना आणि शैलेंद्रकुमारांना. महाराजांचे बॉडीगार्ड म्हणून काम पाहणारे अब्दुल गफार, हसनअल्ली त्या वेळी मुंबईत होते. त्यांनाही जेव्हा दिवाणपद दीनानाथांकडं आल्याचं समजलं, तेव्हा समाधान वाटलं. ही सारी तरुण अधिकारी मंडळी शर्माजींचा मनापासून द्वेष करीत होती. महाराजांचा एकही पैसा वावगा खर्च होऊ नये, याची शर्माजी दक्षता घेत. महाराजांच्या बाहेरख्यालीपणावर हजारो रुपये खर्च होत. शर्माजींना तेही पसंत नव्हते. महाराजांच्या मद्यपानावर नियंत्रण आणण्याचाही शर्माजींनी अनेक वेळा प्रयत्न केला होता. अर्थात, महाराजांच्या सोबत असणाऱ्या या चांडाळचौकडीला शर्माजींसारख्या नि:स्वार्थी, सडेतोड बाण्याचा वडिलधारा माणूस खुपत होता.

बरेच दिवस त्या सर्वांच्या चर्चा होत होत्या. पण वेळ येत नव्हती. ती रोशनच्या पलायनानंतर आली. दीनानाथनी या चांडाळचौकडीच्या इतक्या दिवसांच्या आशा-आकांक्षा फलद्रूप केल्या. त्यांनी महाराजांचे कान फुंकले. रोशनचं कपोलकल्पित पितृत्व त्यांनी शर्माजींवर लादलं. राजद्रोह आणि

अफरातफर या दोन गुन्ह्यांखाली शर्माजींना बंदिवान करून टाकलं. तेव्हा सर्वांनी सुटकेचा नि:श्वास सोडला. खुद्द महाराजांनासुद्धा शर्माजींचा वारंवार मिळणारा सल्ला रुचत नसे. साधं धूम्रपान करण्यावरदेखील शर्माजी आपली नापसंती व्यक्त करीत. त्यामुळं महाराजांना शर्माजींचं दिवाणपद हे सासुरवासासारखं वाटत असे.

पण शर्माजींबद्दल अत्यंत आदर आणि जिव्हाळा वाटणारी अशी एक व्यक्ती चंद्रपुरात होती अन् ती म्हणजे महाराणी पद्मिनीराजे!

जेव्हा शर्माजींना अटक केल्याचे वृत्त पद्मिनीराजेंना समजले, तेव्हा त्यांनी कपाळावर हात मारून घेतला. ते वृत्त आणलेल्या सुलाबाई दासीला त्या म्हणाल्या,

"विनाश काले विपरीत बुद्धी! सुला आता चंद्रपूरचं काही खरं नाही. शर्माजींसारख्या पूज्य आणि वडिलधाऱ्या माणसाला तुरुंगात डांबण्यापर्यंत यांची मजल गेली. आता काही अर्थ उरला नाही!"

"पण तुम्हाला ठाऊक आहे? रोशन ही शर्माजींचीच मुलगी आहे, म्हणतात!" सुला म्हणाली.

"साफ खोटं आहे ते! दीनानाथनं चंद्रपूरची दिवाणकी बळकावण्यासाठी रचलेलं हे कारस्थान आहे!"

"तसे लेखी पुरावेही मिळाले आहेत म्हणे!"

"सुला, अगं, दीनानाथांच्या हाती पोलीस खातं आहे. पोलीस खऱ्याचं खोटं आणि खोट्याचं खरं करण्यात तरबेज असतात. सत्ता ही कारस्थानी माणसाच्या हाती आली की, ती निरपराध लोकांना भरडल्याशिवाय राहत नसते!"

"ते काही असो राणीसरकार; पण रोशननं असं पळून जायला नको होतं!"

"सुला, ते मलाही वाटतं. पण तू मला सांग, रोशनची बेबी एकाएकी कशानं मेली?"

"पांघरुणात गुरफटल्यानं तिला मरण आलं, असं डॉक्टरांचं मत

पडलं आहे!''

"तुला खरं वाटत. ते? हे बघ, खरं म्हणजे, ही गोष्ट मी कोणासमोरही बोलायला नको, पण तू माझ्या खास विश्वासातली म्हणून बोलते. रोशनच्या बेबीला आलेला मृत्यू नैसर्गिक नव्हता.!''

"काय म्हणता!''

"हो. आणि त्या पातकाचा जाब जे-जे गुन्हेगार आहेत, त्यांना याच जन्मी द्यावा लागेल! रोशन जन्मानं मुस्लिम होती, पण ती अत्यंत सद्‌गुणी अन् सदाचारी होती. सौंदर्य आणि सद्‌गुण यांचा मिलाफ सहसा आढळत नाही, पण रोशन त्याला अपवाद होती! मला तिच्या या दोन्ही गुणांची ओळख पटली होती, म्हणूनच तिच्याबद्दल माझ्या मनात सवतीमत्सर निर्माण होऊ शकला नाही. तिचं धर्मांतर करण्यापूर्वी शर्माजींनी माझीही संमती घेतली होती.''

"आपल्या संमतीनंच ते लग्नसुद्धा झालं?''

"हो. महाराजांच्या बाहेरख्यालीपणावर काही तरी पायबंद बसावा, म्हणून मीही संमती दिली होती; पण बिचारी रोशन त्यालाही असमर्थ ठरली!''

"राणी सरकार, आता तर सारं ताळतंत्रच महाराजांनी सोडलं आहे. परवा रोमन व्हिलात आलेली बाई नागवी होऊन नाचली म्हणे!'' महाराणींच्या जवळ जाऊन हलक्या आवाजात सुलाबाई म्हणाली.

"मलाही समजंलय ते सुला, पण करायचं काय सांग? शर्माजींसारख्या वडिलधाऱ्या माणसाला यांनी तुरुंग दाखवला; आता ते कोणाचं ऐकतील?''

महाराणींच्या आणखीन जवळ येऊन सुला म्हणाली, "रोशनला परत आणण्याच्या कारवाया सुरू झालेल्या आहेत. मला वाटतं त्यांनी आता तिचा नाद सोडावा!''

"पण हे कोणाचंही ऐकणार नाहीत सुला! मी अलीकडे त्या विषयावर बोलायचंच बंद करून टाकलेलं आहे!''

"पण काही झालं तरी, दीनानाथ चौधरींना दिवाणपद द्यायला नको होतं! पोलीसप्रमुख होते तेव्हाच अतोनात पैसा खात होते; आता दिवाणपद

हाती आल्यानंतर विचारायलाच नको! खात्याच्या खर्चाची मागणी करणारे तेच आणि मंजुरी देणारेही तेच! चोराच्या हाती तिजोरीच्या किल्या!''

''मला हे सगळं दिसतं, समजतं सुला; पण मी काय करू सांग?''

महाराणी निराशेनं उद्गारल्या, चंद्रपूरचा ध्वज राजवाड्यावर फडफडत होता. बघता-बघता संध्याकाळ झाली. ध्वजाच्या पोलवर विजेचा लाल दिवा लागला नाही. महाराज राजधानीत मुक्कामाला नसल्याची ती खूण होती.

दुपारीच विमानाने ते दिल्लीला गेले होते. अलीकडे आपण कोठे जाणार, काय करणार, हे त्यांनी राणीसाहेबांना सांगायचे सोडून दिले होते.

-०-०-०-

२७

दीनानाथ चौधरी आपल्या ऑफिसमध्ये होते. त्यांच्यासमोर हसनअल्ली आणि अब्दुल गफूर हे बसले होते. हे दोघे आजच सकाळी मुंबईहून परतले होते. त्यांनी सांगितलेली हकिगत ऐकून दीनानाथ चौधरी दिङ्मूढ झाले होते. समोर बसलेल्या हसनकडे पाहत ते म्हणाले, "मग, असं आहे तर एकूण! तरी मला महाराज म्हणतच होते की, तिने आपल्या नावाला काळिमा लावण्याअगोदरच तिला विद्रूप करायला हवे! आता ते तरी कसं शक्य आहे? पण हसन, हा सलीमअल्ली आहे तरी कोण?"

"साहेब, सलीमअल्ली जातीनं बोहरी आहे. याच्या वडिलांपासून घराण्यात चामड्याचा व्यापार आहे. कच्चे चामडे खरेदी करायचे आणि ते कानपूरला कमवण्यासाठी पाठवायचे. काही दुर्मिळ अशा हिमालयातल्या अस्वलांची कातडी मिळाली तर, तो ती युरोपात पाठवतो. तिकडे त्या कातड्यांना फार मोठ्या प्रमाणात मागणी असते. शिवाय कातड्यापासून बनवलेल्या सूटकेसेस, ब्रीफकेसेस, पर्सेस, बेल्ट्स अशा वस्तूंच्या विक्रीचं त्याचं फोर्टमध्ये मोठं दुकानही आहे. दरसाल हा दहा-वीस लाखांची उलाढाल करतो. रेसचा शौकीन आहे. अधूनमधून तो लोणावळ्यालाही राहतो. मुंबईला रेसचा सीझन सुरू असला की, तो मोटारीने मुंबईला येतो."

"दिसायला कसा आहे?"

"साडेपाच फूट उंच, गोरा, सरळ नाक. हनुवटीवर छोटी दाढी ठेवतो. बोहऱ्यांचा पारंपरिक वेष न घालता नेहमी सुटाबुटात असतो. इंग्रजी सफाईदार बोलतो."

"पितो?"

"पीत असावा, पण सोसायटीतल्या एकदम वरच्या स्तरात वावरतो! रोल्सरॉईस गाडी वापरतो. मनाने मोठा दिलदार आहे."

"आय सी! म्हणजे रहिमतखानने रोशनला सलीमअल्लीच्या स्वाधीन करण्याच्या हेतूनेच मुंबईला नेले तर?"

"बहुतेक तसेच असावे. महालक्ष्मीपासून थोड्याच अंतरावर ताडदेवला त्याची बिल्डिंग आहे, बॉम्बे मॅन्शन."

"बायको-मुलं?"

"बायको टी. बी. नं वारली गेल्याच महिन्यात!"

"हांऽऽऽऽ, मग रहिमतखानला फारच सोप गेलं असेल! पण त्यानं रोशनशी लग्न-बिग्न तर केलं नाही ना?"

"ते कसं करणार? रहिमतखान त्याचं रोशनशी लग्न लावून देऊ शकत नाही. तो गुन्हा होईल ना? महाराजांशी तिचं एकदा लग्न झालं आहे. त्यांच्यापासून घटस्फोट घेतल्याशिवाय तिला आता कोणाशीही लग्न करता येणार नाही!"

"लीगल ॲड्व्हाइझर घरचाच आहे! पण हसन, रोशननं सलीम - अल्लीची रखेली म्हणून मुंबईत वावरणं, ही आपल्याला आणि महाराजांना कमीपणा आणणारी गोष्ट आहे!"

"अगदी बरोबर बोललात आपण साहेब!" अब्दुल गफूर म्हणाला.

"बघू, महाराज काय म्हणतात ते! हे सर्व मला महाराजांच्या कानावर घालावं लागेल! हसन, आजची ही वेळ केवळ माझ्या काही क्षणांच्या ढिसाळपणामुळे आली बरं! तिला इथं परत आणल्याशिवाय मला चैन नाही पडायची!"

"हं! आणि एकदा इथं आणल्यानंतर जन्मभर तिला बाहेर पडता येणार नाही, असा कडेकोट बंदोबस्त ठेवू!"

उन्हाळा संपला होता. पावसाला अधूनमधून सुरुवात झाली. चंद्रपूरचा पावसाळा तसा फारसा जोरदार नसे, पण हवा मात्र ढगाळ आणि कुंद झालेली असे. आकाश काळवंडून आलेलं होतं. चंद्रपुरातल्या मंदिरांची शिखरं नेहमी चकाकत असत, ती आज मठ्ठ दिसू लागली. मल्हारपेठचा डोंगर नेहमी दिसायचा, पण तोही आज धुक्यात बुडाला होता.

महाराजांच्या दालनाकडे येण्यासाठी दीनानाथ चौधरी जिना चढत

होते. तोच वरून शिवराम हुजऱ्या येताना दिसला. दीनानाथना पाहून तो अंग चोरून उभा राहिला. त्याच्याजवळ जाऊन त्यांनी विचारलं,

"हुजूर काय करतात?"

"आत्ताच राणीसरकारांच्याकडून आलेत!"

"तब्येत कशी काय आहे हुजुरांची?"

"तब्येत बरी आहे, पण मला व्हिस्की आणायला पाठवलंय! मघाशी कपाटातून व्हिस्कीची बाटली काढताना खाली पडून फुटली, त्यामुळं जरा नाराज आहेत!"

"असं? मग मी जाऊ का नको वर!"

"जरूर जा साहेब! तुम्ही गेलात की, महाराजांना बरं वाटतं!" मिस्कील हसत शिवराम बोलला.

"ते खरं रे शिवराम, पण आज मला मिळालेली खबर जर त्यांना दिली, तर त्यांचा मूड पार खराब होऊन जाईल!"

"असली कसली खबर आहे साहेब!"

शिवरामच्या प्रश्नाला दीनानाथनी उत्तर दिलं नाही.

दीनानाथ जिन्यावरून वर आले. त्यांनी आपल्या वहाणा बाजूच्या कोपऱ्यात काढून ठेवल्या आणि ते महाराजांच्या दालनाचा रेशमी पडदा बाजूला सारून विचारते झाले,

"हुजूर, मी येऊ आत?"

"कोण, दीनानाथ? ये—ये! अरे, तुला किती वेळा सांगितलं की, माझ्याशी औपचारिकपणा करत जाऊ नकोस म्हणून! तू ऐकतच नाहीस. बस!"

खोलीत सर्वत्र व्हिस्कीचा वास दरवळत होता. पण त्याची जाणीव होऊ न देता महाराजांना मुजरा करून दीनानाथ अदबीनं बाजूला उभे होते. महाराजांनी बसायची आज्ञा करूनही ते उभेच राह्यले.

"दीनानाथ, आम्ही आता महाराणींकडे गेलो होतो! शर्माजींची सुटका करा, म्हणून त्यांनी आमचं डोकं उठवलं आहे. काय करावं?"

"हुजूर, सुटका करायला हरकत नव्हती; त्याबाबत चर्चा नंतर करू! तत्पूर्वी मुंबईवरून एक वाईट खबर आलेली आहे, ती आपल्याला सांगणं

भाग आहे मला!''

"काय झालं तिकडे?''

"हुजूर, कोणत्या तोंडानं सांगू मी की, चंद्रपूरच्या धाकट्या महाराणी एका बोहऱ्याची रखेली म्हणून मुंबईत वावरत आहेत?''

"काय सांगतोस काय तू, दीनानाथ!''

अतीव दुःख झाल्याचा आविर्भाव करून दीनानाथनं ते सारं वृत्त महाराजांना कथन केलं. ते ऐकून घेतल्यानंतर महाराज म्हणाले,

"दीनानाथ, हा आमच्या राजघराण्याला कलंक आहे. चंद्रपूरची धाकटी महाराणी एका बोहऱ्याची रखेली? छे—छे! अशक्य! अशक्य! शिवराऽऽऽम!''

शिवरामनं व्हिस्कीची दुसरी बाटली आणली होती. त्यानं एकच ग्लास भरला, तेव्हा महाराज त्याच्यावर ओरडून म्हणाले,

"हरामखोरा, आणखीन एक भर—दीनानाथ समोर आहे, दिसत नाही—तुला!''

दीनानाथ वाढलेल्या दाढीवरून हात फिरवत उभे होते. त्यांना काय बोलावं, हे सुचत नव्हते. शिवरामनं व्हिस्की आणि सोडा भरून दिलेला ग्लास हातात धरून ते तसेच उभे होते. इतके दिवस महाराजांसमोर पिताना ते ग्लास उंचावून महाराजांना 'चिअर्स' करीत, पण आज 'चिअर्स' हे शब्द उच्चारण्यासारखी परिस्थिती नव्हती! निमूटपणे त्यांनी ग्लास ओठाला लावला. महाराजांनीही ग्लास हातात घेऊन एक घोट घेतला. सिगारेट शिलगावली अणि हॉलमध्ये विचार करीत फेऱ्या मारायला सुरुवात केली. दीनानाथ ग्लास हातात धरून बाजूच्या कोचावर, कोचाला न टेकता पुढे ओणवून बसून राह्यले. फिरता-फिरता महाराज मध्येच थांबले.

"दीनानाथ, असं केलं तर, कसं होईल?''

"कसं हुजूर?''

"त्या सलीमअल्लीला रोशनचा सर्व पूर्वेतिहास सांगायचा आणि त्याला भीती घालायची— तू रोशनला आश्रय दिलास, तर त्याचा परिणाम बरा होणार नाही!''

"हुजूर, तोही विचार मी केला आहे, पण सलीमअल्ली ही साधीसुधी असामी नाही! मुंबईतल्या 'हाय' सोसायटीतले लोक त्याला ओळखतात. मुंबईच्या गव्हर्नरांची अन् त्याची जानपछान आहे. रेसच्या षोकामुळं मुंबईतले बरेचसे ब्रिटिश अधिकारी त्याचे मित्र झालेले आहेत. तो आपल्या धमकीला भीक घालेल, असं नाही वाटतं, मला!"

"या शर्माजींचा बदसल्ला आम्हाला भोवला. रोशनशी आम्ही लग्न केलं नसतं. तर आम्हाला चिंता करण्याचं कारण उरलं नसतं, पण त्या मूर्ख माणसानं आम्हाला तिच्याशी विवाह करायला भाग पाडलं! थांब दीनानाथ, त्या थेरड्याला आत्ता बोलावून घेऊ आणि सांगू—बघ, तुझ्या सल्ल्याची फळं! शिवरामऽऽ"

"जी हुजूर!"

"जा, आत्ताच्या आता शर्माजींना घेऊन या, म्हणून सांग जेलरना!"

"जी, हुजूर!"

शर्माजींनी नुकतंच जेवण घेतलं होतं. जेलच्या कोठडीत त्यांची शतपावली सुरू होती. कोपऱ्यात लावलेली उदबत्ती अर्धी संपली होती. त्या कारागृहातलं वातावरण शर्माजींच्या वास्तव्यामुळे पवित्र वाटत होतं.

जेलर खाड् खाड् बूट वाजवत आले आणि लोखंडी सळीच्या दाराचं कुलूप काढीत म्हणाले, "शर्माजी, आपणाला हुजुरांनी घेऊन येण्याची आज्ञा केली आहे!"

"असं? चला!" कोपऱ्यातले चढाव पायात सरकावून, डोक्याला तांबडा जरीकाठी रुमाल बांधून, गळ्याभोवती उपरणं टाकून शर्माजी जेलरांच्या मागोमाग चालले.

मध्यंतरी एक हलकीशी पावसाची सर येऊन गेली होती. विजेच्या दिव्यांचं प्रतिबिंब रस्त्यावरच्या पाण्यात उमटलेलं होतं. हवेत किंचित गारवा होता.

बग्गीत शर्माजींच्या दोन्ही बाजूला दोन हत्यारी पोलीस बसले होते. या पोलिसांनी शर्माजींच्या दंडाला बांधलेली रस्सी आपल्या हाती धरली होती. पण त्या दोघांनाही मनोमनी खेद होत होता. इतकी वर्षं ज्या दिवाणबहाद्दूरना पाहताच टाचा जुळवून ते अटेन्शनची पोज घेऊन सलूट

करत होते. त्याच दिवाणबहादूर शर्माजींना ते कैदी म्हणून राजवाड्याकडे घेऊन चालले होते.

महाराजांपुढं त्यांना उभं करताच शर्माजींनी महाराजांना लवून मुजरा केला. तेव्हा महाराज उपहासानं म्हणाले,

"अजूनही आम्हाला मुजरा करावासा वाटतो?"

"हां हुजूर, मरेपर्यंत मला तसंच वाटत राहील!"

"पण तुम्हाला अटक करून तुरुंगात टाकणाऱ्या राजाविषयी हा आदर आहे म्हणायचा की, हे स्वामिनिष्ठेचं ढोंग?"

"आपणाला जे समजायचं ते आपण समजावं, हुजूर!"

"अस्सं! दीनानाथ, त्या पहारेकऱ्यांना खाली जा म्हणावं— दरवाजा बंद करून घ्या तो!"

शर्माजींनी तत्काळ ओळखलं की, प्रकरण काहीसे गंभीर आहे. तरी ते शांत चित्तानं उभे होते.

"शर्माजी, बसा त्या कोचावर!"

शर्माजींनी नकारार्थी मान हलवीत म्हटलं, "हुजूर उभे असताना आजपर्यंत मी बसलो नाही; यापुढंही माझ्या हातून ते घडणार नाही. आपण बोलावं, मी ऐकतो आहे!"

"मला जे बोलायचं आहे, ते असं पाच मिनिटांत आवरण्यासारखं नाही, शर्माजी!"

"कितीही वेळ लागो हुजूर, आपण बोलावं. मी उभं राहूनच ऐकतो!"

"ठीक आहे. दीनानाथ, सांग काय काय घडलं ते मुंबईत!"

दीनानाथ सांगू लागले आणि शर्माजी एकाग्र चित्तानं ते ऐकू लागले. सलीमअल्लीची रखेली म्हणून मुंबईत रोशन वावरते आहे, हे ऐकताच्च शर्माजींचे डोळे अश्रूंनी भरले. उपरण्यानं त्यांनी आपले डोळे टिपले आणि कपाळाला हात लावून ते म्हणाले,

"हे ऐकण्याअगोदर मला मृत्यू आला असता, तर फार बरे झाले असते हुजूर! फार फार वाईट झालं!"

"पण हे सारं तुमच्या मूर्खपणामुळं घडलं!"

“खरंय, हुजूर.”

“निर्लज्जासारखे खरंय म्हणता?” संतापून महाराज ओरडले.

“मग काय म्हणू हुजूर! रोशनचं धर्मांतर करून आपल्याशी विवाह करायला मीच कारणीभूत झालो!”

“दॅट्स इट! हे तर कबूल?”

“एकदम कबूल, हुजूर!”

“मग, आता आमची सगळ्या देशभर बदनामी होण्याअगोदर रोशनला परत राजधानीला आणावयाचा मार्ग सांगा!”

“हुजूर, त्या परत याव्यात; हे मलाही वाटतं; पण त्या येणार नाहीत, हेही तितकंच खरं!”

“म्हणजे, जन्मभर ती आमची बेअब्रू करीत राहू दे बाहेर?”

“त्या बेअब्रू करणार नाहीत, याबद्दल काही तरी उपयायोजना करू!”

“कसली उपाययोजना करणार?”

“आपली परवानगी असेल तर, मी स्वत: जाऊन येईन!”

“तुम्ही जाणार? म्हणजे भला न्याय! दीनानाथ, बघ हे काय म्हणतात?”

दीनानाथनी हातातल्या ग्लासातला एक घोट घेतला आणि ते शांतपणे म्हणाले, “आपण अंडरट्रायल प्रिझनर आहात, शर्माजी! आपल्याला बाहेर कसं सोडता येईल?”

“दीनानाथ, हातात ग्लास घेऊन तुम्ही बोलता हे? अहो, माझ्याबद्दल महाराजांना खोटंनाटं सांगून माझ्यावर आरोप ठेवून डांबून टाकलंत मला तुम्ही! आणि मलाच प्रश्न विचारता, अंडरट्रायल प्रिझनरला कसं सोडता येईल म्हणून? निर्लज्ज! हुजूर, माफ करा. आजपर्यंत असा शब्द मी आपल्यासमोर उच्चारला नव्हता, पण आज नाइलजानं उच्चारतो आहे.

“माझा आणि शहनाजचा संबंध होता, असाही आरोप केलात तुम्ही दीनानाथ! पण दारी नोकरी मागायला आलेल्या गर्भवती शहनाजशी संग करायला मी काही श्वान नव्हतो. पहिल्या पत्नीच्या मृत्यूनंतर मी तिच्या शवाला अग्नी देतानाच प्रतिज्ञा केली होती, तुझ्या स्मृतीशी एकनिष्ठ राहीन! ती आजपर्यंत काटेकोररीतीनं मी पाळलेली आहे! मोहाचे खूप क्षण आले नि

गेले, पण मी माझ्या निर्धारापासून ढळलो नाही. चंद्रपूरच्या राजघराण्याची प्रतिष्ठा वाढावी, चंद्रपूरची प्रजा सुखात राहावी याची अहोरात्र मला चिंता होती. महाराज, आपणाला बाहेरख्यालीपणाचा छंद होता. त्यावर पायबंद बसावा, म्हणूनच मी रोशनचं धर्मांतर करून तिला महाराणीपद मिळवून देण्याची खटपट केली. पण माझ्या दुर्दैवानं तो प्रयत्न यशस्वी झाला नाही. तुमच्या नि त्यांच्या स्वभावाची तार कधीच जुळली नाही अन् नेमका याच गोष्टीचा तुमच्याभोवती वावरणाऱ्या या लाळघोट्या, स्वार्थी आणि नीच लोकांनी फायदा उठवला. माझ्यावर भलते-सलते आरोप केले. मला बदनाम करून तुरुंग दाखवण्याचा घाट घातला. ठीक आहे, मला त्याची फिकीर नाही. पण छोट्या महाराणी सरकार राजधानीला परत यायला हव्यात, असं मला अगदी अंत:करणापासून वाटतं!''

इतका वेळ डोळे बारीक करून शर्माजींचं बोलणं ऐकणारे दीनानाथ चौधरी उसळून म्हणाले, ''त्या कुलकलंकिनीला अजूनही महाराणी म्हणताना लाज वाटायला हवी तुम्हाला शर्माजी! गेले दोन महिने ती त्या सलीम-अल्लीच्या हातात हात घालून मुंबईभर भटकते आहे; ती अद्याप पवित्र राहिली असेल? शक्य नाही! अशा अपवित्र आणि कपटी कुलटेला परत राजधानीत आणून मुजरा करायला, हे माझे हात उचलले जाणार नाहीत. वेळ पडलीच तर, अशा बदफैली स्त्रीची गर्दन छाटण्यासाठी मात्र माझे हात जरूर उचलले जातील!''

दीनानाथ रागाने थरथरत होते. त्यांच्या हातातल्या व्हिस्कीच्या ग्लासात तरंग उठत होते.

''दीनानाथ, हे तू बोलत नाहीस; मदिरा बोलते आहे!'' शर्माजींनी आगीत तेल ओतले.

त्यावर महाराजांनी मघा बाहेर थांबायला सांगितलेल्या पहारेकऱ्यांना बोलावलं आणि हुकूम सोडला, ''घेऊन जा यांना!''

शर्माजींनी जातानादेखील महाराजांना वाकून मुजरा केला आणि क्षणभर थांबून ते म्हणाले, ''हुजूर, छोट्या महाराणींचे दिवस घाला. त्या मरून गेल्या आहेत, असे समजा. जरूर तर घटस्फोट लिहून पाठवा, पण

त्यांना परत आणण्याचा अट्टहास धरू नका. प्रकरण चिघळले तर, असंख्य अडचणींना तोंड द्यावे लागेल. येतो मी.'' असं म्हणून शर्माजींनी आणखीन एक वेळ मुजरा केला आणि पहारेकऱ्यांच्या बंदोबस्तात ते पुन्हा जेलकडे निघाले.

खालून बग्गी गेल्याचा आवाज आल्यानंतर दीनानाथ चौधरी म्हणाले,

''हुजूर, किती नाटकी आहे म्हातारा; पाह्यलंत?''

''दीनानाथ, खरं सांगू? आम्ही गोंधळून गेलो आहोत. शर्माजी म्हणतात त्याप्रमाणे तिचे दिवस घालून मोकळे व्हावे, असे वाटू लागले आहे!''

''छे—छे! हुजूर, आजपर्यंतची चंद्रपूरची परंपरा पाहा! ही शूर वीरांची भूमी आहे. पहिल्या महायुद्धात युरोपच्या रणभूमीवर चंद्रपूरच्या बटालियननं शौर्य गाजवलं म्हणून त्यांना 'द हायलँडर्स ऑफ इंडिया' असा किताब ब्रिटिश सरकारनं दिला. अशा शूर वीरांच्या मातीत आम्ही जन्मलो आहोत. आम्हाला एका स्त्रीला इथं परत उचलून आणता येणं अशक्य आहे? आणि समजा, त्यातून काही गडबड झालीच, तर दिल्लीत आपल्याबद्दल आदर असणारे रॉबिन्सनसारखे पाच-पन्नास गोरे अधिकारी आहेत. आपल्याविरुद्ध काही निर्माण झालंच, तर ते दडपून टाकलं जाईल, याची खात्री बाळगावी हुजूरांनी!''

''ते सारं खरं, दीनानाथ, पण...''

महाराजांनी रित्या झालेल्या ग्लासात पुन्हा व्हिस्की ओतून घेतली. दुसरी सिगारेट शिलगावली. ते काहीसे शांत चित्तानं म्हणाले,

''उद्या मीटिंग बोलव. नितीन, शैलेंद्र, गनी महंमद, हसनअल्ली आणि अब्दुल गफार या सर्वांनी हजर राहायचंय! आपण काय करायचं, यावर उद्या अंतिम निर्णय घेऊ!''

दीनानाथ चौधरी रात्री बाराच्या सुमारास घरी परतले. आज शर्माजींनी महाराजांच्या समक्ष त्यांची हजेरी घेतल्याने ते भलतेच इरेला पेटले होते. रोशनचा नाद सोडून द्यायच्या बेतात महाराज होते, पण दीनानाथना ते मुळीच नको होतं. यामुळे दीनानाथांना कमीपणा येणार होता. दिल्ली स्टेशनवर त्यांच्या डोळ्यांत धूळ फेकून पळून गेलेल्या रोशनला चंद्रपुरात परत आणून तिला प्रायश्चित घडवायची स्वप्नं रंगवत असतानाच ते झोपी गेले.

-०-०-०-

२८

रात्रीचे आठ झाले होते. ताडदेवला बॉम्बे मॅन्शनमध्ये सलीमअल्लीच्या छातीवर डोकं टेकवून रोशन विसावली होती. सलीमअल्ली तिचे सुळसुळीत अन् किंचित भुरे केस कुरवाळीत होता. मध्येच तो तिच्या पाठीवरून हात फिरवीत राहायाचा अन् तिचं चुंबन घ्यायचा.

"रोशन, लाडके—खरंच तुला 'खुदानं' माझ्याचसाठी जन्माला घातलं असावं!"

"सलीम, खरं सांगू? मलादेखील तसंच वाटतं... पण अलीकडं मला भीती वाटू लागली आहे रे!"

"भीती? कुणाची?"

"चंद्रपूरच्या महाराजांकडून मला एकसारखे निरोप येत आहेत, धमक्या दिल्या जात आहेत. आपल्या दोघांच्या जीविताला ते लोक काहीतरी धोका करतील, अशी भीती रात्रंदिवस मला वाटते आहे!"

"प्यारी रोशन, ही मुंबई आहे, इथं त्या लोकांचं काहीसुद्धा चालणार नाही. शिवाय लवकरच मी आपल्या इमारतीभोवती जागता पहारा ठेवण्यासाठी चार अस्सल कडव्या गुरख्यांची नेमणूक करणार आहे. मी सोबत असल्याशिवाय तू बाहेर जाऊ नकोस, म्हणजे झालं!"

"मी जातच नाही; पण त्या लोकांच्या एकसारख्या धमक्या काही थांबत नाहीत. शर्माजींना माझ्याविषयी जिव्हाळा वाटत होता. त्यांना महाराजांनी तुरुंगात नाहक डांबून टाकलेलं आहे. परवा मला आलेली ती दोन पत्रं वाचलीत ना?"

"अरे हो! रोशन, मला एकाच माणसानं अशी दोन वेगवेगळ्या मजकुराची पत्र का पाठवावीत, याचा काही खुलासा झाला नाही त्या वेळी!"

"सांगते. सोडा मला जरा!" सलीमपासून रोशन बाजूला झाली. विस्कटलेले केस तिने मागे सारले. बाजूला

पडलेली ओढणी अंगावर घेतली आणि ती सांगू लागली, "ते दुसरं पत्र महाराजांनी शर्माजींना जबरदस्तीनं लिहायला लावलं होतं; पण ते पत्र माझ्या हाती पडण्यापूर्वी त्यांनी ते पहिलं पत्र मला पाठवलं अन् त्यात मला एकदाच कायमची अशी सूचना देऊन ठेवली आहे की, त्यांची कितीही पत्रं यापुढं आली तरी, मी चंद्रपूरला परत येऊ नये!"

"अरे व्वा! बुढ्ढा मोठा हुशार दिसतो!"

"पण त्या बिचाऱ्यावर खोटेनाटे आरोप दाखल करून तुरुंगात डांबून टाकलं आहे महाराजांनी! त्यांच्या सुटकेसाठी आपणाला काही करता येणार नाही का सलीम?"

"जरूर करता येईल. आता आणखीन दोन-अडीच महिन्यांनी रेसचा सीझन सुरू होईल. सारे ब्रिटिश अधिकारी रेसचे एकजात षौकिन आहेत. आपण त्यांना पार्टीला घरी बोलावू आणि त्यांच्यामार्फत आपण शर्माजींच्या सुटकेचा प्रयत्न करू!"

"पण एक गोष्ट लक्षात ठेव—दिल्लीतला तो व्हाईसरॉयचा पी. ए. रॉबिन्सन महाराजांचा जिगर दोस्त आहे. अब्बाजाननं महाराजांच्या कारवाया अर्जाद्वारे व्हाईसरॉयला कळवल्या होत्या. ती प्रकरणं रॉबिन्सननं दडपून टाकलेली आहेत. शर्माजींच्या सुटकेच्या प्रयत्नांनादेखील रॉबिन्सन निष्प्रभ करून टाकणार नाही कशावरून?"

"तू म्हणतेस ते खरं आहे; पण आपण रॉबिन्सन याबाबतीत हस्तक्षेप करणार नाही, याचीही दक्षता आपण घेऊ!"

त्या दोघांची चर्चा होत असतानाच दारावर टक्टक् झाली. रहिमतखानने आणि पहाऱ्यावरच्या गुरख्याने एका माणसाच्या दंडाला धरून वर आणले होते. तो माणूस भीतीनं थरथरत होता.

"काय भानगड आहे? हा कोण?" दार उघडताच, सलीमअल्लीनं रहिमतखानला विचारलं. त्यावर गुरखा म्हणाला,

"जनाब, गेले चार दिवस हा आपल्या इमारतीभोवती संशयास्पद स्थितीत वावरत होता. मी त्याच्यावर नजर ठेवून होतो. मघाशी हा पाण्याच्या पाईपवरून वर चढण्याचा प्रयत्न करीत असताना मी याला पकडला आहे.

जंबिया आहे याच्या खिशात!''

सलीमअल्ली हसला आणि त्यानं धरून आणलेल्या माणसाच्या खिशातला जंबिया काढून घेतला आणि त्याला विचारलं,

''कोणी तुला पाठवलं?''

तो काहीच बोलत नव्हता. भीतीनं थरथरत उभा होता. त्याच्या तोंडून शब्द फुटत नव्हता.

''बोल, कोणी पाठवलं तुला?''

तरीही तो गप्पच!

सलीमअल्लीनं त्याच्या पाठीवर हात ठेवून त्याला विश्वासात घेत म्हटलं, ''मला ठाऊक आहे; तू काही गुन्हेगार नाहीस, चोर नाहीस. पण तुला कोणी पाठवलं त्याचं नाव सांगशील, तर सोडून देईन!''

''कारभारी साहेबांनी!''

शेवटी एकदाचा तो बोलला. त्याबरोबर रहिमतखान म्हणाला, ''बघा— हा कारभारी म्हणजे कोण, आहे ना ठाऊक?''

''कोण?'' सलीमअल्लीनं विचारलं.

''चंद्रपूरच्या महाराजांचा मुंबईतला मुनीम.''

''अच्छाऽऽ! तुझं नाव काय?''

''दाऊद!''

''अच्छा दाऊदभाई, आओ, अंदर आओ,'' असं म्हणत त्यांनी दाऊदला आपल्या खोलीत नेले आणि रहिमतला सांगितले,

''मामू, चहा आणि फराळ पाठवा वर!''

रोशन भयभीत होऊन दाऊदकडे पाहत म्हणाली, ''सलीम, या माणसाला ताबडतोब पोलिसांच्या हवाली कर!''

''थांब रोशन, अशी घाई करू नकोस. तू खाली जा बघू—''

रोशन टेबलावरचा जंबिया उचलून घेत म्हणाली, ''हत्यार घेऊन आपल्यावर हल्ला करण्यासाठी आलेल्या माणसाशी इतक्या प्रेमानं वागण्याची काय गरज आहे सलीम?''

''तुला ते समजायचं नाही रोशन. यू प्लीज गो डाऊन! मामू, तिला

घेऊन जा खाली!''

चहा आणि फराळ आणायला सांगून वर आलेल्या रहिमतखानला सलीमनं आज्ञा केली.

तेव्हा रोशन म्हणाली, ''मी इथंच थांबते, मधे बोलत नाही! हा तुला काही तरी करेल, अशी भीती वाटते मला!''

''हा मला काही तरी करेल?'' हसत-हसत सलीमन त्याचा हात आपल्या हातात घेतला आणि तो इतक्या जोरात पिरगळला की, तो गृहस्थ त्या वेदनेने कळवळला.

''हा काही गडबड करील, असं वाटतं तुला?''

हसत-हसत सलीमअल्लीनं विचारलं.

''बघ, कदाचित आणखीन दुसरं काही तरी हत्यार त्यानं दडवलेलं असेल!''

''अच्छा! मामू, याचा 'तलाश' घ्या!''

तो हात वर करून उभा राहिला. रहिमतखानने त्याचे खिसे चाचपले. खिसे चाचपताना त्याला त्याच्याजवळ दोनशे रुपयांच्या नोटा आढळल्या. त्या रहिमतखानने सलीमला दाखवल्या. त्या पाहून सलीम म्हणाला, ''फक्त दोनशे रुपयांसाठी स्वत:चा जीव धोक्यात घालायला तयार झालास?''

दाऊद मान खाली घालून उभा होता. मघाशी सलीमनं हात पिरगळल्यामुळे झालेल्या वेदना त्याच्या मस्तकापर्यंत पोहोचल्या होत्या.

इतक्यात नोकरानं खायचे पदार्थ आणि चहा आणला. सलीम त्याला म्हणाला,

''चलो, भाई दाऊद, खा लो!''

दाऊद पिंजऱ्यात सापडलेल्या उंदरासारखा केविलवाण्या नजरेनं सलीमकडे पाहत म्हणाला,

''मला काही नको— माझी चूक झाली! मी पोटासाठी हे केलं... पुन्हा करणार नाही. मला एक वेळ माफी करा!''

''माफी केली तुला; आता तरी खा?''

दाऊदनं बशीतला रोट उचलला, पण त्याला त्या विचित्र परिस्थितीत

त्याची चवदेखील समजत नव्हती. थरथरत्या हातानं तो चहाही प्यायला. त्याला किंचित हुशारी वाटली. सलीमअल्लीनं त्याला आपली सिगारेट देऊ केली. ती त्यानं हात जोडून नाकारली आणि म्हणाला, ''मला बालबच्चे आहेत जनाब, एक वेळ दया दाखवा!''

''दया जरूर दाखवीन; पण तुला नेमकं काय करण्यासाठी इथं धाडलं होतं, सांग?''

एव्हाना दाऊदला थोडा धीर आला होता. तो आवंढा गिळून म्हणाला, ''मला रोशनबाईंचं नाक छाटायच्या कामगिरीवर पाठवलं होतं. दोन हजार रुपये द्यायचा करार झालेला होता. ॲडव्हान्स म्हणून पाचशे रुपये रोख दिलेत!''

''बाकीचे तीनशे कुठं आहेत?''

''बिबीला खर्चासाठी दिले जनाब! माझी चूक झाली... पुन्हा असं खराब काम करणार नाही हुजूर!''

''हुजूर मी नाही!'' सलीमअल्ली हसत-हसत म्हणाला आणि त्यानं आपल्या कपाटातले पाचशे रुपये घेऊन ते दाऊदच्या समोर धरून म्हटलं, ''भाई दाऊद, हे घे, पाचशे आहेत. ते तुझे दोनशेही तुझ्याजवळच राहू दे! पण यापुढं असं 'बुर' काम करायला तयार होऊ नकोस! अरे, आज जर मी तुझ्यावर पोलीस केस केली असती, तर चार दोन वर्षे जेलमध्ये गेला असतास! पण तुला बालबच्चे आहेत, बिबी आहे, म्हणून मला तुझी दया येते! जा, हजीअल्लीच्या दर्ग्यात जाऊन कसम घे, यापुढं असं घाणेरडे काम करणार नाही, म्हणून!''

दाऊदला सलीमअल्ली साक्षात हजरत पैगंबरासारखा वाटला. त्यानं त्या सर्वांदेखत आपल्या गालांवर मारून घेतले आणि तो शर्टाच्या बाहीनं आपले डोळे पुसू लागला.

''याला सोडून फायद्याचं होणार नाही,'' रोशन किंचित क्रोधानं म्हणाली.

त्यावर सलीम पुन्हा हसला आणि म्हणाला,

''रोशन, गरीब आहे बिचारा. पोटासाठी हे धाडस करायला तयार झाला! जाऊ द्या. जाव, भाई दाऊद! आणि तू सापडला होतास आणि मी तुला सोडून दिलं, हे कोणालाही सांगू नकोस, जाव!''

दाऊद मान खाली घालून जिने उतरून गेला. गुरखा त्याच्यावर दात-ओठ खात स्वत:शीच पुटपुटला, ''साल्याचं नशीब शिकंदर! एखाद्यानं अशा नीच माणसाला मरेपर्यंत मारलं असतं; पण आमच्या मालकाची तऱ्हाच काही अजब आहे! याला जगात किती दुष्ट माणसं आहेत, याची कल्पनाच नाही!''

रहिमतखानदेखील सलीमच्या त्या अनपेक्षित वागण्यानं चक्रावून गेला होता. रोशनला वाटलं होतं की, सलीम त्याचं त्याच जंबियाने नाक छाटेल आणि प्रायश्चित्त देईल!

पण सलीमअल्लीचं अंत:करण विशाल होत. व्यक्तिमत्त्वाप्रमाणंच त्याचा स्वभावही उमदा आणि दिलदार होता.

दाऊद गेल्यानंतर रहिमतखान आणि गुरखा खाली गेले. रोशन तो दूर जाईपर्यंत वरच्या खिडकीतून रस्त्यावरच्या दिव्याच्या प्रकाशात त्याच्याकडे पाहत होती. नंतर ती सलीमजवळ आली आणि म्हणाली, ''एवढा मोठा पुरावा हाती आला होता; का सोडलास त्या दाऊदला?''

स्मित करून रोशनला जवळ घेऊन तो तिचा गालगुच्चा घेऊन म्हणाला,

''तुला समजायचं नाही ते! दाऊद, पुन्हा असलं वाइट काम करायला धजणार नाही!''

''अरे, पण तो मला विद्रूप करण्यासाठी इथपर्यंत आला होता, तरीही त्याला तू सोडून दिलंस?''

''रोशन, जोपर्यंत माझ्या जिवात जीव आहे, तोपर्यंत तुझ्या केसालाही कोणी धक्का लावू शकत नाही; तू बेफिकीर राहा!''

''मला नाही तुझं आजचं वागणं आवडलं... शेळपटपणा केलास तू!'' सलीम मोठ्याने हसला आणि म्हणाला,

''रोशन, अजून तू बच्ची आहेस! तुला दुनिया समजलेली नाही. मी लहानपणापासून हे जग अभ्यासायला शिकलो आहे! तुला कल्पना नाही— हा दाऊद पुन्हा तुझ्या किंवा माझ्या जीविताला इजा करायला तर येणार नाहीच नाही, पण यदाकदाचित आपल्या जीवितावर कोणी उठलंच तर तो तसला घातपात टाळण्यासाठी पुढे होईल!''

"छट्! सापाला दूध पाजण्याचा प्रकार केलास तू!"

"मुळीच नाही; उलट सापाचे विषारी दात काढून घेऊन सोडलं मी त्याला!"

"जंबिया हा विषारी दात?"

"छेऽऽऽऽ, अगं त्याच्यातला दुष्टपणा नाहीसा केला मी. हा एक जंबिया मी काढून घेतला, म्हणून त्याला दुसरा नळ बझारमध्ये मिळणार नाही? पण तो तसं पुढं करणार नाही. अशी वागणूक दिलीय ना मी त्याला—"

"तू कितीही तुझ्या वागण्याचं समर्थन केलंस, तरी मला ते पटणार नाही सलीम."

"सोडून दे तो विषय! चल, हवा मस्त पडलेली आहे. जरा मोटारीतून फिरून येऊ. तुला फोर्टमध्ये इंग्लिश हॉटेलात जेवायचं होतं ना?"

"नको. मला आज जेवायची इच्छा नाही!"

"असं काय करतेस?" असं म्हणून सलीमअल्लीनं तिला आपल्याकडं ओढून कुशीत घेतलं. त्याच्या विशाल छातीवर ती डोकं टेकवून स्फुंदून-स्फुंदून रडू लागली.

"सलीम, मला भीती वाटते रे! तू एका दाऊदला परावृत्त करू शकशील, पण त्या चंद्रपुरात असे डझनावारी दाऊद आहेत! तो नितीन पाठारे, शैलेंद्रकुमार, गनी महमद रिशालदार, हसनअल्ली, अब्दुल गनी अशी किती नावं सांगू तुला? हे सारे दाऊदचेच अवतार आहेत. महाराजांच्या इच्छेखातर ही मंडळी जीव द्यायला तयार होतील आणि यात आणखीन एक बडा दाऊद आहे, दीनानाथ चौधरी—चंद्रपूरचा पोलीसप्रमुख! त्याच्याच हातावर तुरी देऊन मी पसार झाले. पण तो सूडाने पुरता पेटलेला आहे. तुझ्या माणुसकीच्या वागण्याचा त्या नालायक माणसांच्यावर काडीइतका परिणाम होणार नाही! त्यांना दया-माया काही नाही! माझ्या निष्पाप बेबीला त्या लोकांनी..."

दुःखातिशयाने रोशनच्या तोंडून शब्द फुटेना! सलीमअल्ली तिला जवळ घेऊन तिच्या पाठीवर हळूहळू थोपटत म्हणाला, "रडू नकोस प्यारी,

काही होणार नाही यापुढे! तुला इथं राहायला भीती वाटत असली, तर आपण लोणावळ्याला जाऊन राहू!''

''लोणावळ्याला? म्हणजे त्यांना आणखीन सोपं!''

''छट्!'' हसत-हसत सलीमअल्ली म्हणाला, ''इथं फक्त कुकरीधारी गुरखे आहेत, पण तिथं बंगल्याभोवती मी 'आर्मड गार्ड्स' ठेवणार आहे! कोणीही संशयित बंगल्याजवळ आढळला, तर ते सरळ फायर करतील!''

''पण तू तिथं असलास की, त्यांना फायर करूच द्यायचा नाहीस; उलट बंगल्यात बोलावून चहा, फराळ आणि वर दक्षणा देशील!''

हसत-हसत सलीम म्हणाला, ''नाही—नाही! प्रत्येक वेळी मी असं वागणार नाही, मेरी जान!''

असं म्हणून त्यानं रागानं थरथरणाऱ्या रोशनच्या ओठांचं चुंबन घेतलं. तिच्या उबदार निःश्वासात त्याचे निःश्वास मिसळले. तिनं आपले दोन्ही हात त्याच्या मानेभोवती घातले!

त्यानंतर काही दिवस सलीमअल्ली बाहेर जाताना एखादा बॉडीगार्ड घेऊनच जाऊ लागला. सलीमअल्ली सोबत असल्याशिवाय रोशन बाहेर पडत नव्हती. रहिमतखान आणि शहनाज ही दोघे मात्र मार्केटिंगला जायची. पण त्यांनाही रोशननं जपून राहण्याची सूचना केली. त्या दोघांना पळवून नेऊन, ओलीस ठेवून, रोशनने चंद्रपूरला परत यावं, असा प्रयत्न करायलाही महाराजांनी कमी केलं नसतं. महाराज स्वस्थ बसणार नाहीत, ही रोशनची पक्की खात्री होती. सलीमकडे तिनं काही मागायचा अवकाश की, ते सर्व मिळत होतं. खाण्याची-पिण्याची कमतरता नव्हती, पण तरीही रात्रंदिवस तिला डोळ्यांसमोर डोक्यावर टांगलेली तलवार दिसत होती.

रहिमतखानने मुंबईला आल्यानंतर मुंबईच्या गव्हर्नरला आणि दिल्लीच्या व्हाईसरॉयना सविस्तर असे अर्ज पाठवून, रोशनच्या आणि सलीमच्या जीविताला काही तरी धोका होण्याची दाट शक्यता असल्याची भीती व्यक्त केली होती. त्या अर्जाद्वारे त्याने ब्रिटिश सरकारला चंद्रपूर महाराजांच्या बेकायदा हालचालींना पायबंद घालण्याचीही विनंती केली होती. या वेळी

त्याने निनावी अर्ज न करता स्वत:ची सही आणि ताडदेवच्या आपल्या निवासस्थानाचा पत्ताही नमूद केला होता. त्याच्या अर्जांना दिल्लीहून जे उत्तर आलं, ते त्याला अगदीच अनपेक्षित असं होतं. त्याला कळवण्यात आलं होतं—

महाशय,

तुम्ही पाठवलेले चंद्रपूरच्या महाराजांच्या विरुद्धचे तीन अर्ज आमच्या दफ्तरी दाखल झाले आहेत. त्या अर्जांची आमच्या अधिकाऱ्यांनी चौकशी व शहानिशा केली. त्यात असं आढळून आलेलं आहे की, तुम्ही चंद्रपूरच्या धाकट्या महाराणी रत्नमालादेवी यांना पळून जायचा सल्ला दिलात व सध्या तुम्ही त्यांना मुंबईतील बोहरी जातीच्या एका धनाढ्य व्यापाऱ्याच्या स्वाधीन केले आहे. हिंदू कायद्याप्रमाणे महाराजांचा विवाह झालेला असताना त्यांच्या धर्मपत्नीला पळून जाण्याला उद्युक्त करून त्यांना वाममार्गाला लावण्याचे आपले कृत्य केवळ अनैतिकच नाही, तर ते बेकायदादेखील आहे. तथापि आपण ब्रिटिश सरकारशी एकनिष्ठ असणाऱ्या चंद्रपूरच्या महाराजांविरुद्ध सतत कागाळी करीत आहात, ते त्वरित बंद व्हावे; न पेक्षा आम्हास तुमच्या या बेकायदा कृत्याबाबत योग्य अशी कडक उपाययोजना करावी लागेल!

दिल्लीहून ते पत्र आल्यानंतर रहिमतखान पुरता हबकला. दिल्ली दरबार चंद्रपूरच्या महाराजांच्या पाठीशी उभा आहे आणि वेळ पडलीच, तर आपल्यावर काही तरी कायदेशीर कारवाईही केली जाईल, या धमकीने त्याचा धरबंध सुटला. रोशन ही चंद्रपूरच्या महाराजांची धर्मपत्नी होती, ही गोष्ट सत्य होती. रोशनच्या धर्मांतराला आणि नंतरच्या विवाहाला अनेक गोरे अधिकारी उपस्थित होते. आपण चंद्रपूरच्या महाराजांचा बंदोबस्त करू, असं रहिमतखानला वाटलं होतं; पण आता त्याचा भ्रमनिरास झाला. त्यानं तसले अर्ज करण्याचा उद्योग बंद केला. दिल्ली दरबारकडून आलेला खलिता

योग्य असा कायदेशीर सल्ला घेऊनच धाडण्यात आला होता.

सलीमअल्लीला रहिमतखाननं त्या खलित्यातला मजकूर सांगितला नाही. कारण रहिमतप्रमाणेच त्याचंही स्वास्थ्य बिघडेल, अशी रहिमतला भीती वाटू लागली.

शहनाज मात्र सकाळ, दुपार, संध्याकाळ मक्का-मदिनेकडे तोंड करून नमाज पढत होती. रोशन आणि सलीम या दोघांना सुखरूप ठेवावे, अशी प्रार्थना करीत होती.

पावसाळा संपला. हिवाळा आला. मुंबईच्या रेस सीझनला लवकरच सुरुवात होणार होती. सलीमअल्ली आणि रहिमतखान चालू सीझनला कोणती घोडी 'फॉर्म'मध्ये आहेत याची चर्चा करू लागले. सलीमअल्लीला रहिमतखानच्या अभ्यासाचा लाभ मिळत होता. चंद्रपूरच्या महाराजांची सततची भीती विसरण्याला रहिमतखानसाठी रेस हा एक खात्रीचा उपाय होता.

सलीमअल्लीची पहिली बायको बरीच वर्षं आजारी होती. सलीमअल्लीनं औषधोपचारासाठी अक्षरश: लाखो रुपये खर्च केले होते; पण त्या बिचारीच्या आयुष्याची मर्यादाच संपली, त्याला कोण काय करणार? पत्नीपासून सलीमअल्लीला शारीरिक सुख बिलकुल मिळालं नव्हतं. त्यामुळे रोशनसारखी तारुण्यानं मुसमुसलेली सौंदर्याची पुतळी लाभल्यानंतर त्याच्या आजपर्यंत दडपलेल्या सुप्त वासना उफाळून आल्या. तो सधन होता, तरुण होता. त्यानं मनात आणलं असतं, तर हैदराबादच्या नबाबासारखा पाच-पंचवीस सुस्वरूप स्त्रियांचा जनानखाना पदरी बाळगू शकला असता. पण सलीम सुसंस्कृत होता, विचारी होता. ज्या स्त्रीशी आपण एकशय्या करायची, तिच्याशी संपूर्ण मनोमीलन झाल्याशिवाय रतिसुखाचा आस्वाद लुटता येत नाही, अशी त्याची श्रद्धा होती. रोशनची भेट होण्यापूर्वी त्याला संपूर्ण मनोमीलन होऊ शकेल अशी कोणीही भेटलेली नव्हती. दहावीस वेळा त्यान अँग्लो इंडियन आणि भारतीय पोरींशी तसले संबंध ठेवलेही, पण प्रत्येक वेळी त्याला वाटलं, त्या पोरींनी माझ्याशी संग केला नव्हता; तो केला माझ्या पैशाशी! म्हणून मनातून आपल्याला योग्य अशी सहचारिणी लाभावी, अशी आशा तो बाळगून होता अन् नेमका त्याच वेळी रोशनला

सोबत घेऊन अमृतसरहून मुंबईला येऊन रहिमतखान दाखल झाला होता. या सर्व घटना इतक्या वेळेवर घडल्या की, सलीमला वाटलं की, नियतीनंच माझी हाक ऐकली आणि रोशनला माझ्याकडं धाडलं! रोशनला वाटलं की, आपल्याला उर्वरित आयुष्य सुखानं कंठण्यासाठीच 'खुदानं' सलीमसारखा जीवनसाथी मिळवून दिला.

त्या दोघांचं परस्परांवर नितांत प्रेम बसलं. सलीम विधुर होता, हे रोशनला ठाऊक होतं अन् रोशनला चंद्रपूरच्या महाराजांपासून एक मुलगी झाली होती, हेही सलीमला ठाऊक होतं. पण उभयतांनी एकमेकांचा पूर्वेतिहास विसरायची जणू प्रतिज्ञाच घेतली होती. एकमेकांच्या गतायुष्यातील प्रसंगांबाबत त्यांची चर्चा चुकूनही होत नव्हती.

सलीमनं लोणावळ्याचा बंगला खरेदी केला होता, पण त्याला अजून तिथं राहावं वाटलं नव्हतं. तो बंगला एका पारशाच्या मालकीचा होता. त्या पारशाला जवळचं असं कोणीच नव्हतं. त्यानं तो सलीमला विकून टाकला. मुंबईच्या सधन वर्गात उन्हाळ्यात आणि ऑक्टोबरला लोणावळ्याला जाऊन राहणं, हे प्रतिष्ठेचं लक्षण समजलं जात होतं. सलीमअल्लीनं स्वत:चाच असा एक बंगला असावा, या हेतूनं तो खरेदीचा व्यवहार पूर्ण केला होता.

लोणावळा स्टेशनच्या बरोबर दक्षिणेस एका उंच टेकडीवर ही वास्तू उभी होती. सहा बेडरूम्स, मेन हॉल, व्हरांडा, पोर्च आणि किचनसाठी मागे आऊटहाऊस असलेली ही इमारत दुमजली होती. पोर्चच्यावर भली मोठी चिनी मातीचे तुकडे लावलेली गच्ची होती. या गच्चीत उभं राह्यलं की, संपूर्ण लोणावळ्याचा परिसर दृष्टिपथात येत होता. असंख्य जातींच्या प्रचंड वृक्षांनी वेढलेले डोंगर, या डोंगरांतून नागमोडी वळसे घेत गेलेली रेल्वे लाईन, पश्चिमेला खंडाळ्याच्या परिसरातील उंचच्या उंच निळ्याभोर आकाशात घुसलेले सह्याद्रीचे सुळके तिथून दिसत. नुकताच पावसाळा संपला असल्याने कड्यावरून कोसळणारे प्रपात, त्यातून उडणारे तुषार... स्वच्छ सूर्यप्रकाशात त्या तुषारांवर आरूढ होणारी इंद्रधनुची कमानदेखील कधी कधी गच्चीवरून दिसे.

या गच्चीत तासन् तास बसून राह्यलं तरी तृप्ती वाटू नये, अशी ती जागा होती. सलीमअल्लीनं तो बंगला खरेदी केल्यानंतर तो संपूर्ण रंगवून घेतला. दारे-खिडक्यांना वॉर्निश लावले. मुंबईहून उत्तम फर्निचर आणवले. उंची क्रॉकरी आणून बंगल्यातल्या काचेच्या कपाटात ठेवली. एका वेळी पंचवीस-तीस माणसांची राहण्याची आणि जेवण्याची सोय होऊ शकेल, अशी व्यवस्था केली. पण पहिल्या बायकोच्या आजारपणामुळं त्याला या वास्तूचा हवा तसा उपभोग घेता आला नव्हता. रोशनच्या आगमनानंतर मात्र त्यानं लोणावळ्याच्या त्या बंगल्यात जाऊन वास्तव्य करायचं ठरवलं.

याच सुमारास पाईपवरून वर चढणारा तो 'दाऊद' सापडला. रोशनला तिच्या अन् सलीमच्या जीविताला काही तरी धोका होईल, अशी भीती ग्रासू लागली होती. ती लोणावळ्याला जायला फारशी उत्सुक नव्हती.

"मग, येत्या एक तारखेला जायचं तर लोणावळ्याला?" गरम-गरम चहाचे घुटके घेत सलीमनं विचारलं.

"थंडीत लोणावळ्याला राहण्यात काय मजा आहे सलीम?"

"खरं सांगू रोशन? अगं थंडीत आणि पावसाळ्यातसुद्धा लोणावळ्यात राहायला गंमत वाटते. मी लहान असताना माझे वडील कधी कधी मला घेऊन जायचे. चोहो बाजूला दाट धुकं दाटलेलं असतं. मध्येच एखादी जोरदार सर येते. पुन्हा स्वच्छ होतं. पुन्हा धुक्याची एक लाट येते. वाटतं की, तिथली झाडं, डोंगर, दऱ्या लपंडाव खेळत आहेत अन् तोही कोणी कोणाशी न बोलता, गुपचूप!"

"व्यापारी माणसं रसिक असतात, हे मला माहीत नव्हतं!" रोशननं किटलीतून स्वत:साठी एक कप भरता-भरता म्हटलं.

"चुकीची समजूत आहे तुझी! व्यापाऱ्यांमध्ये काही इतके रसिक असतात की, दर वर्षी ते आपल्या बायको-मुलांना घेऊन माथेरान, महाबळेश्वर, उटी अशा थंड हवेच्या ठिकाणी जातात. वर्षभर आकडेमोड करून मनावर आलेली मरगळ नाहीशी करण्याचे सामर्थ्य फक्त अशा निसर्गरम्य ठिकाणांच्या ठायी असत!"

"तुला काय त्याचा अनुभव?"

"अधून-मधून मीही लोणावळ्याला जायचो ना, हॉटेलमध्ये. पण ते एक-दोन दिवसांसाठी! पण आता तिथं आपला स्वतःचा बंगला आहे. तिथं मनसोक्त राहायचं!"

"पण सलीम, एक लक्षात ठेव. परवा जसा दाऊद आला होता, तसा आणखी कोणी तिथं येणार नाही कशावरून?"

"तू त्याची मुळीच चिंता करू नकोस 'जान'! पोलीस खात्यातून निवृत्त झालेले चार हत्यारी पोलीस मी पहाऱ्यासाठी नेमणार आहे. दाऊदला मी सोडलं म्हणून प्रत्येकाला मी सोडून देईन, असं नको हं समजूस!"

"मग माझी केव्हाही तिकडं यायची तयारी आहे! पण एक अट— तू तिथून मोटारीतून मुंबईला यायचं नाही!"

"का?"

"वाटेत मोटार अडवणं कठीण नाही त्या लोकांना!"

"जरुरीच्या कामासाठी तशी मोटारी यायची वेळ आली, तर काय करू?"

"रेल्वेनं ये! पुणा-मुंबई गाड्या नाहीत?"

"तू भलतीच चिंता करतेस हं रोशन! असं एखाद्याला फार जपणं बरं नाही... कधी कधी उलटं होतं!"

सलीम ते वाक्य सहज बोलून गेला, पण रोशनच्या डोळ्यांत टच्कन पाणी तरळलं. तिला आठवण झाली, ती आपल्या बेबीची! ती अशीच बेबीची रात्रंदिवस चिंता करीत राहायची! बेबी झोपली की, दहा-पाच मिनिटांनी पाळण्याजवळ जाऊन उभी रहायची. तिचा श्वासोच्छ्वास सुरू आहे की नाही, हे पाहायची!

तीच बेबी तिला अचानक सोडून गेली होती. तिला कशानं मृत्यू आला, हे बऱ्याच जणांना गूढ होतं. पण रोशनला मात्र निराळीच शंका होती.

"अरे, हे काय—मी सहज बोललो आणि तुझ्या डोळ्यांत अश्रू?"

सलीमनं जवळ येऊन तिच्या डोळ्यांतले अश्रू आपल्या हातरुमालानं टिपत विचारलं.

रोशन काहीच बोलली नाही. ती सलीमला बिलगत म्हणाली,

"तू काही म्हण, पण मला मात्र भीती वाटते!"

"रोशन, अशी किती काळ तू चिंता करीत राहणार आहेस? त्याला काही अंत आहे का?"

"जोपर्यंत मी जिवंत आहे, तोपर्यंत हे असंच चालायचं!"

"तू जिवंत आहेस तोपर्यंत? पण तुझ्याअगोदर माझं काही बरं-वाईट झालंच तर?"

रोशननं त्याच्या तोंडावर हात ठेवला आणि ती म्हणाली, "असं अभद्र बोलू नये! तुझं काही वाईट झालेलं पाहण्यासाठी मला जिवंत राहायची इच्छा नाही!"

आपल्यावर इतकं निरागस प्रेम करणाऱ्या रोशनच्या ओठांचं चुंबन त्या क्षणी घेण्याचा मोह सलीमला आवरता आला नाही.

- ० - ० - ० -

२१

त्या रात्री चंद्रपूरच्या राजवाड्यात मध्यरात्रीपर्यंत मीटिंग चालली होती. रोशनला कोणत्याही परिस्थितीत चंद्रपूरला परत आणायचं, हे एकमतानं ठरलं.

दीनानाथ चौधरी, नितीन पाठारे, शैलेंद्रकुमार, गनी महंमद रिशालदार, हसनअल्ली, अब्दुल गफार— ही सारी मंडळी महाराजांच्या सभोवार गोल टेबलाभोवती बसली होती. शिवराम त्या सर्वांना अधून-मधून मद्य पुरवत होता. शेवटी महाराज म्हणाले, "सुरुवातीला मला वाटलं होतं की, सरळ तिचा नाद सोडून द्यावा, पण आता जन्मभर आम्हाला ती गोष्ट बोचत राहील. या राजवाड्याच्या दरबार हॉलमध्ये आम्ही रोशनला ज्युनिअर महाराणी म्हणून सिंहासनावर घेऊन बसलो. गोऱ्या अधिकाऱ्यांनी तिला 'हर हायनेस' म्हणून डोक्याच्या हॅट्स काढून अभिवादन केले; त्या रोशननं मुंबईत सलीमअल्लीची रखेली म्हणून वावरावं? दीनानाथ, तुम्ही तिला इकडे परत आणायची प्रतिज्ञाच घेतलेली आहे, हे जरी खरं असलं; तरी यदाकदाचित तो प्रयत्न अयशस्वी झाला, तर निदान तिचं नाक तरी छाटलं जावं!"

"हुजूर!" गनी महंमद रिशालदार म्हणाला,

"आम्ही त्यांना आणण्यासाठी आमचे प्राणदेखील धोक्यात घालू; आपण त्याची फिकीरच करू नये!"

"फिकीर केली नसती गनी, पण तो फार पैसेवाला आहे म्हणे!"

"असू दे हुजूर! हां-हां म्हणता त्याच्या डोळ्यांदेखत आम्ही रोशनबाईंना उचलून आणू!"

"शैलेंद्र, तू काय म्हणालास मघाशी?"

"हुजूर, मी म्हणत होतो की, आपल फोर सीटर विमान पुण्यात नेऊन ठेवावं. रोशनबाईंना मुंबईतून पळवून पुण्याला आणलं, तर आम्ही सरळ त्यांना तेथून चंद्रपुरातच

घेऊन येऊ!''

त्यावर दीनानाथ चौधरी म्हणाले, ''शैलेंद्र, ते अशक्य आहे. त्याचं कारणं असं की, आपण पुण्यात विमान नेऊन ठेवलं, तर ही गोष्ट जगजाहीर होणार. उद्या रोशनला पळवल्यानंतर चंद्रपूरच्या महाराजांचं विमान पुण्यात होतं, हा आपल्याविरुद्ध पुरावा होईल. तेव्हा हा प्रयत्न करताना कोणत्याही प्रकारचा पुरावा मागे राहणार नाही याची आपण सर्वांनी सुरुवातीपासूनच दक्षता घ्यायला हवी. काय नितीन, तुझं काय म्हणणं?''

''अगदी बरोबर! कारण आपण पुण्याच्या एअरोड्रमवर विमान ठेवलं, तर त्यासाठी अगोदर परवानगी घ्यावी लागेल अन् शिवाय रोशनबाईंना आपण घेऊन येताना त्या आरडाओरड आणि दंगल केल्याशिवाय राहणार नाहीत. तो प्रकार जे कोणी पाहतील, ते आपल्याविरुद्ध साक्ष द्यायला आल्याशिवाय राहणार नाहीत. तेव्हा त्यांना पळवून आणण्याच्या कामी विमानाचा वापर चुकूनही करायचा नाही.''

ही ॲडज्युटंट नितीन पाठारेंची सूचना सर्वांनी मान्य केली. त्यावर ड्रायव्हर हसनअल्ली म्हणाला, ''हुजूर, मोटारीतूनच त्यांना आणणं योग्य ठरेल!''

''गनी,'' दीनानाथ म्हणाले, ''मुंबई ते चंद्रपूर साडेचारशे मैलांचं अंतर आहे. तो सलीम अली पाठलाग केल्याशिवाय राहणार नाही, याची खात्री बाळग! मुंबईच्या पोलीस खात्यात अनेक लोक त्याच्या परिचयाचे आहेत. रोशन नाहीशी झाली म्हटल्यावर, सलीम मुंबईच्या पोलिसांचं साह्य नक्कीच घेईल!''

''पण हुजूर, परवा दिल्लीला आपण बघितली तसली मोटार मिळाली, तर सलीमनं शंभर मोटारी घेऊन जरी पाठलाग केला, तरी आम्ही त्याच्या हाती लागणार नाही!''

''कसली मोटार, हुजूर?'' शैलेंद्रकुमारनी विचारलं

''मॅक्स्वेल कंपनीची गाडी— ताशी शंभर मैल वेगानं धावते!''

''पण अशी गाडी आपण खरेदी केली, तर तोही पुरावा नाही होणार?'' नितीन पाठारेंनी शंका केली.

त्यावर दीनानाथ म्हणाले, ''आपण ती गाडी खरेदी करू आणि

रेल्वेनं ती गाडी चंद्रपूरला घेऊन येऊ. म्हणजे आपण ती गाडी चंद्रपुरातच वापरण्यासाठी घेतली होती, असे सर्वांना भासवता येईल आणि त्यानंतर आपण ती गाडी रात्रीचा प्रवास करून परत मुंबईत घेऊन जाऊ!''

''दॅट्स इट्!'' महाराज म्हणाले, ''आणखीन यात एक दिशाभूल करता येण्यासारखी आहे. दीनानाथ, मुंबईत दोन मॅक्स्वेल कंपनीच्या तशा मोटारी आहेत आणि त्या लाल रंगाच्या आहेत. आपणही लाल रंगाचीच मॅक्स्वेल खरेदी करू.''

''बरोबर आहे हुजूर!''

''आजच पालेकरना पत्र पाठवा. ग्रँट रोडवर तो जिमी स्टॅनले आहे, त्याच्याकडे मॅक्स्वेल गाड्यांची एजन्सी आहे. ताबडतोब एक ऑर्डर 'बुक' कर म्हणावं त्याला. रंग मात्र लालच हवा, म्हणून कळवा!''

''जी हुजूर!''

''बरं दीनानाथ, सलीमच्या आणि रोशनच्या हालचालींची अचूक माहिती मिळवण्यासाठी तू काय करायचं ठरवलं आहेस?'' महाराजांनी विचारलं, त्यावर दीनानाथ स्मित करून म्हणाले,

''ते काम जवळजवळ पूर्ण होत आलं आहे हुजूर!''

''ते कसं काय?'' आश्चर्यानं महाराजांनी विचारलं.

''सलीमअल्लीकडे दोन ड्रायव्हर्स आहेत. एक बाबुलाल आणि दुसरा महंमद हुसेन! महंमद हुसेन हा अगोदर क्लीनर होता, पण अलीकडे सलीमनं त्यालाही लायसेन्स काढून दिलेलं आहे. सलीमची मॉरीस लँडो गाडी महंमद हुसेनकडे असते आणि फोर्ड बाबुलालकडं असते. सलीम मुंबईत नेहमी फोर्डचाच वापर करतो. पण सोबत दोघेही ड्रायव्हर असतात. महंमद हुसेन हा हाडापेरानं मजबूत आहे. तो सलीमअल्लीचा बॉडीगार्डही आहे!''

''अच्छा! पण सलीमच्या हालचालींची माहिती मिळाली आहे म्हणतोस, ती कशी काय?''

''हुजूर, बाबुलाल आणि महंमद हुसेन या दोघांना सामील करून घेण्याचा प्रयत्न चाललेला आहे!''

''पण त्या दाऊदचं पुढं काय झालं रे?'' महाराजांनी विचारलं.

"तो मूर्ख साला सापडला!"

"सोडला कसा काय त्याला सलीमनं?"

"मलाही त्याच आश्चर्य वाटलं होतं; पण दाऊदच आता बाबुलाल आणि महंमद हुसेन यांच्याशी संधान बांधण्याचा प्रयत्न करीत आहे!"

"तो दाऊद फार तयारीचा दिसतो?"

"फार तयारीचा आहे हुजूर! त्या दिवशी जर का तो गुरख्याला दिसला नसता, तर सलीमला भोसकल्याशिवाय राह्यला नसता! आणि रोशनचं नाकही छाटलं असतं त्यानं."

"सलीमनं त्याला जीवदान देऊनही अजून तो आपल्याशी इमान राखून आहे?"

"हुजूर, जीवदान देऊ द्या अन् आणखीन काही देऊ द्या; चार वेळा तुरुंगात जाऊन आलेला आहे तो! माणुसकी, दया, माया असलं काही त्याच्या शब्दकोशात नाही! उलट, तो म्हणतो, मला खायला घालून मिंधं करण्याचा प्रयत्न केला सलीमनं, पण त्याचा काही उपयोग होणार नाही!"

"बाकी दीनानाथ, तू इथं राहून मुंबईत ज्या हालचाली चालवल्या आहेत, त्या खरोखरच कौतुकास्पद आहेत!"

"हुजूर, आणखी थोड थांबा. रोशनला पकडून आपल्यासमोर हजर करतो लवकरच! माझ्या डोळ्यांत धूळ फेकून पळून गेली काय?" वाढलेल्या दाढीतून बोटं फिरवीत दीनानाथ म्हणाले

"दीनानाथ, पण हे सारं फार जपून करायला हव हं! आमच्या नावाची कोठेही वाच्यता होता कामा नये. कारण अगोदरच हे इंडियन नॅशनल कॉंग्रेसवाले आमच्या नावानं ओरडत आहेत. आम्ही जर 'एक्सपोज' झालो, तर आपणा सर्वांनाच पश्चात्तापाची वेळ येईल!"

"आपण त्याची बिलकुल चिंता करू नका हुजूर!"

रोशनला मुंबईतून पळवून आणायचे आणि ते जमलेच नाही, तर निदान तिचे नाक तरी छाटायचे; हे मध्यरात्रीपर्यंत चाललेल्या त्या मीटिंगमध्ये सर्वानुमते ठरले.

या कटाची माहिती जेलमध्ये असलेल्या शर्माजींना कशी लागली,

कुणास ठाऊक. पण समजल्यानंतर मात्र ते अस्वस्थ झाले. रोशनला मुंबईतून पळवून आणणे, ही सोपी गोष्ट नव्हती. पळवून आणण्याचा प्रयत्न फसलाच, तर रोशनला विद्रूप करण्याची ती योजनाही अत्यंत भयानक आहे, असे त्यांना वाटले.

महाराजांना खूष करण्यासाठी दीनानाथ चौधरींनी केलेला हा संकल्प घातकी होता. महाराज शर्माजींचं काहीही ऐकणार नव्हते, तरीही शर्माजींनी महाराजांची भेट घेऊन त्यांना उपदेशपर एक-दोन गोष्टी सांगण्याचे ठरवले.

जेलरमार्फत महाराजांना शर्माजींचा विनंती अर्ज गेला. महाराजांनी तो वाचला आणि चुरगाळून केराच्या टोपलीत फेकला. एक सिगारेट शिलगावली आणि धूम्रपानाचा आस्वाद घेताना परत त्यांना वाटलं— काय म्हणतो म्हातारा, ऐकू तरी!

पोलीस बंदोबस्तात शर्माजींना पुन्हा सदरेवर आणण्यात आले. शर्माजींनी त्यांना मुजरा केला आणि ते म्हणाले,

"हुजूर, गेले चार दिवस मी अस्वस्थ आहे. मला काही तरी अशुभ घडणार आहे, याची एकसारखी जाणीव होते आहे. आपले दरबार हॉलमधले सिंहासन थरथरल्याची, कोलमडल्याची स्वप्ने मला पडतात... चंद्रपूरवर आणि आपल्यावर एखादे अनिवार्य असे संकट येऊ घातल्याची ही दुःश्चिन्हे असावीत! थोरल्या महाराजांचे मागे मी आपला पुत्रवत् सांभाळ केला. माझ्या डोळ्यांसमोर आपलं अध:पतन व्हावं, असं काही मला वाटत नाही! मी तुरुंगात असलो, तरी मला काही घटना अंत:प्रेरणेने जाणवतात. हात जोडतो; आपण कसल्याही अघोरी मार्गाचा अवलंब करू नये."

"झूट आहे सारं! तुम्हाला कोणी तरी आत येऊन चुगल्या सांगतो आहे! कोणाकरवी तुम्हाला या गोष्टी कळतात, त्याचा लवकरच बंदोबस्त केला जाईल. माझं सिंहासन भक्कम आहे. ते अस्थिर झालं आहे, हा केवळ तुमच्या कल्पनेचा खेळ आहे. तुम्हाला भविष्यातलं काहीही समजत नाही; उगाच दुढ्ढाचार्याप्रमाण मला हितोपदेश करण्याच्या भानगडीत पडू नका. समजलं?"

इतक्यात दीनानाथ चौधरी तेथे आले. शर्माजींना तिथं पाहून त्यांना आश्चर्य वाटलं. शर्माजींनी व्यक्त केलेली चिंता महाराजांनी त्यांना सांगितली.

तेव्हा दीनानाथ मोठ्यानं हसले आणि म्हणाले,

"शर्माजी, तुम्ही स्वतःला काय समजता? भविष्यात घडणाऱ्या घटनांची तुम्हाला चाहूल लागते? मग, महाराज तुम्हाला बंदिवासात टाकणार आहेत, याची का नाही लागली चाहूल?"

"दीनानाथ, खरं म्हणजे, मला तुझ्याशी एक शब्ददेखील बोलायची इच्छा नव्हती; पण एक अखेरचं सांगून ठेवतो, तू महाराजांना मोठ्या संकटात टाकत आहेस."

"संकटातून बाहेर काढलं म्हणा! अहो शर्माजी, आपल्या रखेलीच्या मुलीला राणीपद मिळवून देऊन तुम्ही काय काय भानगडी केल्या होत्या, त्या मी उजेडात आणलेल्या आहेत! महाराजांना संकटात घातलं होतं तुम्ही; मी नाही! मी त्यांना त्यातून बाहेर काढतो आहे!"

"पुनः पुन्हा कितीही ओरडून सांगितलंस दीनानाथ, तरी रोशन माझी कन्या होऊ शकत नाही. हां, आता तिला माझी सहानुभूती होती, ही गोष्ट सत्य! माझे आशीर्वाद अजूनही तिच्या पाठीशी आहेत!"

"म्हणून तर, तुम्हाला महाराजांनी तुरुंगाची ही वाट दाखवली!" असं म्हणून दीनानाथ हसले.

"बेशक दाखवू द्या त्यांना; पण तुम्ही आता महाराजांना तुरुंगाची वाट दाखवू नका, म्हणजे झालं!"

"खामोऽऽऽश!" दीनानाथ मोठ्यानं ओरडले आणि म्हणाले, "शर्माजी, तुमचा बुद्धिभ्रंश झालेला आहे. तुम्ही काय बरळता आहात, ते तुमचं तुम्हाला समजेनास झालेलं आहे!"

"बुद्धिभ्रंश माझा नाही, तुम्हा लोकांचा झालेला आहे. पक्षी पिंजऱ्यातून उडालेला आहे. त्याला पकडण्याचे तुमचे सारे प्रयत्न निष्फळ होणार आहेत. पदरी निराशा नक्की येईल. विनाश काले विपरीत बुद्धी!"

"घेऊन जा यांना."

महाराजांसमोर दीनानाथनीच पोलिसांना आदेश दिला. हत्यारी पोलीस शर्माजींना घेऊन जायला आले, तेव्हा शर्माजी महाराजांना उद्देशून म्हणाले, "पाहा हुजूर, आपण आज्ञा केली म्हणून मी इथं आलो. पण हा दीनानाथ

मला इथून जायचा आदेश देतो आहे. तुम्ही दीनानाथच्या हातातलं बाहुलं बनलेलं आहात. स्वत्व विसरलात, याचा हा साक्षात पुरावा आहे. जातो मी. पण लक्षात ठेवा— त्या माणसाच्या तंत्रानं जाल, तर पस्तवाल!''

शर्माजींना घेऊन गेल्यानंतर महाराज दीनानाथना म्हणाले, ''दीनानाथ, त्या जेलरला अगोदर कामावरून कमी करून टाक! या शर्माजींना बाहेर काय घडतं, याच्या बातम्या कशा लागतात?''

''खरंय हुजूर. आजच त्याला 'डिस्मिस' केल्याची ऑर्डर काढतो.''

''दीनानाथ, आपण इथं एवढ्या गुप्ततेत मीटिंगा घेतो, त्यांची माहिती बाहेर कशी काय फुटते? आपल्यापैकी तरी कोणी फंदफितुरी करणारा नाही ना?''

''मुळीच नाही हुजूर!''

''मग शर्माजींना काय दिव्य दृष्टी आहे?''

''त्याचा तलाश लवकरच लावतो हुजूर! आणखी काय म्हणत होता म्हातारा?''

''हेच, आपण काही तरी करायला जाणार आणि संकटात सापडणार!''

''हुजूर, शर्माजींच्याविरुद्ध दाखल झालेल्या गुन्ह्यांचे तपास पूर्ण झाले आहेत. उद्या त्यांच्याविरुद्ध कोर्टात 'चलन' पाठवतो. लवकरात लवकर निर्णय देण्याबद्दल आपण मुख्य न्यायाधीशांना सूचना द्याव्यात!''

''पण तो न्यायाधीश माझं ऐकेल का?''

''म्हणजे? ऐकायलाच हवं त्यांना! नाही तरी ते आपल्याच खजिन्यातून पगार घेतात!''

''ठीक आहे.''

चंद्रपूरच्या न्यायाधीशांनी राजीनामा दिल्याची वार्ता जगजाहीर झाली. चंद्रपुरातले सुज्ञ नागरिक या घटनेनं अस्वस्थ झाले. महाराजांनी न्याय-व्यवस्थेत ढवळाढवळ केल्यामुळेच त्यांनी राजीनामा दिला, हे उघड होतं. शर्माजींच्या अटकेमुळे चंद्रपूरच्या सुबुद्ध नागरिकांना धक्का बसलाच होता; आता न्यायाधीशांच्या राजीनाम्यामुळे जनता हवालदिल झाली. दीनानाथ चौधरींच्या बेताल राजवटीचे एक-एक प्रताप लोकांना दिसू लागले, पण

त्याविरुद्ध उघडपणे बोलायचीही पंचाईत होती.

या सर्व प्रकारामुळं थोरल्या महाराणीसाहेब अतोनात दुःखी झाल्या होत्या. त्या प्रकृतीच्या कारणास्तव काही दिवसांसाठी माहेरी निघून गेल्या. महाराजांनाही तेच हवं होतं. शर्माजींचा बंदिवास घडवणाऱ्या दीनानाथ चौधरींबद्दल थोरल्या महाराणींना मनस्वी तिरस्कार वाटत होता. पण महाराजांचं मात्र दीनानाथ चौधरींच्याशिवाय एकही पान हलत नव्हते.

इकडे मुंबईत पालेकरनी लाल रंगाच्या मॅक्स्वेल कंपनीच्या मोटारीसाठी ऑर्डर दिली होती.

डिसेंबरच्या पंधरा तारखेच्या सुमारास नितीन पाठारे, शैलेंद्र, अब्दुल गफार, गनी महमद, हसनअल्ली आणि शिवराम ही मंडळी मुंबईस रवाना झाली; पण चंद्रपूरमध्ये या गोष्टीबद्दल गुप्तता राखण्यात आली. ही मंडळी काही महत्त्वाच्या कामासाठी दिल्लीला रवाना झालेली आहेत, असं उठवण्यात आलं. महाराजांच्या या अत्यंत विश्वासू आणि धाडसी सेवकांना निरोप देताना महाराज म्हणाले होते,

"तुम्ही लोक ज्या कामासाठी निघाला आहात, ते फत्ते केल्याशिवाय परतणार नाहीत, याची मला खात्री आहे. नितीन, यदाकदाचित तुम्हाला स्वत:चे संरक्षण करण्याचा प्रसंग ओढवलाच, तर हे पिस्तूल. तुम्ही सर्व जण किती धाडसी आहात याची मला कल्पना आहे. रोशनला इकडे घेऊनच याल, असा मला आत्मविश्वास वाटतो. पण समजा, तुम्हाला तिला पळवून आणता येणं शक्य झालंच नाही, तर निदान तिचं नाक तरी छाटलं जावं, ही माझी इच्छा आहे आणि त्यासाठी हा जंबिया! चंद्रपूरच्या आरमरीतली ही वस्तू ऐतिहासिक आहे. म्यानातून हा जंबिया बाहेर काढला, तर त्याला रक्त लागल्याशिवाय परत म्यान करायचा नसतो!"

"जी हुजूर!" तो जंबिया महाराजांकडून घेत गनी महंमद म्हणाला,

"हसन, अब्दुल, तुम्हा दोघांना संरक्षणासाठी कोणतं हत्यार हवं?"

हसन लवून मुजरा करून आपल्या शर्टाची अस्तनी मागे सारून म्हणाला, "हुजूर, या पोलादी मनगटात शंभर शस्त्रांचं बळ आहे! रोशनबाईंना अलगद उचलून आणतो!"

गनी महंमद हा महाराजांच्या घोडदलातील प्रमुख अधिकारी-रिशालदार होता. कितीही नाठाळ घोडा असला तरी, गनी त्याला वठणीवर आणत असे. तो घोड्याला मारण्यासाठी चाबूक कधीच वापरत नसे. उद्दामपणा करणाऱ्या, उगाच खिंकाळून पुढचे दोन पाय हवेत नाचवणाऱ्या घोड्यांना मानेवर थपडा लगावीत असे. घोड्यांना त्याच्या राकट बोटांचा मार बसला की, ते निर्बीजीकरण केलेल्या बैलासारखे थंड होत. गनी महंमद सहा फुटांना एक इंच कमी होता. दिसायला तो रोहिल्यासारखा धिप्पाड आणि क्रूर होता. मल्हारपेठला जाताना अचानक पडलेल्या पावसामुळे महाराजांची मोटार चिखलात रुतून बसली होती. ती गनी महंमदनं एकट्याने ढकलून बाहेर काढली होती. महाराजांनी मारलेल्या एका सांबराला त्यानं खांद्यावरून उचलून दोन फर्लांग आणलं होतं. रेड्याचं बळ असलेल्या गनी महंमदला आत्मसंरक्षणासाठी कसल्याही शस्त्राची गरज नव्हती.

शिवराम हुजऱ्या हा तर महाराजांचा उजवा हात होता. वेषांतर करण्यात त्याचा कोणी हात धरू शकत नव्हते. दाढी-मिशा लावून, फकीर बनून, चंद्रपूरच्या मुस्लिम मोहल्यातून गमतीने फिरून त्याने कित्येक वेळा 'खैरात' जमा केली होती. उपद्रव देणाऱ्या भिल्लांच्या कारवाया जाणून घेण्यासाठी दीनानाथनी याला मल्हारपेठच्या बाजूच्या भिल्ल वस्तीवर धाडले होते, तेव्हा तो कमरेला लंगोट लावून हातात धनुष्यबाण घेऊन चक्क भिल्ल बनला होता. आपण सातपुड्याहून मुलाची सोयरीक जमवण्यासाठी बाहेर पडलो आहे, अशी त्यानं त्यांना थाप ठोकली होती. मुंबईत सलीमअल्लीच्या हालचालींची बित्तं बातमी काढण्यासाठी कसलेही वेषांतर करून जाण्यासाठी त्याचा उपयोग होणार होता.

हसन आणि अब्दुल हे महाराजांचे दोघे खास विश्वासू ड्रायव्हर्स होते. हसनने सतत चौदा तास ड्रायव्हिंग करून महाराजांना दिल्लीहून थेट चंद्रपूरपर्यंत आणलेलं होतं. अब्दुल हा त्याचा आतेभाऊ होता. त्यालाही हसनने ड्रायव्हिंगमध्ये निष्णात बनवले होते. या दोघांचे आणखीन एक वैशिष्ट्य असे की, त्यांना मोटारींच्या रचनेची रेघ नि रेघ माहीत होती. ड्रायव्हिंग करताना 'खुट्ट' वाजलं की, हसन म्हणे, 'क्लचप्लेटची दातरी झिजली आहे; बदलायला हवी!'

एकदा तर महाराजांच्या गाडीच्या पेट्रोल टाकीला भोक पडलं. सगळं पेट्रोल गळून गेलं. तेव्हा या बहाद्दरानं शेजारच्या खेड्यातून दोन बाटल्या रॉकेल आणलं आणि दहा मैल गाडी चालवत नेली. हसन आणि अब्दुल या दोघांच्या देखरेखीखाली चंद्रपूरच्या गॅरेजमधील मोटारी नेहमी कन्डिशनमध्ये असायच्या.

रोशनला पळवून आणायच्या मोहिमेवर हे दोघेही सामील झाले होते.

या मोहिमेत सामील झालेले महाराजांचे अॅडज्यूटंट नितीन पाठारे हे तरुण अधिकारी वागण्यात असे 'पॉलिश्ड' होते की, एखाद्या माणसाशी ते बोलू लागले की, समोरचा माणूस अक्षरश: भारावून जाई. हिंदी आणि उर्दूवर यांच प्रभुत्व होतं. बोलता-बोलता उर्दू शेर-शायरीचा असा वापर करायचे की, त्यामुळे शेर-शायरीबद्दल मशहूर असलेल्या उमर खय्याम याचा वंशज आहेत की काय, असा भास व्हावा!

शैलेंद्रकुमार हा महाराजांच्या रॉयल एअर फोर्सचा फ्लाइंग ऑफिसर, हवाईदलाचा प्रमुख! याचं शिक्षण राजकोटला झालेलं. मध्य प्रदेशात जी काही खानदानी मराठा कुटुंबं स्थायिक झालेली होती, त्या मशहूर अशा घराण्यातला हा अवघा सत्तावीस वर्षांचा तरुण. दिसायला अँग्लो-इंडियनसारखा होता. याचं इंग्रजी भाषेवर प्रभुत्व होतं. कॉलेजमध्ये असताना धनिकांच्या पोरी याच्याशी दोन शब्द बोलायला मिळावेत म्हणून मरायच्या!

महाराजांच्या राज्यारोहणाच्या दिवशी विमानातून अंबारीवर पुष्पवृष्टी केल्यापासून महाराज त्याच्यावर निहायत खूष होते.

ही सारी मंडळी एका रात्री मुंबईला रवाना झाली, ती पालेकरनी खरेदी करून चंद्रपूरला पाठवलेल्या लाल रंगाच्या मॅक्स्वेल या मोटारीतून!

- ० - ० - ० -

३०

लोणावळ्याचा बंगला थोडा बाजूला होता. सभोवताली दाट झाडी होती. सलीमअल्लीनं तिथं राहायला गेल्यानंतर बंगल्याभोवताली सात फूट उंचीचं दगडी कंपाउंड बांधलं. त्या भिंतीवरून सहजासहजी कोणाला चढून येता येऊ नये, म्हणून सिमेंटमध्ये काचेचे अणकुचीदार तुकडे बसवून घेतले. बंगल्याच्या मुख्य प्रवेशद्वारी भक्कम असे लोखंडी गेट तयार केले. पहाऱ्यासाठी सैन्यातून निवृत्त झालेल्या चार सैनिकांची नेमणूक केली. रोशनच्या किंवा आपल्या जीवितास कसल्याही प्रकारे धोका होणार नाही, याची त्याने दक्षता घेतली. स्वत:जवळ तो भरलेले पिस्तूल बाळगू लागला. रोशननं वेळोवेळी व्यक्त केलेल्या भीतीमुळे त्याने ही व्यवस्था केली होती. इतके होऊनही रोशनच्या मनावरचं भीतीचं दडपण काही जात नव्हतं. ती सलीमअल्लीला एकट्याला बाहेर सोडत नव्हती, पण सलीमअल्ली कोणी जहागीरदार नव्हता. बसल्या जागी त्याला पैसा मिळणार नव्हता. त्याला आपल्या व्यवसायासाठी लोणावळ्याहून मुंबईला आठवड्यातून एक-दोन वेळा तरी जावं लागे. एक-दोन वेळा तो मोटारीतून मुंबईला गेलादेखील. खंडाळ्याच्या घाटातून मोटारीतून जाणं, हे काहीसं धोक्याचं आहे, हे ओळखून नंतर. तो रेल्वेनेच प्रवास करू लागला.

त्या दिवशी सलीमअल्ली मुंबईला गेला होता. बंगल्यावरच्या पहारेकऱ्यानं पोस्टमनकडून घेतलेले पाकीट रोशनला आणून दिलं. तिनं ते घाईघाईनं फोडून वाचलं. ते शर्माजींचं पत्र होतं. त्यात त्यांनी लिहिलं होतं,

चि. रोशन,

अनेक आशीर्वाद,

या पत्रावरचा मायना पाहून तुला थोडं आश्चर्य वाटेल. मी तुला मुद्दामच आज रत्नमालादेवी महाराणीसाहेब असं म्हणण्याचं टाळतो आहे,

कारण तुझे आणि चंद्रपूरचे नाते आता संपुष्टात आलेले आहे. चंद्रपूरची महाराणी म्हणून तू परत इथं येशील, ही शक्यता आता उरलेली नाही. या अगोदरच्या पत्रात मीच तुला इकडे येण्यापासून परावृत्त केले होते; कारण माझीच खात्री झाली होती की, तू इथं परत आलीस, तर तुझ्या जीविताला धोका आहे! पण आज अशी परिस्थिती निर्माण झालेली आहे की, तुझ्या नि सलीमअल्लीच्या जीवितास तेथेही धोका निर्माण झालेला आहे. कोणत्याही क्षणी तुला तेथून इकडे पळवून आणलं जाईल! त्या प्रयत्नात जो कोणी आड येईल, त्याचा बळी घेतला जाईल. महाराजांच्या खास विश्वासातली मंडळी इथून बाहेर पडलेली आहेत. ती मंडळी दिल्लीला रवाना झालेली आहेत, असं इथं उठवण्यात आलेलं आहे. पण माझी खात्री आहे की, ती मंडळी मुंबईस रवाना झालेली आहेत. तेव्हा तू आणि सलीमअल्ली दोघांनीही जागरूक राहणं अत्यावश्यक आहे. धोक्याची सूचना देण्यासाठी मी मुद्दाम तुला हे पत्र धाडत आहे. यापुढे माझ्याकडून पुन्हा पत्र येईल, अशी आशा धरू नकोस. कारण कोणताही अपराध नसताना मला तुरुंगात डांबलेलं आहे. माझ्याविरुद्ध काल्पनिक आणि खोटे आरोप लादून खटले भरले आहेत. त्या खटल्यातून माझी सुटका होणे असंभव नव्हे, तर अशक्य आहे. मी इंडियन नॅशनल कॉंग्रेसच्या लोकांना सामील होऊन हिंदुस्थानातील ब्रिटिश राजवट उलथून पाडण्याचा कट केला, असा राजद्रोहाचा गंभीर आरोप माझ्यावर लादलेला आहे आणि कदाचित तुला कल्पना नसेल की, भारतातील ब्रिटिशांची राजसत्ता उलथून टाकणाऱ्या गुन्हेगाराला देहांताची शिक्षा कायद्यात सांगितलेली आहे. परंतु ती शिक्षा लादण्याच्या अगोदरच माझा देहांत होईल. ज्या महाराजांना मी अंगाखांद्यांवर खेळवळे; त्यांनी बुद्धिभ्रष्ट होऊन, दीनानाथाच्या कारस्थानाला बळी पडून माझ्यावर ही आपत्ती आणलेली आहे. रोशन, माझं वय झालेलं आहे.

जगण्यासारखं माझ्या आयुष्यात आता काहीही शिल्लक राहिलेलं नाही; पण तुला अजून खूप वाटचाल करायची आहे. सलीमअल्लीला मी पाहिलेला नाही, पण तो अत्यंत उमदा आणि दिलदार स्वभावाचा तरुण आहे, असं माझ्या कानावर आलेलं आहे. तो आणि तू सुखानं राहावे, हीच माझी प्रभूच्या चरणी अंतिम प्रार्थना आहे.

रोशन बेटी, या कारस्थानी लोकांनी, मी तुझा जन्मदाता बाप आहे, असे महाराजांना भासवले आहे. काही अंशी त्या दुर्जनाच म्हणणं सत्यच नाही का? मी तुझा बाप नाही; पण माझ्या पोटच्या मुलीइतकेच मी तुझ्यावर प्रेम केले, हे सत्य आहे. त्यामुळेच त्यांचा तसा समज झाला. असो!

रहिमतखानबद्दल मला चार शब्द सांगायचे आहेत तुला! तो तुझा सावत्र बाप, पण त्या माणसाजवळ निष्ठा नावाची चीज नाही. स्वत:च्या चैनीसाठी, स्वार्थासाठी तो कोणत्याही स्तराला जाईल. तू त्याच्यापासूनही सावध राहा. कदाचित माझे हे शब्द तुला रुचणार नाहीत, पण मला या शेवटच्या संदेशात काहीही राखून ठेवायची इच्छा नाही. या जन्मी तुझी नि माझी भेट होईल, ही आशा आता मी सोडून दिलेली आहे. हे पत्रसुद्धा मोठ्या मुश्किलीने पाठवत आहे. तुझ्यापर्यंत हे पोहोचेल की नाही, याचीदेखील मला शाश्वती नाही.

चि. सलीमला माझे अनेक आशीर्वाद. इकडून ती चांडाळचौकडी रवाना झालेली आहे, याची त्याला कल्पना दे!

तुझा पितृतुल्य,
शशांक शर्मा

रोशननं ते पत्र वाचलं आणि तिच्या हृदयात कालवाकालव झाली. डोळे भरले. आलेला हुंदका तिला आवरता येईना. त्या पत्राने तिला सलीमविषयी चिंता तर वाटू लागलीच, पण त्याचबरोबर चाचाजींची पुन्हा या आयुष्यात भेट घडणार नाही, या जाणिवेनं तिचं हृदय कासावीस झालं.

ती बंगल्याच्या गच्चीवर येऊन उभी राहिली अन् तिला चट्कन आठवलं ती रोमन व्हिलाची गच्ची! चंद्रपुरात रोमन व्हिलाच्या गच्चीत उभं राह्यलं की, समोर राजवाडा दिसायचा. उजव्या बाजूला दिवाण शशांक शर्मा यांचं निवासस्थान होतं. दिवसातून न चुकता एक वेळ शर्माजी रोमन व्हिलावर यायचे. रोशनला मुजरा करायचे. पण त्यांनी मुजरा केला की, रोशनला संकोचल्यासारखे व्हायचे. तीही वाकून त्यांना नमस्कार करून म्हणायची, ''चाचाजी, किती वेळा तुम्हाला सांगितलं की, मला मुजरा करत जाऊ नका; तरीही तुम्ही ऐकत नाही!''

तेव्हा शर्माजी हसून म्हणायचे, ''आपण चंद्रपूरच्या ज्युनिअर महाराणी आहात. आपणाला दिवाणानं मुजरा करायलाच हवा! इथं वयाचा प्रश्न नाही. राणी सरकार, आपण ज्या पदावर आहात, त्या पदाला, स्थानाला हा मानाचा मुजरा आहे.''

शर्माजींच्या मुद्देसूद वक्तव्यापुढे रोशन निरुत्तर होत असे. पण त्या दोघांत एक अतूट असे प्रेमाचे नाते निर्माण झाले होते. रोशनची आई शहनाज हिलादेखील त्या उभयतांच्या जिव्हाळ्यानं कित्येक वेळा कोड्यात टाकलेलं होतं. रहिमतखाननं आपली पिकलेली दाढी खाजवून, 'ये ऐसा कैसा?' हा प्रश्न स्वत:ला असंख्य वेळा विचारला होता. पण त्यालादेखील उत्तर सापडलेलं नव्हतं. रक्ताचं नातं असेल, तरच अपत्यप्रेम निर्माण होतं, हा सिद्धांत रोशन आणि शर्माजी यांच्या परस्परप्रेमानं खोटा ठरवला होता.

रोशनला ते सारं-सारं आठवू लागलं. सरकार उलथून पाडण्याच्या खटल्यात शर्माजींना फाशी होणार, या जाणीवेनं तिचं मन व्याकूळ झालं. शर्माजींची सुटका करण्यासाठी काही तरी करायला हवं, असं तिला वाटू लागलं.

सलीम मुंबईला गेला होता. कच्च्या कातड्यांचा प्रचंड साठा परदेशी रवाना करायचा होता. त्याला स्वत:ला त्या वेळी डॉकवर हजर राहणे भाग होते. अद्याप तो परत आला नव्हता. रोशनला त्याचीही चिंता वाटू लागली.

त्या पत्रामुळं ती अस्वस्थ झाली होती. चंद्रपूरवरून ती चांडाळचौकडी मुंबईला रवाना झाली होती, ती नक्कीच काही तरी गडबड केल्याशिवाय परतणार नाही, अशी रोशनची खात्री होऊन चुकली होती.

मुंबईहून येणाऱ्या गाडीची वेळ जशी जवळ येऊ लागली, तशी ती बंगल्याच्या गच्चीवर येऊन उभी राहिली. बंगल्यासभोवती नव्याने बांधलेले ते भक्कम कम्पाऊंड, त्यावरच्या काचा, समोरच्या गेटवरचे हत्यारी सेंट्री हे सर्व पाहून तिला आपण एका सुरक्षित अशा किल्ल्यातच वावरतो आहोत, असं वाटू लागलं. 'पण हे असं किती दिवस चालणार? सलीमला आपल्या कामासाठी वारंवार बाहेर पडावं लागतं. मी एकटी इथं सुरक्षित राहीन, पण त्याच्या सुरक्षिततेचं काय?'

स्टेशनवर आलेली गाडी पुण्याकडे निघाली. भोंगा झाला. तिनं गच्चीत येऊन स्टेशनच्या दिशेनं पाह्यलं. स्टेशनवर सलीमला आणण्यासाठी गाडी घेऊन गेलेला बाबुलाल ड्रायव्हर मोकळाच परतला.

रोशनला पुन्हा बेचैन वाटू लागलं.

"बाबुलाल? दुसरी एक गाडी येते ना रे, मुंबईहून यानंतर?"

"हां जी, पण ती आज लेट आहे. कर्जतजवळ मालगाडीचा डबा रुळावरून घसरला आहे, म्हणून एकेरी वाहतूक सुरू आहे. संध्याकाळी साडेसातला येणारी ती गाडी रात्री साडेआठला लोणावळ्याला येईल. मी परत जाणार आहे. आपण इथं चिंता करीत बसाल, म्हणून सांगायला आलो. महंमद हुसेनला मी स्टेशनवर बसवून आलो आहे."

"ठीक आहे. तू जा परत."

बाबुलाल गाडी घेऊन गेला. बंगल्याच्या आऊट हाऊसमध्ये जेवण शिजवलं जात होतं. आज सलीमच्या आवडीची इराणी पद्धतीची मसाला भरलेली अख्खी कोंबडी बनवण्याची ऑर्डर रोशननं दिली होती.

बंगल्यातल्या मेन हॉलमध्ये एक मोठा बिलोरी आरसा टांगलेला होता. सलीम आणि रोशन सकाळी या हॉलमध्ये बसून चहा घ्यायचे. त्या वेळी त्या दोघांचेही प्रतिबिंब त्यात उमटलेले दिसे. त्या आरशात रोशन आज स्वत:चं प्रतिबिंब न्याहाळत होती. चेहऱ्यावरची सारी रोषणाई आज लुप्त झाल्याची तिला जाणीव झाली.

मुंबईहून येणारी दुसरीही गाडी येऊन गेली. सलीम आला नाही. रोशनला स्वत:च्या मनातली भीती व्यक्त करायला शहनाजही जवळ नव्हती.

ती आणि रहिमतखान सलीमअल्लीच्या ताडदेवच्या बंगल्यात राहत होते.

'शर्माजींनी रहिमतखानवरही विश्वास ठेवू नकोस, असं मला सुचवलं आहे, पण अब्बाजान मला धोका देईल? काय सांगावं; तो काही माझा जन्मदाता बाप नाही. मॉंला त्याच्याशी लग्न करून घेतल्याबद्दल किती वेळा तरी पश्चात्ताप झालेला आहे. खायला, प्यायला आणि रेसला पैसे मिळाले की, तो दुसऱ्या कोणाचीही फिकीर करीत नाही! ती चांडाळचौकडी मुंबईला येऊन दाखल झाली असेल. दहा-वीस हजाराचं आमिष अब्बाजानला दाखवलं गेलं, तर कदाचित...!'

इतक्यात बाहेरचं फाटक उघडल्याचा आवाज झाला. सलीम एका खासगी मोटारीतून आला होता. त्याच्यासोबत एक लठ्ठ पारशी गृहस्थ होता.

पोर्चमध्ये गाडी थांबताच ते दोघे उतरून हॉलकडे आले. रोशनला सचिंत अशा अवस्थेत पाहून सलीम हसला आणि म्हणाला, "तरी मला वाटलंच, तू माझी चिंता करीत बसलेली असणार! रुस्तुमजी, मी तुम्हाला येताना जो इतिहास सांगितला, तीच ही रोशन! रोशन, हे मुंबईचे प्रख्यात कायदेपंडित रुस्तुमजी. यांची फर्म आहे मुंबईत! दिवाणी आणि फौजदारी कायद्यात हे तज्ज्ञ समजले जातात. या रुस्तुमजी!"

रुस्तुमजी स्थूल होते, तरी त्यांच्या हालचालींत विलक्षण चापल्य दिसत होते. त्यांनी आपला ओव्हरकोट बाबुलालकडे दिला. टायची गाठ सैल केली आणि सलीमनं दाखवलेल्या खोलीत ते कपडे बदलण्यासाठी गेले. आताशी रोशनची वृत्ती मात्र मोठी चमत्कारिक झालेली होती. बंगल्यात येणाऱ्या प्रत्येकाकडे ती संशयित नजरेनंच पाहत होती.

रुस्तुमजी गेस्टरूमकडे गेल्यानंतर सलीम रोशनच्या खोलीत आला आणि त्याने तिला आपल्या बाहुपाशात घट्ट धरून तिचं चुंबन घेतलं.

"अशी चिंता करायची सवय सोडून दे, तब्येतीवर परिणाम होईल! तुझा नि चंद्रपूरच्या महाराजांचा संबंध तोडण्यासाठी काय करावे, हे विचारण्यासाठी मी वकिलांना घेऊन आलो आहे. नोटीस द्यावीच, असं काही लोक म्हणतात!"

"कशाबद्दल?"

"तुझं सोडपत्र घ्यायचं!"

"ते कशाला हवं?"

"मी त्यांच्या लग्नाच्या बायकोला फूस लावून वाममार्गाला लावली, म्हणून ते कदाचित माझ्यावर फौजदारी केस करतील, अशी माझ्या काही मित्रांना शंका येते आहे!"

"शक्य नाही, सलीम! तू मला फूस लावून मुळीच आणलेलं नाही... दिल्ली स्टेशनवर मी स्वतःच ब्रिटिश पोलिसांचं संरक्षण घेतलेलं होतं, नंतर मी होऊनच तुझ्या आश्रयाला आले आहे!"

"अगं, ते सारं खरं असलं, तरी दुसऱ्याच्या लग्नाच्या बायकोशी संबंध ठेवणं, हे बेकायदा असतं. 'ॲडल्ट्री' म्हणतात त्याला इंग्रजीत! गुन्हा मानला जातो तो!"

"मग, आता हे वकील काय करणार आहेत?"

"हे महाराजांना नोटीस देऊन तुझ्या घटस्फोटाची मागणी करायची म्हणतात आणि तेच योग्य आहे, रोशन! त्यांना डाचतं ते त्यांची लग्नाची बायको गेली, म्हणून. पण तुझा नि त्यांचा संबंध संपला की, त्यांना तू कोणाजवळ राहतेस आणि कशासाठी राहतेस, याची फिकीर करायचं कारण उरणार नाही!"

"सलीम, तू कायदेशीर मार्गाचा अवलंब करू पाहतोस; पण महाराजांच्या काय हालचाली सुरू आहेत, याची कल्पना नाही तुला!"

"काय हालचाली सुरू आहेत?"

ब्लाऊजमध्ये घडी करून ठेवलेलं शर्माजींचं ते पत्र रोशननं त्याला दिलं. त्यानं ते उभ्या-उभ्याच वाचलं आणि रोशनला धीर देण्याच्या उद्देशानं तो म्हणाला,

"हे पत्र शर्माजींचेच आहे, याची खात्री आहे तुला?"

"अर्थात! का? तुला शंका का यावी?"

"शंका येते, ती तुझ्या अब्बाजानबद्दल लिहिल्यामुळे! तुझ्यात नि रहिमतखानच्यात फूट पाडण्याचा हेतू नसेल कशावरून या लोकांचा?"

सलीमने कपडे बदलले. पांढरा पायजमा, बंद गळ्याचा शर्ट आणि त्यावर वूलनचा निळा स्वेटर चढवला. आरशासमोर उभं राहून त्यानं भांग

पाडला. बावरलेल्या स्थितीत त्याच्या हालचाली पाहत उभ्या असलेल्या रोशनला तो म्हणाला,

"प्यारी, चल— अशा खूप चांडाळचौकड्या मला माहीत आहेत. उद्या मी पोलीस कमिशनरला हे पत्र दाखवून त्या लोकांचा बंदोबस्त करतो. मुंबई म्हणजे काही मोगलाई नव्हे! आज रुस्तुमजींना मी जेवायला घेऊन आलो आहे. मला कपाटातली एक स्कॉचची बाटली काढून दे आणि वॉश घेऊन तूही ये खाली. एखादे वेळी त्यांना तुलाही काही माहिती विचारावीशी वाटली तर, तू तिथं हवीस!"

रुस्तुमजी शांतपणाने व्हिस्की घेत होते. पिता-पिता, चिरूट ओढत होते आणि अधून-मधून सलीमला अन् रोशनला प्रश्न विचारत होते. बरेचसे उलट-सुलट प्रश्न विचारल्यानंतर त्यांनी काही क्षण स्वत:शीच विचार केला आणि ते सलीमला म्हणाले,

"तुमच्यावर ॲडल्ट्रीखाली खटला भरला जाणार नाही!"

"ते कसं काय?" आश्चर्यचकित होऊन सलीमनं विचारलं.

"स्वत:ची पत्नी पळून गेली, असं कोर्टात सांगण्यासाठी महाराजांना साक्षीदाराच्या पिंजऱ्यात येऊन उभं राहावं लागेल आणि हिंदुस्थानातल्या कुठल्याही राजामध्ये हे धाडस असेल, असं मला नाही वाटत. आणि समजा, त्यांनी ठरवलंच, तर त्यांचा उलटतपास करून त्यांच्या अनेक भानगडी आपणाला चव्हाट्यावर आणता येतील!"

"असं म्हणता रुस्तुमजी?"

"होऽऽऽऽ. ही वुईल नेव्हर कम फॉरवर्ड ॲज अ विटनेस!"

"हे पाहा, आजच हे पत्र आलं आहे रोशनला. यात महाराजांचे काही विश्वासू सेवक मुंबईला रवाना झाल्याचं म्हटलं आहे!" सलीमनं ते पत्र रुस्तुमजींना दिलं. रुस्तुमजींनी डोळ्यांवर चष्मा चढवला. ते पत्र वाचून झाल्यावर त्यांनी आपल्या ग्लासातली व्हिस्की संपवली आणि ते म्हणाले, "हांऽऽऽ. या पत्रात नमूद केल्याप्रमाणे ते लोक काही तरी गडबड करण्याची शक्यता मात्र नाकारता येणार नाही. पण सलीमभाई, तुम्ही त्या दाऊदला मात्र सोडायला नको होता. त्याला पोलिसांच्या हवाली केला असता, तर

बरोबर 'ट्रेस' लागला असता आणि त्याच्यावर खुनाच्या प्रयत्नाचा खटलाही दाखल करता आला असता. नसत्या ठिकाणी तुम्हाला भूतदया सुचली!''

''मीही तेच म्हणत होते रुस्तुमजी!'' रोशन मध्येच म्हणाली. ''यांना कोणावर दया करावी, कोणावर करू नये याचं थोडंसुद्धा भान राहत नाही. तो गयावया करून पाया पडला, बालबच्च्यांसाठी हे धाडस करावं लागलं, म्हणाला आणि हे विरघळले!''

''रोशन, झालं-गेलं ते कशाला काढतेस? हं, जेवण तयार झालं का बघ— दहा वाजायला आले!''

''होऽऽऽ!''

आतल्या डायनिंग हॉलमध्ये टेबलावर प्लेट्स मांडल्या होत्या. त्या बाजूला चकाकणारे काटे-चमचे ठेवले होते. शुभ्र भट्टीचे नॅपकिन्स ग्लासात घडी करून ठेवले होते. मध्ये ठेवलेल्या फ्लॉवरपॉटमध्ये बंगल्यातल्या बगीच्यातले गेंदेदार डेलिया आणि झेलिया आकर्षक रीतीने भरले होते. सूपच्या बशा आल्या. त्या संपल्यानंतर टेबलावर तुपात बनवलेली मसाल्यातली इराणी पद्धतीची अख्खी मुर्गी आणून ठेवली, तेव्हा रुस्तुमजींच्या तोंडाला पाणी सुटलं. त्यांनी ओठांवरून एकदा जीभ फिरवली आणि चाकूनं ती प्लेटमधली घमघमणारी मुर्गी कापून पांढरा शुभ्र असा एक मोठा तुकडा आपल्या प्लेटमध्ये घेतला. त्यावर टोमॅटो सॉस शिंपडला. चाकू आणि काटा यांच्या साह्यानं त्यांनी खायला सुरुवात केली.

रोशनसमोर एवढं सुग्रास अन्न असूनही, तिला खावंसं वाटत नव्हतं. तिच्या मनात अशुभ विचारांचं काहूर दाटलं होतं.

-०-०-०-

३१

हिवाळा संपत आला होता. सलीम आणि रोशन लोणावळ्याहून परत मुंबईला राहायला आले. गेले चार महिने रोशनच्या मनात घर करून राहिलेली भीती थोडी कमी झाली होती. सलीमअल्लीनं मुंबईच्या पोलीस कमिशनरना चंद्रपुरात होणाऱ्या हालचालींची माहिती दिली होती. त्यामुळे चंद्रपूरच्या महाराजांचा मुंबईत महालक्ष्मीवर जो बंगला होता, त्या बंगल्यावर साध्या वेषातल्या मुंबईच्या पोलिसांचा 'वॉच' होता. सलीमनं लोणावळ्याचे दोन बॉडीगार्ड सोबत आणले. मुंबईतल्या गुरख्यासोबत तेही रात्रंदिवस सलीमअल्लीच्या बॉम्बे मॅन्शनवर पहारा करू लागले. सलीमअली आपले सहा बारी पिस्तूल सोबत असल्याशिवाय बाहेर पडत नव्हता.

त्या दिवशी मद्रासहून काही चामड्याचे व्यापारी व दलाल मुंबईला आले होते. त्यांनी सलीमअल्ली आणि रोशनला जेवणाचं निमंत्रण दिलं होतं. जेवणाचा कार्यक्रम वाळकेश्वरला हाजी मुस्तफा नावाच्या दलालाच्या घरी आयोजित करण्यात आला होता. जेवणासाठी सलीमअल्ली, रोशन, सोबत सलीमअल्लीचा प्रायव्हेट सेक्रेटरी मॅथ्यूज हे जाणार होते.

सायंकाळी सहाच्या सुमारास बॉम्बे मॅन्शनच्या पोर्चमध्ये गाडी येऊन उभी राहिली. गाडी आल्यानंतर बाबुलालने ती पुसून चकचकीत केली. सलीमअल्ली टापटिपीचा मोठा भोक्ता होता. त्याला गाडीच्या काचेवर लहानसा डाग असला, तरी खपत नसे.

रोशन तिच्या आवडीची निळी जार्जेट नेसली. तसल्याच रंगाचा रेशमी ब्लाऊज तिनं घातला. सलीमनं वूलनचा गडद निळा आणि उभ्या रेघा असलेला सूट घातला होता. त्याला रेसचा षोक असल्यानं घोड्याचं डोकं असलेला नेकटाय त्यानं बांधला होता. नेहमीप्रमाणे आपल्या दाट कुरळ्या

केसांचा भांग त्याने मधून पाडला होता. रोशननं आपल्या आवडीचे फ्रेंच सेंट अंगावर फवारले होते.

सलीमअल्लीनं आपल्या सोन्याच्या चेनला लावलेल्या घड्याळाकडं पाहत म्हटलं, ''साडेसहा वाजायला आले. आता बाहेर पडायला हवं! मॅथ्यूज कसा नाही आला अजून?''

असं म्हणत त्यानं खिडकीतून खाली पाह्यलं, तेव्हा त्याचा पी. ए. मॅथ्यूसं गडबडीनं फाटकातून आत येताना दिसला, तसा सलीमअल्ली म्हणाला, ''चला, मॅथ्यूजही आला. निघायला हरकत नाही!''

ते दोघे माडीवरून खाली उतरण्यासाठी निघाले असताना, अचानक सलीमनं तिला दंडाला धरून उभं केलं आणि तो म्हणाला,

''प्यारी रोशन, आज तू फारच देखणी दिसायला लागलीस.'' त्याने तिचे अलगद चुंबन घेतले.

त्यावर ती किंचित हसून म्हणाली,

''दिवसभर जो गोंधळ केलास, तो पुरा नाही झाला?''

''खरं सांगू, तू समोर असली की...'' वाक्य अपूर्ण ठेवून त्यानं तिचं पुन्हा एकदा चुंबन घेतलं. रोशननं आपले केस आणि कपडे विस्कटणार नाहीत, अशा बेताने प्रतिसाद दिला. त्यानंतर ती आणखीन एकदा ड्रेसिंग टेबलाच्या आरशासमोर जाऊन उभी राहिली. पावडरचा डबा उघडून त्यातला पफ हळुवारपणे आपल्या चेहऱ्यावर फिरवला. लिपस्टिक ओठांवरून फिरवली. नंतर ती सलीमच्या हातात हात देऊन जिना उतरू लागली.

खालच्या मजल्यावर शहनाज काही तरी वाचत बसली होती. तिला पाहताच रोशननं सलीमच्या हातातून आपला हात सोडवून घेतला आणि ती शहनाजजवळ जात म्हणाली,

''माँ, आम्ही जेवायला बाहेर चाललो आहोत. तू आणि अब्बाजान जेवून घ्या. नाही तर त्या दिवसासारखी उगीच वाट पाहत बसाल!''

शहनाजनं जवळ येऊन बोलणाऱ्या रोशनच्या हाताला धरून आपल्याजवळ ओढून घेतलं आणि ती म्हणाली,

''फार उशीर करू नका. वेळ झाला, तर सोबत आणखी कोणाला

तरी घेऊन या!''

"माँ, मलाही तुझ्यासारखीच इतके दिवस भीती वाटत होती, पण आता वाटत नाही! सलीमनं पोलीस कमिशनरला सांगितल्यापासून महाराजांच्या इथल्या बंगल्यावर कोण येतो, कोण जातो याची नोंद ठेवली जाते आहे!''

"ते खरं, पण तरीही आपण आपलं जपून असावं!''

रोशनच्या पाठमोऱ्या आकृतीकडे शहनाज बराच वेळ पाहत राहिली. रोशन अलीकडे किंचित स्थूल दिसत होती. तिचा पृष्ठभाग गोलाकार झाला होता. चालताना मागून ती फारच मोहक दिसत होती. चार-सहा महिन्यांमागची तिच्या मनातली भीती नष्ट झाल्याने ती उत्साही आणि आनंदी दिसत होती. सलीमअल्लीही अलीकडे किंचित जाड दिसत होता. त्याला पूर्वीचे सूट्स आताशा तंग वाटत होते. म्हणून त्यान आज परिधान केलेला निळा वूलनचा सूट अगदी परवा-परवाच शिवून घेतला होता. त्याच्या गौर वर्णाला गडद निळा सूट फारच खुलून दिसत होता. शहनाज जन्मानं मुस्लिम होती, पण बराचसा काळ चंद्रपुरात गेल्यानं तिच्यावर हिंदू संस्कृतीचा ठसा उमटला होता.

रोशन आणि सलीमअल्ली या दोघांना मिळून बाहेर पडताना तिच्या मनात विचार येऊन गेला, 'या दोघांना कोणाची दृष्ट तर लागणार नाही?'

रहिमतखान बाजूच्या व्हरांड्यात गुडगुडी ओढत बसला होता. त्यानंही त्या दोघांना बाहेर पडताना पाह्यलं आणि पुन्हा तो मनसोक्त धूम्रपान करू लागला. रोशनला लोणावळ्याला असताना ते पत्र आल्यापासून ती अब्बाजानशी फारशी सलगी दाखवत नव्हती. पण आपण त्याच्याशी फटकून वागतो आहोत, याची जाणीव ती त्यालाही होऊ देत नव्हती.

"काय मॅथ्यूज? किती वेळ केलास?''

सलीमअल्लीनं मागच्या बाजूला रोशनशेजारी बसल्यानंतर, त्याला आत आपल्या शेजारी बसताना विचारलं.

"सॉरी! व्हिक्टोरियाचा घोडाच मध्ये उधळायला लागला!''

"असं? मागे माझंदेखील एकदा असंच झालं, मॅथ्यूज. मला कुठं तरी महत्त्वाच्या कामासाठी जायचं होतं. बाबुलाल आणि महंमद हुसेन दोघेही बाहेर गेले होते. म्हणून नाक्यावरची व्हिक्टोरिया केली, पण असं नाठाळ

घोडं होत म्हणतोस; पाच-दहा पावलं गेलं की, अडून बसायचं! त्याच्या मालकानं त्याला चाबकानं फोडून काढलं, पण पुढं एक पाऊल टाकायला तयार नाही! मला वेळेवर पोहोचता आलं नाही, त्या गोंधळामुळं! पण खरं सांगतो, मी वेळेवर पोहोचलो नाही, तेच बरं झालं!''

''का बरं?'' गाडी सुरू झाल्यानंतर मॅथ्यूजन विचारलं.

''मी ज्या लोकांशी एक व्यवहार करायचं ठरवलं होतं, ते सर्व जण टगे होते, असं मला नंतर समजलं.''

''नाही तरी मुक्या प्राण्याला पुढं घडणाऱ्या अशुभ घटनांची जाणीव असते, असं म्हणतात! चंद्रपूरचे थोरले महाराज वारले, त्या दिवशी म्हणे, त्यांच्या लाडक्या हत्तीनं काहीसुद्धा खाल्लं नाही. डोळ्यांतून घळघळा अश्रू ओघळत होते त्याच्या!'' रोशन म्हणाली.

गाडी एव्हाना महालक्ष्मी मंदिराचा कोपरा ओलांडून पेडर रोडवरून सरळ निघाली होती. ड्रायव्हिंग करत असलेला बाबुलाल मोठ्या कौशल्याने गाडी चालवत होता. त्याच्या शेजारी बसलेला महंमद हुसेन गप्प बसून होता. नाही तरी, मुंबईतल्या मुंबईत फिरताना बाबुलाल महंमद हुसेनकडे गाडी चालवायला देतच नसे!

रोशननं बोलण्याच्या ओघात चंद्रपूरचा उल्लेख केल्यामुळे सलीम म्हणाला,

''अजून तुला चंद्रपूर विसरता येत नाही, तर!''

''तसं नाही सलीम, सहज मुक्या प्राण्यांचा विषय निघाला, म्हणून ते आठवलं! खरं तर, मला माझ्या गतायुष्यातली एकही आठवण येऊ नयेसं वाटतं!''

सोन्याच्या चेनला बांधलेलं, कोटाच्या डाव्या बाजूच्या आतल्या खिशातलं घड्याळ पाहत, सलीम मॅथ्यूजला म्हणाला, ''त्या लोकांनी आपणाला साडेसातला बोलावलं आहे. आपण लवकर तर चाललो नाही?''

इतक्यात सलीमनं हातात धरलेल्या घड्याळाकडे पाहत रोशन म्हणाली, ''असं करू, वाळकेश्वरकडं जाण्यापूर्वी थोडा वेळ हँगिंग गार्डनमध्ये बसू. सूर्यास्ताची वेळ झालेली आहे. मला तिथून सूर्यास्त पाहायला फार आवडतो.''

"ओ के ऽऽऽ. बाबुलाल गार्डनच्या रस्त्याला घे गाडी!" सलीमनं ड्रायव्हरला सूचना दिली.

बाबुलालनं चालत्या गाडीची गती कमी केली. तो सलीमच्या उद्‌गारानं काहीसा गोंधळल्यासारखा दिसला. पण मालकानं केलेल्या हुकमाची अवहेलना करण्याची त्याची हिम्मत नव्हती. त्यानं गाडी हिलकडे वळवली.

मलबार हिलच्या मुख्य रस्त्यावरून गाडी हँगिंग गार्डनकडे वळणार, इतक्यात मागून एक लाल रंगाची मॅक्स्वेल गाडी वेगात पुढं आली अणि ती सलीमच्या गाडीला ओलांडून पुढे जाऊन थांबली. मागून येणारी सलीमची गाडी त्या थांबलेल्या मॅक्स्वेल गाडीला धडक बसेल, म्हणून चट्‌कन ब्रेक दाबून थांबवावी लागली.

थांबलेली गाडी कोणाची आहे, हे पाहण्यासाठी सलीमनं समोरच्या गाडीच्या नंबरप्लेटकडे पाह्यलं अन् इतक्यात त्या गाडीतून सहा माणसं बाहेर आली. त्यांनी मागे थांबलेल्या सलीमच्या गाडीचं बॉनेट उचललं. हा प्रकार काय घडतो आहे, हे सलीमला समजण्याच्या अगोदरच त्या माणसांनी सलीमच्या गाडीचं मागचं दार उघडून रोशनला हाताला धरून बाहेर ओढण्याचा प्रयत्न चालवला. एका धटिंगणाने रोशनला गाडीबाहेर ओढले. त्यासरशी संतापलेल्या सलीमने गाडीतून बाहेर येऊन त्याच्यावर झेप घेण्याचा प्रयत्न केला. त्याच क्षणी एका हल्लेखोराने अगदी जवळून सलीमवर पिस्तूल झाडले. बरगडीत गोळी लागल्यामुळे सलीम कोसळला. हा प्रकार पाहून सलीमचा प्रायव्हेट सेक्रेटरी मॅथ्यूज घाबरून पळून गेला. बाबुलाल आणि महंमद हुसेन हे दोघेही कोठे तरी पसार झाले होते. रोशन मोठमोठ्याने ओरडत होती, पण तिच्या मदतीला कोणीच पुढं येत नव्हते. बाजूला उभं राहून दहा-बारा लोक हा प्रकार पाहत होते, पण हल्लेखोरांच्या हातात पिस्तूल असल्याने रोशनच्या मदतीसाठी कोणालाही पुढं जायचं धाडस होत नव्हतं.

इतक्यात मागून एक मोटार आली. तिच्यात होते सैन्यातले चार गोरे अधिकारी.

ही मंडळी गोल्फ खेळून ताजमहाल हॉटेलकडे 'ड्रिंक्स' घेण्यासाठी

चालली होती, पण त्यांना मुंबईतले रस्ते परिचयाचे नसल्याने त्यांची वाट चुकली होती.

समोर रस्त्यावर चार माणसं एका स्त्रीला फरफटत ओढत आहेत, हे दृश्य पाहून त्या गाडीतल्या एका गोऱ्या अधिकाऱ्याचं स्त्रीदाक्षिण्य उफाळून आलं. आपल्या मोटारीचं दार उघडून तो रोशनच्या साह्यासाठी पुढं धावला. अनपेक्षितरीत्या रोशनच्या साह्यासाठी धावणाऱ्या त्या इंग्रज सैन्याधिकाऱ्यावर हल्लेखोरांपैकी एकानं पिस्तूल झाडलं. अधिकाऱ्याच्या पोटात गोळी घुसली. आपल्या सहकाऱ्यावर निष्कारण पिस्तूल झाडल्याचं पाहून गाडीत बसलेले दुसरे इंग्रज अधिकारी हातातल्या गोल्फच्या काठ्या घेऊन बाहेर पडले. त्यांनी त्या हल्लेखोरांना ठोकायला सुरुवात केली. रोशनला जबरदस्तीनं ओढून नेणं जमत नाही, असं पाहून एका हल्लेखोरानं जंबियानं तिचं नाक छाटण्याचा प्रयत्न केला, पण तो वार तिच्या कपाळाला लागला. एव्हाना पोटात गोळी लागलेल्या गोऱ्या अधिकाऱ्यानं एक हात पोटाच्या जखमेवर ठेवून रोशनला खेचून नेणाऱ्या हल्लेखोराची गळपट्टी दुसऱ्या हाताने धरून त्याचं डोक बाजूच्या भिंतीवर आपटलं. त्यासरशी तो हल्लेखोर बेशुद्ध होऊन जमिनीवर कोसळला. ते पाहून बाकीचे हल्लेखोर पळून गेले. ती तांबड्या रंगाची गाडीही वायुवेगाने त्या ठिकाणाहून निघून गेली.

जखमी झालेला तो इंग्रज अधिकारी आणि रोशन, त्यांच्या साह्याला ते तिघे इंग्रज अधिकारी पुढे झाले. जमलेले भयभीत लोक अजूनही दुरूनच तो प्रकार पाहत उभे होते.

जखमी झालेल्या सलीमच्या गळ्यात पडून रोशन हंबरडा फोडत होती. तिला आपल्या कपाळाला झालेल्या जखमेची वेदना जाणवत नव्हती.

इतक्यात त्या ठिकाणी पोलीस आले. सलीमअल्लीच्या बरगडीत गोळी घुसली होती. तो त्या जखमेच्या वेदनेने तळमळत होता. रोशनला डाव्या हाताने जवळ घेण्याचा तो केविलवाणा प्रयत्न करीत होता.

पोलिसांनी त्या जागेवर पहारा ठेवला आणि जखमींना उपचारासाठी तत्काळ के. ई. एम. मध्ये आणले.

सलीमअल्ली आणि रोशन जखमी झाल्याची वार्ता रहिमतखान

आणि शहनाज यांना मिळताच ती दोघं ताबडतोब हॉस्पिटलमध्ये येऊन दाखल झाली. सलीमअल्लीवर तातडीनं शस्त्रक्रिया करावी लागणार होती. ऑपरेशनची पूर्वतयारी सुरू असतानाच रहिमतखान सलीमअल्लीजवळ जाऊन कपाळाला हात लावून म्हणाला,

''या अल्ला, ये क्या हुआ?''

त्यावर सलीमअल्ली त्वेषानं ओरडला,

''तुमनेही मुझे धोका दिया!''

सलीमअल्लीजवळ असलेल्या डॉक्टरनी आणि नर्सेसनी सलीमअल्लीचे ते उद्गार स्पष्ट ऐकले.

सलीमअल्लीला ऑपरेशन टेबलावर घेतले आणि शस्त्रक्रियेला सुरुवात करण्यापूर्वीच त्याने आचके द्यायला सुरुवात केली. त्याच्या तोंडातून एक रक्ताची गुळणी आली आणि त्यानं दुसऱ्या क्षणी मान टाकली. त्याच्या प्रेतावर पांढरी चादर झाकण्यात आली.

त्या इंग्रज अधिकाऱ्याच्या पोटावरची शस्त्रक्रिया मात्र यशस्वी झाली. रोशनच्या कपाळावरच्या जखमेवर बँडेज बांधण्यात आलं.

दुसऱ्या दिवशी मुंबईतल्या सर्व वृत्तपत्रांतून ती बातमी ठळक मथळ्याखाली प्रसिद्ध झाली. त्या प्रकरणात इंग्रज अधिकाऱ्यावर पिस्तूल झाडले गेले, या वार्तेने राज्यकर्ते ब्रिटिश सरकार संतापले होते. ते हल्लेखोर कोण होते? सलीमअल्लीचे खुनी कोण? इंग्रज अधिकाऱ्यावर पिस्तूल झाडणारा कोण होता? रोशनला जबरदस्तीने ते लोक कुठं नेणार होते? तिच्यावर जंबियाचा वार करणारा कोण होता?—हे सर्व उजेडात येणार होतं. घटनास्थळी बेशुद्ध झालेल्याला पोलिसांनी अटक करून ताब्यात घेतल्यानं त्या सर्व प्रकरणाचे धागेदोरे सापडणं फारसं कठीण जाणार नव्हतं. औषधोपचारानंतर पकडलेला हल्लेखोर दवाखान्यात शुद्धीवर आला. तो होता चंद्रपूरच्या महाराजांचा विश्वासू सेवक गनी महंमद! खिंकाळणाऱ्या घोड्यांना केवळ थपडा मारून वठणीवर आणणारा, सहा फुटांना एक इंच कमी असलेला धिप्पाड, गनी महंमद रिशालदार!

या प्रकरणात जे कोणी गुंतले असतील, त्यांची गय केली जाणार नाही, असे मुंबईच्या गव्हर्नररांनी जाहीर केले. एरवी या प्रकरणाकडे कदाचित काणाडोळा झाला असताही, पण आपला एक तरुण अधिकारी जखमी झालेला आहे, म्हणून सरकारने या गुन्ह्याचा संपूर्ण छडा लावण्याचा निर्धार केला होता.

लॉरेन्स ऑलिव्हर या प्रख्यात वरिष्ठ पोलीस अधिकाऱ्यावर ती जबाबदारी सोपविण्यात आली होती. ऑलिव्हरला हिंदी, उर्दू आणि काहीशी मराठीही भाषा अवगत होती. तो केंब्रिज युनिव्हर्सिटीचा पदवीधर होता. नंतर त्याने कायद्याचाही अभ्यास केला होता.

स्कॉटलंड यार्डमध्ये पोलीस अधिकारी म्हणून दाखल झाल्यानंतर त्यानं लंडनमध्ये सहा वर्षे नोकरी केली होती. त्याला भारताबद्दल खूप आकर्षण होते. भारतात काही वर्षे नोकरी करायची त्याची इच्छा होती. शेवटी इंडिया ऑफिसकडून त्याची शिफारस होताच त्याला भारतात पाठवण्यात आले. इथं आल्यानंतर त्याला असिस्टंट कमिशनर हा हुद्दा मिळाला. त्या वेळी इंग्रज सरकारसमोर 'लॉ ॲन्ड ऑर्डर' (कायदा आणि सुव्यवस्था) राखण्यासाठी ब्रिटिशधार्जिण्या अधिकाऱ्यांचीच गरज होती. फौजदार, जमादार, हवालदार या जागा 'नेटिव्हांना' देण्यात येत होत्या; पण वरिष्ठ पोलीस अधिकारी मात्र एकजात इंग्रज होते.

लॉरेन्स ऑलिव्हरने हॉस्पिटलमध्ये ॲडमिट असलेल्या रोशनच्या खोलीत प्रवेश केला. त्याच्या समवेत एक नेटिव्ह फौजदार व दोन हवालदारही होते.

डोक्याची पांढरी सन्‌हॅट आणि हातातली काठी बाजूच्या टेबलावर ठेवून त्यानं रोशनला अभिवादन केलं. शहनाज आणि रहिमतखान बाजूला उभे होते. त्यांना लॉरेन्स ऑलिव्हरने बाहेर जायला सांगितले. लॉरेन्स म्हणाला,

"आय ॲम व्हेरी सॉरी, मॅडम! मला फार फार दु:ख होत आहे; पण मला लवकरात लवकर या गुन्ह्याचा तपास पूर्ण करायचा आहे! आपण मला सहकार्य द्यावं, अशी मी आपणाला विनंती करतो. मला कल्पना आहे, आपण आता बोलण्याच्या मन:स्थितीत नाही आहात. तरीही मी आपणाला

त्रास देतो आहे!''

कॉटवर बसलेल्या रोशनच्या डोळ्यांतून घळघळा अश्रू वाहत होते. आपला सारा जीवनपट तिच्या डोळ्यांसमोर उभा राहत होता!

आठ-नऊ वर्षांपूर्वी ती परकरी पोर होती. शहनाजसोबत दरबार हॉलमध्ये प्रथम हौसेखातर गायली आणि तेव्हापासून महाराजांची नजर तिच्यावर केंद्रित झाली. राजांच्या हातून काही तरी अनिष्ट घडेल म्हणून शर्माजींच्या साह्यानं, रहिमतखानच्या हिकमतीमुळे तिला हैदराबादला धाडलं; पण नियतीनं पुन्हा चंद्रपूरचं वास्तव्य तिच्या भाळी लिहिलं होतं. शर्माजींचा तिच्यावर लोभ होता.

या लोभापोटीच त्यांनी तिला महाराजांची केवळ रखेली म्हणून राहण्यास विरोध केला. त्यानंतरचं तिचं ते धर्मांतर - रत्नमालादेवी राणीसरकार हे नामाभिधान... तिचा महाराजांशी झालेला विवाह... इंग्लंडची ट्रीप... त्यानंतर रोशनला झालेली अपत्यप्राप्ती... ती 'बेबी'... जन्मली आणि गेलीही... सारं कसं स्वप्नात घडल्यासारखं घडलं! त्यानंतर महाराजांविषयी तिच्या मनात निर्माण झालेली ती घृणा— 'यांनीच-यांनीच माझ्या बेबीचा घात केला!'... किती तरी दिवस ती असं ओरडत झोपेतून उठत होती. त्यानंतर सिमल्याला जाताना दिल्ली स्टेशनवर तिनं पोलिसांचं मागितलेलं साह्य... अमृतसरमधलं अल्प वास्तव्य... मुंबईत आगमन... सलीमअल्लीची भेट... त्याचा स्वीकार... लोणावळ्याचा बंगल्यात ऐन थंडीच्या मोसमात, उबदार ब्लँकेट अंगाभोवती लपेटून सलीमअल्लीला बिलगून पडलेली रोशन! अशा एक ना हजार आठवणी तिच्या अंतश्चक्षूंसमोर तरळू लागल्या. तिच्या गालांवरून ओघळलेल्या प्रत्येक अश्रूत अशा असंख्य आठवणी एकवटलेल्या होत्या.

गेले तीन दिवस तो कोणाशी एक चकार शब्द बोलली नव्हती! एकसारखा विचार करीत होती— 'हे काय झालं? कसं झालं? शेवटी महाराजांनी आपला डाव साधला! पण त्यांनी सलीमला गोळी घालण्याऐवजी मला का नाही मारलं? त्यानं बिचाऱ्यानं काय केलं होतं? मी स्वत: होऊन महाराजांच्या तावडीतून निसटून आले होते, मी होऊन सलीमचा आश्रय घेतलेला होता; त्यात त्याची काय चूक होती? का त्यांनी, त्याला मारलं?

माझ्यावर का नाही गोळी झाडली?'

रोशननं लॉरेन्स ऑलिव्हरकडे पाह्यलं. त्याच्या कमरेलाही एक पिस्तूल होतं. त्याकडे पाहत तिनं उठून ते पिस्तूल हस्तगत करण्याचा प्रयत्न केला. लॉरेन्स ऑलिव्हरने तिला अडवले आणि म्हणाला,

"बाई, असं काय करता?"

"पिस्तूल द्या मला ते— मला ते माझ्यावर झाडून घ्यायचं आहे!" डोक्यावर परिणाम झाल्यासारखी ती ओरडली

"शांत व्हा बाई, शांत व्हा!"

रोशनवर देखरेख करणारे डॉक्टर पुढे आले आणि म्हणाले,

"मिस्टर ऑलिव्हर, त्या अजून नॉर्मलवर आलेल्या नाहीत! चार दिवसांनंतर तुम्ही आलात, तर नाही का चालणार?"

"चार दिवस?" लॉरेन्स ऑलिव्हर हसून म्हणाला, "खून, जबरदस्तीने पळवून नेण्याचा प्रयत्न, घातक शस्त्राने इजा— असे भारी स्वरूपाचे गुन्हे पूर्वनियोजनानं करणाऱ्या गुन्हेगारांना मला तत्काळ अटक करणं अत्यावश्यक आहे! विलंबानं मिळवलेल्या पुराव्याकडं न्यायालयं संशयानं पाहतात! गुन्ह्याच्या जागी पकडलेला तो गनी महंमद रिशालदार काहीएक अवाक्षर तोंडातून काढत नाही! रहिमतखानला विश्वासात घ्यावं म्हटलं, तर मरण्यापूर्वी खुद्द सलीमअल्लीनं त्यालाही, 'तू धोकेबाज आहेस', असं म्हटलं होतं. तेव्हा आता त्या सर्व प्रकाराची पार्श्वभूमी रोशनबाईंशिवाय दुसर कोण सांगू शकणार आहे?"

"यांच्या माँला— शहनाजला— विचारा!"

"त्या बाई म्हणतात, झालं ते खूप झालं; आता कोणाविरुद्ध काही बोलण्याची इच्छा नाही. रोशन, निदान यापुढं तरी सुखरूप राहावी, या हेतूनं ती बाई काहीही सांगायला तयार नाही! इथं येण्यापूर्वी मी ते सर्व प्रयत्न केले आहेत, डॉक्टर!"

"आय सी! मग, आपण एक अर्धा तास थांबा. मी यांना जरा 'रिलॅक्स' वाटेल, असं एक औषध देतो!"

रोशन त्या दोघांचं संभाषण समोर चाललं असूनही पुतळ्यासारखी निश्चल बसून होती. आता तिच्या गालांवरून ओघळणारे अश्रू थांबले. ती

डॉक्टरांकडे एकटक पाहत म्हणाली,

"मला आता औषधाची गरज नाही... या यातनांतून मुक्त होण्यासाठी पिस्तुलाची एकच गोळी मला कायमची शांती देईल!"

लॉरेन्स ऑलिव्हरकडे पाहत डॉक्टर म्हणाले, "बाई, सलीमअल्लींचा खून करणाऱ्या लोकांना शासन घडावे, असे नाही वाटत तुम्हाला?"

"खूप वाटते, पण ते गुन्हेगार सर्वसामान्य नाहीत!"

"ते कोणीही असोत—" लॉरेन्स ऑलिव्हर खुर्चीतून थोडसं पुढं होऊन म्हणाले.

"या प्रकरणात ज्यांचे ज्यांचे हात गुंतले होते, त्या सर्वांना न्यायासनासमोर खेचलं जाईल; फक्त आपलं सहकार्य हवं आहे!"

काही क्षण रोशन विचारमग्न झाली आणि म्हणाली,

"माझं कसलं सहकार्य हवं तुम्हाला?"

"तुम्हाला पळवून नेण्याचा प्रयत्न करणारे कोण होते? कुणासाठी त्यांनी हा धाडसी प्रयत्न केला, याबाबतची माहिती तुमच्याशिवाय दुसरं कोणीही देऊ शकणार नाही!"

रोशननं शेवटी तोंड उघडलं. बालपणापासूनची हकिगत तिनं सांगण्याला प्रारंभ केला. लॉरेन्ससोबत आलेला 'नेटिव्ह' फौजदार तिचा शब्द न् शब्द कागदावर उतरून घेत होता. ती हकिगत ऐकताना लॉरेन्स ऑलिव्हरसारख्या व्यवहारचतुर आणि मुरब्बी पोलीस अधिकाऱ्याचेदेखील अंत:करण हेलावून गेले. सर्व हकिगत सांगून झाल्यानंतर रोशन म्हणाली,

"हे सर्व मी त्यांच्या तावडीतून निसटून आल्यामुळे घडलं. शर्माजींचा काहीही अपराध नसताना त्यांनी त्यांच्यावर खोटे आरोप लादून त्यांना तुरुंगात डांबून टाकलं आहे. त्यांचीही सुटका व्हायला हवी."

"ते नंतर पाहू. बरं, हल्लेखोरांपैकी तुम्ही कोणाकोणाला ओळखलं?" लॉरेन्सनं विचारलं.

"गनी महंमद रिशालदार जागेवरच धरला गेला आहे. त्याला तर मी ओळखतेच, पण त्या वेळी महाराजांचे दोन ड्रायव्हर्सही मी ओळखले, हसनअल्ली आणि अब्दुल गफार! या गफारनं माझ्या चेहऱ्यावर जंबियाचा

वार केला. त्याला माझं नाक छाटायचं होतं, पण त्या गोऱ्या साहेबांनी त्याला लाथ मारल्यामुळे ते साध्य झालं नाही! काय नाव हो त्यांचं? अगदी देवासारखे ऐन वेळी माझ्या साह्याला धावून आले!''

''तो आहे सार्जंट जेफरसन!''

''त्यांची प्रकृती बरी आहे ना?''

''हो. पोटाचं ऑपरेशन झालं. मोठ्या आतड्याचा तुटलेला भाग कापून पुन्हा ते आतडं जोडण्यात आलं आहे. ते बचावले!''

''बाकीचे, त्यांचे मित्रही काठ्या घेऊन उतरले म्हणून ते बचावले. नाही तर त्या गुंडांनी त्यांनाही नक्कीच ठार केलं असतं!''

लॉरेन्स ऑलिव्हर स्वकीयांच्या गौरवोद्गारानं भारावून म्हणाला, ''बाई, मुळात इंग्रज माणूस हा स्त्रीदाक्षिण्य दाखवण्यात तत्पर असतो तशात, ते चौघे आहेत सोल्जर्स! जवान! एका असहाय तरुणीला पाच-सहा धटिंगण ओढून नेत आहेत, हे पाहून त्यांचं रक्त उसळून आलं. त्यांनी दाखवलेल्या अतुल शौर्याबद्दल कालच मी ब्रिटिश सरसेनापतींना पत्र पाठवून त्यांचं अभिनंदन केलं आहे. बरं, मला एक सांगा, आणखी कोणाकोणाला तुम्ही ओळखलं?''

''नितीन पाठारे, महाराजांचा ॲडज्यूटंट आणि शैलेंद्र पवार पायलट हेही त्या वेळी होते!''

''अच्छाऽऽऽ! आणि कोण ओळखले?''

''पाच जणांना तरी मी ओळखलं. सहावा कोण होता, तो ओळखला नाही, पण बहुधा तो शिवराम हुजऱ्या असावा. त्याला वेषांतर करण्याची कला अवगत आहे. बहुधा तोच असावा, वेष पालटलेला!''

''बरं, मला आणखी सांगा की, ज्या वेळी ती तांबडी मॅक्स्वेल गाडी तुमच्या गाडीच्या पुढे येऊन उभी राहिली, तेव्हा तुमच्या गाडीचे दोन ड्रायव्हर्स पुढे होते, त्यांनी काय केलं?''

''त्यांनी गाडी उभी केली!''

''गाडी उभी न करता, तुमच्या गाडीच्या ड्रायव्हरला बाजूने गाडी पुढे काढता आली असती की नाही?''

“नक्कीच. बाजूचा रस्ता मोकळाच होता!”

“दॅट्स इट!” फौजदारांना उद्देशून लॉरेन्स म्हणाले, “मिस्टर जांभळे, बघितलंत, माझी शंका अगदी रास्त आहे. सलीमअल्लीचे दोन्ही ड्रायव्हर या कटात सामील असले पाहिजेत! बरं, बाई मला एवढं सांगा की, तुम्हाला गाडीतून बाहेर खेचलं जात असताना, तुमच्या दोन्ही ड्रायव्हर्सनी काय केलं?”

“ते दार उघडून चक्क पळून गेले!”

“दॅट्स इट! हा बाबुलाल ड्रायव्हर सलीमअल्लींचा बॉडीगार्ड म्हणवून घेत होता ना? ट्रेचरस बास्टर्ड!”

“सर, त्यांना तत्काळ अटक करायला हवंय!” जांभळे फौजदार म्हणाले.

“अर्थात. बरं बाई, महाराजांचा इथं जो बंगला आहे, त्याची आपणाला काही माहिती आहे?” लॉरेन्सन विचारलं.

“हो, महालक्ष्मीजवळ अरोरा हाऊस नावाची इमारत आहे. इथं महाराजांचे पाहुणे, नातेवाईक उतरतात. या इमारतीची देखभाल करतात पालेकर— महाराजांचे हाऊसहोल्डर!”

“ठीक आहे. आणखीन काही सांगण्यासारखं आहे?”लॉरेन्सनं विचारलं.

“अजून तुम्ही महत्त्वाचं असं कुठं विचारलंत” रोशननं खांद्यावरून ओघळलेला पदर डोक्यावर घेत विचारलं.

“आणखी काय आहे महत्त्वाचं?”

“महाराजांना बदसल्ला देणारा दीनानाथ चौधरी चंद्रपूरचा पोलीसप्रमुख, हा या कटाचा सूत्रधार आहे साहेब!”

“ओऽऽऽह, आय सीऽऽऽ! जांभळे, आपण अंदाज केला होता, तोही बरोबरच ठरला म्हणायचा!” लॉरेन्सचे डोळे चमकले.

“साहेब,” रोशन बाजूच्या टेबलावरचा पाण्याचा ग्लास ओठाला लावण्यापूर्वी म्हणाली, “जरा दार बंद करून घ्या. मला आणखीन महत्त्वाचं काही सांगायचं आहे!”

जांभळेंनी उठून दार लावलं. दाराच्या बाहेर उभ्या असलेल्या पोलिसांना तिकडे कोणालाही फिरकू न देण्याबद्दल बजावलं. जांभळे पुन्हा लेखणी घेऊन सरसावले. लॉरेन्स ऑलिव्हर कान टवकारून ऐकू लागले.

''सलीम मरण्यापूर्वी अब्बाजानला पाहून म्हणाला की, 'तूच धोका दिलास!' मला वाटतं, त्याबाबतीतही चौकशी व्हावी.''

''अब्बाजान याने कौन?'' लॉरेन्सने विचारले.

''रहिमतखान— माझा सावत्र बाप!''

''यस्, शी इज परफेक्टली राईट.'' जवळ उभे असलेले डॉक्टर म्हणाले, ''अगदी बरोबर! सलीमअल्लींना ऑपरेशन टेबलाकडे नेताना रहिमतखान समोर दिसला, तेव्हा ते तसे म्हणाले खरे!''

''बाई, तुम्ही निश्चिंत असा. या प्रकरणात ज्यांचे-ज्यांचे हात गुंतले आहेत, त्या सर्वांना कोर्टात खेचलं जाईल! येतो आम्ही. पुन्हा आपली भेट घ्यावी लागणार आहे!''

''शर्माजींच्या सुटकेचं काय करता?'' असं म्हणून रोशन काही तरी आठवल्यासारखं करून म्हणाली, ''साहेब, माझ्या घरी ताडदेवला कोणाला तरी पाठवायला हवंय!''

''का?'' लॉरेन्सन विचारलं.

''मी लोणावळ्याला असताना शर्माजींच मला एक पत्र आलेलं होतं. त्यात त्यांनी मला या कटाबद्दल सूचनाही दिली होती. शिवाय त्यात अब्बाजानबद्दलही काही सूचना होत्या. ते पत्र मी माझ्या अलमारीत ठेवललं आहे!''

''डॉक्टर!'' लॉरेन्स ऑलिव्हर डॉक्टरांकडे पाहत म्हणाला, ''यांनाच थोडा वेळ घेऊन जाता येईल का, यांच्या निवासस्थानी?''

डॉक्टरनी क्षणभर विचार केला आणि ते खांदे उडवून म्हणाले, ''शी इज ऑल राईट नाऊ! आता यांना चिंता करायचं काहीच कारण नाही! आपण तास-दोन तासांसाठी सहज नेऊ शकता!''

लॉरेन्स ऑलिव्हर, जांभळे फौजदार, दोन पोलीस आणि एक नर्स यांच्या समवेत रोशन बॉम्बे मॅन्शनवर आली. घरी आल्यानंतर तिला पुन्हा सलीमची आठवण झाली. सलीमची गच्चीत बसण्याची ती खुर्ची, त्याच्या खोलीतले सुटांनी भरलेले कपाट, काचेच्या कपाटातली त्याची ती दुर्बीण— या साऱ्या वस्तू पाहून ती पुन्हा हमसाहमशी रडू लागली.

लॉरेन्सनं तिचा दुःखावेग ओसरू दिला आणि तो म्हणाला, "बाई, आता आपण कितीही शोक केलात, तरी ते परत दिसणार नाहीत. त्यांच्या मारेकऱ्यांना कडक शासन, हीच तुमची त्यांना खरीखुरी श्रद्धांजली ठरेल!" रुमालाने डोळे टिपत रोशननं अलमारीतलं ते शर्माजींनी पाठवलेलं पत्र लॉरेन्स ऑलिव्हरना दिलं. त्यांनी ते जांभळेंकडून वाचून घेतलं आणि चेहऱ्यावर आनंद व्यक्त करीत म्हणाले, "बाई, काय मोलाचा पुरावा तुम्ही आमच्या स्वाधीन केला हा! जांभळे, आता विलंब करून उपयोगाचं नाही. आपणाला सलीमअलीचे ते दोन ड्रायव्हर्स तत्काळ 'अरेस्ट' करायला हवेत!"

"अब्बाजानचं काय करणार?"

"शर्माजींनी आपल्या पत्रात त्यांच्यापासूनही सावध राहण्याचा तुम्हाला इशारा दिलेलाच आहे; शिवाय सलीमअल्लीचे ते 'डाइंग डिक्लरेशन' मृत्यूपूर्वीचा जबाब!' रहिमतखानचा या कटाशी काही संबंध होता की नव्हता, याचीही शहानिशा आम्हाला करून घ्यावीच लागेल!"

रोशननं दिलेल्या माहितीवरून आणि शर्माजींच्या त्या पत्रावरून लॉरेन्स ऑलिव्हरची खात्री होऊन चुकली की, रोशनला पळवून नेण्याची ही योजना फार विचारपूर्वक आखली गेली आहे आणि तिच्यामध्ये बड्या-बड्या व्यक्तींचे हात गुंतलेले आहेत!

दाऊदने बाबुलाल आणि महमद हुसेन या सलीमअल्लीच्या दोन ड्रायव्हर्सशी संधान बांधल्याची दाट शक्यता होती. मुंबईच्या पोलिसांना दाऊदच्या अटकेचा हुकूम देण्यात आला. पण सलीमअल्लीचा खून झालेल्या दिवसापासून दाऊदचाच पत्ता नव्हता. परळीच्या समुद्रकिनाऱ्यालगत एक बेवारस प्रेत सापडल्याची नोंद पोलिसांत झालेली होती. जांभळे फौजदारांनी दाऊदच्या पत्नीला नेऊन ते प्रेत दाखवले. तिने प्रेत पाहताच हंबरडा फोडला. ते प्रेत दाऊदचं होतं.

या घटनेचा अर्थ स्पष्ट होता. दाऊदकडून कसलीही वाच्यता घडू नये, यासाठी त्याचाही खून करण्यात आलेला असावा. डॉक्टरांनी त्याच्या प्रेताची तपासणी केली. त्यात त्यांनी म्हटल होतं की, त्याला बुडून मृत्यू आलेला आहे! हा घातपाताचा प्रकार नाही!

लॉरेन्स ऑलिव्हरनी ती गोष्ट आपल्या डायरीत नोंद करून घेतली. कोणत्याही एका घटनेवरून दुसरा निष्कर्ष ते तत्काळ काढत नसत.

दुसऱ्या दिवशी त्यांनी चंद्रपूरच्या महाराजांच्या मुंबईतल्या बंगल्याला भेट दिली.

हाऊसहोल्डर पालेकरनी त्यांचं स्वागत केलं. पालेकरना पोलीस अधिकारी चौकशीसाठी येणार, हे कदाचित अपेक्षितच असावं. अचानक पोलीस अधिकारी एखाद्याकडे गेल्यानंतर त्याची जी गोंधळल्यासारखी अवस्था होते, तिचा पालेकरांच्या बाबतीत पूर्ण अभाव होता. अभ्यागताचे अगदी सहजरीत्या स्वागत करावे, तसे ते सामोरे आले.

लॉरेन्स ऑलिव्हरच्या चाणाक्ष दृष्टीने ते वागणे अचूक टिपले. पालेकरांशी हस्तांदोलन करताना ते म्हणाले,

"आय होप, यू वेअर वेटिंग फॉर मी!" (मला वाटतं, आपण माझी वाटच पाहत होता.)

"नो, नो! तसं काहीच नाही! पण सलीमअल्लीचा खून झाल्याचं समजल्यानंतर कोणी तरी पोलीस अधिकारी चौकशीला इकडे येणारच, असा अंदाज मात्र केला होता!"

"परफेक्टली राईट! अगदी बरोबर बोललात! बरं, मी आपला जास्त वेळ घेऊ इच्छित नाही. मिस्टर पालेकर, आपण महाराजांच्या आदेशावरून 'एक लाल रंगाची मॅक्स्वेल गाडी खरेदी केली होती, असं माझ्या चौकशीत निष्पन्न झालेलं आहे. कुठंय ती गाडी?"

"गाडी घेतली होती, ही गोष्ट सत्य आहे; पण ती गाडी चंद्रपूरला रेल्वेनं पाठवण्यात आलेली आहे. ती गाडी इथं कधीच वापरली गेली नाही!"

"ती केव्हा नि कुठं वापरली गेली, हे सर्व नंतर समजेल! पण तुम्ही ती गाडी इथं ग्रँट रोडला जिमी स्टॅनले यांच्यामार्फत खरीदली होती आणि त्या गाडीची ऑर्डर तुम्ही नोंदवली होती. खरं ना हे?"

"हो—हो! मीच नोंदवली होती, पण ती गाडी रेल्वेनं चंद्रपूरला पाठवली गेली!"

"थोडं थांबा हो! प्रथम ती ऑर्डर तुम्ही नोंदवली होती की नाही, ते तुमच्याकडून हवं आहे!''

"मी— मीच ऑर्डर नोंदवली होती!''

"पैसे महाराजांनी पाठवले होते?'' लॉरेन्स ऑलिव्हरनी लगेच दुसरा प्रश्न केला.

"अंऽऽऽ हो! नाही तर मी कुठले पैसे देणार?''

"बरोबर आहे! बरं, पालेकरसाहेब, नितीन पाठारे महाराजांचे ॲडज्यूटंट आणि शैलेंद्र पवार हे गेले किती दिवस मुंबईत होते?''

"ते मुंबईत नव्हतेच मुळी!'' पालेकर ठामपणे उद्‌गारले.

"याचा अर्थ एकच, तुम्ही माझ्यापासून ती गोष्ट लपवता आहात!''

"खरंच साहेब, मी त्या दोघांना मुंबईत बघितलेलं नव्हतं!''

"मिस्टर पालेकर, मी कोण आहे, आपण ओळखता ना?''

"हो—हो! आपण लॉरेन्स ऑलिव्हरसाहेब, सलीमअल्लींच्या खून प्रकरणी तपास करण्यासाठी आपणाला सरकारनं खास नेमलेलं आहे!''

"मग, जे-जे सत्य आहे, ते स्पष्टपणे माझ्यासमोर सांगा. ते सांगण्यात लपवाछपवी कराल, तर नाइलाजानं मला तुम्हाला अटक करावी लागेल!''

'अटक' हा शब्द उच्चारताच पालेकरांचं अवसान गळालं. ते खोटं खोटं हसत, हात चोळत म्हणाले, "साहेब, आम्ही हुकमाचे ताबेदार. वरून येतील ते आदेश पालन करणं, हे आमचं कर्तव्य!''

"ते ठीक आहे. ज्यांचा पगार घेता त्यांचे आदेश पाळणं, हे तुमचं कर्तव्यच आहे; पण त्याचबरोबर या देशाचा नागरिक म्हणून तुमची काही कर्तव्ये आहेत, याचा विसर पडता कामा नये!''

"खरंय साहेब!''

"मग बोला, सलीमअल्लींचा खून होण्याच्या आदल्या रात्री मॅक्स्वेल गाडी चंद्रपुरावरून इथं आली होती आणि ती गॅरेजमध्ये बंद करून ठेवण्यात आली होती; ही गोष्ट सत्य आहे ना?''

पालेकर काही क्षण स्तब्ध झाले आणि विचारपूर्वक म्हणाले, "इकडे आड तिकडे विहीर, अशी माझी अवस्था झालेली आहे साहेब!''

“मला कल्पना आहे त्याची! पण तुम्ही एक सज्जन गृहस्थ आहात. तुमच्याकडून जास्तीत जास्त सहकार्य मिळेल, या अपेक्षेने मी प्रथम तुमच्याकडे आलो आहे!”

पालेकर चिंताग्रस्त होऊन बसले होते. शेवटी त्यांनी मनाचा निर्धार केला आणि ते म्हणाले, “हे असं काही तरी घडणार होतं, म्हणूनच मी चंद्रपूर सोडून परत इकडे आलो. साहेब, मला या प्रकाराची काहीएक माहिती नाही हो!”

“पण मॅक्स्वेल गाडी या बंगल्याच्या गॅरेजात एक रात्र होती आणि ती घेऊन हसनअल्ली आला होता, ही गोष्ट खरी ना!”

“हो!”

“दॅट्स इट!”

त्यानंतर पालेकरांनी ओळखलं की, आपणाला जे-जे ठाऊक आहे, ते आपण या साहेबाला सांगण्याचं टाळलं, तर आपणाला हा साहेब चतुर्भुज केल्याशिवाय राहणार नाहीत त्यांनी सांगायला सुरुवात केली—

“हसनअल्ली मॅक्स्वेल घेऊन त्या दिवशी रात्रीच आला. त्यानं गाडीसोबत एकच स्टेफनी आहे, आणखीन एक जादा हवी, असं मला सांगितलं. मी स्टॅनलेकडे जाऊन एक जादा स्टेफनी त्याला आणून दिली. इथे एक माळी कामाला असतो, त्याला मुद्दाम रजा द्यायला सांगितली, हसननं! तो म्हणाला, मॅक्स्वेल गाडी चंद्रपूरहून इथं आलेली होती, ही गोष्ट तुमच्याशिवाय कोणालाही कळता कामा नये!”

“अच्छा! पुढं?”

“पुढं, खून होण्याच्या दिवशी संध्याकाळी सहाच्या सुमारास गाडी घेऊन हसनअल्ली गेला!”

“नितीन पाठारे, शैलेंद्र पवार, गनी रिशालदार आणि शिवराम हुजऱ्या ही मंडळी कुठं उतरली होती?”

“साहेब, यापैकी एक जणही इथं आलेला नव्हता!”

“अगदी खरं?”

“कुलस्वामीची शपथ!”

"मिस्टर जांभळे, व्हॉट डज ही से?"

"ही स्वेअर्स बाय हिज फॅमिली डेअटी." (ते आपल्या कुलस्वामीची शपथ घेऊन सांगतो म्हणतात.)

"आय सी ऽऽऽ! दॅट्स फाईन! अच्छा मिस्टर पालेकर, पुन्हा जरूर तर तुमचे स्टेटमेंट घेऊ!"

मोटारीतून जाताना लॉरेन्स ऑलिव्हर जांभळेंना म्हणाले, "मिस्टर जांभळे, सलीमअल्लीनं कमिशनरना आपल्या जीविताला धोका असल्याबद्दल अर्ज केला होता. त्यानंतर काही काळ या इमारतीभोवताली साध्या वेषातले पोलीस वॉच ठेवून होते. पण बरेच दिवस काही घडलं नाही, असं पाहून तो वॉच उठवलेला दिसतो!"

"हो, आपण म्हणता ती शक्यता नाकारता येत नाही!"

"नाही तर परत मुंबईला आलेली ती मॅक्स्वेल कार त्या लोकांनी पाहून लागलीच रिपोर्ट करायला हवा होता!"

"सहा महिने कोणताच अनुचित प्रकार घडला नाही, म्हणून पोलिसांनीही थोडा काणाडोळा केला असावा, साहेब!"

"पण सलीमअल्लीनं लेखी रिपोर्ट देऊन आपल्या व रोशनच्या जीविताला धोका आहे, याची पोलीस खात्याला कल्पना देऊनही असा ढिसाळपणा होतो; याचा अर्थ, तुम्ही 'नेटिव्ह' पोलीस अधिकारी हलगर्जी आहात!"

जांभळेंना गप्प बसण्याशिवाय दुसरा मार्ग नव्हता. गाडी कमिशनर ऑफिससमोर येऊन थांबताच लॉरेन्स ऑलिव्हर म्हणाले,

"मिस्टर जांभळे, मी या खटल्याचा प्रोग्रेस आय. जीं. ना सांगून लगेच येतो. तुम्ही तोपर्यंत मुंबईतल्या सर्व लॉजिंग-बोर्डिंगचे फोन नंबर मिळवून ठेवा!"

"ते कशासाठी सर?"

"अहो, तो नितीन पाठारे, शैलेंद्र पवार, गनी रिशालदार ही मंडळी त्या बंगल्यात उतरली नव्हती; याचा अर्थ ती दुसऱ्या कुठल्या तरी लॉजवर उतरली होती! आपल्याला त्यांच्या सर्व हालचालींची अगदी बारीक-सारीक माहिती नको का मिळवायला?"

"होय साहेब!"

लॉरेन्स ऑलिव्हरना ठाऊक होतं की, ही मंडळी कुठल्याही लॉजवर उतरली असली, तरी ती रजिस्टरमध्ये आपलं नाव नक्कीच लिहिणार नाहीत. चौकशी करता-करता लॉरेन्स ऑलिव्हर क्रॉफर्ड मार्केटमधल्या ओरिएंट हॉटेलवर येऊन दाखल झाले. हॉटेलचे मॅनेजर मायकेल सलढाणा उठून सामोरे गेले. ऑलिव्हरनी त्यांच्याशी हस्तांदोलन केलं. कोणीही ब्रिटिश अधिकारी हॉटेलकडे आला की, त्या वेळचे नेटिव्ह धंदेवाले त्यांचं आस्थेवाईकपणे स्वागत करीत.

''मिस्टर सालढाणा, आम्ही आपल्याला थोडा त्रास देण्यासाठी आलो आहोत!'' ऑलिव्हर हसत-हसत म्हणाले.

''छे— छे! असली भाषा नका करू; आपण हुकूम करा. आम्ही आपली कोणतीही सेवा करायला तयार आहोत!'' पोटाचा अवाढव्य घेर असलेले सलढाणा बोलले.

''चंद्रपूरहून पाच-सहा माणसं आपल्या हॉटेलात येऊन राह्यल्याचं आपल्याला आठवतं का?''

सलढाणांनी आपल्या टकलावरून हात फिरवला आणि ते म्हणाले, ''साहेब, हा हॉटेलचा धंदा! इथं किती लोक येतात आणि जातात. त्या साऱ्यांची आठवण ठेवणं अशक्य असते; पण तरीही मी रजिस्टर पाहून सांगेन. साधारणत: केव्हाची माहिती हवी आहे आपणाला?''

''महिना-दोन महिनेपूर्वीचं रजिस्टर पहा बरं?''

सलढाणांनी टेबलाच्या खणातून भलं मोठं रजिस्टर काढलं आणि दोन महिन्यांमागच्या नोंदी पाहण्यास सुरुवात केली. त्या नोंदी पाहता-पाहता त्यांनी ऑलिव्हरना विचारलं, ''कोणत्या नावाची माणसं हवीत आपणाला?''

''खरं म्हणजे, जी माणसं आम्हाला हवीत, त्यांनी आपली खरी नावं लिहिलीत की नाही, ही एक शंकाच आहे. पाठारे, पवार अशा आडनावांच्या काही नोंदी आहेत का, पाहा बरं!''

त्यावर मायकेल सलढाणा काही तरी आठवल्यासारखं करून म्हणाले, ''सर, दोन नाही, तीन महिन्यांपूर्वी चौघे जण इथे उतरले होते. रजिस्टरमध्ये नावं

लिहिताना त्यांच्यात थोडी चर्चा झाल्याचं मला आठवतं आहे. मला थोडी शंका आली, पण त्या लोकांनी पाचशे रुपये ॲडव्हान्स भरला, म्हणून मी फारसं लक्ष दिलं नाही! पण पाच दिवसांपूर्वी तीच माणसं पुन्हा येऊन गेली!''

''कुठंय, त्यांची पहिली नोंद?''

सलढाणांनी ती नोंद दाखवली. ''मिस्टर पानसे, अशी ती नोंद होती. मुंबई भेटीचं कारण लिहिलं होतं, 'टुरिस्ट' (प्रवासी)!''

''ही माणसं पुन्हा केव्हा आली होती म्हणता?''

''पाच दिवसांपूर्वी ही माणसं पुन्हा आली होती, पण जागा शिल्लक नव्हती म्हणून दुसरीकडं गेली!''

''त्यांना दाखवलं, तर तुम्ही ओळखाल?''

''अवश्य! दोन वेळा इथं येऊन गेलेली आहेत आणि परवा तरी पाचच दिवसांपूर्वी येऊन गेल्यानं, मी त्यांना निश्चित ओळखेन!''

एम्पायर हिंदू हॉटेलचे मॅनेजर श्री. यशवंत दत्तात्रय जोशी यांच्याकडूनही अशाच प्रकारची माहिती मिळाली, पण तिथं फक्त तीनच लोक गेले होते.

ऑलिव्हरना आता हल्लेखोरांची नावे समजली होती. लाल रंगाची मॅक्स्वेल गाडी गुन्हा घडलेल्या आदल्या रात्री मुंबईत आली होती आणि गुन्ह्याच्या अगोदर एक तास बंगल्यातून बाहेर गेल्याचं समजलं होतं. दुसऱ्या दिवशी सलीमअल्लीचा ड्रायव्हर बाबुलाल आणि क्लीनर महंमद हुसेन यांना गिरफ्ता करण्यात आल.

बाबुलालला अटक केल्यानंतर लॉरेन्स ऑलिव्हरनी त्याला रिमांडवर घेतले. बाबुलाल हा हल्लेखोरांना सामील असला पाहिजे याची दाट ऑलिव्हरना शंका होती.

''बाबुलाल, तुला या खटल्यातून सुटावं, असं वाटतं की नाही?'' ऑलिव्हरनी प्रश्न केला.

''पण साहेब, मी काहीच केलं नाही हो! अचानक हल्ला झाल्यामुळे घाबरून मी पळून गेलो!''

''तू सलीमअल्लीचा बॉडीगार्ड होतास! तुला त्यानं आपल्या संरक्षणासाठी खायला-प्यायला घालून जवळ ठेवला होता. त्याच्या प्राणावर जेव्हा संकट

आलं, तेव्हा तू पळून गेलास? तुझी अवलाद नमकहरामाची दिसते!''

''नाही— नाही साहेब, माझ्या हातून चूक झाली. मी पळून जायला नको होतं!''

''पळून जाण्याचं सोडून दे बाबुलाल! तुझ्या गाडीसमोर ती मॅक्स्वेल गाडी येऊन थांबल्यानंतर तू तिला पास करून निघून जायला काय हरकत होती?''

''भांबावल्यामुळे मला काहीच सुचलं नाही साहेब!''

''बरं! कोण आहे रे तिकडे? तो हंटर आण माझा. जांभळे, याचा शर्ट काढा. साला भांबावतो म्हणे! बास्टर्ड! आय वुईल टीच यू ए लेसन (तुला मी चांगलाच धडा शिकवतो).''

जांभळेंनी बाबुलालचा शर्ट फाडून काढला. ऑलिव्हरने हंटरचा एक फटका पाठीवर मारताच तो हात जोडून ओरडला,

''मारो मत, मैं सब कुछ बताता हूँ!''

बाबुलालने कबुलीजबाब दिला. त्यात त्यानं आपल्याला व महंमद हुसेनला दीनानाथ चौधरींनी पाच हजार रुपये देण्याचं कबूल केल्याचं सांगितलं. ॲडव्हान्स म्हणून बाबुलालला तीन हजार रुपये, दीनानाथ चौधरींनी ओरिएंट हॉटेलवर तीन महिन्यांपूर्वी दिले होते. सलीमअल्ली त्या दिवशी संध्याकाळी वाळकेश्वरला रोशनसहित जेवायला जाणार असल्याची खबर त्यानं गुन्ह्याच्या दिवशी मुंबईत असलेल्या दीनानाथ चौधरींना दिली होती.

ऑलिव्हरच्या एका हंटरच्या फटक्यातच बाबुलालनं कबुलीजबाब देऊन टाकला. त्याने त्या दिवशी हल्ल्यात भाग घेतलेल्या सहाही आरोपींची नावे सांगून टाकली. सहावा शिवराम हुजऱ्या होता.

आता ऑलिव्हरना वेळ दवडायला सवड नव्हती. खास पोलीस पथक घेऊन ते चंद्रपूरला रवाना झाले.

मुंबईचे पोलीस इतक्या तातडीने चंद्रपूरला येतील, ही महाराजांना कल्पना नव्हती. पण आज ना उद्या पोलीस येणार, याची त्यांना जाणीव होती. गनी महंमद रिशालदार जागेवर सापडल्यामुळे सारा घोटाळा झाला होता.

लॉरेन्स ऑलिव्हरनी नितीन पाठारे, शैलेंद्र पवार, हसनअल्ली आणि

अब्दुल गफार यांना अटक केली. त्यांची मेडिकल तपासणी केली. अब्दुल गफार आणि हसनअल्ली यांच्या पाठीवर गोल्फच्या काठ्यांचे वळ उठले होते. नितीन आणि शैलेंद्र यांना झटापटीत खरचटलेल्या जखमा झाल्या होत्या. त्या सर्वांना अटक केल्यानंतर चंद्रपूरचे पोलीसप्रमुख दीनानाथ हे ऑलिव्हरला भेटायला आले. त्यांनी चेहऱ्यावर असा भाव आणला होता की, 'तुम्ही हे चालवलंय काय?'

"मिस्टर चौधरी, यू आर ए पोलीस चीफ; इजन्ट इट?" (तुम्ही इथले पोलीसप्रमुख आहात ना?) ऑलिव्हरनी विचारलं.

"हो!"

"मग, तुम्हाला मी आज अटक करीत नाही. तुम्ही मुंबईला स्वत: होऊन हजर व्हा; मला पोलीस खात्याची इज्जत राखायची आहे! समजलं?"

"पण.... आपला काही तरी गैरसमज होतो आहे साहेब!"

"ही बाबुलालच्या कबुलीजबाबाची नक्कल वाचा आणि मग बोला!"

दीनानाथांना ती नक्कल वाचता-वाचताच भोवळ आली.

ऑलिव्हर आल्याचं समजताच महाराज मल्हारपेठच्या बंगल्यावर गेले.

ऑलिव्हर मुंबईवरून येताना शर्माजींच्या सुटकेचा गव्हर्नरांचा हुकूम घेऊन आले होते.

शर्माजींना भेटून ऑलिव्हर म्हणाले,

"पंडितजी, आपणाला खूप यातना सोसाव्या लागल्या. फार वाईट वाटतं मला. पण शेवटी तुम्ही जिला आपली कन्या मानली, तिनंच हा तुमच्या सुटकेचा आदेश ब्रिटिश सरकारकडून मिळवलेला आहे!"

शर्माजींची चर्या दु:खी अन् कष्टी झाली होती. ते उपरणं गळ्याभोवती टाकून ऑलिव्हरसमवेत निघताना म्हणाले,

"आयुष्यात असं दिवस बघायला मिळण्यापेक्षा कारावासातच मृत्यू आला असता, तर बरे झाले असते! राम कृष्ण हरी, राम कृष्ण हरी!"

-०-०-०-

३२

लॉरेन्स ऑलिव्हरनी त्या कटाची एकूणएक माहिती मिळवली. कट चंद्रपूरमध्ये शिजला आणि त्याची अंमलबजावणी झाली ती मुंबईत! रोशनला पळवून नेण्याचा प्रयत्न सार्जंट जेफरसन यांच्या हस्तक्षेपामुळे फसला होता; पण बिचारा सलीमअल्ली मात्र प्राणाला नाहक मुकला! ज्या बाबुलालवर त्यानं विश्वास टाकला, त्यानेच त्याला शेवटी दगा दिला होता. ऑलिव्हरच्या तपासात असेही निष्पन्न झाले की, ज्या वेळी हा गुन्ह्याचा प्रकार घडला, त्या वेळी त्याने आपल्या खिशातले पिस्तूल हल्लेखोरावर झाडण्याचा प्रयत्न केला, पण कोणी तरी मुद्दाम त्या पिस्तुलातल्या गोळ्याच अगोदर काढून ठेवल्या होत्या. ऑलिव्हरना त्या बाबतीत रहिमतखानाचीच शंका येत होती, कारण त्याचे वास्तव्य बॉम्बे मॅन्शनमध्ये होते, शिवाय सलीमअल्लीनं आपल्या मरणपूर्व जबाबात रहिमतखानवर शंका व्यक्त केली होती. त्या शंकेचे ऑलिव्हरने निरसन करून घेतले. रहिमतखानचा त्या कटाशी कोणताही संबंध नव्हता, असा त्यांनी निष्कर्ष काढला. पिस्तुलातल्या गोळ्या बाबुलालनेसुद्धा काढून ठेवण्याची शक्यतादेखील नाकारता येत नव्हती. बाबुलालनं मात्र ती गोष्ट शेवटपर्यंत मान्य केली नाही.

एक महिना आणि पाच दिवस अविश्रांत श्रम करून ऑलिव्हरनी आरोपींच्यावर दोषारोपपत्र चीफ प्रेसिडेन्सी मॅजिस्ट्रेट कोर्टात दाखल केले. प्रेसिडेन्सी मॅजिस्ट्रेटनी त्या खटल्याची प्राथमिक चौकशी पूर्ण करून खटला मुंबईच्या उच्च न्यायालयाकडे कमिट केला. या गाजलेल्या खटल्याकडे केवळ मुंबईच्या नागरिकांचेच नव्हे, तर अखिल हिंदुस्थानच्या जनतेचे लक्ष लागून राह्यले होते.

जस्टिस क्रंप यांच्यासमोर खटल्याच्या सुनावणीची

एक होती बेगम / ३६३

तारीख लागली. सकाळपासून हायकोर्टाच्या इमारतीकडे लोकांची रीघ लागली होती. खटला ऐकण्यासाठी कोर्टात गर्दी होणार, याची पूर्वसूचना असल्यामुळे पोलीस बंदोबस्त कडक होता. सकाळी दहाच्या सुमारास आरोपींना जेलमधून कडेकोट बंदोबस्तात आणण्यात आले. आरोपींचा बचाव करण्यासाठी सुप्रीम कोर्टातले सुप्रसिद्ध कायदेपंडित एस्. कृष्णनाथन् नायडू, विनयकुमार सक्सेना, बॅरिस्टर बलसाडवाला, ॲडव्होकेट पारसनीस आणि ॲडव्होकेट नरसिंगराव ही मंडळी पुढच्या रांगेत बसली होती. उजव्या बाजूला साक्षीदाराच्या पिंजऱ्याजवळ ॲटर्नी जनरल रॉबर्ट कॉलिन्स बसले होते. आरोपींच्या पिंजऱ्यात सर्व आरोपींना नंबराप्रमाणे बसवले होते.

दीनानाथ चौधरी, नितीन पाठारे, शैलेंद्र पवार, हसनअल्ली, अब्दुल गफार, महंमद हुसेन आणि गनी महंमद रिशालदार असे आरोपी क्रमवार बसले होते. दीनानाथ चौधरी आणि नितीन पाठारे आपापसात बोलत होते आणि आपल्यावर या खटल्याचा कसलाच परिणाम झालेला नाही, हे दर्शविण्यासाठी विनोद करीत होते. हसनअल्ली मात्र भेदरल्यासारखा दिसत होता. यानंच सार्जंट जेफरसनवर पिस्तुलानं गोळी झाडलेली होती. आठवा आरोपी बाबुलाल हा माफीचा साक्षीदार झाला होता. न्यायालयात तो कटाची इत्थंभूत माहिती कथन करणार होता अन् त्या मोबदल्यात त्याची निर्दोष मुक्तता करण्यात येणार होती. पण या खटल्यात केवळ एक माफीचा साक्षीदार आहे, म्हणून काही केस शाबीत होईलच, असा अंदाज करता येत नव्हता. स्वतंत्र स्वरूपाच्या पुराव्यानं आरोपींविरुद्धचा गुन्हा शाबीत करण्याची सर्व जबाबदारी सरकार पक्षावर होती.

एस्. कृष्णनाथन् नायडू हे मद्रास हायकोर्टात वीस वर्षे प्रॅक्टीस केल्यानंतर दिल्लीला सुप्रीम कोर्टात प्रॅक्टीससाठी स्थायिक झाले होते. विशेषत: फौजदारी कायद्याच्या अभ्यासाकडे कल असलेल्या नायडूंनी कित्येक गाजलेल्या खून खटल्यांत आरोपीतर्फे बचावाचे काम केले होते. कित्येक आरोपींना त्यांनी फाशीच्या शिक्षेपासून वाचवले होते. या खटल्यात दीनानाथ चौधरी, नितीन पाठारे आणि शैलेंद्र पवार यांचा बचाव नायडू करणार होते. हसनअल्ली, अब्दुल गफार यांच्यातर्फे बॅ. बलसाडवाला काम पाहणार होते,

तर एकट्या गनी महमंदतर्फे वकीलपत्र दाखल केले होते ते बॅ. पारसनीस यांनी. सलीमअल्लीचा क्लीनर कम ड्रायव्हर महंमद हुसेन यांच्यातर्फे बचाव करणार होते अॅड. नरसिंगराव.

रोशनच्या वतीने जरी अॅटर्नी जनरल कॉलिन्स हे काम पाहणार असले, तरी सलीमअल्लीचे एके काळचे कायदेशीर सल्लागार अॅड. रुस्तुमजी यांना रोशनने आपल्यातर्फे 'प्रोसीडिंग वॉच' (कामकाजावर लक्ष ठेवण्यासाठी) नेमलं होतं. लोणावळ्याच्या बंगल्यात याच रुस्तुमजींना रोशननं शर्माजींचं ते पत्र दाखवून, आपल्या व सलीमअल्लीच्या सुरक्षिततेबद्दल चिंता व्यक्त केली होती.

कोर्ट हॉलमध्ये पाय ठेवायला जागा नव्हती. रोशनच्या सौंदर्याबद्दल लोकांत वेळोवेळी चर्चा झालेली होती. शिवाय ती एका सस्थांनिकाची पत्नी होती. तिथून पळून मुंबईला आली आणि सलीमअल्लीची मैत्रीण म्हणून राहिली, हे बऱ्याच लोकांना ठाऊक होतं. तिला बघण्यासाठीही बरेच जण उत्सुक होते. दुसर गर्दीचं कारण होतं, ते सलीमअल्लीसारख्या उमद्या, देखण्या तरुणाचा निर्घृणपणे खून करणारे आरोपी आहेत तरी कसले, हे बघायचे!

बरोबर अकराच्या टोल्याला जस्टिस क्रंप आपल्या चेंबरमधून बाहेर आले. उपस्थितांनी त्यांना उठून अभिवादन दिले. जस्टिस क्रंप पंचेचाळीस वर्षांचे होते. त्यांनी डोक्याला कुरळ्या केसांचा टोप घातला होता. अंगावर काळा गाऊन होता. प्रभावी व्यक्तिमत्त्वाचे जस्टिस क्रंप स्थानापन्न होताच उभे राहिलेला वकीलवर्ग व श्रोतेही आपापल्या जागी बसले. न्यायाधीश आसनावर बसलेल्या क्षणापासून त्यांच्या डोक्यावरचा झडपीचा पंखा हळूहळू हलू लागला. चेंबरमधून शिपायाकरवी तो खेचला जात होता.

न्यायाधीशांनी आरोपींना न्याहाळून घेतलं. त्यानंतर समोर बसलेल्या काही अनोळखी कायदेपंडितांना उद्देशून म्हणाले,

"मे आय नो युवर नेम्स, जंटलमेन?"

त्यासरशी आरोपींचा बचाव करणाऱ्या वकिलांनी न्यायाधीशांना आपली ओळख थोडक्यात करून दिली. आपण कोणत्या आरोपीचा बचाव करणार

आहोत, हेही त्यांना सांगितलं. रुस्तुमजी आपली ओळख करून देण्यासाठी खुर्चीतून उठतात न उठतात तोच जस्टिस क्रंप म्हणाले,

"आय नो यू, मिस्टर रुस्तुमजी!" रुस्तुमजींना हा आपला सन्मान झाल्यासारखा वाटला. कोर्टात उपस्थित असलेल्या काही सन वर्शिपर्स (सूर्योपासक = पारशी) वकिलांकडे पाहत रुस्तुमजी गालातल्या गालात हसले.

"यस मिस्टर कॉलिन्स, व्हॉट इज युअर केस?" न्यायाधीशांनी सरकारी वकिलांना विचारलं. (मिस्टर कॉलिन्स, तुमची केस काय आहे?)

सरकारी वकील कॉलिन्स उभे राहिले. त्यांनी किंचित घसा साफ केला आणि ते अदबीने म्हणाले,

"मे इट प्लीज, मि. लॉर्ड! मुंबई शहरात आजपर्यंत अनेक खून, लुटालुटी आणि स्त्रिया पळवण्याचे प्रकार घडले आहेत; पण प्रस्तुतचा हा खटला सर्वच बाबतींत एकमेव, असे समजायला हवे! जिच्यासाठी हा गुन्हा घडला, ती लावण्यवती रोशनआरा बेगम हिच्या आयुष्याची ही शोकांतिका आहे. सौंदर्य हा कधी कधी स्त्रियांच्या बाबतीत शाप ठरतो, हे या खटल्याने पुन्हा एकदा पटवून दिले आहे. या खटल्याचं दुसरं वैशिष्ट्य असं की, एका संस्थानचे पोलीसप्रमुख या गुन्ह्याच्या कटाचे सूत्रधार आहेत. आरोपी नं. १ दीनानाथ चौधरी हे चंद्रपूर संस्थानचे पोलीसप्रमुख! पोलीसप्रमुखाला इंग्लंडमधल्या काही भागात 'फादर ऑफ द सिटी' असं संबोधलं जातं. बाप हा जसा कुटुंबप्रमुख या नात्याने कुटुंबातल्या मुलामुलींचं पालन-पोषण अन् संरक्षण करतो, तद्वतच पोलीसप्रमुखाने नागरिकांच्या जीविताचे अन् वित्ताचे संरक्षणाची जबाबदारी स्वीकारलेली असते. इथं तोच पोलीसप्रमुख गुन्ह्याचा सूत्रधार बनलेला आहे! आरोपी नं. ३ शैलेंद्र पवार हे हवाईदल-प्रमुख आहेत. महाराजांची जी काही चार-दोन विमानं आहेत, त्यांचे हे प्रमुख. आ. नं. ४ व ५ हे महाराजांचे विश्वासू ड्रायव्हर्स आहेत. आरोपी नं ६ शिवराम हा हुजऱ्या आहे. आरोपी नं. ७ हा गनी महंमद रिशालदार, गुन्ह्याच्या ठिकाणी सार्जंट जेफरस यांनी अतुल शौर्य दाखवून पडकलेला आरोपी! आ. नं. ८ हा सलीमअल्लीचा क्लीनर-कम-ड्रायव्हर आहे. कोर्टासमोरील या आरोपी

व्यतिरिक्त आणखीन एक आरोपी या खटल्यात आहे, पण तो आज कोर्टासमोर उपस्थित नाही. याचं कारण तो आहे माफीचा साक्षीदार. त्यानं जर या खटल्याची संपूर्ण हकिगत निवेदन केली, तर त्याला या खटल्यातून निर्दोष मुक्त करण्यात येईल!

"या खटल्याची थोडक्यात हकिगत अशी की, रोशनआरा बेगम ही चंद्रपूरच्या महाराजांची ज्युनिअर महाराणी! महाराणी होण्यापूर्वी तिचे धर्मांतर करण्यात आले होते. रत्नमालादेवी महाराणी सरकार असे नामाभिधान तिला देण्यात आले होते. त्यानंतर...."

अन् त्यानंतर रोशनच्या आयुष्यात घडलेले क्रमवार प्रसंग ॲटर्नी जनरलनी न्यायाधीशांना थोडक्यात निवेदन केले. शेवटी त्यांनी मलबार हिलवरील तो गुन्ह्याचा प्रकार निवेदन करून म्हटलं, "जर त्या ठिकाणी सार्जंट जेफरसन यांनी हस्तक्षेप केला नसता, तर या सलीमअल्लीच्या खुनाला वाचा फुटली असती की नाही, कोण जाणे? त्या वेळी आजूबाजूला पाच-पन्नास लोक गुन्हाचा प्रकार पाहत उभे होते, पण पुढं होऊन रोशनला साह्य करण्याचं धाडस एकाचंही झालं नाही. पोटात पिस्तुलाची गोळी लागूनदेखील रक्तबंबाळ अशा सार्जंट जेफरसननी आरोपी गनी महंमद रिशालदार याला जागेवरच पकडला. इंग्रज सैनिकांच्या अनेक शौर्यगाथा आजवर प्रसिद्ध आहेत. त्यांच्या टोपीला असंख्य प्रकाराची गौरवाची पिसे आजपर्यंत लागलेली आहेत. या खटल्याद्वारे आणखीन एक गौरवाचे पीस त्यांच्या टोपीत खोचले जात आहे!"

ॲटर्नी जनरल कॉलिन्स यांनी आपल्या स्वकीयांचा गौरव करण्याची ही जागा नव्हे, असे नेत्र संकेतांद्वारे बॅ. पारसनीस आणि एस. कृष्णनाथन नायडू यांनी एकमेकांना सुचवलं. न्यायाधीश क्रंप गंभीर मुद्रा धारण करून ॲटर्नी जनरलांचे भाषण ऐकत होते.

ज्युरींच्या मेंबर लोकांकडे पाहत ॲटर्नी जनरल म्हणाले, "सन्माननीय ज्युरींना मी विनंती करतो आहे की, हा खटला अत्यंत गुंतागुंतीचा आणि काहीसा क्लिष्ट वाटण्याची शक्यता आहे, पण तसं यात क्लिष्ट असं काही नाही. यातल्या घटना इतक्या स्पष्ट आणि बोलक्या आहेत की, रोशनला

पळवून नेण्याचा कट कोणी, कसा व कुठं रचला, हे निःसंदिग्ध अशा पुराव्यानिशी सरकारपक्ष सिद्ध करण्यास समर्थ आहे. या खटल्यात प्रथम रोशनआरा बेगम हिला तपासलं जाईल. त्यानंतर चंद्रपूरचे भूतपूर्व प्रधान किंवा दिवाण शशांक शर्मा यांची साक्ष होईल. या दोघांच्या साक्षी झाल्यानंतर आपल्याला या खटल्याची सर्व पार्श्वभूमी विशद होईल!

"या दोन महत्त्वाच्या साक्षीदारांव्यतिरिक्त या खटल्यात मुंबईतल्या ओरिएंट हॉटेलचे मॅनेजर श्री. सलढाणा, एम्पायर हिंदू हॉटेलचे मॅनेजर श्री. यशवंत जोशी, पुण्याच्या श्रीकृष्ण भवन हॉटेलचे मालक श्री. सदाशिव साळवेकर, अरोरा हाऊस या चंद्रपूरच्या महाराजांच्या बंगल्याचे व्यवस्थापक श्री. पालेकर, तांबडी मॅक्स्वेल ज्या एजंटामार्फत खरेदली गेली ते जिमी स्टॅन्ले, गुन्ह्याच्या ठिकाणचे पंच, रोशनचा सावत्र बाप रहिमतखान आदींच्या साक्षी घेतल्या जातील!"

"मिस्टर ॲटर्नी जनरल, आपण फिर्यादी रोशनआरा बेगम यांना बोलवा."

न्यायाधीश क्रंप यांनी आदेश दिला. कोर्ट हॉलमध्ये जमलेल्या लोकांच्या नजरा साक्षीदार येणाऱ्या दारावर केंद्रित झाल्या. मागे उभे असलेले लोक टाचा आणि माना उंचावून पाहू लागले. कोर्टाच्या पट्टेवाल्याने "रोशनआरा बेगमऽऽ", असा दरवाजाजवळ जाऊन पुकारा केला आणि नखशिखांत काळा बुरखा घातलेली रोशन धीमी-धीमी पावल टाकीत साक्षीदाराच्या पिंजऱ्याच्या रोखाने आली. तिला बघण्यासाठी जमलेल्या लोकांची क्षणभर निराशा झाली. काही जण आपसात कुजबुजू लागले, "ही बुरखा घालूनच साक्ष देणार की काय?"

रोशन साक्षीदाराच्या पिंजऱ्यात येऊन स्थिर झाली अन् तिने आपल्या तोंडावर असलेला बुरख्याचा पडदा मागे टाकला. त्या सरशी जमलेल्या लोकांच्या जिभा टाळ्याला लागल्या. रोशनच्या सौंदर्याबद्दल उपस्थितांपैकी बऱ्याच जणांनी ऐकलं होतं, पण ऐकलेल्या वर्णनापेक्षा प्रत्यक्षात ती शतपटीने सुंदर होती. कपाळावर भिवईजवळ तिला जी जंबियाची जखम झाली होती, ती बरी झाली होती. पण जखमेचा व्रण मात्र स्पष्ट दिसत होता. दाट कुरळ्या

केसांचा तिने मधून भांग पाडला होता. तोंडावरचा पडदा बाजूला केला आणि तिने शपथ घेतली.

ॲटर्नी जनरलनी तिची सरतपासणी करायला सुरुवात केली.

"तुम्ही प्रथम चंद्रपूरला केव्हा गेलात?"

"अकरा वर्षांची असताना, पण लगेच मला हैदराबादला नेण्यात आलं!"

"कशासाठी?"

"माझी आजी फार आजारी होती, म्हणून तार आली होती!" आरोपीच्या पिंजऱ्यात बसलेल्या दीनानाथ चौधरींनी शैलेंद्र पवारना खुणावले, "हे खरं कारण नव्हे', अशा अर्थानं!

"बरं, पुढे?"

"पुन्हा सहा वर्षांनी मी परत चंद्रपूरला आले. त्या वेळी मी सतरा वर्षांची झाले होते. माझी आई चंद्रपूर संस्थानची गायिका होती. मीही गायला शिकले होते, पण महाराजांनी मला गायला बंदी केली!"

"का?"

"महाराजांना माझ्याशी लग्न करायचं होतं!"

"लग्न?"

"हो. शर्माजी म्हणाले, प्रथम धर्मांतर करावे लागेल. म्हणून माझे धर्मांतर करण्यात आले. मला रत्नमालादेवी महाराणी असे नाव देण्यात आले. लग्नानंतर मी रोमन व्हिलात राहू लागले!"

"त्या वेळी तुमचे आई-वडील कुठं राहत होते?"

"प्रथम आम्ही एकत्रच होतो; नंतर महाराजांनी त्यांची राहण्याची स्वतंत्र व्यवस्था केली!"

"पुढे?"

"पुढे दोन वर्षांनी मी महाराजांच्या सोबत इंग्लंडला गेले!"

"त्यानंतर?"

"इंग्लंडमध्ये आणि इंग्लंडहून परत आल्यानंतर मला जाणवू लागलं की, महाराजांच्यात अन् आपल्यात दुरावा निर्माण होतो आहे!"

"असं वाटण्याचं कारण?"

"मला मूल होऊ नये, अस महाराजांना वाटत होतं अन् मी त्या वेळी गरोदर होते."

कोर्टात थोडी कुजबूज उठली.

"पुढे?"

"पुढे मला मुलगी झाली, तेव्हा महाराजांना वाटू लागलं की, माझं त्यांच्याकडे दुर्लक्ष होत आहे!"

"कशावरून म्हणता हे?"

"महाराजांनी मला बऱ्याच वेळा तसं बोलूनही दाखवलं!"

"पुढे?"

हा प्रश्न विचारल्यानंतर रोशन काही क्षण गंभीर झाली आणि न्यायाधीशांच्याकडे पाहत म्हणाली, "माझ्या बेबीचा खून करण्यात आला होऽऽऽ!" असं म्हणून ती कठड्यावर डोकं टेकवून रडू लागली.

रुस्तुमजींना न्यायाधीशांनी म्हटलं,

"मिस्टर रुस्तुमजी, तुमच्या क्लायंटला समजवा. आम्ही तिच्या भावना समजू शकतो!"

रुस्तुमजींनी उठून पुढे जाऊन रोशनला समजावले. रुमालानं डोळे टिपत, ती हुंदके देत म्हणाली,

"हा एक नाही, असे अनेक अत्याचार या लोकांनी माझ्यावर केले आहेत. न्यायाधीशमहाराज, माझी एक विनंती आहे—"

"कोणती?" न्यायाधीशांनी विचारल.

"न्यायासनासमोर मुख्य आरोपी नाही! ज्या चंद्रपूरच्या महाराजांच्या इच्छेसाठी मला पळवून नेण्याचा प्रयत्न करण्यात आला आणि सलीमअल्लीला गोळी घालून ठार मारण्यात आलं; त्या गुन्ह्यातले मुख्य आरोपी आहेत, चंद्रपूरचे सूर्याजीराव महाराज! त्यांना न्यायासनासमोर खेचावं, अशी माझी प्रार्थना आहे!"

"बाई," ॲटर्नी जनरल म्हणाले, "हिंदुस्थानातल्या राजे-रजवाड्यांना फौजदारी कायदा लागू नाही. त्यांना न्यायालयात खेचता येत नाही. या

खटल्यात त्यांचा हात होता, असे जर निष्पन्न झाले; तर ब्रिटिश सरकार त्यांच्याबाबतीत निराळी उपाययोजना करील. आपण पुन्हा तो मुद्दा इथं उपस्थित करू नये!''

रोशनचं त्या खुलाशाने समाधान झालं नाही. ती बराच वेळ मुलीच्या आठवणीने हुंदके देत राहिली.

''बरं बाई, आपण एक सांगा की, सिमल्याला जाताना काय प्रकार घडला?'' सरकारी वकिलांनी विचारलं.

''मी दिल्ली स्टेशनवर उतरून तिथल्या पोलिसांचं संरक्षण मागितलं!''

''ते का?''

''सिमल्याला गेल्यानंतर माझ्या जीविताच काही तरी भलं बुरं होईल, अशी मला दाट शंका होती!''

''अच्छा! पुढे?''

''पुढे काही दिवस मी अमृतसरला राहिले. तिथेही मला 'चंद्रपूरला परत ये, नाही तर बर होणार नाही', अशा धमक्या एकसारख्या येत होत्या! म्हणून आम्ही अमृतसर सोडून मुंबईला आलो. इथं माझी आणि सलीमअल्लीची ओळख झाली. आम्ही एकमेकांच्या प्रेमात पडलो. माझा पूर्वेतिहास ठाऊक असूनही मला सलीमअल्लीनं 'सहारा' दिला!''

''पुढे?''

''पुढे मी मुंबईत आल्यानंतरही मला धमक्या येत होत्या. दाऊद नावाच्या गुंडाकरवी आमच्यावर प्राणघातक हल्ला करण्याचाही प्रयत्न झाला.''

''पुढे? गुन्हा घडला त्या दिवशी काय घडलं, ते सांगा.''

''आम्ही वाळकेश्वरला जेवायला चाललो असताना हँगिंग गार्डनजवळ या लोकांनी आमची गाडी अडवली!''

''कशी?''

''लाल रंगाच्या मॅक्स्वेल गाडीनं, दीनानाथ सोडून, या सर्वांनी मला जबरदस्तीनं ओढून नेण्याचा प्रयत्न केला. सलीम माझ्या मदतीला धावला. त्याच्यावर या हसनअल्लीनं पिस्तूल झाडलं!'' आरोपींच्या पिंजऱ्यात बसलेल्या हसनअल्लीकडं बोट दाखवून रोशन म्हणाली. कोर्टासमोर सलीमअल्लीचा

तो रक्तानं माखलेला सूट, टाय, शर्ट पाहून ती पुन्हा हुंदके देऊ लागली.

"हेच कपडे होते का त्या वेळी सलीमच्या अंगावर?"

रोशनने हुंदके देत 'हो' म्हटले.

"बरं तिथ जो प्रकार घडला, त्या वेळी तुम्ही या गुन्हेगारांना ओळखलं!"

या ॲटर्नी जनरल यांच्या प्रश्नावर आरोपींचा बचाव करणारे ॲड. विनयकुमार सक्सेना यांनी हरकत घेतली. ते म्हणाले, "मि. लॉर्ड, धिस इज ए प्रिझंम्टिव्ह क्वेश्चन! यांना असा प्रश्न विचारता येणार नाही. प्रथम साक्षीदाराने त्या वेळी कोणाला ओळखलं का, हे विचारावं लागेल आणि जर 'होकारार्थी' उत्तर आलं, तर कोणा कोणाला ओळखलं, हे विचारता येईल!"

"राईट यू आर, मि. सक्सेना! मि. ॲटर्नी जनरल, मि. सक्सेनांचा आक्षेप मान्य करण्यात आलेला आहे. तो प्रश्न तुम्हाला गृहीत धरून विचारता येणार नाही!" ॲटर्नी जनरलनी मान्य केले.

"तुम्ही त्या ठिकाणी कोणाला ओळखले?"

"हो, दीनानाथ सोडून बाकीचे सर्व जण तिथं होते!"

"सलीमअल्लींचे ड्रायव्हर आणि क्लीनर?"

"ते दोघे भ्याडासारखे पळून गेले!"

"सलीमअल्लींचे पी. ए. मॅथ्यूज कुठे होते?"

"तेही आमच्यासोबत गाडीत होते, पण आमच्यावर हल्लेखोर धावून आल्यानंतर तेही घाबरले. ओरडत होते ते."

"पुढे?"

"इतक्यात साहेबांची गाडी आली. त्यांनी उतरून मला सोडवण्याचा प्रयत्न केला, तेव्हा हसनअल्लीनं त्यांच्या पोटात पिस्तूल झाडलं आणि हसनअल्ली पळून गेला. नंतर गनी महंमद मला ओढू लागला. गोऱ्या साहेबांनी त्याला धरून त्याचं डोकं भिंतीवर आपटलं. तो बेशुद्ध झाला. बाकीच्या तिघा साहेबांनी नितीन पाठारे, शैलेंद्र पवार, अब्दुल गफार यांना गोल्फच्या काठ्यांनी पिटून काढलं. तेव्हा ते पळत सुटले!"

"अच्छा! रोशनबाई, तुम्ही चंद्रपुरात रत्नमाला महाराणी म्हणून

वावरत असताना या लोकांना ओळखत होता?''

''अर्थात! मी गोषात राहत नव्हते. मल्हारपेठला महाराजांसमवेत शिकारीलासुद्धा जात होते. हे सर्व लोक मल्हारपेठच्या कँम्पला आमच्या सोबत असायचे!''

''बर, आता तुमच्या कपाळावर ही जी जखम झालेली आहे, ती कशामुळं झाली?''

''अब्दुल गफारनं मला पळवून नेण्याचा प्रयत्न फसल्याचं जेव्हा पाह्यलं, तेव्हा त्यानं माझं नाक छाटण्याचा प्रयत्न केला. पण त्याच वेळी एका साहेबांनी त्याच्या पाठीत गोल्फची काठी मारली, म्हणून मी बचावले.''

रोशनची सरतपासणी संपवून ॲटर्नी जनरल कॉलिन्स खाली बसले. त्यानंतर आरोपीतर्फेचे वकील बॅ. बलसाडवाला उलटतपासासाठी उभे राहिले.

''रोशनबाई, तुम्हाला महाराजांनी महाराणी बनवलं; होय ना? रत्नमालादेवी महाराणीसाहेब!''

''हो!''

''आपणाला त्यांनी वेळोवेळी खूप दागिने दिले होते!''

''होते!''

''जवळजवळ पाच लाखांचे दागिने त्यांनी आपणाला दिले होते!''

''असतील! मी काही त्यांची किंमत केली नव्हती!''

''आपणाला जे दागिने महाराजांनी वेळोवेळी दिले होते, ते घेऊन तुम्ही दिल्ली स्टेशनवरून पळून गेलात!''

''मुळीच नाही. माझ्या जीविताला धोका होता, म्हणून मी दिल्ली पोलिसांचा आश्रय घेतला होता!''

''बरं, तुम्ही मुंबईला आल्यानंतर तुमचा आणि महाराजांचा पत्रव्यवहार चालूच होता?''

''पत्रव्यवहार नव्हता. महाराजांनी माझ्या तब्येतीची चौकशी करणारी एक-दोन पत्रं पाठवली होती. मीही तशीच एक-दोन उत्तरं पाठवली!''

''तुम्ही दिल्लीहून पळून गेल्यानंतर चोरीच्या आरोपाखाली तुम्हाला चंद्रपूरला पकडून नेण्यात येईल, ही भीती एकसारखी वाटत होती?''

“हो! ते ‘एक्स्ट्रॅडिक्शन’खाली मला चंद्रपूरला नेण्याचा प्रयत्न करतील, अशी मला भीती होती.”

“म्हणून तुम्ही आणि सलीमअल्ली वेळोवेळी कायदेशीर सल्ला घेत होता?”

“हो!”

त्यानंतर एस्. कृष्णनाथन् नायडू, हे रोशनच्या उलटतपासासाठी उभे राहिले.

“रोशनबाई, सलीमअल्ली हे नेहमी स्वसंरक्षणासाठी पिस्तूल बाळगत होते?”

“हो, पण त्या दिवशी त्यांच्या पिस्तुलात गोळ्याच नव्हत्या. कोणी तरी त्या जाणूनबुजून काढून ठेवल्या होत्या!”

“माझं म्हणणं असं आहे की, गुन्ह्याचे जागी जे हे २५ ‘कॅलिबरचं’ पिस्तूल सापडलेलं आहे, तेच सलीमअल्लीचं आहे. सलीमअल्लींनी ते पिस्तूल हसनवर झाडलेलं होतं. त्यांचा नेम चुकल्यानंतर आत्मसंरक्षणासाठी हसननं त्यांच्यावर गोळी झाडली!”

“चूक! सलीमअल्लीचं पिस्तूल उडालचं नाही. त्यात गोळ्या नव्हत्या!”

“त्या वेळी अंधार पडला होता. तुम्ही या हसनशिवाय दुसऱ्या कोणालाही ओळखलेलं नाही, असं माझं म्हणणं आहे!”

“अंधार मुळीच नव्हता!”

“तुमचे वडील रहिमतखान यांना रेसचा शौक आहे!”

“हो!”

“सलीमअल्लीबरोबर ते रेसला जायचे?”

“हो, जात होते.”

“त्या दोघांचे घेण्या-देण्यावरून बिनसले होते, म्हणून त्यांनी सलीमअल्लीवर मारेकरी घातले होते?”

“चूक! फक्त दवाखान्यात सलीम म्हणाले, तुम्हीच धोका दिलात अन् तेही वेदनेने व्याकूळ झाल्यामुळे म्हणाले! अब्बाजानचा या प्रकारात काहीएक संबंध नाही!”

ॲड. नायडूंनी रोशनला त्यानंतर अगदी मोजकेच प्रश्न विचारले. तिचा जास्त उलटतपास करण्यात अर्थ नव्हता. कारण ती जखमी झालेली होती आणि तिने सर्व प्रकार जवळून पाह्यलेला होता. स्त्री साक्षीदारांना जास्त छेडल्याने कधी कधी आरोपींच्या वकिलांना न्यायाधीशांची सहानुभूती गमावण्याची वेळ येते, हे ॲड. नायडू चांगल्या प्रकारे जाणून होते.

कोर्टाची वेळ संपल्याने त्या दिवसाचे कामकाज स्थगित झाले.

-०-०-०-

३३

अ‍ॅडव्होकेट विनयकुमार सक्सेना ज्या हॉटेलात उतरले होते, त्या हॉटेलात आरोपींचा बचाव करण्यासाठी नेमण्यात आलेली सर्व वकील-मंडळी चर्चेसाठी संध्याकाळी एकत्र आली. खटल्याला पैशाची कमतरता नव्हती. चंद्रपूरचा खजिना रिकामा झाला तरी चालेल, पण ही केस सुटायला हवी, असा महाराजांचा खास निरोप होता. त्याचप्रमाणे महाराजांना या खटल्यामध्ये कोणत्याही प्रकारे उपद्रव होणार नाही, हे पाहण्याची जबाबदारी वकील-मंडळींवर होती; परंतु खटल्याच्या पहिल्याच दिवशी न्यायाधीशांसह सर्वांची खात्री होऊन चुकली होती की, हे सर्व 'रामायण' घडलं, ते चंद्रपूरच्या महाराजांसाठीच! कायद्यानं संस्थानिकांना फौजदारी कोर्टात खेचता येणार नाही, असं संरक्षण दिलेलं होतं; पण त्या खटल्याची ज्यांना-ज्यांना माहिती होती, ती माणसं उघडपणे म्हणत होती, "चंद्रपूरचे महाराजच मुख्य आरोपी आहेत. हायकोर्टासमोर असलेल्या आरोपींमध्ये त्यांनाही आणणं इष्ट होतं." तशातच रोशनने पहिल्या दिवसाचं कामकाज संपण्यापूर्वी न्यायाधीश क्रंप यांना एक लेखी निवेदन दिलं. त्यात तिने विनंती केली की, 'ज्यांचे हात या गुन्ह्यात गुंतलेले आहेत, ते सर्व आरोपी कोर्टासमोर नाहीत. न्यायदानाचा हेतू सफल होण्यासाठी सर्वांना कोर्टासमोर आणलं जावं.'

प्रत्यक्ष महाराजांच्या नावाचा उल्लेख जरी त्या निवेदनात नसला, तरी ते निवेदन कोणाला उद्देशून आहे, हे 'जस्टिस' क्रंप यांना समजून चुकले होते. त्यांनादेखील ती गोष्ट खटकली होती, पण ब्रिटिश सरकारनं हिंदुस्थानात आपली राजसत्ता बळकट करण्यासाठी जी ध्येय-धोरणं आखली होती, त्यांत संस्थानिकांना दिलेलं फौजदारी खटल्याचं संरक्षण ही एक महत्त्वाची बाब होती. त्या धोरणाचा अर्थ स्पष्ट होता की, 'तुम्ही फक्त आमच्याशी प्रामाणिक राहा, मग तुमच्या हातून

काही अपराध घडला, तरी पर्वा नाही. हिंदुस्थानातील फौजदारी कोर्ट तुमच्या केसालाही धक्का लावणार नाही!' स्वत: चंद्रपुरात राहून रोशनला जबरदस्तीनं मुंबईतून पळवून आणण्याचा कट रचण्याचं धाडस महाराजांनी केलं ते त्या 'मायबाप सरकारच्या' आधारावरच!

पण हे जरी सत्य असलं, तरी त्या प्रकारात सलीमअल्लीचा खून झाल्यानं आणि जेफरसन हा ब्रिटिश सार्जंट जखमी झाल्यानं, त्या खटल्याला एक गंभीर स्वरूप प्राप्त झालं होतं. आरोपींचा बचाव कोणत्या प्रकारे करायचा, हे निश्चित झालेलंच होतं; पण तरीही रोज खटल्याचं काम संपलं की, सर्व वकिलांनी रात्रीच्या जेवणासाठी एकत्र यायचं, असं ठरलं होतं. त्या रात्रीही सर्व जण ॲड. विनयकुमार सक्सेना उतरलेल्या हॉटेलावर जमले होते.

बॅ. बलसाडवाला हे मुंबईतच प्रॅक्टीस करीत होते. त्यामुळे त्यांना मुंबईच्या सर्व भागांची संपूर्ण माहिती होती. गुन्ह्याचा प्रकार मुंबईत घडल्यानं, आरोपींचा बचाव करताना लागणारी मुंबई शहराची माहिती मिळवण्यासाठी, बॅ. बलसाडवाला यांचा फार उपयोग होणार होता.

ॲड. एस. कृष्णनाथन् नायडू म्हणाले, "मित्रहो, हा खटला आपणाला वाटतो तितका सोपा नाही. एक तर या खटल्यातली फिर्यादी रोशन ही जखमी झालेली आहे. याचा अर्थ, ती गुन्ह्याचे वेळी तिथं हजर होती, असा होतो. आरोपींच्या विरुद्धची दुसरी अतिशय वाईट गोष्ट म्हणजे, साक्षीदार सार्जंट जेफरसन हाही जखमी झालेला आहे. ब्रिटिश राज्यकर्त्यांची राजे-लोकांना कितीही सहानुभूती असली, तरी एक ब्रिटिश नागरिक आणि एक हिंदुस्थानातला राजा या दोघांमधला अधिक जवळचा कोण, हे ठरविण्याची वेळ जेव्हा येईल; तेव्हा राज्यकर्त्यांना निश्चितच ब्रिटिश नागरीक अधिक जवळचा वाटेल. Blood is thicker than water. (रक्ताचं नातं, हे अधिक जवळचं असतं.")

"आणि या खटल्यात अशा नात्यातल्या माणसाचं रक्तही सांडलं गेलेलं आहे!" ॲड. नरसिंगराव मध्येच म्हणाले.

"त्यात आरोपी गनी महंमद रिशालदार हा जागेवरच सापडलेला

आहे!'' ॲड. पारसनीस म्हणाले.

"हो. त्या मूर्खाला स्वत:च्या ताकदीचा फाजील अभिमान होता. सोल्जर्स आलेले पाहून बाकीचे सर्व आरोपी, पळून गेले, पण हा मूर्ख तरीही रोशनला खेचून नेण्याचा प्रयत्न करू लागला अन् सापडला! पोटात पिस्तुलाची गोळी घुसूनदेखील जेफरसननं त्याला पकडून बेशुद्ध पाडलं. कमाल आहे की नाही जेफरसनची?'' ॲड. नरसिंगराव म्हणाले.

"पण आपण झाल्या गोष्टींची चर्चा करण्यापेक्षा प्राप्त परिस्थितीनुसार कोणता मार्ग काढायचा, याचा विचार करायला हवा!'' ॲड. विनयकुमार सक्सेना म्हणाले.

"दॅट्स इट! अगदी बरोबर बोललात मिस्टर सक्सेना!'' बॅ. बल - साडवाला पुढे म्हणाले,

"आपण हसनअल्लीच्या बाबतीत 'सेल्फ डिफेन्स' (स्वसंरक्षणाचा बचाव) घ्यायचा, असं ठरवलेलं आहे; पण ते कोर्टाला कितपत मान्य होईल, याची शंकाच आहे!''

"मि. बलसाडवाला, त्याचं काय आहे, हसनअल्लीनं आपल्या जवळचं पॉइंट ३२ कॅलिबरचं पिस्तूल सार्जंट जेफरसनवर झाडलेलं आहे, पण अब्दुल गफारजवळ असलेले पॉइंट २५ कॅलिबरचं पिस्तुल सार्जंट फ्रँक क्लार्क यानं अब्दुलचा हात पिरगाळून ते त्याला तिथंच टाकणं भाग पाडलेलं होतं. आपणाला त्या पॉइंट २५ च्या पिस्तुलाबाबत असे म्हणता येईल की, ते पॉइंट २५ चं पिस्तूल हेच सलीमअल्लीजवळ होतं. रोशन म्हणते त्याप्रमाणे, सलीमजवळ मोकळं पिस्तुल नव्हतं, असं प्रतिपादन करता येईल!'' — ॲड. नरसिंगराव.

"दॅट्स इट! पण आपल्या विरुद्ध आणखीन एक अतिशय वाईट पुरावा पुढं येणार आहे, याची कल्पना आहे ना?'' — एस. कृष्णनाथन नायडू.

"होऽऽऽऽ!'' बॅ. बलसाडवाला म्हणाले, "सलीमअल्लीचा ड्रायव्हर बाबुलाल हा माफीचा साक्षीदार झालेला आहे. तो दीनानाथ चौधरींपासून ते अगदी हसनअल्लीपर्यंत सर्वांची नावं सांगणार आहे. दीनानाथ चौधरींनी

त्याला ओरिएंट हॉटेलमध्ये पाच हजार रुपये देण्याचं कबूल केलं होतं, हेही तो आपल्या कबुलीजबाबात निवेदन करणार आहे!''

''पण काय हो बॅ. बलसाडवाला, माफीच्या साक्षीदाराचा पुरावा हा सर्वसामान्य पुरावा समजला जाऊ नये; स्वत:ची कातडी बचावण्यासाठी आपल्या एके काळच्या सहकाऱ्यांना सुळी द्यायला तयार झालेला माणूस विश्वासास पात्र नसतो, असं अनेक न्यायप्रवीणांनी अधिकारवाणीनं प्रतिपादन केलेलं आहे ना?'' बॅ. पारसनीसनी शंका व्यक्त केली.

''अर्थात! ते जरी खरं असलं, तरी माफीच्या साक्षीदाराच्या पुराव्याला दुजोरा देणारा प्रचंड पुरावा या खटल्यात उपलब्ध आहे, त्याचं काय करायचं?'' — ॲड. नरसिंगराव.

''पण बाबुलाल शेवटपर्यंत सरकार पक्षाला प्रामाणिक राहील का? मी असं ऐकलं होत की, या बाबुलालन कबुली-जबाब देऊ नये, यासाठी महाराजांचे काही खास दूत प्रयत्न करताहेत!'' बॅ. पारसनीस म्हणाले.

''दॅट्स बॅड!'' बॅ. बलसाडवाला म्हणाले, ''साक्षीदार फोडून आपण हा खटला जिंकू, असा भ्रम आपल्यापैकी कोणीही बाळगू नये! जस्टिस क्रंप हा अत्यंत न्यायनिष्ठुर गृहस्थ आहे. इंग्लंडमध्ये असताना, राजाच्या एका जवळच्या नातेवाईकानं एका गरीब मुलीचा विनयभंग केल्याबद्दल त्याच्यावर खटला भरण्यात आला होता. तो याच जज् क्रंपसमोर चालला. त्याला एक वर्षाची सजा ठोठावली या क्रंपनी! त्या वेळी हाऊस ऑफ लॉर्ड्समधल्या अनेक सभासदांनी जस्टिस क्रंप यांच्यावर दबाव आणला होता, पण बहाद्दर बधला नाही! त्याने हाऊस ऑफ लॉर्डसमधल्या सभासदांविरुद्ध चीफ् जस्टिसकडे दबाव आणणाऱ्या तक्रार केली होती. मी त्या वेळी बार ॲट लॉचा अभ्यास करण्यासाठी लंडनमध्येच होतो. मला ते सर्व प्रकरण माहीत आहे!''

''मग तो चंद्रपूरच्या महाराजांना काय पुसणार हो? तरी मेहेरबानी महाराज कोर्टापुढे नाहीत!'' बॅ. पारसनीस म्हणाले.

त्यावर हातातल्या घड्याळाकडे पाहत विनयकुमार सक्सेना म्हणाले, ''जेवणाची वेळ होत आलेली आहे. तत्पूर्वी, मी आपणाला एकच सूचना देऊ इच्छितो की, या खटल्यात आपल्याविरुद्ध येणारा पुरावा 'व्हॉल्युमिनस'

(प्रचंड), असा आहे. आपण 'टोटल डिनायल' (गुन्ह्यासंबंधी आरोपींना काहीच ठाऊक नाही) अशा प्रकारचा बचाव करण्यात अर्थ नाही. वेळ प्रसंगी आपणास न्यायाधीशांकडे आरोपींना तरुण वय लक्षात घेऊन दया दाखवावी, अशीही याचना करावी लागेल. हसनअल्लीच्या बाबतीत आत्मसंरक्षणाचा बचाव घ्यायला हरकत नाही; पण तो कितपत मान्य होईल, याबाबत मी स्वत: साशंक आहे.''

त्यानंतर सर्व वकीलमंडळी जेवणासाठी उठली. बॅ. बलसाडवाला आणि ॲड. विनयकुमार सक्सेना यांनी ॲपिटायझर (भुकेचे औषध) म्हणून एक-एक पेग व्हिस्की घेतली.

सर्व वकिलांच्या जेवणाची आणि राहण्याची व्यवस्था चंद्रपूर महाराजां-मार्फत केली जात असल्याने कोणत्याही गोष्टीची कमतरता नव्हती. त्या पाच वकिलांचा रोजचा खर्च दोन-तीन हजारांच्या घरात होता. शिवाय त्यांना रोज प्रत्येकी एक हजाराप्रमाणे फी द्यावी लागणार होती, ती निराळीच!

दुसऱ्या दिवशी खटल्याचं कामकाज पुन्हा सुरू झालं. कोर्टात कालच्या इतकीच गर्दी होती. ज्युरीचे लोक आपापल्या जागेवर येऊन बसले. बरोबर अकराच्या टोल्याला जस्टिस क्रेंप आपल्या चेंबरमधून बाहेर आले. खटल्याची संपूर्ण पार्श्वभूमी रोशनच्या जबाबातून स्पष्ट झाल्याने, आता गुन्हा शाबीत करण्याच्या दृष्टीने सरकार पक्ष कोणकोणते साक्षीदार तपासणार आहे, याकडे सर्वांचे लक्ष लागून राह्यलं होतं.

चंद्रपूरचे बंदिवान झालेले दिवाण शशांक शर्मा यांना तपासलं जाईल, असं काल ॲटर्नी जनरल कॉलिन्स यांनी सांगितलं होतं. खरं म्हणजे, शर्माजींच्या साक्षीला तसं फार महत्त्व होतं. शिवाय रोशनच्या प्रकरणात त्यांना चार-सहा महिन्यांचा कारावास सहन करावा लागला होता. तेव्हा महाराजांवर ते चिडून असणार आणि सरकार पक्षाची बाजू ते भक्कम करणार, असा सर्वांचा समज होता. शर्माजींची साक्ष ऐकण्यासाठी सर्व जण आतुरले होते, पण सर्वांचीच निराशा झाली.

ॲटर्नी जनरल कॉलिन्स यांनी न्यायाधीशांना एक लेखी निवेदन

देऊन कळवलं की, दिवाण शशांक शर्मा सरकारतर्फे साक्ष देण्यास तयार नाहीत. त्यांची साक्ष रद्द झालेली आहे, असं समजण्यात यावं!

त्या निवेदनाने आरोपींचा बचाव करणाऱ्या वकिलांनादेखील आश्चर्याचा धक्का बसला. शर्माजी तत्त्वनिष्ठ होते. ते केवळ आरोपींना मदत व्हावी, म्हणून साक्षीस नकार देणाऱ्यांपैकी मुळीच नव्हते.

पण शर्माजींनी साक्षीला नकार दिला, तो निराळ्याच कारणाने. पोलिसांपुढे त्यांनी तो जबाब दिला होता, त्यात त्यांनी रोशनच्या धर्मांतराबाबत आपण का पुढाकार घेतला, हे सांगितलं होतं. त्यानंतर त्यांनी रोशन आणि महाराज यांच्यात मतभेद निर्माण झाल्यानंतर रोशनला पळून जाण्याचाही सल्ला दिल्याचे कबूल केले होते; पण हायकोर्टासमोर साक्षीसाठी उभं राहिल्यानंतर आरोपींचे वकील त्यांना अवांतर प्रश्न विचारून सतावणार होते आणि कदाचित महाराजांच्या दुर्वर्तनाचा पाढा वाचण्याची वेळ त्यांच्यावर येणार होती. ज्या चंद्रपूरच्या महाराजांना त्यांनी लहानाचं मोठं केलं, त्यांची जाहीर बदनामी करण्याचा प्रसंग आपल्यावर ओढवू नये, असं त्यांना मनापासून वाटत होतं आणि या एकमेव भूमिकेतून त्यांनी या खटल्यात साक्ष देण्याचं नाकारलं.

सकाळी जेव्हा ॲटर्नी जनरल कॉलिन्स यांनी त्यांना आपल्या ऑफिसमध्ये बोलावून त्यांची 'मेमरी रिफ्रेश' (जबाबाबद्दलच्या सूचना) करण्याचा प्रयत्न केला, तेव्हा शर्माजी म्हणाले होते, ''ॲटर्नीसाहेब, मला क्षमा करा. मी या खटल्यात साक्ष देऊ इच्छित नाही!''

''म्हणजे? कमालच करता तुम्ही!''

''त्याचं काय आहे की, गुन्हेगारांना शासन घडावं, असं मला अगदी मनापासून वाटतं.... पण तरीही माझ्या तोंडून नको ते सत्य बोलल जाईल आणि त्यामुळे भलतीच गुंतागुंत वाढेल!''

''मला सांगा ना इथं, काय सत्य बोलाल तुम्ही?''

''महाराजांच्या बाहेरख्यालीपणाबद्दल जर मी एक-एक गोष्ट सांगायला सुरुवात केली, तर निष्कारण तुमच्याच काही लोकांची बदनामी केल्यासारखं होईल!''

"असं? पण, मला तर त्या गोष्टी समजू द्यात?"

"ऐकायचंच आहे का?"

"हो!"

"मग ऐका तर—आमच्या महाराजांना बायकांचा अतोनात नाद आहे. तुमच्या दिल्लीच्या ऑफिसमधला रॉबिन्सन याची मेव्हणी सुसान ही महाराजांच्या समवेत मल्हारपेठच्या बंगल्यात धुमाकूळ घालीत होती. रॉबर्ट हाही तुमचाच माणूस. महाराजांच्यासाठी त्याची बायको जेन दिल्लीहून चंद्रपूरला यायची. हे तिला भेटायला दिल्लीला जायचे. या गोष्टी जर संतापाच्या भरात माझ्या तोंडून वदल्या गेल्या, तर काय परिणाम होईल; याचा थोडा विचार करा! तुम्ही, इंग्रज सरकारनेच या संस्थानिकांना लाडावून ठेवले. वेळ प्रसंगी नीती अनीतीची पर्वा न करता तुम्ही लोकांनी आपल्या बायका त्यांना उपभोगायला दिल्या. कशासाठी? तर, आपली सत्ता हिंदुस्थानात अबाधित राहावी, यासाठी! रोशनचं नाक छाटलं गेलं असतं किंवा सलीमअल्लीचा खून झाला असता, तरीही तुम्ही लोकांनी यावर पांघरूण घातलं असतं. आता तुमचाच माणूस जेफरसन जखमी झाला, म्हणून तुम्हा लोकांना नि:पक्षपाती न्यायदानाचा पुळका आलेला आहे!"

ॲटर्नी जनरल कॉलिन्सनी कपाळावर हात मारून घेतला आणि ते म्हणाले, "या गोष्टी जर तुम्ही हायकोर्टात बोलणार असाल, तर तुम्ही साक्ष देण्याचं नाकारलेलंच बरं!"

ऑफिसमध्ये घडलेलं हे संभाषण ॲटर्नी जनरल कॉलिन्स कोर्टासमोर आणू शकत नव्हते, किंवा ते आणणं इष्टही नव्हतं!

बऱ्याच जणांना वाटलं की, महाराजांनी शर्माजींना फितूर केलेलं आहे, म्हणून त्यांची साक्ष घेण्यात आलेली नाही.

त्यानंतर रहिमतखानची साक्ष झाली. ॲटर्नी जनरलनी त्याला विचारायला सुरुवात केली.

"शहनाजचा पहिला नवरा वारल्यानंतर तुम्ही तिच्याशी 'निकाह' लावलात!"

"हो!"

"पुढे?"

"पुढे मी आणि शहनाज चंद्रपूरला आलो..."

तिथपासून ते दिल्ली स्टेशनवर रोशनने ब्रिटिश सरकारच संरक्षण मागितलेल्या प्रसंगापर्यंत रहिमतखानने सर्व हकिगत निवेदन केली. नंतर त्याने गुन्ह्याच्या दिवशी संध्याकाळी आपण हुक्का ओढत बसलो असताना; रोशन, सलीमअल्ली आणि मॅथ्यूज जेवणासाठी मोटारीतून गेल्यापर्यंतची हकिगत निवेदन केली.

रहिमतखान हा प्रत्यक्ष पाहणारा साक्षीदार नव्हता. तरीही चंद्रपूरच्या महाराजांपासून काढून रोशनला सलीमअल्लीच्या ताब्यात देण्यापर्यंत रहिमतखानचाच हात असल्यानं त्याच्या साक्षीला एक प्रकारचं महत्त्व होतं.

आरोपीचे वकील विनयकुमार सक्सेना यांनी रहिमतखानच्या उलट-तपासाला सुरुवात केली.

"खानसाहेब, आपण तब्बलजी आहात?"

"हो."

"पण, अलीकडे आपण तो व्यवसाय बंद केलेला आहे?"

"हो."

"शहनाज बेगम यांचे तुमचे वारंवार मतभेद होत होते?"

"मुळीच नाही!"

"तुम्हाला रेसचा षोक आहे?"

"हो, आहे!"

"त्यामुळे तुम्हाला एकसारखी पैशांची गरज भासते?"

"मुळीच नाही! मी रेसमध्ये प्रत्येक वेळी कमाईच केलेली आहे! गेल्या साली मी दहा घोड्यांवर बेटिंग लावले होते, त्यांपैकी आठ जिंकले!"

त्यावर कोर्टात हास्याची एक सौम्य लाट पसरली.

"असं जर आहे, तर तुम्ही वेळोवेळी महाराजांच्याकडे पैशाची मागणी का करत होता?"

रहिमतखान हवेत हात उडवून म्हणाला, "मी कधी केली मागणी त्यांच्याकडे?"

"हे पाहा, ही पत्रं? तुम्हीच लिहिलीत की नाही? महाराजांना पैसे देण्याविषयी तुम्ही लिहिलेली ही सत्तावीस पत्रं आहेत!" हैदराबादहून रहिमतने महाराजांना पाठवलेली पत्रे रहिमतखानला नाकारणं अशक्य होतं.

"हे हस्ताक्षर कोणाचं?"

"माझंच आहे!"

"दॅट्स फाईन! शिवाय माझं म्हणणं असं आहे की, महाराजांच्या समोर उभं राहून पैसे मागायला तुम्हाला लाज वाटत होती, म्हणून तुम्ही चंद्रपुरात असतानादेखील महाराजांना चिठ्या पाठवत होता, पैशासाठी!"

यावर जस्टिस क्रंप यांनी विनयकुमार सक्सेनांना विचारलं,

"मिस्टर सक्सेना, साक्षीदार महाराजांच्याकडं पैसे मागत होता, या घटनेचा या प्रस्तुतच्या खटल्याशी काय संबंध आहे? रेलिव्हन्सी काय आहे?"

"मि. लॉर्ड, साक्षीदार हा नेहमी पैशाच्या विवंचनेत असायचा. महाराजांनी पैसे देण्याचं नाकारलं, म्हणूनच यानं रोशनला चंद्रपुरातून पळून जायला प्रवृत्त केलं आणि तिला सलीमअल्लीच्या हवाली केलं, हे मला सुचवायचं आहे!"

"आय सी ऽऽऽ! यू कॅन प्रोसीड. विचारा, जे काय विचारायचं असेल ते!"

विनयकुमारनी नंतर रहिमतखानला विचारलं,

"सलीमअल्लीवर हल्ला झाल्यानंतर तुम्ही दवाखान्यात गेला होता?"

"हो!"

"तिथं, तुम्हाला पाहून सलीमअल्ली म्हणाला, 'तूच मला धोका दिलास!' खरं ना हे?'

"खोटं आहे ते! सलीमअल्लीला वेदना होत होत्या. त्या वेदनेमुळे तो तसं काही तरी बरळला, पण ते सत्य नाही!"

"सत्य-असत्य काही असो, पण लॉरेन्स ऑलिव्हरनी तुम्हाला आणि तुमच्या पुतण्याला आठ दिवस अटक करून ठेवलं होतं?"

"पण, नंतर आम्हाला सोडून देण्यात आलं!"

"हे खरं आहे?" जस्टिस क्रंप यांनी अॅटर्नी जनरलना विचारलं. तेव्हा त्यांनी ते सत्य असल्याचं सांगितलं. तेव्हा जस्टिस क्रंप म्हणाले, "मिस्टर सक्सेना, आपण असं गृहीत धरू की, मयत सलीमअल्लींना रहिमतखानची शंका आली होती, तरीही तुमचा त्यामुळे काय फायदा होणार आहे? कोर्टासमोरचे आरोपी हे रहिमतखानच्या सांगण्यावरून मलबार हिलवर गेले होते, असे तुमचे म्हणणे आहे काय?"

जस्टिस क्रंप यांच्या प्रश्नाला विनयकुमार सक्सेना यांना समाधानकारक उत्तर देता आले नाही. रहिमतखानचा उलटतपास संपवून ते खाली बसले.

त्यानंतर गुन्हे ठिकाणचा पंचनामा करणारे पंच तपासले गेले. तिथे पडलेले रक्त आणि पॉइंट २५ कॅलिबरचे सापडलेले पिस्तूल पोलिसांनी जप्त करून घेतलं होतं.

आरोपीतर्फे उलटतपासात ते पिस्तूल सलीमअल्लीचं होतं, असं सुचवण्यात आलं. त्यानंतर पालेकर, सलढाणा, य. द. जोशी, पुण्याच्या श्रीकृष्ण भुवन लॉजचे मालक साळवेकर यांच्या साक्षी झाल्या. या सर्वांच्या साक्षीवरून गुन्हा घडण्याअगोदर दीनानाथ चौधरी, नितीन पाठारे, शैलेंद्र पवार हे लोक मुंबई व पुणे येथे सलीमअल्लीच्या हालचालींवर चार महिने लक्ष ठेवून होते, हे सिद्ध करण्याचा प्रयत्न केला गेला. त्यानंतर जिमी स्टॅन्ले यानं आपण पालेकरना पाच हजार रुपयांस लाल रंगाची मॅक्स्वेल गाडी विकल्याचं सांगितलं.

पण या खटल्यात एक चमत्कारिक गोष्ट अशी झाली होती की, लॉरेन्स ऑलिव्हरना ती लाल रंगाची गाडी कोठेच मिळाली नाही. आरोपींनी ती चंद्रपूरच्या तलावात बुडवून टाकल्याच्या अफवा उठल्या होत्या, पण कोर्टात अफवांना स्थान नसते. त्या गाडीचा तपास करणाऱ्या पोलीस अधिकाऱ्यांची साक्ष शेवटला व्हायची होती.

सर्वांत महत्त्वाची साक्ष झाली, ती त्या चार ब्रिटिश सैन्याधिकाऱ्यांची!

सार्जंट जेफरसन यानं आपल्या जबाबात सांगितलं,

"आम्ही चौघे जण गोल्फ खेळून ताजमहाल हॉटेलकडे चाललो होतो. ड्रायव्हिंगला बसला होता लेफ्टनंट पीटर मिचेल! आम्हापैकी कोणालाच

मुंबईची माहिती नव्हती. विचारत-विचारत आमची गाडी चालली होती. रस्ता चुकून आम्ही मलबार हिलवर गेलो. तिथं गेल्यावर आपण रस्ता चुकलो याची जाणीव झाली. आम्ही परत वळणार तोच समोर दोन मोटारी दिसल्या. पुढे लाल मॅक्स्वेल होती व मागे मॉरिस लॅंडो बॉडीची मोटार होती. फिर्यादी रोशनबाई हिला आरोपी नं. १ सोडून इतर आरोपी लाल रंगाच्या गाडीकडे खेचून नेण्याचा प्रयत्न करीत होते. मी बाईच्या मदतीसाठी गेलो, तेव्हा आ. नं. ४ याने माझे पोटावर पिस्तूल झाडले व तो पळून गेला.

"नंतर आरोपी नं. ७ हा बाईंना उचलून मॅक्स्वेल गाडीकड घेऊन जात असताना मी त्याला पकडले आणि बाईंची सुटका केली. त्याचे डोके भिंतीवर आपटल्यानंतर तो बेशुद्ध पडला. नंतर दोन आरोपी मॅक्स्वेल गाडी घेऊन पसार झाले. आम्हाला नंतर पोलिसांनी दवाखान्यात आणले!"

जेफरसनचा उलटतपास करणे हे अतिशय धोक्याचे काम होते. ते अ‍ॅड. एस. कृष्णनाथन नायडू यांनी स्वीकारले. त्यांनी जेफरसनला विचारायला सुरुवात केली.

"सार्जंट, तुम्ही तिथं येण्यापूर्वी काही आवाज ऐकले होते का?"

"कसले आवाज?"

"पिस्तूल किंवा बंदूक उडाल्याचे?"

"हो, तसे एक-दोन आवाज ऐकले; पण आम्हाला वाटलं आमच्या गाडीच्या पेट्रोलमध्ये कचरा अडकल्यामुळे 'मिस फायर' झाले की काय? पण तसा काही प्रकार घडलेला नव्हता. आवाज ऐकला तो पिस्तूल उडाल्याचाच होता!"

यावर जस्टिस क्रंपनी विचारलं,

"हा प्रश्न विचारण्याचा आपला हेतू नाही समजला मला, मि. नायडू?"

"माय लॉर्ड, सलीमअल्लींनी आरोपी हसनवर स्वतःच पिस्तूल झाडल होत आणि म्हणून हसनला स्वसंरक्षणासाठी त्याच्यावर गोळी झाडावी लागली होती, असा माझा बचाव आहे!"

त्यावर जस्टिस क्रंप किंचित हसून म्हणाले, "पण साक्षीदार जेफरसनवर,

पिस्तूल का झाडलं गेलं? का तेही स्वसंरक्षणासाठीच?''

न्यायाधीशांच्या याही प्रश्नाला नायडूंना उत्तर देता आलं नाही.

त्यानंतर मेडिकल इव्हिडन्स (डॉक्टरांचा पुरावा) झाला. त्यात डॉक्टरांनी रोशनला आणि जेफरसनला झालेल्या जखमांबद्दल सांगितलं. त्याच डॉक्टरांनी सलीमअल्लींच्या प्रेताचं पोस्टमॉर्टम केलं होतं. त्यांच्या साक्षींना आरोपीतर्फे फारसं आव्हान देण्यात आलं नाही.

त्यानंतर ज्या साक्षीदाराला पाहण्यासाठी सर्व जण आतुरले होते, तो सलीमअल्लींचा ड्रायव्हर सरकारतर्फेचा माफीचा साक्षीदार बाबुलाल याला कोर्टासमोर आणण्यात आलं.

ॲटर्नी जनरलनी त्याची सरतपासणी सुरू केली अन् तत्काळ त्यांच्या लक्षात आलं की, बाबुलाल होस्टाईल (फितूर) झालेला आहे. खालच्या कोर्टात दिलेला कबुलीजबाब तो हायकोर्टासमोर देण्यास टाळाटाळ करू लागला. ॲटर्नी जनरलना अगदी त्या दिवशी सकाळीदेखील त्यानं आश्वासन दिलं होतं, ''जे काही घडलेलं आहे, ते सर्व कोर्टात सांगेन.'' पण ऐन वेळी तो पालटला. ॲटर्नी जनरल यांनी विचारलेल्या प्रत्येक प्रश्नाला तो बगल देऊ लागला, विपर्यस्त अशी विधाने करू लागला. शेवटी तर त्याने कहरच केला. त्याने गुन्ह्याचा तपास करणारे पोलीस अधिकारी लॉरेन्स ऑलिव्हर यांच्या दडपणामुळे मला खालच्या कोर्टासमोर कबुलीजबाब द्यावा लागला, असा त्याने खुलासा केला. आपण स्वत: निरपराध असून कोर्टासमोर असलेल्या एकाही आरोपीला आपण ओळखत नसल्याचे विधान त्याने केले.

ॲटर्नी जनरलनी जस्टिस क्रंप यांना लेखी अर्ज देऊन माफीचा साक्षीदार फितूर झाल्याने आपल्याला त्याची उलटतपासणी करण्याची परवानगी मिळावी, अशी विनंती केली. न्यायाधीशांनी तो अर्ज मान्य केला. ॲटर्नी जनरलना बाबुलालचा उलटतपास करण्याची परवानगी दिली. शेवटच्या घटकेपर्यंत बाबुलाल सरकारच्या वतीने साक्ष देईल, अशी खात्री असल्यामुळे ॲटर्नी जनरल कॉलिन्स त्याच्या भरवशावर विसंबून राह्यले होते. ऐन वेळी परिस्थितीत बदल झाल्याने न डगमगता त्यांनी बाबुलालचा उलटतपास

करायला प्रारंभ केला.

"बाबुलाल, तू मॅजिस्ट्रेटसमोर शपथ प्रतिज्ञेवर जबाब दिलेला होतास; तेव्हा तू लॉरेन्स ऑलिव्हर यांनी तुझ्यावर दडपण आणल्याचं, का सांगितले नाहीस?"

"तसं सांगशील, तर तुला मोकळा सोडणार नाही, अशी ऑलिव्हरसाहेबांनी मला धमकी दिली होती. त्यांच्या दडपणाखाली मी तसा जबाब दिला होता!"

"आज तुला त्यांची भीती वाटत नाही?"

"नाही. माझ्या जबाबामुळे कोणा निरपराध माणसाला शासन घडावे, असे मला वाटत नाही!"

"असं? ठीक आहे! तू सलीमअल्लींचा ड्रायव्हर आणि बॉडीगार्ड अशी दुहेरी कामं करीत होतास?"

"होय."

"मलबार हिलवर तू चालवत असलेल्या गाडीसमोर लाल रंगाची मॅक्स्वेल गाडी येऊन थांबल्यावर तू आपली गाडी बाजूने काढून पुढे निघून जाण्याचा प्रयत्न का नाही केलास?"

"ते शक्य नव्हतं. मॅक्स्वेल गाडी माझ्या गाडीला जवळ-जवळ खेटूनच थांबलेली होती."

"रिव्हर्स घ्यायचा होतास?"

"मला काय होतंय, हे समजण्याच्या आतच पिस्तुलांचे आवाज कानावर आले. मी घाबरून दार उघडून पळून गेलो. माझ्या मागोमाग क्लीनर महंमद हुसेनही पळत आला."

"तू सलीमअल्लींचा शरीरसंरक्षक होतास; मग पळून का गेलास?"

"ते लोक जास्त होते. शिवाय त्यांच्याजवळ हत्यारं होती. मी आणि महंमद हुसेन दोघे जण त्या शस्त्रसज्ज लोकांशी मुकाबला करूच शकलो नसतो!"

"सार्जंट जेफरसननी हातात काही नसताना, पोटात पिस्तुलाची गोळी घुसल्यानंतरदेखील आरोपी गनी महंमद रिशालदाराला पकडला!"

"साहेब, लोक केव्हा आले, ते मला माहीतच नाही!"

"बाबुलाल, तू सलीमअल्लींच्या घरात मोकळेपणानं वावरत होतास?"

"हो! पण त्यांच्या बेडरूमकडे जात नव्हतो!"

"ते मी विचारलेले नाही. तुझा त्यांच्या घरी मुक्त संचार होता आणि तू गुन्हा घडण्याच्या दिवशी सलीमअल्लीच्या पिस्तुलातल्या गोळ्या काढून ठेवल्या होत्यास!"

"मुळीच नाही!"

"तसंच, त्या दिवशी सलीमअल्ली रोशनसहित वाळकेश्वरला जेवणासाठी जाणार होता, ही गोष्ट तू आरोपींना सामील होऊन सांगितलेली होतीस."

"मी महंमद हुसेन याच्याशिवाय इथल्या कोणाला ओळखतच नाही!" आरोपींच्या पिंजऱ्याकडे पाहत बाबुलाल उद्‌गारला.

"हे पाहा बाबुलाल, या कोर्टासमोरील आरोपींनी तुला पाच हजार रुपये द्यायचे कबूल केले होते. त्यापैकी ॲडव्हान्स म्हणून तुला तीन हजार रुपये रोख दिले होते. तू या सर्व आरोपींशी संगनमत करून रोशनला पळवून नेण्याच्या कटात सामील झाला होतास, असं माझं म्हणणं आहे!"

"ते साफ चूक आहे! प्रत्येक माणसाला आपला जीव प्यारा असतो, तसा मलाही आहे. म्हणून हल्ल्याच्या वेळी मी पळून गेलो. मला या कटाची काहीही माहिती नाही."

बाबुलालचा उलटतपास संपवून ॲटनी जनरल खाली बसले. खटल्याला मिळालेल्या अनपेक्षित कलाटणीमुळे ते काहीसे नाराज झाले होते.

त्यानंतर सरकार पक्षाचे शेवटचे साक्षीदार, गुन्ह्याचा तपास करणारे पोलीस अधिकारी लॉरेन्स ऑलिव्हर हे साक्षीदाराच्या पिंजऱ्यात येऊन उभे ठाकले. ऑलिव्हर फार उंच नव्हते, पण त्यांचे डोळे विलक्षण भेदक होते. भव्य कपाळ, सरळ नाक आणि ओठावरच्या मिशांना त्यांनी तलवार कट मारलेला होता. सोनेरी केस व्यवस्थित बसवलेले होते.

साक्षीदाराच्या पिंजऱ्यात येताच त्यांनी टाचा जुळवून न्यायाधीशांना सॅल्यूट ठोकला. जस्टिस क्रंप यांनी नेत्रसंकेताने व किंचित हास्य व्यक्त करून त्यांच्या सॅल्यूटचा स्वीकार केला. स्कॉटलंड यार्ड इथं खास प्रशिक्षण

घेतलेल्या लॉरेन्स ऑलिव्हर यांच्याकडे सलीमअल्ली खून प्रकरण तपासासाठी सोपवण्यात आले होते आणि त्यांच्यावर टाकलेली ती जबाबदारी त्यांनी समर्थपणे पार पाडली होती. त्यांच्या चेहऱ्यावर आत्मविश्वास होता.

अॅटर्नी जनरल कॉलिन्स यांनी त्यांची सरतपासणी घेण्याला सुरुवात केली

"मिस्टर ऑलिव्हर, आपण या गुन्ह्याचा तपास केलेला आहे?"

"यस सर!"

"आपणाला खबर केव्हा मिळाली?"

"त्या दिवशी रात्री आठच्या सुमारास मी ऑफिसमध्ये असताना प्रथम मला फोनवर बातमी मिळाली की, मलबार हिलवर दंगल झाली असून त्या वेळी तिथं पिस्तुलानं दोन लोक जखमी झालेले असून एका स्त्रीच्या कपाळावर जंबियाचा वार करण्यात आलेला आहे. जखमींना के. ई. एम. हॉस्पिटलमध्ये हलवण्यात आलेलं आहे, असंही मला फोनवर सांगण्यात आलं."

"मग आपण काय केलंत?"

"प्रथम मी तत्काळ के.ई.एम. मध्ये गेलो. तिथ गेल्या-गेल्या समजलं की, गोळीबारात जखमी झालेले सलीमअल्लींचे प्राणोत्क्रमण झाले आहे व सार्जंट जेफरसन यांच्या पोटावर शस्त्रक्रिया सुरू आहे. गुन्ह्याच्या जागी पकडलेला आरोपी गनी महंमद रिशालदार बेशुद्ध असून त्याच्यावर उपचार सुरू आहेत."

"आणखीन काय समजलं?"

"त्या वेळी जंबियाचा वार लागून जखमी झालेली स्त्री रोशनआरा बेगम हिच्यावर औषधोपचार सुरू होता. मी बेगमना भेटलो. पण त्या वेळी त्या 'शॉक'मध्ये होत्या. घडलेल्या प्रकारामुळे त्यांना जबरदस्त असा मानसिक धक्का बसलेला होता. डॉक्टरांच्या परवानगीने मी त्यांची फिर्याद नोंदवून घेण्याचे ठरवले."

"पुढे?"

"मी त्यांना घडलेल्या प्रसंगाबद्दल सांगण्यासाठी विनंती केली. पण

त्या बोलण्याच्या अवस्थेत नव्हत्या. शेवटी मी त्यांना म्हणालो, गुन्हेगारांना शोधण्यासाठी आपण फिर्याद देण्याची आवश्यकता आहे! त्यावर त्या म्हणाल्या, जे व्हायचं ते होऊन गेलं आहे. आता फिर्याद घेऊन काय करता? त्यावर मी त्यांना समजावून सांगितलं की, फिर्याद देण्यास जितका विलंब होईल, तितक्या आरोपींना पकडण्यात अडचणी निर्माण होतील. शेवटी त्यांच्यावर इलाज करणारे डॉक्टर म्हणाले, बाई, तुम्ही जाणकार आहात, जे घडलं आहे, ते सांगून टाका!

"त्यानंतर रोशनबाईंनी मला हकिगत सांगायला सुरुवात केली. इन्स्पेक्टर जांभळे यांनी ती उतरून घेतली. त्यावर बाईंनी सही केली."

"ही बघा—हीच का ती फिर्याद?"

अँटर्नी जनरलनी ऑलिव्हरना फिर्याद दाखवली. त्या फिर्यादीच्या डाव्या कोपऱ्यात समक्ष म्हणून लॉरेन्स ऑलिव्हर यांचीही सही होती. याच फिर्यादीवर रोशनवर उपचार करणाऱ्या डॉक्टरांनीही सही केली होती. वर सही करण्यापूर्वी शेरा मारलेला होता—'पेशंट रोशनआरा बेगम या पूर्ण शुद्धीत असून, फिर्याद देण्याच्या मन:स्थितीत आहेत.'

"होय, हीच ती."

"पुढे?"

"फिर्यादीवर सही करण्यापूर्वी ती फिर्याद त्यांना वाचून दाखवण्यात आली. तीमधला मजकूर बरोबर आहे याची खात्री झाल्यावर त्यांनी त्यावर सही केलेली आहे. एक्झिबीट थर्टिसिक्स (निशाण छत्तीस) हीच ती फिर्याद आहे!"

"पुढे?"

"मी ती फिर्याद तत्काळ पोलीस स्टेशनला पाठवून १४७, १४८, १४९, ३०२, ३०७, ३६६, २०१, १२० (ब) खाली गुन्हा रजिस्टर करून घेतला आणि मलबार हिलवर गुन्ह्याच्या जागी तत्काळ गेलो. त्या वेळी रात्रीचे दहा वाजले असल्याने जागेवर आठ कॉन्स्टेबल्स 'वॉच'साठी नेमले व गुन्ह्याच्या जवळपासच्या चार लोकांचे जबाब घेतले. त्यात त्यांनी एक लाल रंगाच्या मॅक्स्वेल गाडीने मॉरिस गाडी अडवली व गुन्ह्याचा प्रकार

केल्याचे सांगितले; पण त्यापैकी कोणीही आरोपीला ओळखले नसल्याचे सांगितले.''

''त्यानंतर?''

''त्यानंतर मी सार्जंट जेफरसन यांच्या समवेत असलेले सार्जंट फ्रँक क्लार्क, लेफ्टनंट मार्टिन, लेफ्ट. पीटर मिचेल यांचे जबाब घेतले. त्यात त्यांनी सहा लोकांनी हा प्रकार केल्याचे सांगितले व ते दाखवल्यास ओळखू, असे म्हणाले!''

''दॅट्स इट! नंतर काय केलंत?''

''फिर्यादी बाईंनी सहाही जणांची नावे सांगितली होती व त्यांच्या गाडीचा ड्रायव्हर बाबुलाल आणि क्लीनर महंमद हुसेन हे पळून गेल्याचं सांगितलं होतं, म्हणून त्यांना शोधून त्यांचा जबाब घेण्याचे ठरवलं.''

''पुढे?''

''पुढे, माझ्या तपासात बाबुलाल आणि महंमद हुसेन हे सलीमअल्लींचे अनुक्रमे ड्रायव्हर आणि क्लीनर त्या कटात सामील असल्याचे निष्पन्न झाल्याने मी त्यांनाही अटक केली. अटक केल्यानंतर बाबुलालने गुन्ह्याची कबुली दिली व कटाची माहिती दिली. त्याला मॅजिस्ट्रेटसमोर हजर केला. त्याने मॅजिस्ट्रेटसमोरही गुन्ह्याच्या कटाची कबुली दिली!''

''यस, पुढे?''

''मी गव्हर्नरसाहेबांची परवानगी घेऊन चंद्रपूरला तत्काळ रवाना झालो. तत्पूर्वी साक्षीदार पालेकर यांचा जबाब घेतला होता. चंद्रपुरात मी नितीन पाठारे, शैलेंद्र पवार, हुजऱ्या शिवराम, महाराजांचे ड्रायव्हर्स हसनअल्ली आणि अब्दुल गफार यांना अटक केली. दिवाण शशांक शर्मा यांच्या तत्काळ सुटकेच्या, गव्हर्नरनी दिलेल्या आदेशानुसार त्यांची चंद्रपूरच्या जेलमधून सुटका करण्यात आली.''

''पुढे?''

''पकडलेल्या पाच आरोपींची मेडिकल तपासणी केली. त्यात त्यांच्या अंगावर गोल्फच्या काठीचे वळ उठल्याचे दिसले. शिवराम आणि शैलेंद्र यांच्या अंगावर खरचटलेल्या जखमा होत्या!''

यावर ॲटर्नी जनरल कॉलिन्स यांना जस्टिस क्रंप म्हणाले, "इज इट नेसेसरी टू टेक ऑल द डिटेल्स? (या साक्षीदारांकडून हे सर्व तपशील वदवून घेण्याचे प्रयोजन आहे काय?) गुन्ह्यासंबंधी माहिती देणारे सर्व साक्षीदार तुम्ही तपासलेले आहेतच की."

"ते खरंय मिलॉर्ड, पण तपासी अंमलदार या नात्याने त्यांनी काय काय केलं, हे सांगणं अवश्य आहे, असं मला वाटतं!"

"ओ के! पण जबाबात काय काय निष्पन्न झाले, हे तपासी अम्मलदाराकडून वदवून घेण्याची जरुरी नाही."

"यस् मि.लॉर्ड!" लॉरेन्स ऑलिव्हर यांच्याकडे वळून, नंतर ॲटर्नी जनरलनी विचारलं, "पुढे?"

"पुढे, मी त्या लाल रंगाच्या मॅक्स्वेल गाडीचा शोध घेण्याचा प्रयत्न केला, पण ती मिळाली नाही. बहुधा आरोपींनी पुरावा नष्ट करण्यासाठी मोटार नष्ट केली असावी."

"आय ऑब्जेक्ट टू धिस! मि. लॉर्ड, माझे या विधानाला आक्षेप आहेत!" आरोपींचे वकील विनयकुमार सक्सेना उठून उभे राहून म्हणाले, "साक्षीदार आपले अंदाज व्यक्त करीत आहेत आणि त्याद्वारे ज्युरीचे व आपले मत कलुषित होण्याची शक्यता आहे."

"ऑब्जेक्शन अपहेल्ड! (हरकत मान्य करण्यात आलेली आहे.) मिस्टर ॲटर्नी जनरल, आपण फक्त फॅक्ट्सबाबत विचारा."

"यस मि. लॉर्ड! बर, पुढे आपण काय काय केलंत, मिस्टर ऑलिव्हर?"

"मी चंद्रपूरचे पोलीसप्रमुख आरोपी नं. १ दीनानाथ चौधरी यांना अटक केली. तेच या गुन्ह्याचे सूत्रधार आहेत, असं माझ्या तपासात निष्पन्न झाले होते."

"पुढे?"

"नंतर, माझ्या तपासात असे निष्पन्न झाले की, आरोपी नं. १ ते ६ हे गुन्हे घडण्याच्या अगोदर चार महिने मुंबई व पुणे येथे येऊन सलीमअल्ली आणि रोशनआरा बेगम यांच्या हालचालींवर लक्ष ठेवीत होते. ओरिएंट

हॉटेलचे सालढाणा, एम्पायर हॉटेलचे य. द. जोशी, पुण्याच्या श्रीकृष्ण भुवन लॉजचे साळवेकर यांचे तपास टिपण केलं. लाल रंगाची मॅक्स्वेल पालेकरनी चंद्रपूरच्या महाराजांच्यासाठी जिथून खरेदी केली होती, त्या जिमी स्टॅन्ले या मोटार-विक्रीच्या एजंटांना तपासले.''

''पुढे?''

''गुन्हा घडलेल्या दिवशी आरोपी नं. १ ते ३ हे रेल्वेने चंद्रपूरला रवाना झाल्याचे समजले. तेव्हा त्या दिवशी कलकत्ता मेलच्या पहिल्या वर्गाच्या प्रवाशांची नावे मिळवून त्यांचेही जबाब घेतले. त्या प्रवाशांनी आरोपी नं. १ ते ३ यांना ओळखले आहे.''

''पुढे?''

''गुन्हा घडलेल्या दिवशी रात्री पालेकरनी चंद्रपूरच्या महाराजांना एक तार पाठवली होती. त्या तारेत त्यांनी 'एक घोडा सापडला व तीन घोडे साधारण जखमी झालेत', असे शब्द वापरले होते. याचा अर्थ, आरोपी गनी महंमद रिशालदार हा जागेवरच सापडला व नितीन पाठारे, शैलेंद्र पवार आणि हसनअल्ली यांना जखमा झालेल्या आहेत, असाच निघतो.''

''बरं, पुढे?''

''पुढे, या सर्व प्रकरणाचा तपास पूर्ण झाल्यानंतर मी मॅजिस्ट्रेट कोर्टात चार्जशीट दाखल केले. त्यावर माझी सही आहे.

त्यानंतर आरोपींतर्फेचे वकील बॅ. बलसाडवाला हे लॉरेन्स ऑलिव्हर यांचा उलटतपास करायला उभे राहिले.

''मिस्टर आलिव्हर, ज्या वेळी तुम्ही रोशनबाईंची फिर्याद नोंद करून घेतली, त्या वेळी त्या अर्धवट शुद्धीत आणि अर्धवट बेशुद्धीत होत्या!''

''मुळीच नाही. त्या पूर्ण शुद्धीत होत्या. मला कोर्टात असा प्रश्न विचारला जाणार, याचा अंदाज असल्यामुळे, त्या वेळी तिथं हजर असलेल्या डॉक्टरांना त्या शुद्धीत असल्याबद्दल मी 'सर्टिफाय' करायला सांगितलं होतं, त्याप्रमाणे त्यांनी दाखला दिलेला आहे.''

त्यावर कोर्टात काहीशी कुजबुज उठली. काही जणांनी लॉरेन्स ऑलिव्हर यांच्या अंदाजाचे कौतुक केले.

"बरं. मिस्टर ऑलिव्हर, तुम्ही या कामात आयडेंटिफिकेशन परेड का नाही घेतलीत?"

"रोशनबाईंनी आपल्या फिर्यादीत सर्व हल्लेखोरांना ओळखले होते. शिवाय पालेकर, सलढाणा, य. द. जोशी, साळवेकर यांनीही जबाबात यातील आरोपी नं. १ ते ६ यांची नावं सांगितली होती. ओळखपरेड करायची गरज असते केव्हा आरोपींची नावे ठाऊक नसतात किंवा त्यांची ओळख नसते, तेव्हाच!"

"माझं म्हणणं असं आहे की, तुम्हाला या सहाही आरोपींची नावं रोशनबाईंनी सांगितली नसून, ती रहिमतखान यांच्या सांगण्यावरून लिहिलेली आहेत!"

"मुळीच नाही! ती नावं रोशनबाईंनीच स्वत: सांगितलेली आहेत!"

"जखमी सलीमअल्लींनी दवाखान्यात रहिमतखानला पाहून आरोप केला होता की, तुम्हीच मला धोका दिलात, असा?"

"हो, माझ्याही तपासात ते निष्पन्न झालं होतं. पण त्यात काही तथ्य नव्हतं! मी रहिमतखानचा या प्रकरणात हात आहे का याची सखोल अशी चौकशी केली. त्याला पंधरा दिवस रिमांडवरही घेतला होता, पण त्या चौकशीत काहीही निष्पन्न न झाल्याने त्यांना सोडून देण्यात आलं!"

"मिस्टर ऑलिव्हर, पालेकर, सलढाणा, य. द. जोशी, साळवेकर या लोकांना दम देऊन तुम्ही त्यांचे जबाब घेतलेले होते!"

"आय ॲम द लास्ट पर्सन टू डू दॅट! मी कधीही असलं घाणेरडं काम करणार नाही!"

"बरं, गुन्ह्याच्या जागी पॉइंट २५ कॅलिबरचं दोन गोळ्या उडालेलं पिस्तूल पडलेलं सापडलं होतं?"

"हो, ते अब्दुल गफारनं हवेत झाडलं होतं, जमलेल्या लोकांनी पुढं येऊ नये म्हणून; पण लेफ्ट. पीटर मिचेलनं त्याचा हात धरून पिरगळल्यामुळं त्यानं ते खाली टाकून दिलं होतं! सलीमअल्लीचे पिस्तूल मोकळं होतं. त्यात गोळ्याच नव्हत्या!"

"हसनवर मयत सलीमअल्लींनी गोळ्या झाडल्या म्हणून

आत्मसंरक्षणासाठी हसननं त्यांच्यावर पिस्तूल झाडलं असण्याची शक्यता आहे!''

त्या प्रश्नावर जस्टिस क्रंप म्हणाले,

''मि. बलसाडवाला, ही इज नॉट ऑन आय विटेनस, (हे प्रत्यक्ष पाहणारे साक्षीदार नाहीत.) यांना तो प्रश्न विचारून काय फायदा?''

''यस मि. लॉर्ड, आय गो टु अनादर पॉइंट! हे पाहा, मिस्टर ऑलिव्हर, त्या वेळी अंधार पडलेला होता. दहा हातांवरचा माणूस दिसणं अशक्य होतं, असं तुमच्या तपासात निष्पन्न झालं होतं. पण, तुम्ही केवळ फिर्यादीने ती नावे नमूद केली, म्हणून बाकीच्या साक्षीदारांच्या तोंडी ती नावे घातलेली आहेत.

''या खटल्यात प्रत्यक्ष पाहणारे साक्षीदार सलीमअल्लींचे पी. ए. श्री. मॅथ्यूज यांना तुम्ही का नाही तपासलं?''

''ही केस सुरू होण्यापूर्वी त्यांना पॅरॅलिसिसचा अटॅक आलेला आहे. ते कोर्टात येऊन साक्ष देण्याच्या स्थितीत नाहीत!''

''या खटल्यात आरोपींना ओळखणारे स्वतंत्र असे साक्षीदार कोणीही नाहीत?''

''प्रकार घडल्याचे सांगणारे बाहेरचे अनेक साक्षीदार होते, पण त्यांपैकी कोणीही आरोपींना ओळखू शकत नसल्याने, त्या मुद्द्यावर त्यांची साक्ष घेण्यात आलेली नाही!''

''दॅट्स ऑल, मि. लॉर्ड!''

आरोपींतर्फे जरी पाच वकील असले, तरी त्या सर्वांनुमते प्रत्येक साक्षीदाराचा उलटतपास कोणी करायचा, हे अगोदरच ठरले असल्याने त्या दिवशी लॉरेन्स यांचा उलटतपास बॅ. बलसाडवाला यांनी केला.

त्यानंतर कोर्ट उठले.

-०-०-०-

३४

दुसऱ्या दिवशी दोन्ही बाजूंच्या वकिलांची भाषणे व्हायची होती. पहिल्या दिवसापासून खटल्याचे कामकाज ऐकणारे श्रोते हजर होतेच; पण रोज वर्तमानपत्रांमधून जाहीर होणारा खटल्याचा वृत्तांत ऐकून आज अधिक लोक जमले होते.

ॲटर्नी जनरलनी आपल्या भाषणास सुरुवात केली. ते म्हणाले,

''मि. लॉर्ड, या खटल्यातले हे आरोपी नं. १ ते ७ हे चंद्रपूरच्या महाराजांच्या नोकरीत होते, तर आरोपी नं. ८ व ९ हे सलीमअल्लीचे अनुक्रमे ड्रायव्हर आणि क्लीनर आहेत! या सर्वांनी मिळून रोशनआरा बेगम यांना पळवून नेण्याचा कट रचला. आरोपी नं. १ ते ३ यांनी ओरिएंट हॉटेल मुंबई येथे आ. नं. ९ यास पाच हजार रुपये देण्याचे कबूल केले. आ. नं. ९ बाबुलाल याने इतर आरोपींना सलीमअल्ली आणि रोशन यांच्या हालचालींची माहिती देण्याचे कबूल केले होते. गुन्हा घडलेल्या दिवशी...''

ॲटर्नी जनरल यांनी त्यानंतर गुन्ह्याचा प्रकार निवेदन करून म्हटलं, ''सार्जंट जेफरसन जर त्या ठिकाणी आले नसते, तर कदाचित या गुन्ह्याचा तपास लागणे कठीण झाले असते. या गुन्ह्यात आरोपींच्या विरुद्ध कट केल्याचा अन् रोशनला पळवून नेण्याचा प्रयत्न केल्याचा गुन्हा शाबीत झालेला आहे. सलीमअल्लींचा खून जरी एकट्या हसन केला असला, तरी हे सर्व आरोपी सामुदायिक इराद्याने तिथं जमले असल्याने प्रत्येक जण सलीमअल्लींच्या खुनाबद्दल दोषी आहे! सर्वच्या सर्व आरोप आरोपींवर सिद्ध झाले असल्याने, त्यांना जास्तीत जास्त शिक्षा व्हावी, ही विनंती आहे.''

त्यानंतर आरोपींतर्फेचे वकील विजयकुमार सक्सेना

भाषण करण्यासाठी उभे राहिले. ते म्हणाले,

"मे इट प्लीज, मि. लॉर्ड —

"या खटल्यातला पुरावा प्रामुख्याने परिस्थितीजन्य आणि काही प्रमाणात प्रत्यक्ष गुन्हा बघणाऱ्या साक्षीदारांचा असा आहे. हा पुरावा अतिरंजित, खोटा आणि बुद्धीला न पटणारा असा आहे. एक तर या खटल्यात हेतूचा पुरावा सिद्ध करणारे साक्षीदार शशांक शर्मा—दिवाण ऑफ चंद्रपूर हे तपासले गेले नाहीत. मॅथ्यूज यांना पॅरॅलिसिस झालेला आहे, असं सांगण्यात आलेलं आहे. पण तसं मेडिकल सर्टिफिकेट कोर्टासमोर नाही. दुसरी गोष्ट — सरकार पक्ष ज्या माफीच्या साक्षीदारावर—बाबुलालवर अवलंबून होता, तो बाबुलाल खटल्यासंबंधी काहीही सांगत नाही. आता राहता राहिला पुरावा म्हणजे कटाचा आणि रोशन यांचा. कटाचा पुरावा काल्पनिक आणि खोटा आहे, असं माझं म्हणणं आहे. कारण हे हॉटेलवाले सलढाणा, य. द. जोशी, साळवेकर ही माणसं खोटी साक्ष देतात, असं माझं स्पष्ट म्हणणं आहे. रोज हॉटेलात अनेक लोक येणार नि जाणार. मग तीन-चार महिन्यांपूर्वी हेच आरोपी आमच्याकडे उतरले होते आणि आरोपी नं. ९ हा तेथे आला होता; हे जे हॉटेलवाले सांगतात, ते सर्वस्वी काल्पनिक आहे!

"राहता राहिला पुरावा म्हणजे रोशनचा! चंद्रपूरच्या महाराजांचे लाखो रुपयांचे दागिने पळवून नेणाऱ्या या स्त्रीवर विश्वास ठेवायचा की नाही, हे आपण ठरवायचे आहे. पण माझी नम्र विनंती आहे की, रोशनच्या शब्दाला किंमत देऊ नये! ज्या महाराजांनी यांना धर्मांतर करून महाराणी केलं, सोबत विलायतेला नेलं, राज्ञीपदाची सर्व सुखं त्यांच्या पायी लोळण घेत असताना त्यांना महाराजांचे दागिने चोरायची दुर्बुद्धी झाली. ते काही असो. पण या बाईंनी सलीमअल्लींशी तरी एकनिष्ठ रहायचं? सलीमअल्लींनी रहिमतखानला दवाखान्यात पाह्यल्यानंतर काढलेले उद्‌गार या सर्व प्रकरणावर विदारक उजेड टाकतात!"

यावर जस्टिस क्रंप हसले आणि म्हणाले, "मि. सक्सेना, तुम्हाला असं म्हणायचं आहे का, की या कोर्टासमोरच्या आरोपींना शिक्षा व्हावी म्हणून तिने स्वत:च्या हातांनी चेहऱ्यावर जखम करून घेतली?"

न्यायाधीशांचा तो कल पाहून ॲड. एस. कृष्णनाथन नायडू, ॲड. सक्सेना यांच्या कानात म्हणाले, "तसं बोलू नका. सरळ 'मर्सी प्लीज' (दयेची याचना) करा."

त्यानंतर काही क्षण सर्वच्या सर्व आरोपींच्या वकिलांनी खल केला आणि सर्वांच्यातर्फे तक्रारी सांगण्यासाठी एस. कृष्णनाथन नायडू उभे राहिले. ते म्हणाले,

"हसननं पिस्तूल झाडलं ते आत्मसंरक्षणासाठी, असं मानण्यात यावं आणि इतर आरोपींनी रोशनला पळवून आणण्याचा प्रयत्न केला, हे जर सिद्ध झालेलं आहे, असं आपण मानलं, तर या आरोपींची वयं लक्षात घ्यावी; अशी विनंती आहे. दीनानाथ चौधरी बत्तीस वर्षांचे आहेत, तर इतर आरोपी तिशीच्या आतले आहेत. ही सर्व मंडळी चंद्रपूरच्या महाराजांच्या सेवेत होती, याही गोष्टीचा विचार व्हावा आणि या सर्वांनी मिळून हे गुन्ह्याचे कृत्य केले होते, असे मानण्यात आले, तर त्यांना जास्तीत जास्त अशी सवलतीची शिक्षा देण्यात यावी."

खरं म्हणजे, आरोपींतर्फेच्या वकिलांच्या त्या भाषणाने आरोपींनी एक प्रकारे गुन्ह्याची कबुली दिल्यासारखीच होती. आता प्रश्न होता, तो फक्त किती शिक्षा द्यायची, याचाच!

उत्तर देण्यासाठी ॲटर्नी जनरल कॉलिन्स उभे राह्यले. त्यांच्या चेहऱ्यावर स्मित उमटलेलं होतं. इतक्या महत्प्रयासाने मांडलेली केस न्यायासनासमोर आरोपींतर्फे कबूल करण्यात आलेली होती. या केसमधून सुटण्याचे सर्वतोपरी प्रयत्न करण्यात आले होते. बाबुलाल हा माफीचा साक्षीदार फितवण्यात आला होता. सलढाणा, य. द. जोशी, साळवेकर अशा साक्षीदारांना दहशत घालण्यात आली होती. तरीही ॲटर्नी जनरल कॉलिन्स यांनी आपली केस शाबीत करण्याची चिकाटी सोडलेली नव्हती. उत्तर देण्यासाठी ते उभे राहिले आणि म्हणाले,

"मि. लॉर्ड, आरोपींच्या विद्वान वकिलांनी आरोपी हे महाराजांच्या सेवेत होते व त्यांची वयं लहान आहेत, या गोष्टींचा विचार होऊन त्यांना सवलतीची शिक्षा व्हावी, अशी आपणाला विनंती केलेली आहे; त्याबाबत

मी माझा तीव्र विरोध नोंदवण्यासाठी उभा आहे. भाडोत्री गुन्हेगार हा या देशाच्या शांतता आणि सुव्यवस्थेला लागलेला महाभयंकर असा रोग आहे. एक वेळ ज्याच्याशी प्रत्यक्ष वैर आहे, त्यात गुन्हा करणं, हे मी समजू शकतो; पण केवळ पैशाच्या किंवा सत्तेच्या अभिलाषेने जबरदस्तीने पळवून नेणे, खुनाचा प्रयत्न करणे आणि शेवटी खून; अशा प्रकारचे भीषण गुन्हे करणाऱ्या या भाडोत्री गुंडांना कसलीही दया-माया दाखवता कामा नये. या देशातील बहुसंख्य जनता गरीब आणि अज्ञानी आहे. सरकारने संस्थानिकांना फौजदारी कायद्यान्वये संरक्षण दिलं, याचा अर्थ त्यांनी इथल्या जनतेवर बेछूट अन्याय आणि अत्याचार करावा, असा मुळीच होत नाही. शहनाज आणि तिची मुलगी रोशन पोट भरण्यासाठी चंद्रपूरला गेल्या होत्या. महाराजांची नजर रोशनवर गेली. तिचं धर्मांतर करण्यात आलं. तिला राज्ञीपद बहाल करण्यात आलं, पण शेवटी मतभेद झाल्यावर तिने ब्रिटिश सरकारचं संरक्षण मागितलं! तिनं एकही बेकायदा गोष्ट केली नसताना, तिच्यावर नाहक असा चोरीचा आरोप दाखल करण्यात आला. शर्माजींसारख्या ऋषितुल्य माणसावर घाणेरडे आरोप करण्यात येऊन त्यांनाही बंदिवासात खितपत पडावं लागलं. या साऱ्या घटना काय दर्शवितात? तर, हे भारतीय संस्थानिक ब्रिटिश सरकारच्या मेहेरबानीने शेफारून गेलेले आहेत. 'ऑफिसर ऑफ द कोर्ट' या नात्याने न्यायदानाला सर्वतोपरी साह्य करणे, हेच माझे कर्तव्य आहे आणि ते कर्तव्य बजावण्यासाठी मी आपणाला अत्यंत नम्र अशी विनंती करतो आहे की, या आरोपींना जास्तीत जास्त शिक्षा होणं अत्यावश्यक आहे. आपण देवाचे अवतार आहोत; स्वत:च्या ऐहिक सुखासाठी काहीही केले तरी, ते क्षम्य मानले जाते, अशी भावना असलेल्या इतर संस्थानिकांचे या खटल्याच्या परिणामाने डोळे उघडणे जरुरीचे आहे. तेव्हा शिक्षेत सवलत दाखवू नये, अशी माझी पुन्हा एक वेळ नम्र विनंती आहे!''

जस्टिस क्रंप यांनी वेळोवेळी टिपणं करून घेतलेली होती. त्या आधारे ज्यांनी ज्युरीच्या मेंबरना 'चार्ज' (निवेदन) करायला सुरुवात केली.

''ज्युरीचे सद्गृहस्थहो, या खटल्यात घेतला गेलेला पुरावा आपण प्रत्यक्ष ऐकलेलाच आहे. या पुराव्यातील घटनांवरून कोर्टासमोरील हे आरोपी

दोषी आहेत की निर्दोषी आहेत, याबाबतचं तुमचं मत मला सांगायचं आहे. खटल्यातील कायदेशीर बाबींचा निर्णय मी देण्याचा असून घटनेबाबतचे निर्णय आपण देणेचे आहेत. तेव्हा आपण आता ज्युरींच्या खोलीमध्ये जाऊन आपला निर्णय मधल्या सुट्टीनंतर मला निवेदन करावा, अशी विनंती आहे.''

जस्टिस क्रंप चहासाठी आपल्या चेंबरमध्ये गेले. कोर्टात उपस्थित असलेले लोक ज्युरी काय मत देतात, हे पाहण्यासाठी आपापल्या जागेवरच बसून राहिले. एकदा बाहेर गेल्यानंतर आत येणे मुश्कील होते. श्रोत्यांमध्ये कुजबुज सुरू होती. ''न्यायाधीशांना गुन्ह्याबाबत खात्री पटलेली दिसते, पण ज्युरींचा अभिप्राय काय मिळणार?''

लोक आपसात चर्चा करीत होते. एक जण म्हणाला, ''चंद्रपूरच्या महाराजांनी प्रत्येक ज्युरीला लाख-लाख रुपये दिल्याचं ऐकलंय मी. ते 'नॉट गिल्टी' (आरोपी निर्दोष) असल्याचा निर्णय देतात की नाही, ते पाहा.''

दुसरा म्हणाला, ''शक्य नाही. या खटल्यातील ज्युरी समाजातल्या अत्यंत प्रतिष्ठित अशा व्यक्ती आहेत. लाचलुचपतीला बळी पडून अन्यायकारक निर्णय त्या मुळीच देणार नाहीत.''

मधल्या सुट्टीनंतर कोर्टाचे कामकाज पुन्हा सुरू झाले.

जस्टिस क्रंप स्थानापन्न झाले. विचारविनिमय करून सर्व ज्युरीही आपापल्या जागी येऊन बसले. ज्युरींचे प्रमुख 'फोरमन' उठून उभे राहिले. आता ते काय निर्णय देतात, हे ऐकण्यासाठी सर्वांनी कान टवकारले. कोर्टात नीरव शांतता पसरली. न्यायाधीशांच्या डोक्यावरचा झडपेचा पंखा हलत होता. बाकी सर्व निश्चल झाले होते.

फोरमन उठून उभे राहिले. त्यांनी घसा किंचित साफ केला आणि बोलायला सुरुवात केली.

''मि. लॉर्ड, आम्ही सर्व ज्युरींनी एकत्र बसून खल केला आणि आम्ही सर्व जण या निर्णयाशी सहमत झालेलो आहोत की, या खटल्यातील सर्व आरोपी दोषी आहेत.''

कोर्टात एकदम चर्चेची लाट उठली. त्यावर जस्टिस क्रंपनी आपल्या

समोरील लाकडी हातोडा टेबलावर आपटून शांतता प्रस्थापित केली. त्यानंतर त्यांनी लगेच 'ओपन' कोर्टात निकाल सांगण्याला सुरुवात केली. निकालपत्र तीन दिवस अव्याहत सुरू होतं. जस्टिस क्रंप यांनी त्या खटल्यातील सर्व बारीकसारीक अशा पुराव्याचादेखील परामर्श घेतला होता.

शेवटी त्यांनी आपल्या निकालपत्रात म्हटलं,

"प्रथम मला या खटल्याचा तपास करणाऱ्या मि. लॉरेन्स ऑलिव्हर यांचा गौरव करायचा आहे. या खटल्याची त्यांनी अक्षरश: पाळंमुळं खणून काढलेली आहेत. गुन्ह्याचा कट रचला गेला, तो चंद्रपुरात. त्याची अंमलबजावणी करण्याकरता महाराजांचे दूत आले, ते मुंबईत! रोशन आणि सलीमअल्ली ज्या वेळी लोणावळ्याला राहत होते, तेव्हा ही आरोपी मंडळी पुण्यात येऊन दाखल झालेली होती. श्रीकृष्ण भुवन लॉजचे प्रोप्रायटर श्री. साळवेकर यांच्या साक्षीवरून ते स्पष्ट झालेलं आहे. दिवाण शशांक शर्मा यांची या खटल्यात साक्ष झाली असती, तर आणखीन काही गोष्टींवर प्रकाश पडला असता; पण ती झाली नाही, म्हणून या खटल्यावर कसलाही विपरीत परिणाम झालेला नाही. सरकारतर्फे माझ्यासमोर ठेवण्यात आलेला पुरावा इतका सुसंगत, सत्य आणि तर्कशुद्ध आहे की, हा गुन्हा आरोपींवर सिद्ध झालेला आहे, हे मान्यवर ज्युरींच्या मताप्रमाणे माझेही मत झालेले आहे. परंतु सलीमअल्लींचा ड्रायव्हर बाबुलाल—जो माफीचा साक्षीदार झालेला होता, तो फितूर झालेला आहे. तेव्हा त्याच्यावर स्वतंत्र खटला दाखल करण्यात यावा, असा मी आदेश देत आहे.

"आता आरोपींतर्फे दयेची याचना करण्यात आलेली आहे; पण हा गुन्हा इतका भीषण आहे की, आरोपींना यत्किंचितही दया दाखवण्याची माझी इच्छा नाही. या आरोपींनी गुन्ह्यात वापरलेली मॅक्स्वेल गाडी नष्ट करून टाकलेली आहे. शिवाय गुन्ह्याचा प्रकार घडत असताना मध्यस्थीला गेलेल्या सार्जंट जेफरसन यांच्यावर या लोकांनी—या लोकांनी म्हणजे हसनन पिस्तूल झाडलं. सुदैवाने ते बचावले, ही गोष्ट वेगळी. पण या घटनेन एक गोष्ट निर्विवाद सिद्ध होते की, हे सर्व आरोपी नं. १ ते ६ हे चंद्रपूरहून अगदी पैजेचा विडा उचलूनच मुंबईला आले होते. काहीही घडलं,

तरी 'रोशनला आम्ही उचलून आणूच', असा!

"हा गुन्हा 'प्रीप्लॅन्ड' (पूर्वनियोजित) होता. जरूर प्रसंगी गोळीबार करावा लागेल याचीही आरोपींना जाणीव होती आणि ते त्या तयारीनिशी आले होते. दुर्दैवी सलीमअल्लीनं त्या दिवशी आपल्या पिस्तुलात गोळ्या आहेत की नाही याची खात्री करून घेतली असती, तर कदाचित तो बचावलाही असता. गुन्ह्याच्या जागी सापडलेलं पॉइंट २५ कॅलिबरचं पिस्तूल हे सलीमअल्लीचं नव्हतं, याची मला खात्री पटलेली आहे. 'रोशनला पळवून आणा, न जमले तर निदान तिचे नाक तरी छाटा' असा आदेश ज्या महाभागानं या आरोपींना दिला होता, त्या महाभागांचंच नाक छाटलं गेलं आहे. आजच इंग्लंडहून आदेश आलेला आहे की, चंद्रपूरच्या महाराजांना पदच्युत करण्यात आल असून त्यांना चंद्रपूर पाच वर्षे सोडून जाण्याचा आदेश देण्यात आलेला आहे. चंद्रपूरच्या गादीवर युवराजांना बसवण्यात आलं असून सिनिअर महाराणी पद्मिनीदेवी महाराणीसाहेब या दिवाणांच्या सल्ल्याने राज्यकारभार करणार आहेत. दिवाणपदी पुन्हा नियुक्ती करण्यात आलेल्या दिवाणांचं नाव आहे शशांक शर्मा.

उपस्थितांपैकी चार-दोन जणांना शशांक शर्मा यांचं नाव ऐकताच टाळ्या वाजवण्याचा मोह झाला. पण कोर्टात टाळ्या वाजवणं निषिद्ध असतं याची जाणीव झाल्यानं त्यांनी आपले शिवशिवणारे हात तसेच धरून ठेवले. जस्टिस क्रंप पुढे आपल्या निकालपत्रात म्हणतात, "वास्तविक चंद्रपूरच्या महाराजांचं काय घडलं याची चर्चा या निकालपत्रात करण्याचं काही कारण नव्हतं, पण या देशातल्या सुजाण नागरिकांमध्ये या खटल्यासंबंधी अशी एक भावना निर्माण झालेली आहे की, ज्यांच्यासाठी गुन्हा घडला, ते नामानिराळे राहिले आणि त्यांच्या तरुण सेवकांना मात्र खटल्याला तोंड द्यावं लागलं. पण ब्रिटिश राजनीती अंध नाही. कायद्यानं जरी चंद्रपूरच्या राजांना संरक्षण दिलेलं असलं, तरी ब्रिटिश सरकारनं त्यांना पदच्युत करून पुरेपूर शासन घडवलेलं आहे, असं माझं प्रामाणिक मत आहे. या निकालपत्रात विषयांतराचा थोडा दोष पत्करून मी म्हणू इच्छितो की, कोर्टासमोर नसलेल्या आरोपींनादेखील योग्य असं शासन घडलेलं आहे!

"आता शेवटी प्रश्न उरला तो शिक्षेचा! आरोपींना कोणती शिक्षा द्यायची? या खटल्यात सलीमअल्लींचा क्लीनर महंमद हुसेन याच्याविरुद्ध कोणताही पुरावा उपलब्ध नसल्याने मी त्याला दोषमुक्त करीत आहे. गुन्ह्याचे वेळी केवळ तो भीतीने पळून गेला, म्हणून त्याला दोषी ठरवता येत नाही.

"आरोपी नं. १ दीनानाथ चौधरी, चंद्रपूरचे पोलीसप्रमुख! ज्यांनी जनतेच्या जीविताचं आणि वित्ताचं रक्षण करायचं, त्यांनीच कायदा हातात घेतला आहे! तेच कटाचे सूत्रधार आहेत आणि त्यांच्याविरुद्धचे सर्व आरोप शाबीत झाल्याने, मी त्यांना देहांताची सजा फर्मवितो!"

कोर्टात पुन्हा कुजबुज उठली. लोकांच्या नजरा आरोपीच्या पिंजऱ्यात उभ्या असलेल्या दीनानाथ चौधरींवर स्थिरावलेल्या होत्या. दीनानाथ चौधरींनी ते शब्द ऐकले आणि त्यांना दरदरून घाम फुटला. तोंडाला कोरड पडली. डोळ्यांसमोर अंधकार दिसू लागला. ते भोवळ येऊन खाली बसले.

निकालपत्रात जस्टिस क्रंप शेवटी म्हणतात— "आरोपी नं. २, नितीन पाठारे, वय २८, या तरुण ॲडज्युटंटनं महाराजांची मर्जी संपादन करण्यासाठी हे साहस केले. त्याला मी जन्मठेप सुनावतो. आरोपी नं. ३, शैलेंद्रकुमार पवार हा अवघा चोवीस वर्षांचा तरुण आहे चंद्रपूरचा हवाईदलप्रमुख यालाही मी जन्मठेप सुनावतो. आरोपी नं. ४ शिवराम हुजऱ्या हा चंद्रपूरच्या महाराजांच्या खास विश्वासातला सेवक हाही त्या वेळी उपस्थित होता. त्याला दहा वर्षांची सजा ठोठावण्यात आलेली आहे. आरोपी नं. ५ हसन याने पिस्तूल झाडून सलीमअल्लीचा खून केला. तो खून आत्मसंरक्षणासाठी मुळीच घडलेला नाही. रोशनला जबरदस्तीने ओढून नेताना सलीमअल्ली मध्ये पडला असता, त्याला हसननं गोळी घालून ठार मारलेलं आहे. तसंच या हसननं सार्जंट जेफरसन यांच्याही खुनाचा प्रयत्न केला, हाही आरोप त्याच्यावर शाबीत मानण्यात आलेला असून त्यालाही फाशी ठोठावण्यात आलेली आहे. आ. नं. ६ अब्दुल गफार याने रोशनला पळवून नेण्याचा प्रयत्न फसल्यानंतर जंबियाने रोशनचे नाक छाटण्याचा प्रयत्न केला म्हणून आणि सलीमअल्लीचा खून करण्याच्या प्रयत्नात हसनला साह्य केले, म्हणून

त्यालाही फाशी सुनावतो आहे.

"गनी महंमद रिशालदार, हा जागेवरच सापडलेला आरोपी. त्याच्याजवळ काही शस्त्र नव्हतं. तरीही त्या धटिंगणाने रोशनला उचलून नेण्याचा प्रयत्न केला, म्हणून त्याला जन्मठेप सुनावण्यात येत आहे."

न्यायाधीश आसनावरून उठले आणि आत गेले. सतत दोन महिने चाललेल्या या खटल्याचे कामकाज संपले होते. एक जिवंत अन् भीषण नाट्य संपले होते.

केसचा निकाल ऐकायला कोर्टात रोशन हजर होती. सलीमअल्लीच्या दूरच्या नात्यातल्याही काही बायका कोर्टात बुरखे घेऊन निकाल ऐकायला आल्या होत्या. तोंडावरचा बुरखा बाजूला करून एकटी रोशन बसलेली होती. तिच्या अब्रूचे इतके वाभाडे निघाले होते की, यापुढं आयुष्यात बुरखा घालून काही उपयोग नाही, अशी तिची स्वत:चीच समजूत झालेली होती.

बऱ्याच जणांना कोर्टात आरोपींना शिक्षा होणार, हा निकाल अपेक्षित होता; पण ती कोणाला किती होणार याचा मात्र अंदाज नव्हता.

कोर्ट हॉलमध्ये जमलेला सर्व श्रोतृवर्ग बाहेर जायला पंधरा-वीस मिनिटे लागली. त्यानंतर रोशन आणि तिच्यासमवेत आलेल्या स्त्रिया उठल्या. रोशन प्रवेशद्वाराजवळ आली आणि अचानक चक्कर येऊन खाली कोसळली. तिच्या समवेत आलेल्या स्त्रियांनी तिला सावरले. पण तरीही तिथे थोडी गर्दी झालीच. गुन्ह्याचा तपास करणारे मि. लॉरेन्स ऑलिव्हर तिथं हजर होते. ते मदतीसाठी पुढं धावले.

एव्हाना दाराच्या व्हरांड्यात काही तरी गडबड-गोंधळ चालू असल्याची वार्ता जस्टिस क्रंप यांनाही समजली. त्यांनी पट्टेवाल्याला काय आहे, हे पाहण्यासाठी धाडलं. पट्टेवाला सांगत आला— "रोशनआरा बेगम बेशुद्ध पडलेल्या आहेत. लॉरेन्स ऑलिव्हर यांनी डॉक्टरांना बोलावण्यासाठी मोटार धाडलेली आहे."

"अरे, पण तिची आई किंवा बाप नाही आले सोबत?" जस्टिस क्रंपनी विचारलं.

"त्या दोघांपैकी कोणीही नाहीत साहेब!"

"असं कसं होईल?" असं म्हणत, जस्टिस क्रंप कोट चढवून स्वत: बाहेर आले.

रोशनसोबत आलेल्या बायका एका हातानं आपला बुरखा सावरीत होत्या अन् दुसऱ्या हाताने तिला वारा घालत होत्या.

"वॉट्स द मॅटर मि. ऑलिव्हर?" जस्टिस क्रंप (ऑलिव्हर, काय प्रकार आहे?)

"मलाही काही कल्पना नाही सर. या इथं दाराजवळ आल्या आणि अचानक खाली कोसळल्या. मी डॉक्टरांना बोलवायला गाडी पाठवलेली आहे."

डॉक्टर येण्यापूर्वी त्या बायका आपापसात कुजबुजत होत्या. "डॉक्टरांची काही गरज नाही. ते येऊन काय करणार? हिला दिवस गेलेले आहेत... ती चार महिन्यांची गरोदर आहे!"

जस्टिस क्रंप आणि लॉरेन्स ऑलिव्हर यांनी एकमेकांकडे प्रश्नार्थक मुद्रेनं पाहिलं. त्या दोघांनाही रोशनबद्दल सहानुभूती वाटत होती. पण आता हे समजल्यानंतर त्या दोघांनाही तिची दया वाटू लागली.

काही क्षणानंतर रोशन आपोआपच शुद्धीवर आली. समोर जस्टिस क्रंप आणि ऑलिव्हर उभे असलेले पाहून ती काहीशी गोंधळली, पण लगेच स्वत:ला सावरून म्हणाली,

"आय ॲम सॉरी सर..." (घडलेल्या प्रकाराबद्दल मला क्षमा असावी.)

"बाई, आपली काही हरकत नसेल, तर आपण थोडी कॉफी घेऊन जा!" जस्टिस क्रंप म्हणाले.

रोशनला जस्टिस क्रंप यांचा शब्द मोडण्याची इच्छा होईना. सोबत आलेल्या स्त्रियांना ती म्हणाली,"तुम्ही थांबा इथंच. मी कॉफी घेऊन येते. शिवाय मला न्यायाधीशसाहेबांशी चार शब्द बोलायचे आहेत."

न्यायाधीश क्रंप यांच्या चेंबरमध्ये रोशन आली. न्यायाधीशांनी विचारले,

"तुमचे आई-वडील कसे नाही आले सोबत?"

"साहेब, ते कसे येणार? गेले दोन महिने दोघेही माझ्या मागे लागले आहेत की, ॲबॉर्शन (गर्भपात), करून घे म्हणून! पण साहेब, मला मूल

हवंय! माझी बेबी चंद्रपूरच्या महाराजांनी मारून टाकली; आता माझी जन्मदात्री आई आणि हा निर्लज्ज सावत्र बाप म्हणतात की, तू मोकळी हो, अजूनही तू तरुण आहेस...''

जस्टिस क्रंप पुतळ्यासारखे निश्चल झाले होते. त्यांना आपण काय ऐकतोय, हेच कळेना. दु:खावेगाने रोशनच्या तोंडातून काही क्षण शब्द उमटले नाहीत. त्यानंतर ती म्हणाली, ''साहेब, सलीमअल्लींचा अंश माझ्या उदरात वाढतो आहे. मला त्याच्या प्रेमाशी एकनिष्ठ राहायचं आहे. मला मुलगा होवो; अगर मुलगी होवो; मी माझ्या बाळाला लहानाचं मोठं करीन. ते मला माँ म्हणून हाक मारेल, या एका आशेवरच मी जगते आहे. पण माझी आई आणि हा सावत्र बाप माझ्या देहाचं भांडवल करून पोट भरू इच्छितात. साहेब, आपण इतका मोठा खटला चालवून न्याय दिलात— मी हात जोडून आपणाला विनंती करते, आपण मला सल्ला द्या— मी काय करू यापुढं?''

पट्टेवाल्यानं ट्रेमधून कॉफी आणली होती. जस्टिस क्रंप यांच्यासमोरच ट्रे ठेवलेला होता. त्यांना कॉफी घ्यायचं भानच राहिलं नाही. रोशनला काय सल्ला द्यावा, हे त्यांना कळेना. थोड्या वेळाने रोशनसाठी आणि स्वत:साठी कॉफी बनवताना ते एवढंच म्हणाले, ''तुम्ही सुस्वरूप आहात. तरुण आहात. नुकतंच तुम्हाला बावीस संपून तेविसावं वर्ष लागलेलं आहे. जग तुम्ही म्हणता त्या मार्गाने तुम्हाला सुखानं जगू देईल, असं मला वाटत नाही!''

''मग हे सर्व जिच्यासाठी घडलं, तिला का नाही फाशी दिलीत तुम्ही! साहेब, मी जन्माला आले, हाच माझा अपराध आहे. तुम्ही मला फाशी द्यायला हवी होती, फाऽऽशीऽऽ''

बोलता-बोलता रोशन भावनाविवश झाली अन् तिच्या गालांवरून अश्रू ओघळू लागले. जस्टिस क्रंप ती शोकांतिका पाहून गहिवरले. त्यांचा कंठ दाटून आला. ते कसेबसे म्हणाले, ''मे गॉड ब्लेस यू!'' (ईश्वर तुझे कल्याण करो).

कोर्टाबाहेर पडलेले लोक अद्यापही खाली आवारात थांबले होते.

रोशन जेव्हा परत जायला निघाली, तेव्हा तिला अगोदर पाहणारे लोक, न पाहणाऱ्याला बोट करून दाखवू लागले,

"हीच ती रोशनआरा बेगम!"

- ० - ० - ० -